திரௌபதி

உள் அட்டையில் காணும் சிற்பக் காட்சியில், பகவான் புத்தரின் அன்னை மாயாதேவி கண்ட கனவின் பலனை மன்னர் சுத்தோதனருக்கு நிமித்திகர் மூவர் விளக்குகின்றனர். அவர்களுக்குக் கீழே அமர்ந்து அந்த விளக்கத்தை எழுதுகிறார் ஓர் எழுத்தர். எழுதும் கலையைச் சித்தரிக்கும் முதல் இந்தியச் சிற்பம் இதுவாகவே இருக்கலாம்.

நாகார்ஜுன மலைச்சிற்பம் கி.பி. இரண்டாம் நூற்றாண்டு.
(படஉதவி: நேஷனல் மியூசியம், புது தில்லி)

திரௌபதி

தெலுங்கு மூலம்
யார்லகட்ட லட்சுமிப்ரசாத்

தமிழாக்கம்
இளம்பாரதி

சாகித்திய அகாதெமி

Draupadi: Tamil translation by Ilambharathi of Yarlagadda Lakshmi Prasad's Award winning Telugu novel 'Draupadi', Sahitya Akademi, New Delhi, (Reprint 2018), Rs. 285/-

உரிமை © சாகித்திய அகாதெமி
ஆசிரியர் : யார்லகட்ட லட்சுமிப்ரசாத்
மொழிபெயர்ப்பாளர் : இளம்பாரதி
வெளியீடு : சாகித்திய அகாதெமி
பொருள் : நாவல்
முதற்பதிப்பு : 2014
இரண்டாம் பதிப்பு : 2018
ISBN: 978-81-260-4459-7
விலை : ₹ 285/-

All rights reserved. No part of this book may be reproduced or utilized in any form or by any means, electronic or mechanical including photocopying, recording or by any information storage and retrival system, without permission in writing from Sahitya Akademi.

சாகித்திய அகாதெமி

தலைமை : 'இரவீந்திர பவன்', 35,பெரோஸ்ஷா சாலை, புது தில்லி 110 001.
அலுவலகம்   secretary@sahitya-akademi.gov.in | 011-23386626/27/28.

விற்பனை : 'ஸ்வாதி', மந்திர் சாலை, புது தில்லி 110 001.
அலுவலகம்   sales@sahitya-akademi.gov.in | 011-23745297, 23364204.

கொல்கத்தா: 4, டி.எல். கான் சாலை, கொல்கத்தா 700 025.
rs.rok@sahitya-akademi.gov.in | 033-24191683/24191706.

சென்னை : குணா வளாகம், 443, இரண்டாம் தளம், அண்ணா சாலை, தேனாம்பேட்டை, சென்னை 600 018.
chennaioffice@sahitya-akademi.gov.in 044-24311741 | 24354815.

மும்பை : 172, மும்பை மராத்தி கிரந்த சங்கிரகாலய சாலை, தாதர், மும்பை 400 014. rs.rom@sahitya-akademi.gov.in
022-24135744 | 24131948.

பெங்களூரு: மத்தியக் கல்லூரி வளாகம், பல்கலைக்கழக நூலகக் கட்டிடம், டாக்டர் அம்பேத்கர் வீதி, பெங்களூரு 560 001.
rs.rob@sahitya-akademi.gov.in. 080-22245152, 22130870.

அட்டை வடிவமைப்பு: *Spectrum Graphic Studio*, Chennai – 17
ஒளி அச்சு: *VSN* Image Digital, Chennai - 17 | அச்சகம்: *Mani Offset*, Chennai - 77

Visit our website at *http://www.sahitya-akademi.gov.in*

பொருளடக்கம்

1.	யாருக்காக இந்தப் போர்?	7
2.	அஸ்வத்தாமனுக்கு மன்னிப்புப் பிச்சை	26
3.	போர்க்களம் – பாலைவனம்	34
4.	அக்னி இறுதிச் சடங்கு	46
5.	சுயம்வரம்	50
6.	கர்ணனின் அபூர்வ ஆளுமை	67
7.	குந்திதேவியின் முறையீடு	79
8.	கிருஷ்ணலீலை	84
9.	தர்மயோகி – கர்ணன்	90
10.	கர்ணன் குந்தியின் மகனா?	97
11.	தர்மோபதேசம்	102
12.	கனவு பலித்தது	106
13.	அந்தரங்க அலை மோதல்	110
14.	நான் யார்?	125
15.	எது வாழ்க்கை தர்மம்?	131
16.	திரௌபதி உங்களுக்கு யாகமேடை	139
17.	அத்தை வீட்டில் முதல் நாள்	152
18.	தர்ம நிர்ணயம்	160
19.	திருமணங்கள்– ஐந்து இரவுகள்	168
20.	தர்மனின் குறைபாடு	174
21.	பீமசேனனின் வலுவான தழுவல்	180
22.	அர்ஜுனனின் அழகு வழிபாடு	184
23.	நகுல, சகாதேவர்களின் தோழமை நெருக்கம்	190
24.	அத்தையின் அந்தரங்கம்	193
25.	பாண்டவர்களுக்கு திருதராஷ்டிரனின் அழைப்பு	198

26.	மூத்தவனின் தீர்மானம்	201
27.	அர்ஜுனனின் தீர்த்த யாத்திரை	205
28.	சந்தானபதி	209
29.	கிருஷ்ணனின் அன்புத் தோழி	213
30.	ராஜசூய யாகம்	220
31.	மயன் சபை	223
32.	சகாதேவன் ஐயந்தெளிதல்	225
33.	சூதாட்டம்	229
34.	துகிலுரிதல்	233
35.	மீண்டும் சூதாட்டம்	265
36.	பாண்டவ வனவாசம்	276
37.	கிருஷ்ணனின் அபயம்	283
38.	யாருக்காக இந்தப் போர்?	289
39.	அர்ஜுனனின் பிரிவு	297
40.	பீமசேனனின் அரவணைப்பு	300
41.	திரௌபதி அழகின் ரகசியம்– சத்யபாமாவுக்கு உபதேசம்	305
42.	அஞ்ஞாதவாசம்	314
43.	சைரந்திரி – அந்தப்புர பணிப்பெண்	323
44.	கீசக வதம்	331
45.	ஸ்ரீகிருஷ்ணன் தூது	345
46.	குருக்ஷேத்ரம்	348
47.	வெற்றிப் பயணம்	353
48.	அரசியாரின் புறப்பாடு	356
49.	இறுதி யாத்திரை	359
50.	வேணுகானத்தில் கரைதல்	362

1

யாருக்காக இந்தப் போர்?

கிழக்கிலிருந்து எழுந்த முதல் கிரணம் அவளுடைய ஒடிசலான இடுப்பைத் தொடுவதற்குத் தவித்து அல்லாடியது. விடியல் கதிர்கள் அவளைத் தழுவி வெதுவெதுப்பை அனுபவிப்பதற்கு ஆர்வம் கொண்டன. சூரியனின் வேகத்திற்கு பயந்துவிட்ட இரவரசியின் இருளானது முதுகு மீது படர்ந்த தேனீ இறக்கை போன்ற மென்மையான கூந்தலில் சிக்கிக் கொண்டதுபோல் தோன்றியது. நீலத் தாமரையின் அழகை யெல்லாம் திரட்டி வைத்ததுபோல் காணப்பட்ட அந்த அழகி சாதாரணமான பெண்ணல்ல என்பது அவளைப் பார்த்துத் திகைத்து ஸ்தம்பித்த இயற்கைக்குக்கூடப் புரிந்து விட்டது. சொற்களுக்கு அடங்காத அந்த அபூர்வ அழகியான திரௌபதி மீது ஏற்பட்ட மோகம்தான் உலக இலக்கியத்தில் முன்னெப்போதும் நிகழ்ந்திராத மரணவேள்விக்குக் காரணம். அப்படி நிகழ்ந்ததில் வியப்பில்லை என்பதாக அவளுடைய உடம்பி லிருந்து வெளிப்படும் இலையுதிர் பருவத்துத் தாமரைப் பூக்களின் நறுமணத்தை முகர்ந்த எவருக்கும் தோன்றும்.

முழுவதுமாக இன்னும் விடியவில்லை. விராட சாம்ராஜ்யத்து மத்ஸ்ய நகரின் சீரழிந்த நிலையில் எங்கு பார்த்தாலும் வெள்ளைப் புடைவை உடுத்தியிருக்கும் பெண்கள் சோர்ந்த முகங்களுடன் திரிந்து கொண்டிருந்த காட்சிகள் துருபத ராஜகுமாரியின் மனதில் அலைபாய்ந்து கொண்டிருந்தன. பின்னால் திரும்பிப் பார்த்தபோது, வெள்ளைச் சேலை கட்டியிருந்த பணிப்பெண் அவளுடைய கட்டளைக்காகக் காத்துக் கொண்டிருப்பதாகத் தெரிந்தது. அரண்மனையிலிருந்து பார்த்தபோது, தொலைவில் அடர்த்தியான வெண்புகை போன்ற மேகங்கள் அப்போதுதான் வெளியே வந்துகொண்டிருந்த சூரியனை முற்றுகையிட முயன்று கொண்டிருந்தது தெரிந்தது.

'வெண்மை... இதையா நான் வேண்டிக்கொண்டது? வெண்மை என்பது மங்கள காரியங்களுக்கு, அமைதியான சுகவாழ்க்கைக்கு அடையாளம்; கறுப்பு என்பது துயரத்திற்கு அடையாளம் என்பார்கள். ஆனால் அன்றைக்கு அதே வெண்மை துயரமாக என்னைச் சூழ்ந்துகொண்டது. எத்தனையோ நாட்களாக அவிழ்த்து விரித்துப்போட்ட இந்தக் கறுத்த கூந்தலை முடி போட்டுக் கொண்டு வெண்மையான மல்லிகைப் பூவைச் சூடிக்கொள்ள வேண்டுமென்று, மங்களச் சின்னமான வெள்ளைப் புடைவை உடுத்தி வெண்மைச் சுடரொளியில் பிரகாசித்தபடி எனது ஐந்து அன்பர்களுக்கு மகிழ் வூட்டவேண்டுமென்று தவித்தேன். அல்லல்கள், பகைமை, சதி ஆகியவற்றின் பின்னணியில் சுகங்களை மறந்திருந்த இந்த உடம்பை அவர்களுடைய இறுக்கமான தழுவுதலில் பரவசப்படுத்த வேண்டுமென்று எவ்வளவு தவித்து அல்லாடினேன்... ஆனால் இந்த வெள்ளை நிறமே இப்போது சகித்துக்கொள்ள முடியாததாக மாறி விட்டது.

புலர்ந்துகொண்டிருக்கும் இந்த விடிகாலைப்பொழுது எவ்வளவு துயரமானதாகக் கழிந்ததோ என்று குறிப்பிட்டுச் சொல்லும்படியாக இருந்தது. சூரியனுடைய கண்கள் சிவந்திருப்பதாகத் தோன்றியது. யாரோ புலம்பி வருந்துவதாகத் தொலைவிலிருந்து கேட்ட குரல் தெரியப்படுத்தியது. அடுத்து எந்தக் காயம்பட்டவன் இறந்தானோ... விடிகாலையிலேயே அடுப்பு பற்றி எரிவதுபோல் வீடுகளுக்கு முன்பு குளிர்காய்வதற்கான நெருப்பு சுடர்விட்டது. விராடபுரத்து வீதிகள் வழியே சென்றால் மயானத்து நடுவே போவதுபோல் தோன்றியது. நகரம் நகரமாக எங்கிலும் மயானம்தான். மயானத்திலிருந்து மயானத்திற்குப் பயணம். நிலைமை இங்கேயே இப்படி இருந்தால் அஸ்தினாபுரத்தில் எப்படி இருக்கிறதோ... காந்தாரிதேவியின் நூறு மகன்களின் மனைவிமார்களின் வேதனை எந்த நிலைமையில் இருக்கிறதோ... அஸ்தினாபுரத்தில் தர்மனின் பட்டாபிஷேக நாளிலாவது மங்கள வாத்திய முழக்கங்களிடையே அவர்களுடைய சோகம் வெளியே கேட்கப்படாமல் இருக்குமா...

இருதயத்தைப் பிசைவதுபோல் கேட்கும் அழுகுரல்... அந்தப் பெண்மணி தன்னைப் போலவே யாரை இழந்திருக்கிறாளோ... என் ஐந்து மகன்கள் எங்கே... ஆமாம் அவர்கள் எங்கேதான் போனார்கள்... என்னிடம் அளவு மீறி அன்பு செலுத்திய தந்தை

துருபதன், சகோதரன் திருஷ்டத்யும்னன் எங்கே...' ஏற்கெனவே வற்றி வறண்டுபோன அவளுடைய கண்ணீர் மீண்டும் அருவியாகப் பெருக்கெடுத்தது. திடீரென்று சோக அலை நெஞ்சின் உள்ளிருந்து பொங்கி வெளிப்பட்டது- வேகமாகக் கட்டிலுக்குத் திரும்பி வந்து அவள் விக்கி விக்கித் துயரப்படலானாள்.

உண்மையில் நான் யுத்தத்தை வேண்டித் தவறு செய்தேனா... திரௌபதியை இந்தக் கேள்வி நேற்று விடிகாலையிலிருந்தே துளைத்துக் கொண்டிருந்தது. குழந்தை இழப்பு என்றால் என்ன என்று அவளுக்கு நேற்று விடிகாலை போர்க்களக் கூடாரத்தில் தூக்கக் கலக்க நிலையிலேயே கொல்லப்பட்டதன் பிள்ளைகளின், சகோதரனின் பிணங்களைப் பார்த்துத் தெரிந்துகொள்ள நேர்ந்தது. அம்மா என்ற அழைப்புக் குரலுக்கு இனிமேல் தான் தவம் கிடக்க வேண்டியதுதானா... அபிமன்யு இறந்தபோது துயருற்றுத் தன்னை சுபத்திரை பார்த்த பார்வையே தனது நெஞ்சை இன்னும் அறுத்துக்கொண்டிருக்கிறது... தான் அன்றைக்கு எவ்வளவு துக்கத்தை அனுபவித்தாள்... ஆனால் இந்த துக்கம் இப்போது மேலும் தீவிரமாக இருக்கிறது... சுபத்திரையின் வேதனை தனக்கு இப்போது தெரிய வந்திருக்கிறது... தன்னைவிட எவ்வளவோ முன்னதாக சுபத்திரை அபிமன்யுவைப் பெற்றெடுத்தவள். இந்திரப் பிரஸ்தத்தில் அவனுடைய இளம் பிராயத்து வீரதீர சாகசங்களைப் பார்த்து எல்லாரும் மகிழ்ந்து திளைத்திருக்க, தான் பிள்ளைகள் வேண்டி மிகவும் தவித்தாள்... வரிசையாக ஐந்து ஆண்டுகளில் ஐந்து பிள்ளைகளைப் பெற்றெடுத்தாள். ஆனால் இப்போது அபிமன்யுவும் இல்லை... அந்த ஐந்து பிள்ளைகளும் இல்லை. திரௌபதியின் மனது அவர்களைப் பற்றிய நினைவுகளால் நிறைந்து போயிற்று.

'விந்திய மலை போன்று வலிமையாக இருக்கிறானென்று தர்மன் மூலமாக உருவான மகனுக்குப் புரோகித பிராமணர்கள் ப்ரதிவிந்த்யு என்று பெயரிட்டார்கள். பீமன் ஸோமயாகம் நடத்திய பிறகு அவன் மூலமாகப் பிறந்தவனுக்கு ஸ்ருதஸோமன் என்று பெயரிட்டோம். இந்திரப் ப்ரஸ்தத்தில் உதயேந்துபுரத்தில் சோமவல்லிக் கொடிகளுக்கிடையே பிறந்த ஸ்ருதஸோமனைப் பார்த்தாலே ஆயிரம் நிலவுகளின் பிரகாசத்தைப் பார்த்தது போலிருக்கும். அர்ஜுனன் மாபெரும் செயல்களைச் செய்து முடித்து வந்த பிறகு பெற்றெடுத்த மகனுக்கு ஸ்ருதகீர்த்தி என்று

பெயர் வைத்துக்கொண்டோம். கௌரவர் குலத்தில் பெருமையும் செல்வாக்கும் பெற்ற ராஜரிஷி ஸதாநீகுவினுடைய பெயரை நகுலன் மூலமாகப் பிறந்த மகனுக்கு வைத்துக்கொண்டோம். கார்த்திகை நட்சத்திரத்தில் பிறந்த சகாதேவனின் மகனுக்கு அக்னிதேவனின் மற்றொரு பெயரான ஸ்ருதஸேனன் என்ற பெயரை வைத்துக் கொண்டோம்...' என்றெல்லாம் நினைத்துக்கொண்டு குமுறிக் குமுறித் துயரப்பட்டாள் திரௌபதி.

விராடபூபதி என்ற மகனை இழந்த சுதேஷ்ணுவை, அபிமன்யுவை இழந்த உத்தரையை ஆறுதல் சொல்லித் தேற்றவே நேற்று வரைக்கும் பொழுது சரியாகிவிட்டது. இப்போது தன்னைத் தேற்றுவது அவர்களுடைய பங்காகிவிட்டது. தனக்கும் புத்திரசோகம். தந்தையும் இல்லை... சகோதரனும் இல்லை... மகன் களும் இல்லை தனக்கு...

மயான அமைதி நிலவிய விராட நகரின் சீரழிவைப் பார்க்கப் பார்க்க திரௌபதியின் வயிறு பற்றி எரிந்தது. இந்த நகரத்தில்தான் தான் கொஞ்ச காலத்திற்கு முன்பு வரை ஒரு வேலைக்காரியாக இருந்த விஷயம் அவளுக்கு நம்பத் தகுந்ததாக இல்லை. இங்கேதான் அந்த துஷ்ட கீசகனால் அவமானப்பட நேர்ந்த விஷயம்கூட இப்போது நினைவாக நிழலாடுகிறது. தன்னை இப்போது பாண்டவர் பத்தினியாக, ஒரு மகாசாம்ராஜ்யத்தின் பட்ட மகிஷியாக கௌரவித்து மேலான மரியாதை செலுத்துகிறார்கள்; காலடிகளுக்குப் பச்சைக் கம்பளம் விரிக்கிறார்கள். ஆனால் சீரழிவு நெடுக நெருங்கிய உறவினர்களின், நண்பர்களின் மனைவிமார்கள் சோக முகத்துடன் தங்கள் கணவன்மார்கள் வாழ்ந்திருந்தபோது அனுபவித்த வாழ்க்கை நிகழ்வுகளை நினைத்துக்கொண்டே இருக்க, தான் ஒருத்திதான் நடைபெற இருக்கும் பட்டாபிஷேகக் காட்சிகளை நினைத்துக் கனவு கண்டுகொண்டிருக்கிறாள்... இனி இங்கே அதிக காலம் தங்கி யிருக்க வேண்டிய தேவை இல்லை.

'நான் ஐந்து பிள்ளைகளைத்தான் இழந்திருக்கிறேன்... நூறு பிள்ளைகளை இழந்திருக்கும் காந்தாரியின் புத்திரசோகம்?... ஆனால் இந்த யுத்தத்தை யார் வரவேற்றார்கள்... விரும்பிவேண்டி சாவை யார் தேர்ந்தெடுத்தார்கள்...?

...பச்சாத்தாபமா... தொடைகள் நொறுங்கி மரணத்தைத் தழுவிய

நிலையில் துரியோதனன் சபித்தானாம்... நாங்கள் எப்போதும் மனக்கலக்கத்துடன் உயிர்வாழ வேண்டுமென்று சபித்தானாம்... அவன் சபித்தபோது அவன் மீது பூமழை பொழிந்ததாம், திவ்ய துந்துபி வாத்தியங்கள் முழங்கினவாம்... மந்தமாருதம் சுகந்த மணம் பரப்பி வீசியதாம்... அப்படி ஏன் நடந்ததோ... அந்த யுத்தத்திற்கு நானே காரணம் ஆனதற்கு இப்போது மனவருத்தம் என்னை மூழ்கடிக்கிறதா... அல்லது எனது புத்திரசோகமே என்னை இப்படி வேதனைக்கு உள்ளாக்குகிறதா...

நான் எதற்காக மனவருத்தப்பட வேண்டும்? பீஷ்மரை, துரோணரை, கர்ணனை, பூரிஸ்வரனை, தன்னை நியாய முறையில் யுத்தத்தில் வெல்ல முடியாததென்று துரியோதனன் கிருஷ்ணனிடம் தெரிவித்தது உண்மையாக இருக்கலாம். ஆனால் இந்த விவேகம் கபட சூதாட்டத்தில் எங்கள் செல்வத்தையெல்லாம் தட்டிப்பறித்தபோது என்னவாயிற்று? என்னுடைய உயர்ந்து நிமிர்ந்திருந்த மார்பகத்தைப் பார்த்தபடிக் காம உணர்வுடன் என்னைத் துகிலுரிவதற்குத் தம்பியைத் தூண்டியபோது, என்னை உட்காரும்படித் தன்னுடைய தொடையைக் காண்பித்து சைகை செய்தபோது என்னவாயிற்று அந்த விவேகம்? ஸ்ரீகிருஷ்ணன் இந்தக் கேள்விகளை நன்றாகவே கேட்டான். ஆனால் இதே கேள்விகளை என்னுடைய கணவன்மார்களில் யாராவது கேட்டிருந்தால் இன்னும் நன்றாய் இருந்திருக்கும்...

ஆனால் நடந்ததென்ன... யுத்தம் இவ்வளவு பயங்கரமாக இருக்குமென்று தான் ஊகித்தாளா... ரத்தம் ஆறாகப் பாயுமென்று, நகரங்கள் மயானங்களாகுமென்று, சுற்றிலும் வெள்ளை ஆடை களுடன் நடைப்பிணங்கள் அலைந்து திரியுமென்று தனக்கு எப்போதாவது சிந்தனை ஏற்பட்டதுண்டா... யார் எஞ்சியிருக்கிறார்கள் போரில்... யார் மீது தாங்கள் சாம்ராஜ்ய ஆட்சி செய்ய வேண்டும்... அந்த சாம்ராஜ்யத்தை வாரிசு முறையாக ஒப்படைப்பதற்குத் தங்களுக்கு ஒரு மகன்கூட மிஞ்சவில்லை அல்லவா... திரௌபதிக்கு மீண்டும் கடல் அலை போல துக்கம் குமுறிக்கொண்டு வந்தது.

எதிரிகளிடம் தோற்றாலும் ஓடிப் போகமாட்டோமென்று சபதம் எடுத்துக்கொண்ட படைவீரர்கள் கொல்லப்பட்டு விட்டார்கள். காம்போஜ நாட்டுப் படைகள் எல்லாமே இறந்து

முடிவடைந்துவிட்டன. யவன, பார்வதீய, ம்லேச்ச நாட்டுப் படைகள் எல்லாமே அழிந்து ஒழிந்தன. சல்யன் இல்லை... அந்தக் கெடுமதியாளன் சகுனியும் அழிந்தான். உலூகன் உயிர் இழந்து விட்டான். துரியோதனனின் தம்பிகள் எல்லாரையும் பீமசேனர் கொன்று விட்டார். கர்ணனின் மகன்கள் மடிந்தார்கள். தொடைகள் நொறுங்கி குப்பைக்கூளங்களுடன் கலந்துவிட்டான் துரியோதனன். பாண்டவர் பக்கத்தில் திருஷ்டத்யும்னன், சிகண்டி, யுதாமன்... பாஞ்சால வீரர்கள், மத்யஸ்யராஜ உறவினர்கள், அவர்களுடைய நான்கு வகைப் படை வல்லமையைக் கௌரவர்கள் முடிவுகட்டினார்கள். கௌரவர் பக்கத்தில் கிருபன், கிருதவர்மன், அஸ்வத்தாமன் முதலியோரும், பாண்டவர் பக்கத்தில் என் கணவன்மார் ஐவர், கிருஷ்ணன், ஸாத்யகன், யுயுத்ஸன்... எஞ்சியவர்கள் இவர்கள் மட்டும்தானா... துரியோதனனுக்குத்தான் சாம்ராஜ்யத்தைக் கொடுக்க வேண்டுமென்று பதினொரு அக்ஷௌஹிணி பெரும்படைகள் ஒரு பக்கம், அவனைக் கொல்ல வேண்டுமென்று ஏழு அக்ஷௌஹிணிப் பெரும்படைகள் இன்னொரு பக்கம் திரண்டு மோதிக்கொண்டன. கௌரவப் படைத்தளங்களும், பாண்டவர் படைத்தளங்களும் ஒன்றுடன் ஒன்று மோதியதில் இரண்டு பக்கத்து ஆண்கள் எல்லாருமே இறந்துவிட்டார்கள். போரில் ஈடுபடாததால் எஞ்சியவர்கள் பெண்கள் மட்டுமே. இந்தப் பெண்களா சாம்ராஜ்யத்தை ஆள்வது?

கேள்விகளின் தொடர் திரௌபதியின் துக்கத்தை அதிகரிக்கச் செய்தது. சிந்தனைகள் அவளுடைய துயரத்தை அதிகரிக்கச் செய்தன. கண்களிலிருந்து கண்ணீர் எப்போது பெருக்கெடுக்குமோ... எப்போது வற்றுமோ... அவளுக்கே தெரியாது. எங்கே... தன் கணவன்மார்கள் எங்கே... இந்த துக்க சமயத்தில் தன்னை அவர்கள் எதற்காகத் தனியே விட்டுச் சென்றார்கள்? அவர்களைப் பார்த்தாலொழியத் தனது மனம் அமைதி பெறாதோ என்னவோ... மீண்டும் நேற்றைய நிகழ்வுகள் அவளுடைய எண்ணத்தில் நிழலாடின.

இரண்டு நாட்களுக்கு முந்தைய இரவு வரையிலும்... புலம்பல்கள், கூச்சல்கள், அழுகைகள் மனதைக் கிளறி அலைக்கழித்தாலும்... போர்க்களத்தில் பிணங்களின் குவியல்கள், சிதைந்த உடல் உறுப்புகள் நெஞ்சைக் கலக்கினாலும்... இதெல்லாம் இயல்புதான் என்று, போர்க்களத்தில் ஒவ்வொரு வீரனும் வெற்றியோ, வீர

சொர்க்கமோ விரும்பி ஏற்றுக்கொள்வானென்ற அபிப்பிராயங்கள் அவளுடைய மனதில் நிழலாடும். ஆமாம், தன்னுடைய சகோதரனும் மகன்களும்கூடப் போரிட்டு மரணம் எய்தினார்களென்று நகுலன் சொல்லக் கேட்டாள். தூக்கக் கலக்கத்தில் இல்லாதிருந்தால் அவர்கள் நிச்சயமாக அஸ்வத்தாமனை முடிவுகட்டியிருப்பார்கள்தான். போரின் ஆறாவது நாளும், பன்னிரண்டாம் நாளும் அவர்கள் வெளிப்படுத்திய துணிச்சலைப் பற்றிப் படைக்கூடாரத்தில் தன்னிடம் பீமன் சொன்ன விவரங்களையெல்லாம் தான் இப்போதும் மறந்துவிடவில்லை. ஆறாம் நாள் திருஷ்டத்யும்னன் மகரவியூகம் அமைத்தபோது அர்ஜுனனும், என் தந்தையும் அதற்குத் தலைமை ஏற்றிருக்க, அபிமன்யுவும் என் மகன்களும் நடுநாயகமாக இருந்தார்களாம். பீமனை துரியோதனனும், அவனுடைய சகோதரர்களும், ஜயத்ரதனும் சூழ்ந்துகொண்டபோது என்னுடைய ஐந்து பிள்ளைகளும் அவர்களைச் சிதைத்துப் பந்தாடினார்களாம். அம்புகளால் அவர்களுடைய உடம்புகளை மூழ்கடித்துவிட்டார்களாம். நகுலனின் மகன் சதாநீகன் ஒரே வீச்சில் பல மதயானைகளின் நெற்றிகளைத் தாக்கிக் கொன்றானாம். பன்னிரண்டாம் நாள் பகைவர்களை அவர்கள் தங்கள் அம்புகளால் ஈசல்களைப் பொசுக்குவதுபோல் சுட்டெரித்துவிட்டார்களாம். துரோணரை நேருக்கு நேர் எதிர்த்து மூச்சுவிட முடியாதபடிச் செய்துவிட்டார்களாம். ஆனால் என்னவாயிற்று துரோணகுமாரன் அஸ்வத்தாமனின் முன்பு அவர்களுடையை பராக்கிரமம்?

கறுப்பு நிறக் கழுத்து, வெள்ளையாகப் பால் நிறத்தில் உடம்பு கொண்ட குதிரைகள் என்றால் பிரதிவிந்த்யுவுக்கு, உளுந்துப் பூ நிறத்துக் குதிரைகள் என்றால் ச்ருதசோமனுக்கு, மரங்கொத்திப் பறவை நிறத்துக் குதிரைகள் என்றால் ச்ருதகீர்த்திக்கு, வஜ்ஜிர மரத்துப் பூ நிறத்துக்குதிரைகள் என்றால் சதா நீகுவுக்கு, மயில் கழுத்து நிறக் குதிரைகள் என்றால் ச்ருதஸேனனுக்கு மிகவும் விருப்பம். அவர்களுடைய தந்தைவழித் தாத்தாக்களின் ஓவியங்கள் கொண்ட கொடிகளுடன் புன்னகைத்துக்கொண்டே போர்க்களத்திற்குச் செல்வார்கள். ஒருநாளும் அவர்கள் காயங்களால் துடித்ததைப் பார்த்ததில்லை.

என்னவாயிற்று? ஒரே சமயத்தில் அவர்கள் எல்லாரையும் அஸ்வத்தாமனால் எப்படி மரண மேடைக்கு அனுப்ப முடிந்தது?

தவிர்க்க முடியாத சிந்தனைகளால் திரௌபதியின் மூளை சூடேறியது.

நேற்று விடிகாலை... போர்க்களத்திலிருந்து வந்த நகுலன் தன்னைத் தூக்கத்திலிருந்து எழுப்பும் வரை திரௌபதி ஆனந்தமான கனவுகளைக் கண்டுகொண்டிருந்தாள்... தர்மனின் மடியில் நிம்மதி, அர்ஜுனின் உதடுகளின் இனிய முத்தம், பீமனின் வலுவான தழுவல், நகுல சகாதேவர்களின் மென்மை... ராஜபோகங்களை ருசித்துக்கொண்டு சுகநித்திரையில் இருந்த தன்னை நகுலன் தன்னுடைய படுக்கையறைத் திரைச்சீலையை விலக்கித் தட்டி எழுப்பியபோது சடக்கென்று விழிப்பு வந்தது. அவன் இங்கே ஏன் இருக்கிறானோ... அவளுக்கு விளங்கவில்லை... அந்த நேரத்தில் போர்க்களக் கூடாரத்தை விடுத்து ஏன் வந்தான்...

ஒருவேளை தன்னை நாடி வந்திருப்பான்... போர் முடிந்ததோ இல்லையோ... அதற்குள்ளாக அவனுக்குத் தன்னைப் பார்க்க வேண்டு மென்று தோன்றியிருக்கிறதா... பாண்டவர்கள் அனைவரிலும் அழகானவன் இவன்தான்... அழகனாக இருந்தாலும் பெண்களை வசப்படுத்துவதற்கு சாகசம் எதுவும் செய்ய மாட்டான். நகுலன் எப்போதும் இப்படித்தான்... அண்ணன்மார்கள் இல்லாத சமயத்தில் தான் தன்னிடம் வரும் தைரியம் கொள்வான்... இந்த எண்ணம் வந்து நகுலனைப் பார்த்ததும் திரௌபதி புன்சிரிப்புடன் இரண்டு கைகளையும் நீட்டினாள். எப்போதும்போல் அவன் அவளுடைய தழுவலுக்குள் தாவி அவளுடைய மார்பகப் பரவசத்திற்கு முகத்தைப் பொதிந்து கொள்வானென்று எதிர்பார்த்தாள். ஆனால் அவன் திகைத்த நிலையில் அப்படியே நின்றுவிட்டான். திரௌபதிக்குத் தூக்கச் சடவு போய்விட்டது. உன்னிப்பாக ஊடுருவிப் பார்த்த போது அவன் தனது பாதங்களை நிமிர்த்தி, கண்ணீரை வழியவிட்டு நின்றிருந்தான். திரௌபதி சடக்கென்று எழுந்து நின்றாள். அவளு டைய மனது ஏதோ அவலத்தை எண்ணியது...

"என்ன ஆயிற்று, அன்பரே... நம்மவர்களுக்கு எதுவும் ஆக வில்லை அல்லவா?"

"அண்ணன் உன்னை உடனே அழைத்துவரச் சொன்னார்."

"அப்படியானால் அங்கே என்ன நடந்திருக்கிறது... நான்

நேற்றுதானே இங்கே வந்தேன். படைக்கூடாரத்திற்கு நான் மறுபடியும் வரவேண்டிய தேவை என்ன... உடனே அஸ்தினாபுரம் போகவேண்டியிருக்கிறதா?"

"இப்போது எதுவும் என்னால் சொல்ல முடியாது. என்னை எதுவும் கேட்காதே" என்று சொல்லிக்கொண்டே நகுலன் விக்கி விக்கி அழலானான்.

திரௌபதி அயர்ந்துவிட்டாள். வேர்கள் வெட்டப்பட்ட மரம் போல நகுலனின் கால்களில் விழுந்தாள். அவனுடைய கால்களைப் பிடித்துக்கொண்டு குலுங்கியபடி "சொல்லுங்கள்... நீங்கள் சொல்லும் வரை உங்கள் கால்களை விடமாட்டேன்." அவளுடைய கண்ணீர் அவனுடைய பாதங்களை நனைத்தது.

நகுலன் திரௌபதியின் தோள்களைப் பிடித்து எழுப்பி, அவளை அருகில் இருத்தி வைத்து சற்று நேரம் கண்ணீர் உகுத்தபடி நின்றிருந்தாள். கிணற்றுக்குள்ளிருந்து கேட்பதுபோல் அவனுடைய குரல் கேட்டது. "நமக்கு இனிமேல் வாரிசு கிடையாது, திரௌபதி."

திரௌபதி கற்சிலையானாள். அவன் என்ன சொல்கிறானென்று புரியவில்லை. அதற்குள் அவனுடைய வாயிலிருந்து மற்றோர் இடியோசை கேட்டது. "உன் சகோதரன் திருஷ்டத்யும்னனும்கூட...." அந்த வார்த்தைகள் முடிவடைந்தனவோ இல்லையோ, திரௌபதி நகுலனின் கைகளிலிருந்து நழுவி விழுந்தாள். மின்னல் கீற்று கருமேகத்திலிருந்து உதிர்ந்து தரையின் மீது விழுந்ததுபோல் திரௌபதி கீழே விழுந்து நினைவிழந்தாள்.

நகுலன் அவளுக்கு எப்படி விழிப்புணர்வைக் கொண்டு வந்தானோ... அரண்மனையிலிருந்து வெளியேறி எப்படி நடந்தாளோ, திரௌபதிக்கே தெரியாது. ரதத்தில் ஏறி நகுலனின் அருகில் உட்கார்ந்தபோது அந்தக் கருக்கல் விடியல் நேரத்தில் வீசிய காற்றுக்கு மீண்டெழுந்துவிட்டதுபோல் தோன்றியது. சிறப்பான உயர்தரக் குதிரைகள் மனோவேகத்துடன் பயணப்பட்டன.

"நாம் எங்கே போகிறோம்?" திரௌபதி நகுலனைக் கேட்டாள்.

நகுலன் பேசவில்லை. அவன் சொன்னதையெல்லாம் ஒரு பயங்கரக் கனவாக இதுவரையிலும் எண்ணியிருந்த திரௌபதி

எல்லாமே உண்மைதானென்று தெரிந்துகொண்டு மீண்டும் அழத் தொடங்கினாள். அரச குலத்துப் பெண்களால் ஓலமிட்டு அழ முடியாது. இதெல்லாம் எப்படி நடந்ததென்று ஈனஸ்வரத்தில் நகுலனைக் கேட்டாள்.

நகுலன் என்ன சொல்கிறானென்று காதில் விழவில்லை. ஆனால் அவனுடைய குரல் பார்வையாக மாறி திரௌபதியின் மனத்தளத்தில் நடமாடலாயிற்று. அவன் சொன்னதைக் கேட்கக் கேட்கக் குதிரையின் குளம்படிகள் தன் நெஞ்சின் மீது தடம் பதித்து ஓடுவது போல் இருந்தது.

"நேற்றைய இரவு சாதாரண இரவல்ல, துருபதனின் மகளே... அது மகா பயங்கரமான காரிருள் இரவு... தன் தந்தையின் மரணத்திற்குக் கொழுந்துவிட்டெரியும் பகை நெருப்பு ஜுவாலை களுடன் பற்றியெரியும் இருதயத்துடன் அஸ்வத்தாமன், துரோணாச் சாரியாரின் தலையைத் துண்டித்த சிகண்டி உட்படத் தனது பகைவர்கள் எல்லாரையும் மீதமில்லாமல் முழுவதுமாக அழித் தொழிக்கவேண்டுமென்று தீர்மானித்துக்கொண்டான். தொடைகள் முறிந்து தரையில் வீழ்ந்து கிடந்த துரியோதனன் அவனை வாய்வார்த்தைகளால் மேலதிகமாகக் கிளறிவிட்டான். அஸ்வத்தாமனிடம் பரமசிவன் அருளிய வாள் இருக்கிறது. நம்மவர்கள் பகைவர்கள் எல்லாரும் அழிந்து ஒழிந்தார்கள் என்ற மகிழ்ச்சியுடன் ஆயுதத் தளவாடங்களை, வாகனங்களை விட்டுவிட்டு சுகமான படுக்கைகளில் ஓய்வெடுத்துக்கொண்டிருந்தார்கள். நம்மவர்கள் மெய்ம்மறந்து தூங்கிக்கொண்டிருந்த வேளையில் அஸ்வத்தாமன் தன்னுடன் கிருபாச்சாரியாரையும் கிருதவர்மனையும் சேர்த்துக்கொண்டு நமது படைக்கூடாரங்களை நோக்கி வந்தான்...

...தேவீ! என்னவென்று சொல்ல... அஸ்வத்தாமன் முதலில் ஆழ்ந்த தூக்கத்திலிருந்த திருஷ்டத்யும்னனின் படைக்கூடாரத்திற்குள் நுழைந்தான். தூங்கிக்கொண்டிருந்த திருஷ்டத்யும்னனைப் பார்த்ததும் கிளர்ந்து எரிச்சலுற்று அவனுடைய நெஞ்சு மீது ஒரு மிதி மிதித்தான். முழங்காலால் மார்பைத் தாக்கிச் சிதைத்துத் தலைமயிரை ஒரு கையால் பிடித்துக்கொண்டு, இன்னொரு கையால் கழுத்தை வில்நாண் கொண்டு கட்டிப்போட்டான். அதன் பிறகு திருஷ்டத்யும்னன் தன்னை சீக்கிரமாகக் கொன்றுவிடும்படி

வேண்டிக்கொண்டபோது அதைப் பொருட்படுத்தாமல் கைமுட்டிக் குத்துகளால், கால் மிதிகளால் ரத்தம் கக்கும்படிச் செய்தான். அதன் பிறகு தனது வாளால் அவனுடைய தலையை முதலில் சீவிவிட்டு உடம்பைத் துண்டம் துண்டாக வெட்டிக் கொன்றான்" என்று சொல்லி நகுலன் அழுதான்.

திரௌபதி திகைப்புடன் கேட்டுக்கொண்டிருந்தாள். அவளது கண்ணெதிரே தன் சகோதரன் மரணத் தறுவாயில் பட்ட வேதனை நிழலாடியது. தன்னியல்பாகவே அவளுடைய கை ரதத்தின் கடிவாளக் கயிற்றை இறுக்கிப் பிடித்தது. "அதன் பிறகு...?" என்று மட்டும் அவளுடைய குரல்வளையிலிருந்து கேள்வி பிறந்தது.

நகுலன் அவளுடைய குரலின் கடுமைக்கு அவ்வளவு சோகத்தின் இடையிலும் சற்று வியப்படைந்தான்.

"இரவு அரசி அஸ்வத்தாமனுக்கு முழுவதுமாக வசப்பட்டு விட்டாள், தேவீ... அவனுடைய வாளுக்கு சிறுசிறு துண்டங்கள் தவிர வீரர்களே மிஞ்சியிருக்கவில்லை. இரவில் மதுபானத்தினால் நமது வீரர்கள் போதை ஏறிக் கிறுகிறுத்துக் கிடந்தார்கள். அவனுடைய பயங்கரத் தாக்குதலுக்கு விழிப்பு வந்தாலும் நடப்பது என்னவென்று தெரிந்துகொள்ளும் நிலைமையில் இல்லை. வந்தவன் பயங்கர அரக்கனோ, கொடூர மனிதனோ தெரியாது. தெளிவு பெற்று, எதிர்த்துப் போராட நினைத்தவர்களின் முயற்சிகளை எல்லாம் அவன் அதிவீர பயங்கரவாதியாகச் சிதறடித்தான். அவனுக்குத் துணையாகக் கிருதவர்மனும் கிருபாச்சாரியாரும் நின்றார்கள். நமது படைக்கூடாரங்கள் எல்லாமே மாமிசத் துண்டங்களால், ரத்த வெள்ளத்தால் நிரம்பின. தேவீ... தலைமறைவாக இருக்க நேர்ந்தவர்களைத் தவிர அங்கே நின்றிருந்து பிழைத்தவர்கள் யாரும் இல்லை...

...அஸ்வத்தாமன் பின்னர் மகாராஜாவின் கூடாரத்திற்குள் நுழைந்தான். அப்போதுதான் விழித்தெழுந்த சிகண்டி, நமது பிள்ளைகள், மெய்க்காப்பாளர்கள், விராட வீரர்கள் தங்கள் அம்புகளையும் ஆயுதங்களையும் திரட்டத் தொடங்கினார்கள். முதலில் தர்மனின் மகன் ப்ரதிவிந்த்யு அஸ்வத்தாமனை எதிர் கொண்டானே தவிர அவனுடைய முரட்டுத்தனத்திற்கு நிலைத்து நிற்க முடியவில்லை. அவனுடைய ஆயுதங்கள் எல்லாமே பயனற்றுப்

போயின. அஸ்வத்தாமன் ஒரு பயங்கர ஈட்டியால் ப்ரதிவிந்த்யுவின் உடலை இரண்டு துண்டங்களாக்கி பிரளயமூர்த்தி போன்று கூச்ச லிட்டு கர்ஜித்தான்...

...தனது குடும்பத்து வாரிசுப்பிள்ளையான மூத்த சகோதரனின் கொடூரமான சாவை கவனித்த பீமசேனனின் மகன் ச்ருதசோமன் தாங்க முடியாத சோகத்துடனும் கோபத்துடனும் குருபுத்திரன் அஸ்வத்தாமனின் மீது பாய்ந்து தாக்கினான். அவர்கள் இருவருக்கு மிடையே பயங்கர யுத்தமே நடந்தது. ஆனால் அஸ்வத்தாமன் கடைசியில் தனது வாளால் அவனுடைய உடலைக் கண்டந் துண்டாக வெட்டினான்" என்று சொல்லி நகுலன் அழலானான். மேலும் தொடர்ந்து "பீமனின் மகனுக்குப் பின்னால் இருந்த நமது மகன் சதாநீகனும் தன் அண்ணனின் மரணத்தைப் பார்த்த நிலையில் அஸ்வத்தாமன் மீது சக்கராயுதத்தைப் பிரயோகித்து அவனுடைய உடம்பை ரத்தக்களரியாக்கினான். ஆனால் அஸ்வத்தாமன் அருகிலிருந்த ஈட்டிகொண்டு சதாநீகனின் தலையைத் துண்டித்தான், தேவீ... நம்முடைய தலையெழுத்து என்னவாக இருக்குமோ? எதிரே நின்றிருந்த சகாதேவனின் மகன் ச்ருதசேனன், அர்ஜுனனின் மகன் ச்ருதகீர்த்திகூட அவனுடைய அம்புகளுக்கு எதிர்நிற்க முடியாமல் இறந்தார்கள். அந்த சமயத்தில் சிகண்டி தென்பட்டதும் அஸ்வத்தாமன் பிரத்தியட்ச எமனைப் போலக் கொழுந்துவிட்டெரிந்து, பொங்கி எழுவது போலக் கிளர்ந் தெழுந்து சீறி சிகண்டியின் தலையை மட்டுமல்லாமல் உடம்பு முழுவதையும் கண்டந்துண்டமாக்கினான்...

...தேவீ! அந்த பயங்கரச் சண்டையின்போது அஸ்வத்தாமனின் அம்புகளுக்கு, வாள்வீச்சுகளுக்கு ஆயிரக்கணக்கான தலைகள் மண்ணில் விழுந்தன. ரத்தப்பெருக்கு ஆறாகப் பாய்ந்தோடியது. தூக்கக் கலக்கத்திலிருந்து விடுபடாத நிலையில் நம்மவர்கள் யார், பகைவர்கள் யார் என்று இனம் தெரியாமல் ஒருவரையொருவர் அழித்துக்கொண்டார்கள். கூடாரத்திலிருந்து வெளியே வந்தவர்கள் எவ்வளவு வேண்டிக்கொண்டாலும் கேட்காமல் க்ருபாவும் க்ருதவர்மாவும் பயங்கர ஈட்டித் தாக்குதல் கொண்டு மிச்சம் மீதியின்றிக் கொன்று குவித்தார்கள். ஒரே ஒருவனாக திருஷ்டத்யும்னனின் தேர்ப்பாகன் க்ருபன் அங்கிருந்து வெளியேறி வந்ததனால்தான் நடந்தது என்னவென்றாவது நமக்குத் தெரிந்தது,

தேவீ... நானும் மற்ற சகோதரர்களும் அங்கே தூங்கியிருந்தோமானால் இன்னும் என்னென்ன நடந்திருக்குமோ...”

“நீங்கள் எல்லாரும் எங்கே ஓய்வெடுத்தீர்கள்?” என்று கேட்டாள் திரௌபதி.

“ஸ்ரீகிருஷ்ணன், சாத்யகி ஆகியோருடன் நாங்கள் எல்லாரும் ஓஷ¬பதி ஆற்றங்கரையில் ஓய்வெடுக்கச் சென்றோம்” என்று நகுலன் அசிரத்தையாக பதிலளித்தான்.

திரௌபதியின் மனதில் அனாயாசமாக ஸ்ரீகிருஷ்ணனின் புன்னகை பொலியும் முகம் தென்பட்டது. ‘கிருஷ்ணா, உனக்குத் தெரியாமல் எதுவும் நடக்காது என்கிறார்கள்... இதுகூட உனக்கு முன்னதாகவே தெரியுமா...’ அந்த நினைப்பையே திரௌபதியால் பொறுத்துக்கொள்ள முடியவில்லை. தன் கணவன்மார்கள் படைக் கூடாரத்திலேயே இருந்திருந்தால் நிலைமை இவ்வளவு பயங்கரமாக இருந்திருக்காதோ என்னவோ... அவள் நெட்டுயிர்த்தாள்.

“தர்மனின் சோகத்திற்கு எல்லையில்லை, திரௌபதீ...” என்று நகுலன் சொன்னது அவளுடைய காதுகளுக்கு எட்டவில்லை. அவனே தொடர்ந்து “அண்ணணின் வேதனை பெரிது. ‘நமது பிள்ளைகள் எதிரிப்படை வீரர்கள் பலரைக் கொன்று போரில் வீரப்பிரதாபங்களைக் காட்டியிருக்கிறார்கள். துரோணாச்சாரியார் என்ற அக்னியைக்கூட எதிர்நின்றிருக்கிறார்கள். கர்ணனிடம்கூடத் தங்கள் பராக்கிரமத்தைக் காட்டியிருக்கிறார்கள். பீஷ்மரின் அஸ்திரங்களைச் சிதைத்திருக்கிறார்கள். ஆனால் அதமனான அந்த ஒரு பகைவனைக் கொல்ல முடியவில்லையா?’ என்று அண்ணன் புலம்புவதைத் தடுக்க எவராலும் முடியவில்லை” என்று நகுலன் விவரமாகச் சொன்னான்.

“திரௌபதி எப்படித் தடுமாறிக் குழம்பியிருக்கிறாளோ... அவளை எப்படித் தேற்றுவது என்று தர்மன் படும் வேதனையைச் சொல்ல முடியவில்லை, தேவீ...” என்று நகுலன் துயரத்தில் ஆழ்ந்தான். “அஸ்வத்தாமன் வெளிப்படுத்திய பயங்கரம் இவ்வளவு அவ்வளவு என்றில்லை, திரௌபதீ... அந்தப் போர்ப் படைக் கூடாரத்தில் எங்கு பார்த்தாலும் கால்கள் முறிந்து, கைகள் முறிந்து, தலைகள் அறுபட்டு, விலா உடைந்து, உடலுறுப்புகள்

எல்லாமே சின்னாபின்னமாகிவிட்டன. அந்தக் காட்சியை உன்னால் பார்க்க முடியாது. ஸ்ரீகிருஷ்ணன்கூட அந்தக் காட்சியைப் பார்த்துக் கலங்கிவிட்டான்.” நகுலன் இப்படிச் சொல்லிக் கொண்டிருக்கும்போதே திரௌபதிக்கு மூர்ச்சையாகி விட்டதுபோல் தோன்றியது. தேரில் அவள் எத்தனை தடவை மூர்ச்சித்தாளோ, எத்தனை தடவை நகுலன் அவளை சுயநினைவுக்குக் கொண்டு வந்தானோ அவளுக்கே தெரியாது.

மெல்லிளம் வெயில் பூமி மீது படர விரைவிலேயே வெது வெதுப்பு ஏற்பட்டுவிட்டது. ரதச் சக்கரங்களின் ஓசைக்கு மரங்கள் அசைந்தது போலிருந்தது- மரங்களின் நிழல்கள் தரையில் கறுப்பு நிற ரத்தத்தைப் பரவச் செய்வதுபோல் இருந்தது. தடங்கல்களைத் தாண்டி ரதம் மிகவும் முன்னேறிக்கொண்டு வந்தது.

பிற்பகல் தாண்டிய நேரம் நெருங்கிக்கொண்டிருந்தது. இருந்தாற்போலிருந்தது பார்த்தபோது வானமெங்கும் காக்கைகள், கழுகுகள் நிரம்பியிருந்தன. புகைமண்டலங்கள் மேகங்களைப் பின் தொடர்ந்தன. ரதத்திற்கு முன்னால் நாய்களும் நரிகளும் குறுக்காக ஓடிக்கொண்டிருந்தன.

போர்க்களம் வந்துவிட்டது... திரௌபதி இப்படி நினைத்தாள்... இங்கேதானா பதினெட்டு நாட்கள் பயங்கர யுத்தம் நடந்தது... இங்கேதானாசாம் ராஜ்யத்திற்காக அண்ணன் தம்பிகள் ஒருவரையொருவர் கொன்றுகொண்டார்கள்... உறவினர்களை, சகோதரர்களை, பிள்ளைகளை இழக்க வேண்டி நேர்ந்தது இங்கே தானா...

ரதம் போர்க்களத்தைத் தாண்டி படைவீரர் கூடாரங்களை நோக்கிப் பயணப்பட்டது. கூடாரங்களின் அருகில் பெரிய அளவில் மக்களின் கூட்டம் திரண்டிருந்தது. திரௌபதியும் நகுலனும் வந்து கொண்டிருக்கும் ரதத்தைப் பார்த்ததும் எல்லாரும் விலகிப் பின் வாங்கி வழிவிட்டார்கள்.

எல்லாக் கூடாரங்களையும் சாவின் நிழல்கள் சூழ்ந்து கொண்டன. தரையெல்லாம் கழுவிவிட்டதுபோல் தென்பட்டாலும் அடர்த்தியான ரத்தம் இன்னமும் படர்ந்திருந்தது. அஸ்வத்தாமனின் கொடூர ஆயுதங்களால், கூர்மையான வாள்களின் தாக்குதல்களால் கண்டதுண்டங்களான உறவினர்கள், மகன்கள், நண்பர்கள்

ஆகியோரின் உடல்கள் ஓரிடத்தில் வரிசையாக அடுத்தடுத்து வைக்கப்பட்டு, அவற்றின் மீது வெள்ளைத் துணிகள் போர்த்தப் பட்டிருந்தன.

அந்தக் காட்சியைப் பார்த்துக்கொண்டே ரதத்திலிருந்து இறங்கிய திரௌபதி நொறுங்கிப்போனாள். நகுலன் அவளைப் பணிப்பெண்களின் உதவியுடன் அரசிகள் தங்கும் கூடாரத்திற்கு அழைத்துக்கொண்டு போனான். அங்கே இதமான உபசரிப்புகளால் மீண்டெழுந்த திரௌபதிக்குத் தன் அன்பார்ந்தவர்களைப் பார்த்ததும் துக்கம் பீறிட்டது. பணிப்பெண்கள், இதர அந்தப்புரப் பெண்மணிகள், பாண்டு இளவரசர்களின் பத்தினிமார்கள் ஆக எல்லாரும் உரக்க ஓலமிட்டு அழுதார்கள். புலம்பல்களினால் அரசிகள் தங்கும் கூடாரத்தில் மீண்டும் ஒருமுறை ஓலக்குரல் கேட்டது. கன்னங்களில் நிரந்தர சூடான கண்ணீருடன், இடை விடாத துக்கப் புலம்பலின் கூச்சல் கேட்டது. தர்மன் அளவிட முடியாத துக்கத்துடன் திரௌபதியை அணைத்துப் பிடித்துக் கூடாரத்திற்கு வெளியே அழைத்து வந்தான்.

பனிமூட்டத்தில் பொலிவிழந்த பூங்கொடி போலக் கண்ணீர் ஒழுக்குடன், வெளிறிய முகத்துடன் திரௌபதி தர்மனின் தோள் மீது தலைசாய்த்து வெளியே பிணக்குவியல்களைப் பார்த்துக்கொண்டே, தன் பிள்ளைகளின் பெயர்களை இரைந்து கத்திக்கொண்டே முன்னோக்கி நடந்தாள். பாண்டுகுலப் புத்திரர்கள், திருஷ்டத்யும்னன் ஆகியோரின் உடலுறுப்புப் பகுதிகள் இருந்த இடத்தைச் சென்றடைந்ததும் நகுலன் அங்கே போர்த்தியிருந்த துணிகளைத் தளர்த்தி, துண்டிக்கப்பட்டிருந்த தலைகளைக் காண்பித்தான்.

நீள்துயிலிலிருந்த சகோதரனின், மகன்களின் தலைகளைப் பார்த்து திரௌபதி மீண்டும் ஒருமுறை அவர்களைத் தனித்தனியே பெயரிட்டழைத்து முன்னோக்கி ஓடத் தொடங்கினாள். ஆனால் தர்மன் அவளை வலுவாகப் பிடித்துத் தடுத்து நிறுத்தினான். நகுலன் மீண்டும் பிணங்களின் மீது துணிகளைப் போர்த்தினான். ஓலமிட்டுத் தலையைத் திருப்பிக்கொண்டு அழுத திரௌபதியை தர்மன் தன் கூடாரத்திற்கு அழைத்து வந்தான். அவளைப் படுக்கை மீது உட்கார வைத்தான். பீமசேனன் அவளுக்கு தைரியம் சொல்வதாக அவளுக்குப் பக்கத்தில் உட்கார்ந்தான். சுற்றிலும் சோக

முகத்தவர்களாக தர்மன், அர்ஜுனன், ஸ்ரீகிருஷ்ணன், நகுலன், சகாதேவன் ஆகியோர் தவிப்புடன் உட்கார்ந்தார்கள்.

கல்லும் கரையும்படி புலம்பிக்கொண்டிருந்த திரௌபதியின் துக்கத்தை நிறுத்த யாராலும் முடியவில்லை. இருந்தாற்போலிருந்து அவள் எழுந்து தர்மனை நோக்கி நான்கு எட்டு வைத்து நடந்தவள் தள்ளாடியபடிக் கீழே விழுந்தாள். பீமசேனன் அவளை இரண்டு கைகளாலும் தூக்கிக்கொண்டு வந்து தர்மனின் அருகில் உட்கார வைத்தான்.

அவள் கண்ணயராமல் தர்மனைப் பார்த்து கம்மிய குரலில் "யுத்தம் முடிந்து விட்டதென்று இரண்டு நாட்களுக்கு முன்புதான் நினைத்து மகிழ்ந்தேன்... வெற்றி விழா சமயத்தில் பிள்ளைகள் எல்லாரையும் உங்கள் முன்னிலையில் பார்த்துக்கொண்டு வாழ்க்கையை சுகமாக நடத்தும் பாக்கியம் கிடைக்குமென்று எதிர்பார்த்தேன்... ஆனால் யுத்தத்தின் இறுதிக்கட்டம் இவ்வளவு பயங்கரமாக இருக்குமா? சாம்ராஜ்யம் தக்க வைக்கப்படலாம்... ஆனால் குழந்தைகள் இல்லாத சாம்ராஜ்யம் ஒரு சாம்ராஜ்யமா?" என்று கேட்டாள். எல்லாரும் அந்தக் கேள்விக்கு மௌனம் சாதித்தார்கள். திரௌபதியின் பார்வை ஸ்ரீகிருஷ்ணனின் பக்கம் திரும்பியது. கிருஷ்ணன்கூட அந்தக் கேள்விக்கு பதில் சொல்ல முடியாமல் மௌனம் கடைப்பிடித்தான்.

திரௌபதி மீண்டும் பேசினாள்.

"உங்கள் தர்மம் உங்களைக் காப்பாற்றுமென்ற நம்பிக்கையுடன் இத்தனை நாட்களும் இருந்தேன். ஸ்ரீகிருஷ்ணன் நமது பக்கம் இருப்பதால் நமக்கு எந்த ஆபத்தும் நேராது என்று நம்பினேன்... பீமன், அர்ஜுனன் ஆகியோரின் தோள் வலிமை காரணமாக வெற்றி நமதே என்றாகுமென்று நினைத்திருந்தேன். பீஷ்மர், துரோணர், கர்ணன், சல்யன் முதலிய வீரர்கள் அனைவரையும் வென்ற நமக்குப் பின்வாங்குதல் இல்லையென்று நினைத்திருந்தேன். பிள்ளைகள் மனதாரப் பணிவிடைகள் செய்து கொண்டிருக்க, கண்களுக்கு விருந்தாக அந்தக் காட்சியைப் பார்ப்பதற்குத் தவித்துக் கொண்டிருந்த சமயத்தில் நடந்திருப்பதென்ன... உலகம் போற்றும் வீரன் என்றெண்ணியிருந்த அபிமன்யுகூட நமக்கு மிஞ்சவில்லை. எவ்வளவுதான் திவ்வியபோகங்கள், செல்வங்கள் கைவரப்பெற்றாலும்

பிள்ளைகள் இல்லாவிட்டால் ஆனந்தம் எங்கிருக்கும்... புத்திரசோகம் என் இருதயத்தைச் சுட்டுப் பொசுக்குகிறது... எப்படி மறப்பேன்...” என்று திரௌபதி பரிதாபமாகப் புலம்பினாள்.

தன் கேள்விகளுக்கு இவர்கள் எப்போது பதிலளித்திருக் கிறார்களென்று திரௌபதி தன்னைத் தானே கேட்டுக்கொண்டாள். அவளுடைய சிந்தனைகள் தன் பிள்ளைகள் இறந்த முறையைக் குறித்துத் திரும்பின. அந்த அஸ்வத்தாமனை தண்டிப்பவர்களே இல்லையென்று அவள் நினைத்தாள். திரௌபதி எழுந்து நின்று கோப ஆவேசத்துடன் கிளர்ந்தெழுந்து சீறி விழுந்தாள்.

“நீங்கள் எதற்காக இன்னும் கைகளை மடித்துக்கொண்டு உட்கார்ந்திருக்கிறீர்கள்... என் பிள்ளைகளை ஆழ்ந்த உறக்கத்தில் ஆழ்த்திய சமயத்தில் அந்தக் கிராதகன், அந்த ராட்சசன் அவர்களைக் கண்டந்துண்டமாக வெட்டியபோது நீங்கள் எங்கிருந்தீர்கள்... உங்களையும் என்னையும் நினைத்துக்கொண்டே என் பிள்ளைகள் கடைசி மூச்சை விட்ட காட்சி காட்டுத் தீ போல என் இருதயத்தைச் சுட்டுப் பொசுக்குகிறது. இந்தத் தவிப்பு நெருப்பு அணைந்து குளிர்வதற்கு வேறு எந்த வழியும் கிடையாது... அந்தக் கௌரவ வம்சத்துக்காரனைப் பிடித்துக் கொல்வதே தகுந்த தீர்வு... அப்படிச் செய்ய வேண்டுமென்று உங்களுக்கு எதுவும் தோன்றவில்லையா?” என்று திரௌபதி கேட்டாள்.

அந்தக் கேள்வி அங்கிருந்த அனைவரையும் சுட்டெரித்தது. ஆனால் எவரும் திரௌபதியின் கேள்விக்கு பதிலளிப்பதற்கு தைரியம் கொள்ளவில்லை. தர்மன்தான் தைரியமாக வாய்திறந்தான்.

“திரௌபதீ... நல்ல க்ஷத்திரிய குலத்துப் பிள்ளைகளுக்குப் போர்க்களத்திலேயே மரணம் நிகழ்ந்திருக்கிறதல்லவா... நமது பிள்ளைகள் வீரமரணம் எய்தியிருக்கிறார்கள்... அஸ்வத்தாமன் தனது பகை உணர்வைக் குளிர்வித்துக்கொண்டு மீண்டும் தவம் செய்வதற்குப் போயிருக்கிறானென்று தெரிகிறது. அந்தப் பாவியை தெய்வமே தண்டிக்கும்... நீ சோகத்தை விடுத்து மனதை அமைதிப் படுத்திக்கொள். அஸ்வத்தாமன் காட்டில் எங்கேயோ இருக்கிறான். அவனை எப்படி உடனே பிடித்து வந்து கொல்ல முடியும்?” என்று தர்மன் கேட்டான். இந்த பதிலைக் கேட்டு திரௌபதி மேலதிகமாக

வெகுண்டாள்.

"இல்லை... என் பிள்ளைகளும் சகோதரனும் போர்க்களத்தில் சாகவில்லை. அவர்கள் தூக்கக் கலக்கத்தில் இருந்தபோது அஸ்வத்தாமன் அவர்களைக் கொன்றிருக்கிறான். உடனே அந்தப் பாவியைக் கிழித்துச் சூறையாடவில்லையென்றால் என் சோக நெருப்புச் சுடர் அணையாது. உடனே அவனைக் கொல்லும்படி பீமசேனரிடம் சொல்லுங்கள். அந்த துரோகியைக் கொல்லாவிட்டால் நான் சாகும்வரை உண்ணாவிரதம் இருந்து உடம்பைத் தியாகம் செய்வேன்" என்று திரௌபதி கர்ஜிப்பதுபோல் பேசினாள்.

"திரௌபதீ... தூக்கக் கலக்த்திலும்கூட அவர்கள் அஸ்வத்தாம னுடன் போரிட்டுதான் வீரமரணம் எய்தியிருக்கிறார்கள்... அஸ்வத் தாமன் நமக்குச் செய்த துரோகமே அவனைச் சுட்டெரித்துவிடும். அவனை இப்போது எங்கே என்று தேடித் தொடர்வது... கொஞ்சம் அமைதியாக யோசித்துப் பார்" என்று தர்மன் மன்றாடினான். இதனால் திரௌபதி மேலதிகமாக உணர்ச்சிவசப்பட்டாள்.

"இல்லை... நீங்கள் அவனைக் கொல்லவில்லையானால் என் பிள்ளைகளின் ஆத்மாவுக்கு சாந்தி கிட்டாது" என்று திரௌபதி பீமன் இருந்த பக்கம் திரும்பினாள். பீமனின் கைகளைப் பிடித்துக் கொண்டு "எனக்கு அவமானம் நேர்ந்தபோதெல்லாம் நீங்கள் அதற்குப் பழிதீர்த்துக் கொண்டீர்கள்... நீங்கள்தான் இப்போது எனக்குப் புகலிடம்... என் பிள்ளைகளைக் கொன்ற அந்த அஸ்வத்தாமனை இனி விட்டுவைக்காதீர்கள்... உடனே அவனை வேட்டையாடிக் கொல்லுங்கள்... என் கோப நெருப்புச் சுடரை அணையச் செய்யுங்கள்" என்று திரௌபதி கண்ணீரும் கம்பலையுமாக அழுது பீமனை வேண்டிக்கொண்டாள்.

இந்த வார்த்தைகளைக் கேட்டுக் கோப ஆவேசப்பட்ட பீமன் எழுந்து நின்றான். அவனைப் பார்த்து அர்ஜுனனும் நகுலனும்கூட எழுந்து நின்றார்கள்.

திரௌபதி பீமனைத் திரும்பிப் பார்த்து "அரக்கு மாளிகை எரிந்த சமயத்தில் பாண்டவர்களைக் காப்பாற்றியது நீங்கள்தான்... ஹிடிம்பாசுரனிடமிருந்தும் நீங்கள்தான் விடுவித்தீர்கள்... கிம்மீரனை வதைத்தீர்கள்... கீசகனை நீங்கள்தான் கொன்றீர்கள்...

துரியோதனனையும் துச்சாதனனையும் நீங்கள்தான் எமலோகத்திற்கு அனுப்பினீர்கள்... இனி இப்போது அஸ்வத்தாமனையும் கொல்ல வேண்டியது நீங்கள்தான். அந்த தைரியம், வீரம், தோள் வலிமை எல்லாவற்றையும் வெளிக்காட்டுங்கள். அந்தப் பாபாத்மாவின் உடம்பில் பிறப்பிலேயே தலையுடன் பொருந்திய சிரோமணி கிரீடத்தை அறுத்து என்னிடம் காண்பிக்கும்வரை நான் ஆகாரமோ பானமோ கொள்ள மாட்டேன்" என்று ஆத்திரத்துடன் கிளர்ந்தாள்.

பீமன் தர்மனைப் பார்த்தான். திரௌபதியின் கோபத்தை அறிந்த தர்மன் மௌனம் சாதித்தான். பீமன் நகுலன் இருந்த பக்கம் பார்த்து உடனே ரதத்தை ஆயத்தப்படுத்தி எடுத்து வரும்படிக் கட்டளையிட்டான்... நகுலன் கூடாரத்திலிருந்து வெளியேறிப் போனபோது பீமசேனன் கதாயுதத்தைத் தோளில் போட்டுக் கொண்டு அவனுக்குப் பின்னால் புறப்பட்டான்.

அதுவரையிலும் மௌனமாக எல்லாவற்றையும் கேட்டுக் கொண்டு உட்கார்ந்திருந்த ஸ்ரீகிருஷ்ணன் தர்மனிடம் இப்படிச் சொன்னான்:

"தர்மனே... பீமசேனன் கோபமாக நகுலனுக்குப் பின்னால் புறப்பட்டிருக்கிறான். அஸ்வத்தாமனை நோக்கி அவன் ஒருவன் மட்டும் போவது நல்லதல்ல... அஸ்வத்தாமனிடம் இந்த பூமியைச் சாம்பலாக்கத் தக்க பிரம்மாஸ்திரம் இருக்கிறது. எனவே நாமும் பீமனுக்குப் பின்னால் போவோம். திரௌபதியின் வேண்டுகோளை நாம் எல்லாருமாகச் சேர்ந்து நிறைவேற்றுவோம்."

ரதம் ஆயத்தமானதும் ஸ்ரீகிருஷ்ணன் பாகனுக்கான இடத்தில் ஏறி உட்கார்ந்தான். சாத்யகியையும் சகாதேவனையும் கூடாரத்திலேயே இருக்கும்படிக் கட்டளையிட்டுவிட்டு தர்மன் ரதத்தில் ஏறினான். அர்ஜுனனும் காண்டீவ வில், அம்புறாத் தூணி ஆகியவற்றுடன் ரதத்தில் ஏறி உட்கார்ந்தான். ஸ்ரீகிருஷ்ணன் குதிரைகளைக் குரல் கொடுத்து உசுப்பியதும் ரதம் வாயுவேகமாக முன்னோக்கிப் பாய்ந்தது. கண நேரத்தில் அது பீமசேனனுடைய ரதத்துடன் சேர்ந்து கொண்டது.

2
அஸ்வத்தாமனுக்கு மன்னிப்புப் பிச்சை

"அவர்கள் இன்னும் திரும்பி வரவில்லையே, என்ன?" என்று திரௌபதி சகாதேவனைக் கேட்டாள்.

"இந்தக் கேள்வியை இதற்குள் பத்துத் தடவை கேட்டுவிட்டாய், திரௌபதி" என்று சகாதேவன் அவளுக்கு பதில் சொன்னான்.

"அஸ்வத்தாமன் அவர்களுக்குத் தென்பட்டிருப்பான் என்று சொல்கிறாயா?" என்று அவள் அவனை மறுபடியும் கேட்டாள்.

"இந்தக் கேள்வியையும் இதுவரைக்கும் கேட்டுக்கொண்டுதான் இருக்கிறாய், தேவீ... அவன் உயிர்பிழைத்திருப்பதற்கான வாய்ப்பே இல்லை... உன் கண்கள் சிவந்திருக்கின்றன. இரவெல்லாம் தூக்கமில்லைதானே?" என்று சகாதேவன் அவளுடைய தலையை நிமிர்த்திக் கேட்டான்.

திரௌபதி அவ்வளவு துக்கத்திலும் சகாதேவனின் பக்கம் காதல் உணர்வுடன் பார்த்தாள். இந்த சகாதேவன் தனக்குக் கணவன் என்பதாகத் தனக்கு எப்போதுமே நம்பிக்கை உணர்வு ஏற்பட்டதில்லை. தன்னை மிகவும் காதலிக்கிறான் என்பது தெரிகிறது. தனக்குப் பணிவிடை செய்யவேண்டுமென்று அல்லாடுகிறான். வனவாசத்தின் போது தன் பாதங்களில் முள் தைத்துவிடாமல் பார்த்துக்கொண்டார்கள் நகுலசகாதேவர்கள். கொஞ்சம் களைத்து விட்டாலும் தன்னைத் தோளில் தூக்கிக்கொண்டு நடந்தார்கள். தன்னைத் தூக்கிக்கொண்டு நடக்கும்படி தர்மன் அவர்களுக்குக் கட்டளை இட்டானே தவிரத் தன் பங்குக்குக் கையைக்கூடப் பிடிக்கவில்லை.

பீமார்ஜுனர்கள் இதற்குள் அஸ்வத்தாமனைக் கொன்றிருப் பார்களா... அவர்கள் இருவர் மட்டுமே போயிருந்தால் இதற்குள்

அவனுடைய பிணத்தைக் கண்ணாரப் பார்த்திருப்பார்கள். ஆனால் கிருஷ்ணனும் தர்மனும் போனார்கள். அஸ்வத்தாமனை அவர்கள் கொல்ல விட்டிருப்பார்களா... தன் வயிற்றெரிச்சல் தணியுமா... அஸ்வத்தாமனைக் கொன்றாலும் புத்திரசோகம் தன்னைச் சுட்டெரிக்காமல் விட்டுவிடுமா...

இந்த எண்ணம் வந்ததும் திரௌபதி நடுக்கமுற்றாள். சட்டென்று எழுந்து நின்றாள். அவளுடைய உடம்பெல்லாம் வியர்வையால் நனைந்துவிட்டது.

"தேவி... என்னவாயிற்று, எதற்காக இப்படி நடுங்குகிறாய்?" என்று சகாதேவன் கலக்கத்துடன் கேட்டான்.

"அஸ்வத்தாமனை அவர்கள் கொன்றிருப்பார்கள் என்று சொல்கிறீர்களா?" என்று திரௌபதி ஆதங்கத்துடன் கேட்டாள்.

திரௌபதியைக் கொஞ்சலாக இரக்கம் கலந்து பேசி மீண்டும் படுக்கையில் உட்கார வைத்து சகாதேவன் அவளைத் தேற்றினான். "ஆமாம், அவர்கள் கொன்றிருப்பார்கள். அவனுடைய சிரோமணியைத் தவறாமல் உன்னிடம் கொண்டு வருவார்கள். நீ கவலைப்படாமல் இரு" என்று காதலுடன் அவளுடைய தலையை நிமிர்த்திச் சொன்னான்.

திரௌபதி மறுபடியும் விக்கி விக்கி அழலானாள். இந்தத் தடவை சகாதேவன் அவளைத் தேற்ற முயலவில்லை. "நான் இன்னொரு பாவம் செய்துவிட்டேன்" என்று அவள் விம்மல்களுக்கிடையே சொன்னாள். அதைக் கேட்டு சகாதேவன் வியப்பில் ஆழ்ந்தான். திரௌபதி சிறிது நேரம் துயரப்பட்டுவிட்டுத் தன்னைத் தானே தேற்றிக் கொண்டாள். சகாதேவனிடம் இப்படிச் சொன்னாள்:

"என்னுடைய பழிவாங்கும் இச்சையால்தான் இந்த யுத்தம் நடந்தது, சகாதேவா... நான் யாரையும் மன்னிக்க மாட்டேன். பெண்களுக்கு இயல்பாக அமைந்த மன்னிக்கும் குணம் எனக்குக் கிடையாது. இல்லாவிட்டால் என் பிள்ளைகளைக் கொன்ற அந்தப் பாவியைக் கொல்லும்படி ஏன் சொல்கிறேன்? அவனைக் கொன்றுவிடுவதால் என் புத்திரசோகம் தீர்ந்துவிடுமா? அவர்கள் திரும்பி வருவார்களா? அஸ்வத்தாமன் இறந்துவிட்டால் குருபத்தினி ஹரிதாவுக்கு ஆதரவு யார்? அவளுக்கான பராமரிப்பை யார்

பார்த்துக்கொள்வார்கள்? அவளுடைய பிள்ளை இழப்பினால் என் பிள்ளை இழப்பு தீருமா?... அய்யோ, நான் என்ன வேலை செய்துவிட்டேன்...” என்று திரௌபதி துக்கப்படலானாள்.

சகாதேவன் வியப்பு நிலையிலிருந்து மீண்டு “உனக்குப் பொறுமை இல்லையென்று யார் சொன்னது, திரௌபதி? பொறுமைக்கு, சகிப்புத் தன்மைக்கு மனித உருவம் நீ... உன்னை அவமானப்படுத்திய ஜயத்ரதனை மன்னித்து விட்டுவைத்தது நீதானே... துஸ்ஸலைக்குப் பதிப்பிச்சை அளித்தது நீதான் அல்லவா... நளினமானவளான, மென்மையானவளான நீ எங்களுடன் காடுமேடெல்லாம் சுற்றி அலைந்தாய் அல்லவா... எங்களுக்காக எல்லா அவமானங்களையும் ஏற்று எங்களுடைய தவறுகளை மன்னித்தவள் நீ அல்லவா” என்று சொல்லித் தேற்றினான்.

அந்த நேரம் வெளியே சலசலப்பு கேட்டது. என்ன நடந்ததோ என்ற பயத்துடன் திரௌபதியும் சகாதேவனும் வெளியே வந்தார்கள். ஸ்ரீகிருஷ்ணனும் பாண்டவர்களும் ரத வாகனத்தில் திரும்பி வந்திருந்தார்கள். ஒரு பயங்கரப் போரிலிருந்து அவர்கள் திரும்பி வந்திருப்பது அவர்களுடைய முகங்களைப் பார்த்தாலே தெரிந்தது. எல்லாரும் கூடாரத்திற்குள் திரும்பிப் போய் அமர்ந்தார்கள்.

சிறிது நேரம் நிசப்தம் தாண்டவமாடியது. பாண்டவர்கள் பயத்தால் எதுவும் பேசாமல் உட்கார்ந்திருந்தார்கள். பேசச் சொல்லி தர்மன் பீமனுக்கு சைகை செய்தான்.

“அஸ்வத்தாமனைக் கொல்லாமல் விட்டுவிட்டோம், திரௌபதி” என்று பீமன் மெதுவாகச் சொன்னான்.

திரௌபதி அயர்வுடன் பெருமூச்சு விட்டாள். அதைப் பார்த்து பீமன் கொஞ்சம் அதிர்ச்சியிலிருந்து மீண்டான்... தைரியமாகப் பேசினான்.

“தேவீ... எதிரிகளின் திமிரை ஒடுக்கிவிட்டோம். நீ இனி கவலையை விட்டுவிடு. ராஜகுலத்திற்குரிய தர்மத்தைப் பின்பற்று. நீ அமைதிப்படுத்தினால்தானே அண்ணனின் துக்கம் நீங்கும்... எங்களுக்கும் நிம்மதி ஏற்படும்? அன்றைக்கு ஸ்ரீகிருஷ்ணன் கௌரவர்களுடன் சமரசப் பிணைப்புக்குப் போன சமயம் நீ எவ்வளவு இறுமாப்புடன் எப்படிப்பட்ட பேச்சு பேசினாயோ,

அதை நினைவுபடுத்திக்கொள். துக்கப்படுவது எதற்காக? சமரசப் பேச்சின்போது எதிரிகள் எதிர்ப்பட்டபோது அவர்களைத் தாக்கிக் கொல்லாமல் மலரம்புகளைத் தொடுப்போமா... நீ உருவாக்கிக் கொண்ட மனோபலம், ஸ்ரீகிருஷ்ணனின் அருள், அர்ஜுனனின் ஒத்தாசை மூலம் நான் திருதராஷ்டிர வம்சத்துக்காரன் எவனையும் விட்டுவிடாமல் வதைத்தேன். படுபயங்கரமாக என் வலிமையைக் காட்டி துச்சாதனனின் மார்பைக் கிழித்து ரத்தம் குடித்தேன். அவனுடைய சகோதரனின் தொடைகளை முறித்தெறிந்தேன். துரியோதனனின் தலையைத் தாக்கிச் சீரழித்தேன். இது எவ்வளவு மகிழ்ச்சி அடைய வேண்டிய தருணம்! துக்கப்பட வேண்டிய தருணம் அல்ல. நமக்குக் குழந்தைகள் இல்லாமல் செய்த அஸ்வத்தாமனைக் கொன்றிருக்க வேண்டியதுதான். ஆனால் இருவருக்குமிடையே பயங்கரமான யுத்தம்தான் நடந்தது. கடைசியில் அவன் அவமதிக்கப்பட்டான். மீண்டும் இந்த யுத்தத்தில் ஈடுபடுவதற்கு வெட்கப்படுவது போன்று வழிவகை செய்து அனுப்பி வைத்தோம். இதோ, அவனுடைய தலையிலிருந்து வெட்டி எடுத்து வந்த தலையலங்கார சிரோமணி. மகுட ஆபரணமான இந்தச் சூடாமணியை இழந்துவிட்ட நிலையில் அஸ்வத்தாமனின் புகழ் மங்கிவிட்டது. இவன் இனி நடைப் பிணத்திற்குச் சமானம். அவனைக் கொன்றாலும் கொல்லாவிட்டாலும் ஒன்றுதான். அவனை எதற்காக விட்டுவைத்திருக்கிறோம் என்பதை யோசித்துப் பார். அதோ, தர்மர் நீ என்ன சொல்லப் போகிறாயோ என்று சந்தேகப்படுகிறார். நீ சமாதானமாக அவருடன் பேசு" என்று சொன்னான்.

அந்த வார்த்தைகளைக் கேட்ட பிறகு திரௌபதி முகம் மலர்ந்தாள். மலர்ந்த முகத்தவளாகி பீமனின் கைகளிலிருந்து சிரோமணியைப் பெற்றுக்கொண்டாள். பற்பல நிற ஒளிர்வுகளுடன் தகதகத்த அந்த மாணிக்கமணியை வாங்கிப் பார்த்தபோது அவளுக்குத் துயரச் சுமை முழுவதுமாக இறங்கிவிட்டதுபோல் தோன்றியது. தர்மன் இருந்த பக்கம் பார்த்தாள். அவன் அவள் என்ன சொல்வாளோ என்பதுபோல் திரௌபதியின் முகத்தைப் பார்த்தான். இளம் காற்றசைவுக்கு மல்லிகை உதிர்வதுபோல் திரௌபதியின் குரலில் வார்த்தைகள் வெளிப்பட்டன.

"இப்போது என் மனது துயரத்தை வென்றுவிட்டது. மகிழ்ச்சி ஏற்படுகிறது. அஸ்வத்தாமனைக் கொல்லும்படி ஏன் சொன்னோமென்று நீங்கள் போன பிறகு மனவருத்தத்துடன் நினைத்துக்கொண்டே இருந்தேன்... எனக்கு இதுவே போதும். இந்தச் சூடாமணியை அணிந்துகொள்வதற்கு மாமன்னரே பொருத்தம்" என்று அந்த மாணிக்க மகுடத்தை தர்மனின் கையில் கொடுத்தாள். தர்மன் அந்த மாணிக்க மகுடத்தைத் தலையில் சூடிக்கொண்ட பின்னர் உதய சந்தியா ராகத்துடன் பிரகாசிக்கும் சூரிய பிம்பத்தை மலைச்சிகரத்தின் மீது சூடியது போன்று பிரகாசித்தான்.

அப்போது ஸ்ரீகிருஷ்ணன் சிரித்தபடி திரௌபதியின் பக்கம் பார்த்து இப்படிச் சொன்னான்: "திரௌபதி, உன்னுடைய பொறுமை குணத்திற்கு கோடிக்கோடி வணக்கங்கள். பூமாதேவியை மிஞ்சிய பொறுமை உனக்கு இருக்கிறது."

திரௌபதி கிருஷ்ணனின் பக்கமாகப் பார்த்துத் தலைகுனிந்து கொண்டாள். அதைப் பார்த்து தர்மன் அவளிடம் "உன்னுடைய மனது கிருஷ்ணனுக்குத் தெரியும் என்பதனால் எங்களுக்கு எந்த விதமான ஆபத்தும் நேர்ந்துவிடாமல் பார்த்துக்கொள்வதற்காக அவன் எங்களுடன் அஸ்வத்தாமனை வேட்டையாடுவதற்கு வந்தான். அவன் இல்லாதிருந்தால் இன்றைக்கு நமது பாண்டவகுலம் முற்று முழுக்க முடிந்துபோயிருக்கும். இறுதியில் எந்தப் பிண்டமும் நிலைத் திருக்காது."

திரௌபதியின் கண்கள் வியப்பால் விரிந்தன. "என்ன நடந்தது?" என்று ஆர்வத்துடன் கேட்டாள்.

"பீமசேனா, திரௌபதியின் ஆர்வத்தைத் தணிக்க வேண்டியவன் நீதான்... நீதானே அவளுடைய சபதத்தை முன்னெடுத்துக்கொண்டு புறப்பட்டாய்?" என்று ஸ்ரீகிருஷ்ணன் பீமனைத் தூண்டிவிட்டான்.

"தேவீ... அஸ்வத்தாமன் வியாச முனிவரின் ஆசிரமத்தில் இருப்பதாகத் தெரிந்துகொண்டு அங்கே சென்றோம். நகுலன் ரதத்தை வாயு வேகத்தில் ஆசிரமத்தை நோக்கிச் செலுத்தினான். நான் அஸ்வத்தாமனை என்ன செய்துவிடுவேனோ என்ற பதைப்புடன் தர்மனும் கிருஷ்ணனும் அதே வேகத்துடன் தங்கள் ரதங்களில் எனக்குப் பின்னால் வந்தார்கள். அஸ்வத்தாமன் எங்கள் மீது

பிரம்மாஸ்திரங்களை ஏவுவானென்று தர்மர் பயந்திருக்கிறார். நாங்கள் சென்றடைந்த போது குருகுமாரன் அஸ்வத்தாமன் விபூதி பூசிக்கொண்டு தவநிஷ்டையில் இருந்தான். எங்களைப் பார்த்ததும் அவன் தனக்கு சாவு தவறாது என்பதைப் புரிந்துகொண்டான். உடனே ஒரு தர்ப்பையை எடுத்து பாண்டவகுலமே இல்லாது போக என்னும்படி 'அபாண்டவமு காக' என்று குரலிட்டபடி அந்த அஸ்திரத்தை எங்கள் மீது ஏவினான்.

...அப்போது அந்த திவ்யாஸ்திரத்திலிருந்து மகா கோரமான நெருப்பு பிறந்து பயங்கரச் சுடருடன் எல்லாத் திசைகளிலும் விரிந்து பரவியது. உலகம் முழுவதையும் சாம்பலாக்கிவிடுவது போல வெடித்துக் கிளம்பியது. அதைப் பார்த்து ஸ்ரீகிருஷ்ணன் உடனிருந்த அர்ஜுனனை எச்சரித்தான்...

...அர்ஜுனா, இது பிரம்ம சிர நாமம் தாங்கிய திவ்யாஸ்திரம். வேறு எந்த அஸ்திரமும் இதைத் தடுத்து நிறுத்த முடியாது- நீயும் பிரம்ம சிர நாம அஸ்திரத்தையே எய்து இதைத் தடுத்து நிறுத்தி உன்னையும் உன் சகோதரர்களையும் காப்பாற்றிக்கொள். தாமதிக்காதே...

...என்று கிருஷ்ணன் சொன்னதும் அர்ஜுனன் ரதத்திலிருந்து இறங்கி, வில்லில் நாண் ஏற்றித் தானும் மந்திர உச்சாடனம் செய்து தெய்வங்களை வணங்கி 'அஸ்திரம் அஸ்திரத்தை மோதுவதாக' என்று சொல்லி எய்தான். அப்படி எய்ததும் அந்த திவ்யாஸ்திரம் ஊழிக்காலத்து நெருப்பாக பயங்கரச் சுடருடன் ஆகாயம் முழுவதையும் ஆக்கிரமித்துக்கொண்டு அஸ்வத்தாமனின் அஸ்திரத்தைப் பின்வாங்கச் செய்வதில் முனைந்தது. அப்படி அந்த திவ்யாஸ்திரங்கள் இரண்டும் ஒன்றையொன்று மோதிக்கொண்ட போது சமுத்திரங்கள் இரைச்சலிட்டன. வானம் நூற்றுக்கணக்கான மின்னல்களை உதிர்த்தது. சூரியன் தன் பொலிவை இழந்தான். ஆலங்கட்டி மழை பெய்தது. அப்போது நாரதரும் வியாச முனிவரும் அவர்கள் இருவரையும் நோக்கி இப்படிச் சொன்னார்கள்:

"அர்ஜுனா... அஸ்வத்தாமா... உங்களுடைய திவ்யாஸ்திரங்கள் உலகத்தில் பிரளயத்தை உண்டாக்கிவிட்டன. இவையெல்லாம் மானிடர் மீது செலுத்தப்பட வேண்டியவை அல்ல. அவற்றைத் திரும்ப வரவழைத்துக்கொள்ளுங்கள்' என்று வேண்டிக்கொண்டார்கள்.

அவர்களுடைய வேண்டுகோளைக் கேட்டதும் அர்ஜுனன் தன் அஸ்திரத்தை மறுப்பு எதுவும் இன்றி உடனுக்குடன் திரும்ப வரவழைத்துக் கொண்டான். அஸ்வத்தாமனும் தன் அஸ்திரத்தைத் திரும்ப வரவழைத்துக்கொள்வதற்கு முயன்றான். ஆனால் அவனால் முடியவில்லை. அவன் வருத்தப்பட்டு முனிவர்களிடம் இவ்வாறு கூறினான்:

'மகரிஷிகளே! அவமதிப்பு, பிராணபயம் காரணமாக விவேக மற்றவனாகி இந்த மகா அஸ்திரத்தை ஏவிவிட்டேன். இது பாண்டவப் பேரன்மார்களைச் சுட்டெரிக்காமல் அணையாது. நான் என்ன செய்ய வேண்டும்?" என்று ஆதங்கத்துடன் கேட்டான். அப்போது ஸ்ரீ கிருஷ்ணன் வாய் திறந்தான்.

'குருகுமாரா, பாண்டவ குமாரர்கள் எல்லாரையும் கொன்று விட்டாய் அல்லவா... அது மட்டுமல்லாமல் பாண்டுகுலப் பெண் களின் கர்ப்பங்கள் எல்லாவற்றையும் அழித்து ஒழித்து விட்டாய் அல்லவா... நான் பாண்டவ வம்சம் நிலைத்திருப்பதற்கு ஒரு குமாரனைப் பிழைக்க வைக்கிறேன்" என்று சொன்னான்.

இந்த வார்த்தைகளைக் கேட்டு அஸ்வத்தாமனுக்குக் கோபம் வந்தது. "கிருஷ்ணா, நீ பாண்டவர் பக்கம் இருப்பவன். நீ உத்தரையின் கர்ப்பத்தைக் காப்பாற்றப் பார்க்கிறாய். அது சாத்தியமில்லை' என்றான்.

'மகாவீரனான அபிமன்யுவின் அருள் ஒளி உத்தரையின் கர்ப்பத்தில் இருக்கிறது. நீ அதைத் துண்டித்தாலும் நான் அந்தக் குமாரனுக்கு ஆயுளைத் தருவேன்' என்றான் ஸ்ரீகிருஷ்ணன்.

'அஸ்திரத்திற்கு இலக்கானவனுக்கு ஆயுளைக் கொடுக் கிறாயா... வாழ வை, பார்ப்போம். நானும் பார்க்கிறேன்... உன்னால் அப்படிச் செய்ய முடியுமானால் அது மிகவும் சிறப்பான காரியம் தான்' என்று அஸ்வத்தாமன் சொன்னான். அதைக் கேட்டுக் கிருஷ்ணனுக்கு அளவிறந்த கோபம் வந்தது.

'சிசு கொலைகாரனே... உன்னை இப்போது கொல்வது அவ்வளவு கஷ்டம் இல்லை. ஆனால் நீ அன்ன ஆகாரம் எதுவும் கிடைக்காமல் பசியாமல் திண்டாடி, துர்நாற்ற ரத்தத்தால் உடம்பு முழுக்க நனைய மூவாயிரம் ஆண்டுகள் நாதியற்றவனாக அலைந்து

திரிவாய். உத்தரையின் மகன் எப்படி வாழ்கிறான் என்று நீ பார்க்கத்தான் போகிறாய். அவன் கிருபாச்சாரியார் மூலமாக வில்வித்தையில் வல்லவனாகி, சகல ஆயுத மேதாவியாகி பல ஆண்டுகள் மக்களை அரசாள்வான். என் சக்தி என்னவென்று உனக்கே தெரியும்' என்று கோபத்துடன் சொன்னான்.

அப்போது வியாச முனிவரும் அஸ்வத்தாமனைக் கடுமையாக இகழ்ந்துரைத்தார். 'அற்பக் காரியம் புரிபவனே... உன்னைக் கொன்றாலும், கொல்லாமல் விட்டாலும் ஒன்றுதான். கிருஷ்ணன் சொன்னதுபோல் இழிநிலைமைகளுக்கு ஆட்படுவாய்... ஆனாலும் பாண்டவர்கள் இப்போது திரும்பிப் போக வேண்டுமானால் உன்னுடைய தலைமகுட சிரோமணியை அவர்களுக்குக் கொடுத்துவிட்டு என் கண்ணில் தென்படாமல் போ' என்று சொன்னார்.

அப்போது அஸ்வத்தாமன் மிகுந்த துக்கத்தோடு இப்படிச் சொன்னான்: "முனிவர் பெருமானே, பாண்டு குமாரர்களுக்கு ரத்தினங்கள் குறைவா என்ன... கௌரவச் சக்கரவர்த்தியின் பண்டக சாலை முழுவதையும் கைப்பற்றிக்கொண்டுவிட்டார்கள் அல்லவா... என்னுடைய சிரோமணி என்னிடம் இல்லையானால் நல்லதுதான். இனிஎனக்கு நாக பயம் இருக்காது... திருட்டு பயமோ, பேய் பயமோ இருக்காது. கடைசியில் தெய்வ பயம்கூட இருக்காது. பசி, தூக்கம், நோய், தாகம் எதுவும் என்னை பாதிக்காது. இந்த சிரோமணி மகுடத்தைக் கொடுத்துவிடுவது என்பது என்னை நானே கொன்று கொள்வது போலத்தான்... ஆனாலும் இப்போதைக்கு நான் செய்யக்கூடியது வேறெதுவும் இல்லை... இந்தாருங்கள், வாங்கிக் கொள்ளுங்கள்" என்று தன்னுடைய கைவாளால் சிரோமணியை வெட்டியெடுத்து எங்களிடம் கொடுத்துவிட்டுக் காட்டுக்குள் சென்றுவிட்டான்..."

பீமன் இந்தக் கதையை விவரித்துக்கொண்டிருந்தபோது திரௌபதியின் மனது பாரம் குறைந்து எளிதாகத் தொடங்கியது. அவளுடைய முகம் மலர்ந்தபோது பாண்டு குமாரர்களின், ஸ்ரீ கிருஷ்ணனின் முகங்களில் மகிழ்ச்சி திரும்பி வந்து சேர்ந்தது.

3
போர்க்களம் – பாலைவனம்

"துக்கத்திற்கும் சுகத்திற்கும் இடையேயான தூரமும் காலமும் ஒன்றுதான். சருகு இலைகளை உதிர்த்த மரம் பருவகாலம் மாறியதும் பசுமையான இலைகளுடன் ஒளிர்கிறது... பழம் மண்ணில் உதிர்கிறது. அதுவே செடியாகத் தளிர்த்துப் பெருமரமாக வளர்கிறது. நம்மில் யாரும் இந்தக் கால நியமத்திற்கு அப்பாற்பட்டவர்களல்லர். நம்மைச் சுற்றிலும் உள்ள மயானங்கள் நாமாக உருவாக்கிக்கொண்டவையே. ஆனால் அவற்றை நந்தவனங்களாக்கிக் கொள்வதற்கும் நம்மால் முடியும். நாம் நமது துக்கத்தை விரைவில் மறந்துவிடுவது பெரும் மகிழ்ச்சியை உருவாக்கும். நாம் விரைவிலேயே மீண்டும் அஸ்தினாபுரம் செல்வோம்" என்று சொன்னான் தர்மன்.

பாண்டவர்களும் ஸ்ரீகிருஷ்ணனும் திரௌபதியும் தர்மனுடைய பேச்சைக் கேட்டபடி உட்கார்ந்திருந்தார்கள்.

அப்போது ஒரு படைவீரன் வந்தான். தர்மனுக்கு வணக்கம் தெரிவித்துவிட்டு இப்படிச் சொன்னான்:

"மகாராஜா திருதராஷ்டிர சக்கரவர்த்தியும் காந்தாரிதேவியும் ஆயிரக்கணக்கான பெண்மணிகளுடன் அழுதபடிப் போர்க்களத்தை நோக்கி வந்துகொண்டிருக்கிறார்கள்."

தர்மன் பேச்சற்றுப் போனான்... திரௌபதியும் அதிர்ந்து போனாள்...

"சக்கரவர்த்தி போர்க்களத்திற்கு வருவதா... அதுவும் காந்தாரி அன்னையுடன்? துரியோதனின் மரணச் செய்தி கேட்டு வந்து கொண்டிருக்கலாம். அவர்கள் எப்படித் தடுமாறிக் குழம்பிக் கொண்டிருக்கிறார்களோ... அவர்களைத் தேற்றுவது எப்படியோ..." என்று தர்மன் திகிலுடன் சொன்னான்.

"தர்மனே, தந்தையார் மகாராஜா போர்க்களத்திற்கு வரும் போது அவரை எதிர்கொண்டு தரிசனம் செய்வதுதான் தர்மம். நாம் எல்லாரும் புறப்படுவோம்" என்று ஸ்ரீகிருஷ்ணன் சொன்னான்.

"நானும் தோழிமாருடன் வருகிறேன்" என்றான் திரௌபதி.

பாண்டவர்கள், சாத்யகி, திரௌபதி, தோழிமார் எல்லாரும் போர்க்களத்திற்குப் போனபோது அங்கே எல்லாமே தாறுமாறாக இருந்தது. ஒருநாளும் வெளியே வந்தறியாத ஆயிரக்கணக்கான அந்தப்புரப் பெண்கள் தங்கள் கூந்தல் கொண்டைகள் அவிழ்ந்து கலைந்த நிலையில், மேலாடைகள் சரிந்து விழுந்தாலும் பற்றிப் பிடித்துக் கொள்ளாமல் இதயத்தைக் கிழிக்கும் வகையில் அழுதார்கள். பாண்டவர்களையும் திரௌபதியையும் பார்த்ததும் அவர்களுடைய புலம்பல்கள் வானத்தை எட்டின. அந்தப் பெண்கள் கைகளை உயரத் தூக்கிப் புலம்பியபடிப் பாண்டவர்களையும் மற்றவர்களையும் சுற்றி நின்றுகொண்டு நிந்திக்கத் தொடங்கினார்கள்.

"உங்களுக்கு தர்மம் தெரியுமா? இரக்கம் என்றால் தெரியுமா? தெரிந்திருந்தால் தந்தைமார்களை, மாமன்மார்களை, தாத்தாக்களை, மகன்களை, உடன்பிறப்புகளைக் கொன்று குவித்திருப்பீர்களா? குருமார்களைக் கொன்றிருப்பீர்களா? நண்பர்களைக் கொன்றிருப் பீர்களா? சுற்றத்தாரைக் கொன்றிருப்பீர்களா? உங்களைப் போன்ற கசாப்புக்காரர்கள் எங்கேயாவது இருக்கிறார்களா?" என்று நிந்தித் தார்கள்.

சிலர் அர்ஜுனனைச் சுற்றிச் சூழ்ந்துகொண்டார்கள். "குருவம் சத்து மூத்தவரை எப்படிக் கொன்றாய்? துரோணாச்சாரியார் போன்றவர்களை எப்படி வெட்டிச் சாய்த்தாய்?" என்று குற்றம் சொல்லிச் சாடினார்கள். "சிந்துநாட்டு ராஜா உன் தங்கையின் கணவன் இல்லையா... அவனை எப்படி வதைத்தாய்... உன் மைத்துனி யின் உயிரைப் பறித்துச் சம்பாதித்த ராஜ்ஜியம் எதற்காக?" என்று துஸ்ஸலை அர்ஜுனனைத் திட்டித்தீர்த்தாள்.

அவர்களுடைய நிந்தனைகளுக்கிடையே பாண்டவர்கள் புத்திர சோகத்தினால் குமுறிக்கொண்டிருந்த திருதராஷ்டிரரை நெருங்கினார்கள். தர்மன் தான் வந்திருப்பதாகச் சொல்லி அவருக்கு பக்தி சிரத்தையுடன் வணக்கம் செலுத்தினான். திருதராஷ்டிரர்

பார்வையற்ற நிலையிலும் வெறுப்புடன் உதாசீனப்படுத்தும் பாவனையில் அதட்டும் குரலில் பதில் வணக்கம் சொன்னார். அதன் பிறகு புத்திரர்களை இழந்துவிட்ட துக்கத்துடன் தீனமாகப் புலம்பினார். தர்மன் அவரைத் தழுவிக்கொண்டு தேற்றுவதற்கு முயன்றான்.

அதற்குப் பிறகு பீமன் தானும் அங்கே வந்திருப்பதாகச் சொல்லி திருதராஷ்டிரருக்கு வணக்கம் தெரிவித்தான். பீமனின் பெயரைக் கேட்டதும் அந்த முதியவருக்குக் கட்டுக்கடங்காத கோபம் வந்தது. பற்கள் நறநறத்தன. தோள்கள் திமிறின. “எங்கே பீமசேனன்?” என்றபடி அவர் அவனைத் தழுவிக்கொள்வதற்காக முன்னுக்கு நகர்ந்தார். அதற்குள்ளாக ஸ்ரீ கிருஷ்ணன் பீமனை சடாரென்று பின்னுக்கு இழுத்தான். அவனுடைய சைகைக் குறிப்பினால் சாத்யகி தான் கொண்டு வந்திருந்த ஒரு சிலையை ரதத்திலிருந்து இறக்கி அந்தப் பார்வையற்ற முதியவர் முன் நிற்க வைத்தான்.

“பீமா, நீதானா என் நூறு பிள்ளைகளைச் சாகடித்தது?” என்றபடி அந்தச் சிலையை வலுவாகக் கட்டிப் பிடித்துத் தூள் தூளாக்கினார். அவருடைய உடம்பிலிருந்து ரத்தம் தாரையாக ஒழுகி ஓடியது. கண்களிலிருந்துகூட ரத்தத்துளிகள் உதிர்ந்தன. அந்த நிலையில் அவருடைய கோபம் தணிந்தது. “அன்பனே… பீமசேனா, என் தழுவலையே உன்னால் தாங்க முடியவில்லையா… ஹிடிம்பாந்தகன், பகஜராசந்தன், கிம்மீராதன் ஆகியோரை வதைத்த உன் பலமெல்லாம் என்னவாயிற்றடா, அன்பனே?” என்று அழுதார்.

அந்த அழுகுரலைக் கேட்டு ஸ்ரீகிருஷ்ணன் அவரைத் தேற்றினான். “மாமா, நீங்கள் நினைத்ததுபோல் உங்களுடைய ஆரத்தழுவலுக்கு ஆட்பட்டிருந்தவன் பீமன் அல்ல, ஓர் இரும்புச் சிலைதான். உங்களுடைய கோபம் எனக்குத் தெரியாது என்று நினைத்தீர்களா… உங்களைவிட பலசாலி இந்த உலகத்தில் யாரும் இல்லை என்பது எனக்குத் தெரியும். இதோ, பரம புனிதவதி திரௌபதி… இவளைத்தான் உங்களுடைய மகன் துச்சாதனன் தன் அண்ணனின் கட்டளைப்படி ராஜசபை நோக்கிக் கூந்தலைப் பற்றி இழுத்துக்கொண்டு வந்தான். உங்களுடைய குமாரர்கள் கண்மண் தெரியாத காமாந்தகாரத்துடன் நடந்துகொண்டார்கள். நீங்கள் உங்கள் மகனை அறவழியில் நடந்துகொள்ளப் பழக்க

வில்லை. இப்போதாவது உங்கள் தம்பியின் புத்திரர்களை உங்கள் புத்திரர்களாக கவனித்துக்கொள்ளுங்கள்" என்று நல்லுரை கூறினான்.

"கிருஷ்ணா, என்னை மன்னித்துவிடு. என் தவறு தெரிந்தது. என் பிள்ளைகள் பீமனால் கொல்லப்பட்டார்களென்ற துக்கத்தைப் பொறுத்துக்கொள்ள முடியாதவனானேன். கோபத்தை அடக்க முடியாதவனாகிப்போனேன். இனிமேல் என் சகோதரனுடைய பிள்ளைகளே என் பிள்கைள்" என்று திருதராஷ்டிரர் சொன்னார். அப்போது பீமன், அர்ஜுனன், நகுலசகாதேவர்கள் ஆக எல்லாரும் வரிசையாக வந்து திருதராஷ்டிரரின் கால்களில் விழுந்து வணங்கினார்கள். ஒவ்வொருவரையும் ஆரத் தழுவி திருதராஷ்டிரர் ஆசீர்வதித்தார். "சகோதரர்கள் நீங்கள் அனைவரும் காந்தாரியிடம் சென்று வாருங்கள்" என்று சொன்னார்.

பின்னர் பாண்டவர்கள் கிருஷ்ணனுடன் சேர்ந்து காந்தாரியிடம் சென்றார்கள். பணிவுடன் வணங்கினார்கள். அளவிறந்த துக்கத்துடன் இருந்த அவள் அவர்களை ஆசீர்வதிக்கவில்லை. அவள் என்னென்ன சாபங்களை அள்ளி வீசுவாளோ என்று பாண்டவர்கள் மிகுந்த பயத்துடன் நடுங்கிக்கொண்டிருந்தார்கள். அவளுடைய கோபமும் பீமனின் மீதே சென்றது. அவள் கிருஷ்ணனை நோக்கி கடுஞ்சொற் களைப் பேசினாள்.

"கிருஷ்ணா! போரில் வீரர்கள் உயிர்களை இழப்பது இயல்புதான் என்பது எனக்குத் தெரியும். ஆனால் உன் கண் எதிரிலேயே பீமன் கதாயுத யுத்தத்தில் என் மகனை நாபிக்குக் கீழே அடித்துக் கொன்றுவிட்டான். அந்தக் காட்சிதான் என்னை அக்னிஹோத்திரத்து நெருப்பாகச் சுட்டெரிக்கிறது" என்று காந்தாரி கோபத்துடன் சொன்னாள். காந்தாரியின் கோபத்தின் முடிவுகளைத் தெரிந்திருந்த கிருஷ்ணன் பீமனைப் பார்த்துப் பேசுமாறு சைகை காண்பித்தான். பீமன் அவளுடைய பாதங்களில் விழுந்து வணங்கி நடுங்கியபடியே சொன்னான்:

"அம்மா... இந்த யுத்தத்தில் சில சமயங்களில் தர்ம அதர்மங்களைப் பிரித்தறிய முடியாதபடி பிராணபயம் முந்திக் கொண்டு விட்டது. தயவு செய்து என்னை மன்னித்து விடுங்கள். தர்மத்தை மீறினாலொழிய ஆற்றல் மிகுந்த உங்கள் மூத்த மகனை நான் வெல்ல முடியாது என்பதை ஒப்புக்கொள்கிறேன். ஆனால்

துரியோதனன் தர்மத்தைக் கடைப்பிடித்திருந்தால் இதெல்லாம் நடந்திருக்காது அல்லவா... தர்மனை சூதாட்டத்தில் அவன் தர்மத்தின்படி வெல்லவில்லை என்பது உங்களுக்குத் தெரியும். ஒற்றையாடையுடன் இருந்த திரௌபதியைக் கொலுமண்டபத்திற்கு இழுத்து வரச்செய்து உட்காரும்படித் தனது தொடைகளைக் காட்டிய போது என்னவாயிற்று அந்த தர்மம்? அப்போது கோபத்தை அடக்க முடியாமல் அந்தத் தொடைகளை முறித்தெறிவதாகச் சபதம் செய்தேன். அம்மா, என் மீது கோபப்படாதீர்கள்... எல்லாம் தெரிந்தவர்கள் நீங்கள்" என்றான்.

அந்தப் பேச்சைக் கேட்டு காந்தாரி சற்று அமைதியானாள். "என்னுடைய மூத்த மகன் அற்பன் என்ற விஷயம் எனக்குத் தெரியாததல்ல. அவனுக்கு இப்படிப்பட்ட மரணம் நேரும் என்று எனக்கு முன்பே தெரியும். உன் சபதத்தின்படி அவனை நீ கொன்றாய். ஆனால் பீமசேனா... என் இரண்டாவது மகன் துச்சாதனனின் நெஞ்சைக் கிழித்துப் பச்சை ரத்தத்தைக் குடித்தது சரிதானா... மனித மிருகமா... ராட்சசனா..." என்று எரிந்துவிழுந்தாள்.

"அம்மா... துச்சாதனனையும்கூட என் சபதத்தை நிறைவேற்றிக் கொள்ளத்தான் கொன்றேன். அன்றைக்கு சபையில் திரௌபதியைக் கூந்தலைப் பிடித்து இழுத்து வந்து அவளுடைய ஆடையைக் களைவதற்கு முனைந்தபோது உடம்பு பற்றியெரியும் கோபத்துடன் ரத்தம் குடிப்பேன் என்பதாக சபதம் செய்தேன். ஆனால் உண்மையில் நான் துச்சாதனனின் ரத்தத்தைக் குடிக்கவில்லை. தாயே... என்னை நம்புங்கள்... துச்சாதனனைக் கொன்றபோது கௌரவ வீரர்கள் என்னைச் சூழ்ந்துகொண்டார்கள். அவர்களை பயமுறுத்துவதற்காக ரத்தத்தை முகத்தில் அள்ளித் தெளித்து ரத்தத்தைக் குடித்ததுபோல் நடித்தேன்... ரத்தம் குடிக்கும் அளவுக்கு நான் பாபாத்மா அல்ல" என்று பீமன் மன்றாடும் வகையில் சொன்னான்.

ஆனாலும் காந்தாரியின் கோபம் தணியவில்லை. "கண்பார்வை அற்றவர்களுக்குக் கைகொடுக்க ஒரு மகனைக்கூட மிச்சம் வைக்காமல் எல்லாரையும் கொன்றழித்தாய் நீ. ஒருவனையாவது மிச்சம் வைத்திருந்தால் அவன் உங்களை அரசாள விடமாட்டானென்று பயந்தீர்களா... இந்த யுத்தத்திற்குக் காரணம் தர்மன்தான். அவன் எதுவும் பேசாதது ஏன்... எங்கே அவன்?" என்று கோபமாகக்

கேட்டாள்.

வானம் இடிந்து தன் மீது விழுந்ததுபோல் தர்மன் நடுக்கமுற்றான். காந்தாரியின் கோபத்திற்கு அவன் திக்குமுக்காடிப் போனான். காந்தாரி தன் பெயரைச் சொல்லக் கேட்டதும் நடுங்கியபடி "அம்மா... நான் இங்கேதான் இருக்கிறேன்" என்று வேகமாக அவளுடைய பாதங்களைத் தொட்டான். "அம்மா... நான் மன்னிக்கத் தகுந்தவன் அல்ல. என்னை மன்னிக்காதே. உன் பிள்ளைகள் எல்லாருடைய வதைக்கும் காரணமான பாபாத்மா நான்தான்... கொடுமையிலும் கொடுமைக்காரன். அண்ணன் தம்பிகளை, நண்பர்களை, மகன்களைக் கொன்றழித்த என்னைப் போன்ற இழிவானவனுக்கு ராஜ்ஜியம் எதற்காக? உயிர்தான் எதற்காக? போக பாக்கியங்கள் எதற்காக? என்னை அழிந்து போகும்படிச் சாபமிடுங்கள்" என்று தலைகுனிந்தவாறு அழலானான்.

தர்மன் தவற்றை ஒப்புக்கொண்டு கழிவிரக்கத்துடன் அழுததால் காந்தாரியின் கோபம் தணிந்தது. ஆனாலும் தன்னுடைய கூர்மையான பார்வையால் தனது கண்களைக் கட்டியிருந்த துணியின் ஓரமாக அவனைப் பார்ப்பதற்கு முயன்றாள். அவளுடைய பார்வை தர்மனின் கால்விரல்களில் படிந்து அவற்றைக் கன்றிப்போகச் செய்தது. அந்தக் கோபத்தின் அனலுக்குப் பாண்டவர்களும் கிருஷ்ணனும் பயந்து பின்வாங்கினார்கள். "போகலாம்... நீங்கள் இங்கே ஏன் இருக்கிறீர்கள்... போய் உங்கள் அம்மாவைப் பாருங்கள்" என்று காந்தாரி அவர்களைக் குந்தியிடம் அனுப்பிவைத்தாள்.

பிள்ளைகளுக்கும் குந்திக்கும் இடையேயான பிரிவு ஓர் ஆண்டு, இரண்டு ஆண்டுகள் அல்ல, பதின்மூன்று ஆண்டுகள். காடுகளில் தன் பிள்ளைகள் என்ன செய்கிறார்களோ, என்னென்ன அல்லல்களை அனுபவிக்கிறார்களோ என்று நினைத்துக்கொண்டு குந்தி கலங்காத நாளே கிடையாது. விராடனின் அரண்மனையில் அவர்கள் பணிவிடை செய்துகொண்டிருக்கிறார்களென்று அறிந்து குந்தி குமுறிக் குமுறி அழுதாள். யுத்தத்தின் போது ஒவ்வொரு நாள் கழியும்போது அவளுக்கு ஒவ்வொரு கணமும் ஒரு யுகமாகத் தோன்றியது. தன்னுடைய பிள்ளைகளை இத்தனை ஆண்டுகளுக்குப் பிறகு பார்க்கும் தாயின் மனநிலை... தாயைப் பார்க்கும் பிள்ளைகளின் மனநிலை... எத்தனையோ ஆண்டுகளுக்குப் பிறகு வறண்ட

நிலத்தில் பொழிந்த மழைத்தூறலாக இருந்தது.

தாயைப் பார்த்த பிள்ளைகள் 'அம்மா!' என்றபடி அவளுடைய பாதங்களில் விழுந்து தீனமாக அழலானார்கள். குந்தி அவர்களை ஒவ்வொருவராக அணைத்தபடி துக்கத்தை வெளிப்படுத்தினாள். அவர்களுடைய காயங்களைத் தடவிக்கொடுத்தாள். அவர்களுடன் வந்திருந்த திரௌபதியின் பக்கம் பார்வையைச் செலுத்தியதும் திரௌபதி "அத்தே!" என்றபடிப் பெரிதாக அழுதுகொண்டு குந்தி யின் பாதங்களில் விழுந்தாள்.

"அத்தே... அபிமன்யுவையும் சேர்த்து உங்கள் பேரப்பிள்ளைகளில் எவரும் மிஞ்சவில்லை. உங்களைப் பாட்டி என்று கூப்பிடுவதற்கு யாரும் இல்லை... என் பிள்ளைகள் எங்கே அத்தே... எங்கே என் ப்ரதிவிந்த்யு, ஸ்ருதஸோமன், ச்ருதகீர்த்தி, சதாநீகன், ச்ருதஸேனன்... எங்கே என் தங்கச் செல்வங்கள்... பிள்ளைகள் அற்றுப்போன எனக்கு இந்த ராஜ்ஜியத்தில் இனி என்ன வேலை?" என்று சுட்டெரிக்கும் வெயிலில் வாடிய பூங்கொடிபோல் துக்கத்தில் ஆழ்ந்தாள். மருமகளைத் தழுவிக்கொண்டு குந்தியும் உரக்க அழுதாள்.

"அழாதேம்மா... அழாதே... நீ துயரப்பட்டால் உன் உடம்பு நலிந்துபோகும். இந்த மாதிரி அழுது புலம்பி என்ன பயன்? உன்னுடைய அழுகையினால் உனக்கோ, தர்மன் உள்ளிட்டவர் களுக்கோ, எனக்கோ நிம்மதி ஏற்பட்டுவிடப் போகிறதா? இனி நம்மை நாமே தேற்றிக்கொள்ள வேண்டியதுதான்" என்று ஆறுதல் கூறி திரௌபதியையும் பிள்ளைகளையும் கூட்டிக்கொண்டு குந்தி காந்தாரியிடம் சென்றாள்.

காந்தாரியைப் பார்த்ததும் திரௌபதி அவளுடைய பாதங்களில் விழுந்து ஆற்றாமை பொங்கக் குமுறிக் குமுறிப் புலம்பி அழுதாள். காந்தாரி அவளைப் பார்த்து "திரௌபதி! உன்னுடைய துக்கம் என்னுடைய துக்கத்தைவிட அதிகமா என்ன... நீ ஐந்து பிள்ளைகளை இழந்திருக்கிறாய். நான் என்னுடைய நூறு பிள்ளைகளை இழந்திருக்கிறேன். பாழும் விதியினால் இந்தக் கோரங்கள் நிகழ்ந் திருக்கின்றன. இப்படி அழிவு நேருமென்று தர்மசீலர் விதுரர் என்றோக்கோ எச்சரிக்கையாகச் சொன்னார். அவருடைய பேச்சைக் கேட்காததனால்தான் இன்றைக்குக் கெடுதல்களை அனுபவிக்கிறேன். கெட்ட கால ஆதிக்கத்தினால் இதெல்லாம் நடந்திருக்கிறது. உன்னு

டைய துக்க ஆவேசத்தையெல்லாம் கட்டுப்படுத்திக்கொள்" என்று தழுதழுத்த குரலில் தேற்றுவதற்கு முனைந்தாள்.

திரௌபதியைத் தேற்றிய பிறகு காந்தாரி யுத்தத்தில் இறந்த தன் பிள்ளைகளின், தன் உறவினர்களின் பாழ்நிலைமையை நினைத்துக் கொண்டு புலம்பத் தொடங்கினாள். தன் கண்கள் மீதிருந்த திரையை விலக்காமலேயே அவளெதிரில் பதினெட்டு நாட்கள் நடந்த போர்க்களம் தென்பட்டது. நிகழிடத்திலேயே கோரக் காட்சிகளைப் பார்த்தது போலவே அவள் பேசிக்கொண்டிருந்த போக்கை கவனித்து திரௌபதியும் பாண்டவர்களும் அவளுக்கு ஏதோ அபூர்வ தெய்வீகப் பார்வை கிடைத்திருப்பதாக நினைத்து திகைப்புற்ற நிலையில் பார்த்துக்கொண்டிருந்தார்கள். அந்த சமயத்தில் அங்கு வந்த ஸ்ரீகிருஷ்ணனுக்கு அவளுடைய மனநிலை புரியலாயிற்று.

காந்தாரி பார்த்துக்கொண்டிருக்கும் போர்க்களச் சூழ்நிலை பயங்கரமாக இருந்தது. கிழிசல்களாகிப்போன கொடிகளுடன், முறிந்து கிடக்கும் ரதங்களுடன், கண்டந்துண்டங்களாகியிருக்கும் படைவீரர்களின் உடல்களுடன், குவியல் குவியலாக வீழ்ந்து கிடக்கும் குதிரைகளுடன், யானைகளின் சிதைந்த உறுப்புகளுடன் அந்தப் போர்க்களம் காட்சியளித்தது. சிதறிக் கிடந்த சதைப்பிண்டங்கள், குவிந்து கிடந்த குடல்கள், உருக்குலைந்த மூளைகள், உறைந்து கட்டியாகிவிட்ட ரத்தம்... அந்தக் காட்சிகள் வயிற்றைக் கலக்கிப் புரட்டுவதாக இருந்தன. எத்தனையோ மன்னர்கள் மரணத்திற்குப் பின்னரும் ஒளி மங்காத முகங்களுடன் உயிருடன் இருப்பது போலவே சடலங்கள் தென்பட்டன. அவர்களுடைய தோள்வலிமை, மகுடங்கள், ஆபரணங்கள் இன்னும் பிரகாசித்துக் கொண்டிருந்தன.

அந்தக் கொடூரக் காட்சிகளைப் பார்த்த காந்தாரியின் மனது குழம்பியது. நளினம் பொருந்திய காந்தாரியின் மருமகள்கள் மட்டுமல்லாது மற்றும் பல பெண்கள் பிணங்களாக எஞ்சிய கணவன்மார்களை, பிள்ளைகளை, சகோதரர்களைப் பார்த்துத் திகைத்து மூர்ச்சையுற்று, பின்னர் தெளிவடைந்து இரைந்த குரலெடுத்துப் புலம்பியவாறு கூந்தல் கட்டவிழ்ந்து முதுகுகளில் படரத் தரையில் விழுந்து புரண்டார்கள். இதைப் பார்த்துத் துணுக்குற்ற காந்தாரிதேவி ஸ்ரீகிருஷ்ணனைப் பார்த்து, சோக

வசப்பட்டு இவ்வாறு திட்டினாள்:

"பார்த்தாயா கிருஷ்ணா... எங்கள் மருமகள்களை... கண்ணீர் வெள்ளத்தில் அவர்களுடைய முகங்கள் மூழ்கிப்போயிருப்பதைப் பார்த்தாயா... அண்ணன்களை, தம்பிகளை, கணவர்களை ஒருவர்க் கொருவர் சுட்டிக் காண்பித்துக்கொண்டு பெண்கள் எப்படித் தள்ளாடுகிறார்கள், பார்... தங்களுடைய கணவன்மார்களின் பிணங்களைத் தின்று கொண்டிருந்த கொடிய மிருகங்களை விரட்டுவதற்கு எப்படியெல்லாம் முயல்கிறார்களென்று பார்த்தாயா... அங்கே பார்... சல்யன், துருபதன், கர்ணன், துரோணாச்சாரியார், ஸௌபத்ரதன், சாந்தன் ஆக எல்லாரும் அணைந்துவிட்ட நெருப்பு மாதிரி எப்படிச் சிதைந்து ஒடுங்கிப்போயிருக்கிறார்கள்... ஹம்ஸதூளிகா மஞ்சங்களின் மீது படுத்துறங்கும் மகாபோகிகளின் மென்மையான சரீரங்கள் கட்டாந்தரையில் விழுந்து கிடப்பதைப் பார்த்த அவர்களுடைய நெஞ்சங்கள் வெந்துபோகாதா! காதுகளில் வீணையொலி இனிமையாக விழும் சூழல் கொண்ட அவர்களுக்கு அருகில் இப்போது நரிகளின் ஊளை ஒலி கேட்க நேர்ந்தது என் இருதயத்தைத் துன்புறுத்திக் கலங்கச் செய்கிறது. சந்தனத்தையும் கஸ்தூரியையும் பூசிக்கொள்ளும் இந்த சுகவாசிகள் சகதி ஒட்டிய ரத்தத்துடன் விழுந்து கிடப்பதைப் பார்க்க இயலாதவளாக நான் இருக்கிறேன். பிரிய நாயகிகளுடன் சரச சல்லாபம் செய்துகொண்டு சமத்காரமாகச் செய்துகொண்ட அவர்களுடைய அலங்காரங்களை இப்போது கழுகுகள் கொத்திக் குதறுகின்றன... நளினமாக நடமாடித் திரியும் இந்தப் பெண்மணிகள் புலம்புவது என் மனதைக் கலங்கச் செய்கிறது... அங்கே பார், கிருஷ்ணா... தங்கள் கணவன்மார் சரீரம் இதுதானா என்று ஆயாசப்பட்டுத் தேடுபவர்கள் சிலர்... தலைகள் கைகளில் கிடைத்த பிறகு உடல்கள் எங்கே இருக்கின்றனவென்று தேடுபவர்கள் சிலர்... தலைகளையும் உடல்களையும் பொருந்தச் செய்து முத்தமிடுபவர்கள் சிலர்... பல துண்டங்களான உடல்களையும் பொருந்தச் செய்து முத்தமிடுபவர்கள் சிலர்... பல துண்டங்களான தங்களுடையவர்களின் அடையாளங்களைக் கண்டுகொள்ள முடியாத நிலையில் நினைவு தப்பியவர்கள் சிலர்... இந்தக் கௌரவ, பாண்டவப் பெண்மணிகளின் அவல நிலைமைகளை கவனித்தாயா, கிருஷ்ணா... எங்கே, என் மூத்த மகன் துரியோதனன் எங்கே?"

...என்றெல்லாம் கேள்வி கேட்ட காந்தாரியின் உட்பார்வைக்கு துரியோதனனின் பிணத்தின் மீது விழுந்து அழுது புலம்பிக் கொண்டிருந்த அவனுடைய மனைவி பானுமதி தென்பட்டாள். துரியோதனனின் மனைவி அவனுடைய முகத்தின் மீது முகம் பொருத்தி முத்தமிட்டுக் கொண்டிருந்தாள். கணவனின் மார்பு மீது சூடான கண்ணீரை உகுத்துக்கொண்டிருந்தாள். கூந்தல் அவிழ்ந்து முதுகில் புரண்டுகொண்டிருக்க, பைத்தியம் பிடித்தவளாய்ப் புலம்பிக் கொண்டிருந்தாள்.

“அய்யனே கிருஷ்ணா... பார்த்தாயா... நான் அவனுக்காக வந்து நிற்கும் போதிலும் வரவேற்றுப் பேசாமல் தாயையே எதிர்பார்த்துப் படுத்துக்கிடக்கும் என்னுடைய மகனைப் பார்த்தாயா... இந்த சுந்தரி பானுமதி நேற்று வரையிலும் என் மகனுடன் கொஞ்சிக் குலாவி மகிழ்ந்தாள். இப்போது நாதியற்றவளாக எப்படிப் புலம்புகிறாள், பார்!” என்று காந்தாரி கலங்கினாள். துச்சாதனனின் சடலத்தைப் பார்த்து அவள் மேலதிகமாகப் புலம்பினாள்.

“கிருஷ்ணா... பயங்கர வலுவமைந்த தோளுடைய பீமனின் கதாயுதத்தின் தாக்குதலினால் தடுமாறி விழுந்து, ரத்தம் வழிந்தோடத் தென்படும் என் மகனைப் பார்த்தாயா... இந்த துச்சாதனன் திரௌபதியின் கூந்தலைப் பிடித்து சபைக்கு இழுத்துக்கொண்டு போய் துரியோதனனுக்கும் கர்ணனுக்கும் மகிழ்ச்சி பொங்கச் செய்தான். அந்தப் பெண்ணரசியை எவ்வளவு அவமானப்படுத்தினான்... அதனால்தான் திரௌபதி பீமசேனனைப் பழிதீர்த்துக் கொள்ளும்படித் தூண்டிவிட்டாள். அதனால்தான் இவ்வளவும் நடந்தது. அந்த சபையில் இவன் திரௌபதியை அவமானப்படுத்தியதைப் பார்த்துப் பொறுக்க முடியாமல் நான் துரியோதனனிடம் அவளை அவமானப்படுத்துவது தகாது என்று சொன்னேன். அவளை விடுவித்து பக்தியுடன் பூஜிக்கும்படிச் சொன்னேன். ஆனால் அவன் அதைக் கேட்கவில்லை. விதியின் போக்கை எவராவது மாற்ற முடியுமா?”

அவள் மேலும் தொடர்ந்தாள். “கிருஷ்ணா... மேகங்களுக்கு இடையிலான சந்திரனைப் போல யானைகளின் பிணங்களுக்கு இடையே விழுந்து கிடக்கும் விகர்ணனைப் பார்த்தாயா? தூசிகளுக்கு சரீரத்தில் பாதியைக் கொடுத்துவிட்டு எஞ்சியிருக்கும் ஏழாம் நாள்

சந்திரனைப் போலத் தென்படும் துர்முகனைப் பார்த்தாயா? அப்சரஸ்களைப் போன்ற அழகிகளின் பணிவிடைகளை ஏற்றுக் கொள்ளும் சூரசேனன், விவிம்சதி ஆகிய இருவரும் ரத்தத்தில் எப்படி மூழ்கிக்கிடக்கிறார்கள் என்று பார்த்தாயா? புதிய அரளிப் பூக்களால் நிறைந்த மலை மாதிரியான துஷ்ப்ரஹன் எப்படி இறந்து கிடக்கிறான், பார்த்தாயா?" என்று சொன்ன காந்தாரியின் மனத்தளத்தில் அபிமன்யுவின் பிணம் தென்பட்டது.

"ஸ்ரீகிருஷ்ணா... உன் மருமகன்... சுபத்திரை அர்ஜுனன்களின் அன்பு மகன் அபிமன்யு இறந்த நிலையிலும் எவ்வளவு அழகாக இருக்கிறான்! இவனை அத்தனை பேர் சேர்ந்து எப்படித்தான் கொன்றார்களோ... நேற்றைக்கு முந்தின நாள்தான் என்பதுபோல் சமீபத்தில் திருமணம் செய்துகொண்ட அந்தக் கன்னிப்பருவப் பெண் உத்தரை எப்படிக் கலங்கிப் போயிருக்கிறாள், பார்த்தாயா... கணவனின் மார்பு மீது சாய்ந்து முகத்தோடு முகம் சேர்த்து அழுது புலம்புகிறாள். சாதாரண நாட்களில், தோழிமார் பார்த்துக் கொண்டிருக்க, கணவன் பக்கம் பார்ப்பதற்குக்கூட வெட்கப்படும் உத்தரை இப்போது இத்தனை பேர் பார்த்துக்கொண்டிருக்கத் தன்னவனை அணைத்துக் கொண்டிருக்கிறாள். அவனுடைய தொடை மீது தலையைப் புதைத்துக்கொண்டிருக்கிறாள். இளந்தளிர் போன்ற கைகளால் அவனுடைய முகத்தைத் தடவியபடி வாடிய முகத்தாமரையாய் உன் பக்கம் பார்த்துக் கண்ணீரைத் துடைத்துக் கொண்டு எப்படிக் குமைந்து போயிருக்கிறாள், பார்!"

துயருற்று, துயருற்று காந்தாரி கர்ணனின் மகன்களையும் பின்னர் வ்ருஷபர்வன், பாஹ்லிகன், சைந்தன், சல்யன், பகவதத்தன், பீஷ்மர், துரோணாச்சாரியார் முதலியோரின் பிணங்களைப் பார்த்து அவர்களுடைய பராக்கிரமங்களைப் புரிந்துகொண்டாள். அதே சமயத்தில் பூரிச்ரவனின் பிணம் அவளுக்குத் தென்பட்டது.

ஏராளமான தானங்கள் செய்த பூரிச்ரவனின் பிணத்தைச் சுற்றிலும் அவனுடைய மனைவிமார்கள் பரிதாபமாகப் புலம்பிக் கொண்டிருந்தார்கள். அவனுடைய மனைவிமார்களிலேயே அதிக அழகியான, நளினமானவளான அந்த யுவதி அர்ஜுனன் வெட்டிச் சிதைத்ததில் எஞ்சியிருந்த அவனுடைய ஒரு கையைத் தன் மடியில் எடுத்து வைத்துக் கொண்டாள். இந்தக் கையை

எப்படிச் சாம்பலாக்குவது... என்று அவள் பரிதாபமாகப் புலம்பிக் கொண்டிருந்த காட்சி காந்தாரி மனதில் நிழலாடியது.

“கிருஷ்ணா... அர்ஜுனன் கையைத் துண்டித்த பிறகு ப்ராயோபவேசம் என்பதான அன்ன ஆகாரமின்றி உயிர்விட நோன்பிருந்த பூரிச்வரனின் தலையை சாத்யகி துண்டித்தது தர்மம்தானா?” என்று காந்தாரி கேட்டாள். அதன் பிறகு எத்தனையோ போர்வீரர்களின் பெயர்களை அடுத்தடுத்துச் சொன்னாள். அவளுடைய கோபம் கட்டு மீறிக் கிருஷ்ணனின் மீது சீறிப் பாய்ந்தது. “கிருஷ்ணா... இந்தக் கொடுமைக்கெல்லாம் காரணம் நீ... உன்னுடைய யது வம்சமும் இப்படித்தான் அழியும். உங்கள் யாதவ குலப் பெண்களும் நாதியற்றுப் புலம்புவார்கள்” என்று சாப மொழிகளை வார்த்தாள். அந்த வார்த்தைகளைக் கேட்டு கிருஷ்ணன் உயிர்ப்பில்லாமல் சிரித்தான்.

“அம்மா... நீங்கள் சொல்வது நடக்குமென்று எனக்குத் தெரியும். யாதவர்களுக்கு அழிவு எப்படியும் தவறாது. இப்போது சாபங்கள் இடுவதற்கான நேரம் அல்ல. இறந்துவிட்ட உறவினர்கள் எல்லாருக்கும் இறுதிச் சடங்குகளைச் செய்தாக வேண்டும். உங்களுடைய மகன் செய்த தீச்செயல்கள் குறித்து உங்களுக்குத் தெரியாதா... நீங்கள், நான், பீஷ்மர், துரோணர், பாஹ்லிகன், அவனுடைய தந்தை ஆகிய எல்லாரும் சொல்லியும்கூட அவன் தனது கொடுஞ்செயல்களை விட்டொழித்தானா? தன் கைகளாலேயே அவன் தானே செய்த பாவங்களுக்கு என்னை நீங்கள் நிந்திக்கலாமா... போர்க்களத்திற்குள் வந்து வெற்றியோ, வீரசொர்க்கமோ தேடிக் கொள்ளும் வீரர்கள் மகன்களாகப் பிறக்க வேண்டுமென்று ராஜ புத்திரிகள் வேண்டிக்கொள்வது உகந்தது அல்லவா...” என்று கிருஷ்ணன் கேட்டான்.

4

அக்னி இறுதிச் சடங்கு

ரிக்வேத ஓதல் ஓசைகள், சாமகான நாதங்கள் கேட்டன. அவற்றுடன் போட்டியிட்டுக்கொண்டு பெண்களின் அழுகை ஓசைகள் திசையெங்கும் எதிரொலித்துக் கொண்டிருந்தன. வான மெங்கும் புகை நிரம்பி மேகங்களைத் துரத்திக்கொண்டிருந்தது. சோகம் எங்கெங்கும் சிலிர்த்திருக்க உயிரோட்டமான விலங்கினம் எதுவும் தென்படவில்லை.

‘இந்தப் பிண எரிப்புகள், இந்த தீனமான அழுகைக் குரல்கள் என்பதையெல்லாம் இன்னும் எத்தனை நாட்களுக்குப் பொறுத்துக்கொள்ள வேண்டும்’ என்று திரௌபதி உதவிக்கு ஆளில்லாமல் தனக்குத் தானே கேட்டுக்கொண்டாள். அகன்றதான அவளுடைய கண்கள் சிதை நெருப்பிலிருந்து வெளிப்படும் புகை மண்டலங்களால் சிவந்து போயின. போரில் வெற்றி காண்பது ஒரு பங்கு என்றால் தகனச் சடங்குகள், இறுதிச் சடங்குகள் நடைபெறுவது இன்னொரு பங்கு. ஒருவரா,இருவரா... கணக்கில்லாதவர்கள் இந்தப் போரில் சிதைந்தார்கள். அடையாளம் காணமுடியாத பிணங்களே ஆயிரக்கணக்கில் இருந்தன. தகனச் சடங்குகளைச் செய்வதற்கு நெருங்கிய உறவினர்கள்கூடத் தென்படாத பாழ்நிலையில் பிணங் களை ஒரே குவியலாக அடுக்கி தகனத்தை நடத்திவைத்தான் தர்மன். தன்னுடைய மகன்கள், தாயாதிகள், நெருங்கிய உறவினர்கள் ஆகியோருக்கு தர்மனே எள்ளும் தண்ணீரும் வார்க்க வேண்டிய சூழ்நிலை ஏற்பட்டது.

புகலிடம் கொண்டவர்கள், புகலிடம் அற்றவர்கள் ஆக அனைவருக்கும் நெருப்பிடும் காரியம் செய்வது நல்லதுதானேயென்று திருதராஷ்டிரர் தர்மனுக்கு அறிவுறுத்தினார். எல்லாருமே இறுதித் தீ மூட்டும் உரிமையுள்ளவர்கள்தான் என்று, ஆனால் இத்தனை பேருக்கு எள்ளும் தண்ணீரும் வார்த்து தகனச் சடங்குகள் செய்வதற்கான ஆட்கள் தங்களிடம் இல்லையென்று, சக்திக்குத்

தக்கவாறு முடிந்த அளவிலான ஆட்களுக்கு தகன காரியங்களைச் செய்வோமென்று தர்மன் பதில் சொன்னான். பரத வம்சத்தவர்க்கு, பிற முக்கிய வம்சத்தவர்க்கு அக்னி இறுதிச் சடங்குகளைச் செய்யுமாறு தௌம்ய முனிவர், விதுரர், யுயுத்சன் ஆகியோரிடம் திருதராஷ்டிரர் சொன்னார். அவர்களுக்கு உதவி செய்வதற்குத் தேரோட்டிகளையும், அஸ்தினாபுரத்து ஆட்களையும் அனுப்பி வைத்தார்.

தகனச் சடங்குகள் நிறைவேறிய பிறகு தௌம்யு முறைப் படியான சாத்திரச் செயற்பாடுகளை நிர்வகித்துக் கொண்டிருக்க, தர்மனும் கௌரவ ராஜபத்தினிகளும் எள்ளும் தண்ணீரும் வார்க்கும் சடங்குகளைத் தொடங்கினார்கள். எல்லாரும் கங்காஸ்நானம் செய்தார்கள். மந்திர உச்சாடனத்தில் ஒவ்வொருவருடைய பெயர், வம்சம் ஆகியவற்றைச் சொல்லிக் கொண்டிருக்கும்போது குந்தியின் கன்னங்களில் வெதுவெதுப்பான கண்ணீர் வழிந்தது. எவரும் கர்ணனின் பெயரை உச்சரிக்கவில்லை. 'அவனுக்குக் குலம் கிடையாதா, அடையாளம் தெரியாத பிணங்களுடன் ஒட்டு மொத்தமாக எள்ளும் தண்ணீரும் வார்த்து விட்டார்களா... அவனுக்குத் தந்தைவழிச் சடங்குகள் செய்பவரே இல்லையா!' அந்த நினைப்பையே குந்தியால் பொறுத்துக்கொள்ள முடியவில்லை.

"நிறுத்துங்கள்! தர்மா, நீங்கள் எல்லாரும் எள்ளும் தண்ணீரும் வார்க்கும்போது உச்சரிக்க வேண்டிய பெயர் இன்னொன்று இருக்கிறது" என்று குந்தி தனது அடக்கிவைத்த உணர்வை இனியும் மறைத்துவைக்க முடியாமல் வெளிப்படையாகச் சொன்னாள்.

அந்த வார்த்தைகளுக்கு தர்மன் மட்டுமல்லாமல் பாண்டவர்கள், திரௌபதி உள்ளிட்ட உறவினர்கள் எல்லாரும் குந்தியின் பக்கம் பார்த்தார்கள்.

"இனி வேறு யார், அம்மா... நாங்கள் மறந்துவிட்ட பெயர் ஏதாவது இருக்கிறதா?" என்று தர்மன் கேட்டான்.

"நீங்கள் மறக்கவில்லையப்பா... நான் இவ்வளவு காலமும் வெளியில் சொல்லாத பெயர் இருக்கிறது. என்னுடைய அந்தரங்கத் தில் ஒளித்து வைத்திருந்த அந்தப் பரம ரகசியத்தை இவ்வளவும் நடந்த பிறகு நான் வெளிப்படுத்தாமல் இருக்க மாட்டேன்...

நீங்கள் கர்ணனுக்கு எள்ளும் தண்ணீரும் இறையுங்கள். அவனும் உயர்குலத்துக்காரன்தான். நமக்குள் இருப்பவன்தான்."

"கர்ணனுக்கா... அவன் எந்த வகையில் நமக்கு உறவு?" என்று தர்மன் கேட்டான்.

"தம்பீ!... கௌரவர்களுக்குக் கடைசி வரையிலும் அரணாகவும், உங்கள் எல்லாருக்கும் அல்லல்களைக் கொடுத்தவனாகவும் இருந்த பரம வீரன் கர்ணன் உண்மையில் அநாதை அல்ல... அவன் என்னுடைய மூத்த மகன். உங்கள் எல்லாருக்கும் மூத்தவன். சூரிய பகவானின் அனுக்கிரகத்தினால் இயற்கையான கவச குண்டலங் களுடன் என் வயிற்றில் பிறந்தவன். பெருந்தன்மையான கொடை குணம் கொண்ட சுரங்கம் அந்த சிரோமணி. அவனுக்கு எள்ளும் தண்ணீரும் இறைக்கவில்லை என்ற துயரத்தினால் இந்த ரகசியத்தை உங்களுக்குச் சொல்வதைத் தவிர்க்க முடியவில்லை" என்று குந்தி வாய்விட்டு அலறிப் புலம்பினாள்.

இந்த வார்த்தைகளைக் கேட்டதும் ஈட்டிகளால் செவிப் புலன்களைக் குத்தியதுபோல் பாண்டவர்களும் திரௌபதியும் கற்சிலைகளாகித் திகைத்து உணர்வற்றவர்களானார்கள். கௌரவ குலத்து உறவினர்களிடையே சலசலப்பு பரவியது. நடப்பது கனவா நனவா என்று திரௌபதிக்குப் புரியவில்லை... 'கர்ணன் எனது ஐந்து கணவன்மார்களுக்கு மூத்தவன்'... அந்த நினைப்பு அவளுக்கு விசித்திரமாகத் தோன்றியது. 'பாண்டவர்களின் எதிர்வினை எந்த விதமாக இருக்குமோ...' என்று அவள் அவர்கள் இருந்த பக்கம் ஆர்வத்துடன் பார்த்தாள்.

முதலாவதாகத் தன்னுணர்வு நிலைக்கு வந்த தர்மன் "பெரு நெருப்புச் சுடர் போன்ற இந்தப் பேருண்மையை உன்னுடைய முன்றானைக்குள் இவ்வளவு நெடுங்காலம் எப்படி ஒளித்து வைத்திருந்தாய், அம்மா?" என்று கலங்கியவாறு கேட்டான். "கர்ணனுடைய ஒத்தாசையால்தான் துரியோதனன் பீமனையும் அர்ஜுனனையும் நிர்மூலமாக்குவதற்காகப் போரிடுவதற்கு ஆயத்த மாகியிருக்கிறான். அந்த வீரனின் பராக்கிரமத்தைப் பார்த்துத்தானே வைதேஹ, பௌண்ட்ர தேசத்து மன்னர்கள் துரியோதனனுக்குக் கப்பம் செலுத்துபவர்கள் ஆனார்கள்? அமரேஸ்வரர்களையே அஞ்சி நடுங்கச் செய்த அஸ்திர நிபுணத்துவத்தைப் பார்த்துத்தானே நமது

பெரும்படை வீரர்கள் சிதைந்து சிதறிப் போனார்கள்? அர்ஜுனன் ஒருவனைத் தவிர அந்த மகாவீரனின் ஒளிர்வுமிக்க ரதத்தின் எதிரில் எங்களில் எவரேயானாலும் எதிர்நின்று போராட முடியுமா?...

...அம்மா, அந்த மகாபராக்கிரமச் செல்வம் தங்களுக்கு முதன்முதல் பிரசவமாக ஏன் பிறந்தானம்மா... அவ்வளவு பராக்கிரமசாலியான சகோதரனை நாங்களே கொன்று விட்டிருக்கிறோம். அது எங்கள் எல்லாருக்குமே துயரத்தைக் கொடுக்கக் காரணமாகிவிட்டது. அவன் என் சகோதரன் என்ற நினைப்பிலேயே என் நெஞ்சு குன்றிப்போகிறது. அபிமன்யு இறந்தபோதும், திரௌபதியின் மற்ற பிள்ளைகளும் சாவுக்கு ஆளானபோதும்கூட இவ்வளவு துக்கம் ஏற்படவில்லை. திரௌபதியின் பிள்ளைகளும் திருதராஷ்டிரரின் பிள்ளைகளும் கொல்லப்பட்ட அன்றுகூடத் துயர நெருப்பு எங்களை இவ்வளவு பாதிக்கவில்லை. அந்த வீரன் எங்கள் மூத்தவன் என்று தெரிந்திருந்தால் கௌரவகுலம் அழிந்துவிடாமல் எல்லாரும் அன்னியோன்னியமாக இருந்திருப்போம் அல்லவா? எந்த வகையிலாவது சேர்ந்தே வாழ்ந்திருப்போம். மனித சமூக இயல்புடன் நாங்கள் எல்லாரும் சொத்து சுகங்களுடன் எல்லையற்ற மகிழ்ச்சிக் கடலில் படாடோபமாக வாழ்ந்திருப்போம் அல்லவா?" என்று தர்மன் புலம்பினான்.

அதன் பிறகு தர்மன் கர்ணனின் கோத்திரம் முதலானவற்றின் பெயர்களை ஓதியபடி எள்ளும் தண்ணீரும் இறைக்கும் சடங்கை நிறைவேற்றினான். அதன் பிறகு பீமன், அர்ஜுனன், நகுலன், சகாதேவன் ஆகியோரும் அவ்வாறே தங்கள் மூத்தவனுக்கான எள்ளும் தண்ணீரும் இறைக்கும் சடங்கைத் தொடங்கினார்கள். அதன் பிறகு திரௌபதியும் அந்தச் சடங்கை முடித்தாள். திருதராஷ்டிரரும் விவரம் தெரிந்து திகைத்த நிலையில் காந்தாரியுடன் சேர்ந்து சாஸ்திர முறைப்படிச் சடங்குகளை நடத்தி முடித்தார்.

5

சுயம்வரம்

கர்ணன் பாண்டவர்களுக்கு மூத்தவன்... இந்த எண்ணம்தான் திரௌபதிக்கு வித்தியாசமாகத் தோன்றியது.

கர்ணன் பாண்டவர்களுக்கு சகோதரன் என்றால் தனக்கு என்ன உறவு என்ற கேள்வியும் அவளுடைய மனதில் நடமாடாமல் இல்லை. பாண்டவர்களுடன் கர்ணன் இல்லாததனால் மற்றவர்கள் மட்டும் தன் கணவன்மார் ஆனார்கள். பாண்டவர்களுடன் கர்ணனும் இருந்திருந்தால்... அந்த நினைப்புடன் திரௌபதியின் மேனி வெடவெடத்தது. அவள் சிலிர்ப்புற்றாள்.

பாண்டவர்களுடன் கர்ணனும் வனாந்திரங்களில் அலைந்து திரிந்துகொண்டு தன்னுடைய சுயம்வரத்திற்கு வந்திருப்பானோ... வந்திருந்தால் மத்ஸ்ய யந்திரத்தை அவன்தான் சிதைத்து வீழ்த்தி யிருப்பானோ... அதே மாதிரித் தானும் குந்தியின் கட்டளைப்படி ஆறு பேரைத் திருமணம் செய்து கொண்டிருப்பாளோ... கர்ணன் மட்டும் துரியோதனனின் பக்கம் இல்லாமல் இருந்திருந்தால் தங்களுக்கு அவமானங்களும், வனவாசங்களும் நேர்ந்திருக்காவோ...

அழகான, பொலிவு மிக்க கர்ணனின் முகத்தாமரை அவளு டைய மனதில் நடமாடியது. வளர்ந்ததெல்லாம் தேரோட்டியின் மகனாக என்றாலும் அவனிடம் அமைந்திருந்த க்ஷத்திரியத் தன்மான குணம் தனக்கு அடிக்கடித் தென்பட்டு வியப்பை உண்டாக்கும். தேரோட்டி மகனாக அல்லாமல் அவன் ஒரு ராஜகுமாரனாக இருந்திருந்தால் திரௌபதி தன்னைத்தான் திருமணம் செய்துகொண்டிருப்பாள் என்ற கவலையுடன் அவன் தவித்திருப்பானோ... தனக்கும் கர்ணன் தேரோட்டி மகன் என்ற எண்ணம் தோன்றியதால் அவன் மீது எந்தக் கருத்தோட்டமும் உண்டாகவில்லையோ என்னவோ... கர்ணனைப் பற்றி திரௌபதி வேறு என்னென்னவோ நினைக்கலானாள்.

தான் கர்ணனை இரண்டே தடவை பார்த்திருக்கிறாள். அந்த இரண்டு தடவைகளும் புறக்கணிப்பு உணர்வோ, உதாசீன உணர்வோ தவிர வேறெந்த உணர்வும் ஏற்படவில்லை. அவ்வாறிக்க, தன்னுடைய வாழ்க்கை முழுவதும் கர்ணனைச் சுற்றியே அலைந்து கொண்டிருப்பதாக திரௌபதிக்குத் தோன்றியது.

முதல் தடவை சுயம்வரத்தில் கர்ணனைப் பார்த்த பார்வை, தன்னை பிராமணப் போர்வீரன் வேடத்தில் திருமணம் செய்து கொண்ட அர்ஜுனனைக் கர்ணன் எதிர்கொண்ட காட்சி அவளுடைய மனத்தளவில் நடமாடியது.

* * *

அன்றைக்கு... திரௌபதி மங்கள ஸ்நானம் செய்து, சர்வாலங்கார பூஷிதையாகி, மணமாலையுடன் சுயம்வர மண்டபத்திற்கு வந்தாள். பிராமணர்களின் அக்னி சார்ந்த காரியங்கள், ஸ்வஸ்திவாசன வழிபாடு போன்றவையெல்லாம் நடந்து முடிந்த பிறகு திரௌபதியின் சகோதரன் திருஷ்டத்யும்னன் அவளுடன் சேர்ந்து சுயம்வர மண்டபத்தின் நடுவில் வந்து கம்பீரக் குரலில் அங்கு வந்திருந்த ராஜாக்களுக்கு மத்ஸ்ய யந்திரத்தை எப்படிக் கையாண்டு வீழ்த்த வேண்டுமென்று விவரித்தான். அந்த யந்திரத்தைச் சிதைத்து வீழ்த்தும் வீரனுக்குத் தன்னுடைய சகோதரி பத்தினியாவாளென்று சொன்னான். அதன் பிறகு அங்கு வந்திருந்த ராஜாக்களின் பெயர்கள், கோத்திரங்கள், பராக்கிரமங்கள் ஆகியவற்றை திரௌபதிக்கு விவரித்துச் சொன்னான்.

திருஷ்டத்யும்னன் வர்ணித்து விவரித்துச் சொன்னவர்களுடைய பெயர்களில் கர்ணனின் பெயர் இல்லை. திரௌபதியை வரித்துக் கொள்ள வந்தவர்களுடன் வந்ததாக அவன் சொன்னானே தவிர, கர்ணனை ராஜாவாகத் தெரிவிக்கவில்லை. துரியோதனன், துர்வாவஹன், துர்முகன், துஷ்ப்ரதர்ஷணன், விகர்த்தன், சஹன், துச்சாதனன், யுயுத்னன், வாயுவேகன், பீமவேகன், உக்ராயுதன், பலாகி, கரகாயு, விரோசனன், குண்டகன், சித்ரசேனன், சுவர்ச்சஸன், கனகத்வஜன், நந்தகன், பஹுஸாலி, துஹுண்டன், விகடன் என்பதாகப் பெயர்கொண்ட பல திருதராஷ்டிர மைந்தர்கள் தன்னை மணந்துகொள்வதற்காக வந்திருக்கிறார்களென்று, அவர்களுடன் கர்ணனும் இருக்கிறானென்று மட்டும் அறிமுகம் செய்தான்.

கௌரவர்களின் நடுவில் சந்திர பிம்பம்போல் இருந்த கர்ணனின் மீது திரௌபதியின் பார்வை விழுந்தது. கர்ணனின் வீரத்தைப் பற்றி அவள் இதுவரை காதோடு காதாகக் கேட்டிருக்கிறாள். அவனுடைய இயற்கையான கவசகுண்டலங்களை அவள் ஆர்வத்துடன் கவனித்தாள். தன்னுடைய சகோதரன் கர்ணனை ஒரு ராஜாவாக அறிமுகம் செய்யாதிருந்ததை திரௌபதி கவனிக்காமலில்லை.

தன்னை மணந்துகொள்ள இவ்வளவு அதிக எண்ணிக்கையில் மகாவீரர்கள் வந்தது திரௌபதிக்குக் கொஞ்சம் பயத்தை உண்டாக்கியது. அக்னிகுண்டத்திலிருந்து பிறந்த அபூர்வ அழகி அவள். யாகவேள்வியினின்றும் பிறந்த அவளுடைய ஒவ்வோர் அங்கமும் கண்களைக் கவர்ந்திழுக்கிறதென்று, மலர்ந்த தாமரை இதழ்கள் போன்ற வடிவில் அகலமான கறுத்த கண்களுடன், நீல வண்ண சரீர ஒளியுடன், நெடிது வளர்ந்த கருங்கூந்தல் சுருள்கள் அலை பாய்கின்றன என்று, சிவந்த நகங்களுடன், அழகான வில்போன்ற புருவங்களுடன், கும்பம் போன்ற மார்பகங்களுடன் அமைந்த ஒய்யாரமான திரௌபதியின் உருவம் குறித்துக் கேள்விப்பட்டு அவளைக் கைப்பிடிக்க வேண்டுமென்று ஏங்காத ராஜா என்று யாரும் இல்லை. திரௌபதியின் மேனியிலிருந்து வெளிப்படும் நீலத் தாமரை நறுமணம் ஒரு கோச தூரம் வரை நாலா திசையிலும் பரவுகிறதென்றும், அவ்வளவு அழகுப் பெட்டகம் பூமண்டலம் எங்கிலும் இல்லையென்றும் புகழ் பெற்றிருந்தது. அப்படிப்பட்ட திரௌபதியைக் கைப்பிடிக்கக் கௌரவர்கள் முதலான மகாவீரர்கள் வந்ததில் ஆச்சரியம் என்ன இருக்கிறது?

“சகோதரக் கௌரவர்கள் மட்டுமல்ல, குருவம்சத்து மற்றவர்களுமான சோமதத்தன், அவனுடைய மகன்கள் பூரி, பூரீஸ்வரன், சல்யன், ப்ருஹந்த்தன், மணிமந்த்தன், தண்டாதரன், சகாதேவன், ஜயத்சேனன், மேகஸந்தி தலைவர்கள், விராடராஜன், அவனுடைய மைந்தர்கள் ஸங்க்கு, உத்தரன், வ்ருத்தக்ஷேமி மைந்தர்களான சுஸர்மன், சேனாயிந்தன், சுகேதன், அவனுடைய மைந்தர்கள் சுவர்ச்சஸன், ஸுனாமஸு, சுசித்திரன், சுகுமாரன், வ்ருகன், சத்யத்ருதி, சூர்யத்வஜன், ரோசமானன், நீலன், சித்ராயுதன், அம்சுமானன், சேகிதானன், ச்ரேணி, சமுத்ரசேனனின் மைந்தர்கள் சந்திரசேனன், ஜலஸந்தன், விதகண்டன், அவனுடைய மைந்தர்கள் தண்டு, பௌண்ட்ரக வாசுதேவன், பகவதத்தன், களிங்கன், தாம்ரலிப்தன்,

பாடனு, அவனுடைய மைந்தர்கள் ருக்மாங்கதன், ருக்மரதன், சாரத்வ சல்யன், காம்போஜ தேசத்து ஸுதக்ஷிணன், புரு வம்சத்து சுதன்மன், மகாபலசாலியான ஸுஷேணன், உசீநர தேசத்து சிபி, காருஷாதிபதி ஆகியோர் உன்னை வரித்துக் கொள்வதற்கு வந்திருக்கிறார்கள்" என்று திருஷ்டத்யும்னன் விவரித்தான்.

பகீரதனின் வம்சத்தவனான ப்ருஹத்சத்ரு, சிந்து நாட்டு மன்னனான ஜயத்ரதன், பிரம்மதத்தன், பாஹ்லீகன், ஸ்ருதாயு, உலூகன், சைதவன், சித்ரங்கதன், சுபாங்கதன், வத்ஸராஜன், கோசலராஜன், சிசுபாலன், ஜராசந்தன் ஆகியோருடன் பல தேசத்துத் தலைவர்கள், அனேக க்ஷத்திரிய வீரர்கள் வந்திருக்கிறார்களென்று திருஷ்டத்யும்னன் விவரித்தபோது திரௌபதியின் மேனி சிலிர்த்தது.

இது சுயம்வரமா அல்லது இருபக்கத்து மகாவீரர்கள் ஆயத்தமாகியுள்ள போர்க்களமா என்று அவள் ஆச்சரியப்பட்டாள். தன்னுடைய பிறப்பு க்ஷத்திரிய சம்ஹாரத்திற்காக ஏற்பட்டதென்று தனக்குத் தெரியும். வருங்காலத்தில் க்ஷத்திரிய சம்ஹாரத்திற்கு இது அரங்கம் அல்ல அல்லவா என்று அவளுக்குத் தோன்றியது. ராஜாக்கள் எல்லாரும் மதம்பிடித்த யானைகளைப் போல, காம உத்வேகத்துடன் தன்னையே பார்த்துக்கொண்டிருந்ததை திரௌபதி கவனிக்காமல் இல்லை. அது அவளுக்கு ஒரு பக்கம் கலக்கத்தையும், இன்னொரு பக்கம் கர்வத்தையும் ஏற்படுத்தியது. அவர்களுடைய பார்வைகள் எல்லாமே கூர்மையான அம்புகளைப் போல, நட்டநடுப் பகல் சூரியனின் கிரணங்களைப் போல அவளைக் குத்திக்கொண்டிருந்தன. ராஜாக்கள் தங்களுக்குள் அண்ணன் தம்பிகளேயானாலும் ஒருவரையொருவர் பொறாமையுடன் பார்த்துக் கொண்டார்கள். ஒருவேளை யாராவது தன்னை வென்றால் மற்றவர்கள் எல்லாருமாகச் சேர்ந்து அவனைக் கொன்றுவிட மாட்டார்கள் அல்லவா என்ற எண்ணம் அவளுடைய மனதைத் தத்தளிக்கச் செய்தது. அந்த நிலையில் திருஷ்டத்யும்னனின் குரல் திரௌபதியின் சிந்தனைகளைச் சிதறடித்தது.

சகோதரர்களான பலராமன், ஸ்ரீகிருஷ்ணன் முதலான யாதவ வீரர்கள்கூட வந்திருக்கிறார்களென்று திருஷ்டத்யும்னன் சொன்னபோது திரௌபதியின் பார்வை தன்னியல்பாக ஸ்ரீகிருஷ்ணனின் பக்கம் திரும்பியது. எட்டு பட்டமகிஷிகள்,

பத்தாயிரம் பேருக்கு மேலாக கோபிகள் ஆகியோருக்கு ஆராதனை தெய்வமான ஸ்ரீகிருஷ்ணனின் அழகிய உருவம் திரௌபதியின் கண்களுக்குப் புலப்பட்டது. அபூர்வமான தேஜஸ்ஸுடன் ஒளிர்ந்த படி, வாலிப மனோகர மந்தகாசத்துடனான அமைதியான முகத்துடன் பொலிவுற்றிருந்த ஸ்ரீகிருஷ்ணனைப் பார்த்ததும் ஏனோ திரௌபதிக்குப் பரபரப்பான சூழ்நிலையில் எக்களிப்பான வசந்தம் பிரவேசிப்பது போலிருந்தது. தங்களுக்கிடையே ஜன்ம ஜன்மாந்திரத் தொடர்பு ஏதாவது உள்ளதா என்று அவள் ஆச்சரியப்பட்டாள். தன்னைப் பார்த்து மிகவும் அறிமுகமானது போலச் சிரித்த ஸ்ரீகிருஷ்ணனின் அந்தச் சிரிப்பு அவளுடைய மனதை மென்மையாக்கியது. இந்தக் கிருஷ்ணன்கூடத் தனக்காக, தன்னை வரித்துக்கொள்வதற்காக வந்திருக்கிறானா, இப்போதே அவனுக்கிருக்கும் துணைவியார்கள் போதாதா என்று திரௌபதி தன்னைத் தானே கேட்டுக்கொண்டாள். அவன் எதற்காகவோ தனக்கு உதவி செய்ய வந்திருப்பானோ என்று எண்ணியவள் அவனுடைய நட்பு பூர்வமான புன்னகையைப் பார்த்தால் அப்படித்தான் என்று தோன்றியது. ஆனால் எல்லாரும் தன்னைக் கைப்பிடிக்கும் நோக்கத் துடன் வந்திருக்கிறார்களென்று திருஷ்டத்யும்னன் சொன்ன போது அவளுக்கு ஆச்சரியம் ஏற்பட்டது.

இதற்குள் சபையில் சந்தடி கிளம்பியது. திரௌபதியின் பார்வை சபையின் வேறு பக்கமாகத் திரும்பியது. பிராமணர்கள் உட்கார்ந்திருந்த பகுதிக்கு ஐந்து திடகாத்திரர்கள் நுழைந்தார்கள். அவர்கள் பக்கம் ஸ்ரீகிருஷ்ணன் பார்த்து பலராமனிடம் ஏதோ பேசியதை அவள் கவனித்தாள். பெரும்பாலும் அவர்கள் தர்மன், பீமன், அர்ஜுனன், நகுலன், சகாதேவன் என்பதாக ஸ்ரீகிருஷ்ணன் பலராமனிடம் சொல்லியிருக்க வேண்டுமென்று இப்போது தோன்று கிறது.

ஆனால் நீறு பூத்த நெருப்பு போல, ஒளிரும் கஜராஜாக்கள் போல உட்கார்ந்திருந்த இவர்கள் பிராமண உருவத்தில் இருக்கும் க்ஷத்திரியர்கள் இல்லை அல்லவா என்ற சந்தேகம் அவளிடம் சற்றே ஏற்பட்டது. அவர்கள் உடம்பெல்லாம் விபூதி பூசிய நிலையில் தன் மீதே மோகத்துடன் பார்த்துக்கொண்டிருப்பதுபோல் தோன்றியது. அந்த ஐந்து பேரின் பார்வைகள் தன் மீது பதிய, அவர்களுடைய பார்வைகளுடன் தன்னுடைய பார்வைகள் கலக்கவே திரௌபதி

தலைகுனிந்துகொண்டாள். அவர்களும்கூட திரௌபதி மீதே கண்களைப் பதிய வைத்துப் பார்த்துக்கொண்டே இருந்தார்கள்.

இதற்குள் மத்ஸ்ய யந்திரத்தைச் சிதைத்து வீழ்த்துவதற்கு வரச் சொல்லி திருஷ்டத்யும்னன் அழைப்பு விடுக்கவே எல்லாருடைய பார்வைகளும் அந்த யந்திரத்தின் மீது திரும்பின. சாள்வன், சல்யன், அஸ்வத்தாமன், க்ராதன், சுநீதன், வக்ரன், கலிங்க மன்னன், வங்க மன்னன், பாண்டிய மன்னன், பௌண்ட்ர தேச மன்னன், விதேக மன்னன், கிரேக்க நாட்டு அதிபதிகள், மேலும் பல நாட்டு மன்னர் களும் இளவரசர்களும் ஆகியோர் கிரீடம், கவசம், கங்கணம் முதலியன அணிந்து அலங்காரவாதிகளாக ஒவ்வொருவராக வந்து வில்லில் நாண் தொடுப்பதற்கு முயன்றார்கள். இவர்களில் பலரும் குறைந்தது அந்த வில்லில் நாண் ஏற்றுவதற்குக்கூட முடியாமல் திரும்பிச் சென்றார்கள். தங்களுடைய வலிமை, அம்புப் பயிற்சி அனுபவம் ஆகியவற்றை அந்த வில்லின் மீது பிரயோகித்துத் தோல்வியடைந்தார்கள். சிலர் வில்லின் சுமை தாங்க முடியாமல் கீழே விழுந்து மாலையும் கிரீடமும் கீழே விழ அவமானத்திற்குள்ளானார்கள். திரௌபதி மீது அவர்கள் ஆசை விட்டொழித்து, மிகுந்த அழகு பொருந்தியவளான அவளைக் கைப்பிடிக்க முடியாமல் போகிறதே என்ற வேதனையுடன் அவளைக் கண்ணாரப் பார்த்துக்கொண்டு திரும்பிப் போய்த் தங்கள் இருக்கைகளில் அமர்ந்தார்கள்.

அதற்குள் துரியோதனனுடன் ஏதோ பேசிய கர்ணன் தன்னுடைய இருக்கையை விட்டு எழுந்து நின்றான். அவன் வில்லை அணுகியபோது திரௌபதியின் நெஞ்சு வேகமாக அடித்துக் கொண்டது. கர்ணன் வில்லின் பக்கம் வந்ததும் திருஷ்டத்யும்னன் கோபம் கொண்டு ஆத்திரப்படுவதாகத் தென்பட்டான். அதற்குள்ளாக, வில்வித்தையில் வல்லவனான கர்ணன் வில்லை அனாயாசமாக மேலே தூக்கி நாண் ஏற்றினான். அந்தக் காட்சியைப் பார்த்து துரியோதனன் முதலானோர் ஆரவாரம் செய்தார்கள். கர்ணன் திரௌபதியைப் பார்த்தவாறே வில்லின் நாண் கயிற்றை இறுக்கினான். அதே வேளையில் திருஷ்டத்யும்னன் தங்கையின் அருகில் சென்று அவளுடைய காதில் ஏதோ சொன்னான்.

அதிவேகமாகக் கர்ணன் இழுத்துக் கட்டிய நாண் கயிற்றில் ஐந்து அம்புகளை ஒரே தடவையில் தொடுத்துக்கொண்டு "ராஜ குமாரர்களே! நான் இந்த மத்ஸ்ய யந்திரத்தைச் சிதைத்து வீழ்த்தி திரௌபதியைக் கைப்பிடிக்கப் போகிறேன்" என்று சொல்லிக் கொண்டே கர்ணன் புன்னகையுடன் திரௌபதியின் பக்கம் பார்த்தான். அப்போது திரௌபதியின் வாயிலிருந்து அம்பு தைக்கும் விதமாக வார்த்தைகள் வெளிவந்தன.

"அண்ணா... இந்த வீரனை லட்சிய யந்திரத்தை வீழ்த்த வேண்டாமென்று சொல்லுங்கள். இவன் அடிமை குமாரன். நான் ராஜகுமாரனைத்தானே தவிர அடிமை மகனை வரிப்பதற்கு இந்த சுயம்வர மண்டபத்திற்கு வரவில்லை" என்று கர்ணனின் காதுபடக் கேட்பதுபோல் தெளிவாகச் சொன்னாள்.

அந்த வார்த்தைகளைக் கேட்டதும் கர்ணனின் விரல் நுனிகளிலிருந்து அம்புகள் கீழே விழுந்தன. அவனுடைய புருவங்கள் கோபத்தால் நெரிந்தன. ஆனால் அவன் சபை மரியாதையைப் புறந்தள்ள விரும்பவில்லை. தன்னுடைய கோபத்தை அடக்கிக் கொண்டே கர்ணன் திரௌபதியின் பக்கம் சிரித்தபடிப் பார்த்து விட்டு வில்லைக் கீழே வைத்துவிட்டுத் திரும்பிப் போனான். துரியோதனன் கர்ணனின் தோளைத் தட்டி அவனை சமாதானப்படுத்தினான்.

அதன் பிறகு சிசுபாலனும் ஜராசந்தனும் வில்லை மேலே தூக்கி எடுக்க முயன்று கீழே விழுந்தார்கள். அவர்கள் அவமானச் சுமையுடன் அந்த இடத்திலிருந்து வெளியேறினார்கள். வில்லை மேலே தூக்குவதற்கு முயல வேண்டுமா, வேண்டாமா என்று அதுவரையிலும் சந்தேகப்பட்டுக்கொண்டிருந்த துரியோதனன் எழுந்து நின்றான். திரௌபதியைப் பார்த்த அவனுடைய மனது ஏற்கெனவே குழப்பத்தில்தான் இருந்தது. மித்ரதர்மம் அனுசரித்துக் கர்ணனை உற்சாகப்படுத்தி அனுப்பியிருந்தான். கர்ணன் திரௌபதியினால் அவமானப்பட்டுத் திரும்பி வந்த பிறகு துரியோதனன் அதற்குப் பழிக்குப்பழி தீர்க்க வேண்டுமென்று நினைத்தானோ என்னவோ, ஆத்திரத்துடன் வில்லை முறிக்க வேண்டுமென்பதற்காகத் தனது இருக்கையினின்றும் எழுந்து இறங்கி வந்தான். எல்லாரும் அவனையே ஆர்வத்துடன் பார்த்துக் கொண்டிருந்தார்கள். துரியோதனன் வில்லை அனாயாசமாகத்

தூக்கினான். ஆனால் திரௌபதி இருந்த பக்கமே பார்த்துக்கொண்டு அவன் நாண் கயிற்றை இறுக்கியதால் அவனுடைய கைவிரல்கள் சிதைந்து ரத்தம் கொட்டியது. பொறுக்க முடியாத வேதனையுடன் அவன் வில்லைப் பிடித்திருந்த பிடியைத் தளரவிட்டான். வில் அவன் மீது சரிந்து விழுந்தது. அந்த பாரத்தைத் தாங்க முடியாமல் அவன் தரையில் மல்லாந்து விழுந்தான். சபையோர்கள் சிரிப்பது போலத் தோன்றவே அவன் வெட்கப்பட்டுத் திரும்பிப் போய்த் தன் இருக்கையில் அமர்ந்தான்.

ராஜாக்களெல்லாம் அந்த வில்லைத் தூக்கி நிறுத்துவதற்கு முயன்று தோல்வியடைந்த பிறகு சபையில் அமைதி சூழ்ந்தது. ஸ்ரீகிருஷ்ணன் முதலான யாதவ வீரர்கள் வில்லை வளைத்து நாணேற்றுவதற்கு வரவில்லை என்பது அவர்களில் ஒரு வீரன்கூட முயலாதிருந்ததனால் சபையில் எல்லாருக்கும் தெரிந்துவிட்டது. இது விஷயமாகப் பேசுவதற்கு எவரும் துணியவில்லை. ஓரிரு ராஜாக்கள் உண்மையில் அந்த மத்ஸ்ய யந்திரப் போட்டியின் தகுதியைப் பற்றிக் கேள்வி எழுப்ப வேண்டுமென்று தீர்மானித் தார்கள். ஆனால் அதற்குள்ளாக திடகாத்திரமான ஒரு பிராமணன் வில் இருந்த பக்கமாக வந்தது சபையின் பார்வையை ஈர்த்தது. பிராமணர்கள் தங்கள் தங்கள் முழங்கைகளை உயர்த்தி ஆரவாரம் செய்யலானார்கள். சபையில் ராஜாக்கள்கூட ஆச்சரியத்துடன் பார்த்தார்கள். பிராமணர்களின் ஆரவாரக் கைத்தட்டல்களுக் கிடையே அந்த பிராமண வீரன் வில் இருந்த இடத்தைச் சென்றடைந்தான். இதற்குள் சில பிராமணர்கள் தங்களுக்குள் விவாதித்துக்கொண்டது சபைக்குக் கேட்டது.

“கர்ணன், சல்யன் முதலானவர்கள் வில்வித்தையில் கரை கண்டவர்கள். அவர்களும் பிரசித்தி பெற்ற க்ஷத்திரியர்களும் நாணேற்ற முடியாத இந்த வில்லை இந்த பிராமண இளைஞன் தூக்கி நிறுத்தி நாணேற்றிவிடுவானா? குழந்தைத்தனமான அசட்டுத்தனத்தால் இவன் திரௌபதி மீதான மோகத்தினால் போகிறான். இவன் தோற்றுவிட்டால் ராஜாக்கள் நம்மைப் பார்த்துப் பரிகசிப்பார்கள். அது பிராமணக் குலத்திற்கு அவமானமாகிவிடும். ஆசி மொழிகள் சொல்வதற்கு மட்டுமே அன்றி சுயம்வரத்தில் பங்கெடுத்துக்கொள்வற்காக நாம் இங்கே வரவில்லை. அவனைத் தடுத்து நிறுத்துவதுதான் நல்லது” என்று அவர்கள் முதிய

பிராமணர்களிடம் சொன்னார்கள்.

வேறு சில பிராமணர்கள் இன்னொரு விதமாகச் சொன்னார்கள்.

"சகோதரர்களே, ராஜாக்கள் முயன்று தோற்கும்போது நம்மில் ஒருவன் முயன்று தோற்றுப்போனால் அது எப்படி அவமானமாகும்? நாம் அவர்களுக்குப் போட்டியாக வரவில்லை. அவர்கள் மீது நமக்கு வெறுப்பு உணர்வும் கிடையாது. முயன்று பார்த்த பின்னர் தோற்றோம் என்ற புகழ்கூட நல்லதுதான்."

சில பிராமணர்கள் அந்த இளைஞனை ஆமோதித்தார்கள்.

அந்த சுந்தர இளைஞன் ஐராவத யானை போன்று உற்சாகக் குதியாட்டம் போட்டுக்கொண்டிருந்தான். "அதோ பாருங்கள்... அவன் தன் அங்கவஸ்திரத்தை ஒதுக்கிக் கட்டுகிறான். அவனுடைய உடம்பு வலுவாக, தோள்கள் பொலிவாக இருக்கின்றன. அவனுடைய தைரியம் இமயத்துக்குச் சமமாக இருக்கிறது. சிங்கத்துக்கு நிகரான கூர்த்த பார்வை, வாலிப மதயானையின் பராக்கிரமம் கொண்டவனாகத் தென்படுகிறான். இந்த வீரனுக்கு இந்தக் காரியம் சாத்தியமானாலும் ஆச்சரியப்படுவதற்கில்லை. திறமை இல்லாதவனாக, கோழையாக இருப்பானாகில் இந்தத் துணிச்சலான காரியத்தைத் தொடங்குவானா... தேவர்களுக்கும் அசுரர்களுக்கும் அசாத்தியமான காரியங்களை பிராமணர்களால் செய்ய முடியும் என்பதை நாம் எத்தனையோ தடவை நிரூபித்திருக்கிறோம். ஜலபானமும் வாயுபோஜனமும் மட்டுமே கொண்டு மிகுந்த பலசாலிகளாக இருப்பது நமக்குத்தான் சாத்தியம். பிராமணன் எந்த வேலை செய்தாலும் அவனை அவமதிக்கக் கூடாது. வில்வித்தை, வேதம் ஓதுதல், பலவகையான சாஸ்திரங்களில் ஆதிபத்தியம், தேவையானதை சம்பாதித்துக்கொள்ளும் திறன் பிராமணர்களுக்கு இருக்கிறது. பரசுராமன் தன்னந்தனியாகவே க்ஷத்திரியர்களை வென்ற விஷயத்தை மறந்துவிடக் கூடாது. அகஸ்திய மாமுனி தன்னுடைய பிரம்மதேஜஸ் ஆதிக்கத்தினால் ஆழம் காண முடியாத சமுத்திரத்தைப் பருகிய சாதனை நமக்குத் தெரியும். அதனால் நாம் இந்தப் பிரம்மச்சாரி பிராமணன் வில்லைத் தூக்கி நிறுத்தி மத்ஸ்ய யந்திரத்தைச் சிதைத்து வீழ்த்த வேண்டுமென்று ஆசீர்வாத மொழிகளை ஜபிப்போம்."

இந்தப் பேச்சுக்கு எல்லா பிராமணர்களும் சம்மதித்து மந்திரம் ஜபிக்கும் போக்கில் ஆசீர்வாத மொழிகளை உச்சரிக்கத் தொடங்கினார்கள். பிராமணர்களின் ஆசீர்வாத மொழிகளுக் கிடையே அந்த வீரன் வில்லைச் சுற்றி நான்கு பக்கமும் பிரதட்சிணைகள் செய்து சிவபெருமானை, ஸ்ரீகிருஷ்ணனை மனதுக்குள் தியானித்துக்கொண்டு அந்த வில்லை தடாலென்று மேலே தூக்கினான். அதைப் பார்த்த திரௌபதியின் மனது பூரித்துப்போயிற்று. அழகான அந்த பிராமண வீரனை வரிக்கும் பாக்கியம் தனக்குக் கிடைக்க இருப்பதாக அவளுக்குத் தோன்றியது. உடனுக்குடன் அவன் வில்லுக்கு நாணேற்றி ஐந்து அம்புகளைத் தொடுத்தான். கணநேரம்கூடத் தாமதிக்காமல் ஐந்து அம்புகளையும் ஒரே தடவையில் மேலே கிறுகிறுவென்று சுழன்று கொண்டிருந்த யந்திரத்தின் மீது செலுத்தினான். உடனே மத்ஸ்ய யந்திரம் சின்னா பின்னமாகி யந்திரத்தின் துளையிலிருந்து மத்ஸ்யப் பகுதி நழுவிக் கீழே விழுந்தது.

அந்தக் காட்சியைப் பார்த்த ராஜாக்கள் அதிர்ந்து போனார்கள். அவர்களிடையே ஆரவாரக் கூச்சல்கள் வெளிப்பட்டன. பிராமணர்கள் ஆனந்தம் மேலிடத் தங்கள் அங்கவஸ்திரங்களை வெற்றிக் கொடிகளாக வீசி ஆட்டி ஆரவாரம் செய்தார்கள். இந்த ஆரவாரத்திற்கிடையே பிராமண உருவில் இருந்த தர்மன் நகுலசகாதேவர்களுடன் சேர்ந்து சபையிலிருந்து வெளியேறியதை யாரும் கவனிக்கவில்லை. பீமசேனன் ஒருவன் மட்டும் அங்கு நடந்து கொண்டிருந்ததையெல்லாம் கவனித்த படி அங்கேயே இருந்தான்.

அர்ஜுனன் மத்ஸ்ய யந்திரத்தை வீழ்த்திய பிறகு திரௌபதி இந்திரனுக்குச் சமமான பராக்கிரமசாலியான அவன் மீது பார்வை பதித்து மெள்ள மெள்ள அவனை நோக்கிச் சென்று, ராஜாக்களையெல்லாம் பொருட்படுத்தாமல் அவர்கள் பார்த்துக் கொண்டிருந்தபோதே அவனுடைய கழுத்தில் மணமாலையைப் போட்டுவிட்டுப் பக்கத்திலேயே நின்றுகொண்டாள். நீங்காத பொலிவுடனான அவனுடைய உருவத்தை எத்தனை தடவை பார்த்தாலும் அவளுக்கு ஆர்வம் தணியவில்லை. பிராமண உருவில் இருந்த அர்ஜுனனும் திரௌபதியைப் பார்த்தபடி நின்றிருந்தான்.

சசிதேவி இந்திரனை, ஸ்வாஹாதேவி அக்னிதேவனை,

லட்சுமிதேவி விஷ்ணு பகவானை, விடியல்தேவியான உஷாதேவி சூரியனை, ரதிதேவி மன்மதனை, கிரிஜாதேவி மகேஸ்வரனை, சீதாதேவி ஸ்ரீராமனை, தமயந்தி நளனை வரித்துக்கொண்டது போல திரௌபதி அர்ஜுனனை வரித்துக்கொண்டாள். அர்ஜுனன் திரௌபதியை வென்று அவளுடன் சேர்ந்து சுயம்வர மண்டபத்தி லிருந்து வெளியேறினான். பிராமணர்கள் வெற்றி முழக்கங்கள் செய்தபடி அவனுக்குப் பின்னால் நடந்தார்கள்.

நிகழ்ந்துகொண்டிருப்பது கனவா, நனவா என்று திகைத்துப் போய்ப் பார்த்துக் கொண்டிருந்த துரியோதனன், கர்ணன், சல்யன் ஆகியோரும் மற்றவர்களும் நடந்து போய்க்கொண்டிருந்த அர்ஜுனனையும் திரௌபதியையும் பார்த்துத் தன்னுணர்வு பெற்றார்கள். அற்புதமான அழகுப்பெட்டகமான திரௌபதி ஒரு சாதாரண பிராமணனை மணந்துகொண்ட காட்சி அவர்களில் அவமானத் தீச்சுடரைக் கிளறிவிட்டது. ஆனால் அவன் சுயம்வரத்தில் அறநெறிப்படி வெற்றி கண்டிருக்கிறான். மேலும் அவன் ஒரு பிராமணன். அவனை ஏதும் குறை சொல்வது உசித மல்ல. அவர்களுடைய ஆத்திரமெல்லாம் இப்போது துருபதன் மீது திசை திரும்பியது. துரியோதனன் துருபதனை நோக்கிக் கத்தியை உருவினான்.

“தன் மகளை பிராமணனுக்குக் கொடுத்து மணம் முடிக்க நினைத்திருந்தால் நம்மை எதற்காக இங்கே வரவழைத்தான்? இந்த சுயம்வரம் ராஜகுமாரர்களுக்காக ஏற்பாடு செய்திருக்கும்போது ஓர் அனாமதேயனான பிராமணனுக்குத் தன் மகளை எதற்காக அர்ப்பணிக்கவேண்டும்? நம் எல்லாருக்குள்ளும் தன் மகளுக்குத் தகுதியான வரன் எவனும் இல்லையென்று உலகத்திற்கு வெளிப்படையாகத் தெரிவிப்பதற்குத்தானே இந்த சூழ்ச்சி? பிராமணனுக்கு சுயம்வர அருகதை கிடையாதென்பது அவனுக்குத் தெரியாதா? சுயம்வரம் என்பது க்ஷத்திரியர்களுக்கு மட்டுமேயான மரியாதை... அந்த கௌரவத்தைப் பொருட்படுத்தாத துருபதனை இப்போதே எமலோகத்திற்கு அனுப்புவோம். பிராமணன் என்ற காரணத்தால் அந்த வீரனைத் தவிர்த்துவிட்டு திரௌபதியை நம்மில் ஒருவனை மணந்துகொள்ள வேண்டுமென்று கேட்போம். விருப்பப்படவில்லையானால் அவளை அக்னிக்கு ஆஹுதியாக்கி விட்டு நமது நாடுகளுக்குத் திரும்புவோம்” என்று துரியோதனன்

எல்லாரையும் தூண்டிவிட்டான்.

மதம்பிடித்த யானைகளைப் போல துரியோதனன், கர்ணன் ஆகியோர் தன்னைக் கொல்ல வருவதைப் பார்த்து பயந்த துருபதன் பிராமணர்களிடம் சரணடைந்தான். பிராமணர்கள் அவனுக்கு அபயம் கொடுத்துத் தங்கள் கமண்டலங்கள், கறுப்பு மானின் தோல் ஆகியவற்றை ஆயுதங்களாகக் கொண்டு கௌரவர்கள் முதலானோரை எதிர்கொள்வதற்கு ஆயத்தமானார்கள். இந்தக் காட்சியைப் பார்த்து திரௌபதி அச்சமுற்று அர்ஜுனனின் கையை இறுக்கமாகப் பற்றிக்கொண்டாள். அதை கவனித்த பீமன் சுயம்வர மண்டப வளாகத்திலிருந்த ஒரு மரத்தைப் பெயர்த்து, அதனுடைய இலைகளைக் களைந்துவிட்டு எமனைப் போல அர்ஜுனனின் பக்கத்தில் வந்து நின்றுகொண்டான். கௌரவ வீரர்களுடன் போரிடு வதாக இருந்த பிராமணர்களைத் தடுத்து நிறுத்தினான்.

“மகிமை பொருந்திய மேன்மக்களே, உங்களுக்கெதற்குத் தேவையில்லாத சிரமம்? இந்த அரசோச்சும் நாகங்களின் அகம் பாவத்தை அடக்குவதற்கு நான் ஒருவனே போதாதா? நீங்கள் என் பராக்கிரமத்தைப் பார்த்துக்கொண்டிருங்கள், போதும்” என்று அர்ஜுனன் அடுத்தடுத்து துரியோதனன், கர்ணன் முதலானோர் மீது அம்புகளைத் தொடுத்தான். அதைப் பார்த்த கர்ணன் அர்ஜுனனை எதிர்கொண்டான். அவர்கள் இருவருக்குமிடையே பயங்கர யுத்தம் நடந்தது. அவர்களுடைய அம்புகளால் வானம் அடர்ந்து நிறைந்துவிட்டது. அர்ஜுனனின் எண்ணிறந்த அம்புகள் அடுத்தடுத்துத் தொடர்வதைக் கர்ணன் நடுவழியில் தடுத்து நிறுத்த முடியாது போனான்.

திரௌபதிக்கு அது முதன்முதலான பயங்கர மகாயுத்தத் காட்சி. தந்தை துருபதனுடனும், பிராமணக் குழுவினருடனும் சேர்ந்து இருவரிடையேயான யுத்தத்தை நடுக்கத்துடன் பார்த்துக் கொண்டிருந்தாள். ஒருவன் அடிமையின் மகன், இன்னொருவன் பிராமணன். எந்த க்ஷத்திரிய வீரனும் இவர்களுடைய போராட்ட ஆற்றலுக்கு நிகராக மாட்டானென்று தோன்றியது. திரௌபதிக்குத் தென்பட்ட மற்றோர் அபூர்வமான காட்சி, மற்றொரு பிராமண வீரன் சல்யனுடன் மல்யுத்தம் தொடங்கியது. அவர்கள் இருவரும் கைப்பிடிகளாலும், முழங்கால்களாலும் பரஸ்பரம்

தாக்கிக்கொண்டார்கள். ஒருவரை யொருவர் இழுத்துக் கீழே விழுத்தாட்டுவதற்கு முயன்றார்கள். ப்ரகர்ஷணம், ஆகர்ஷணம், அத்யாகர்ஷணம், விகர்ஷணம் என்ற மல்யுத்தச் செயற்பாடுகளைப் பிரயோகித்துக்கொண்டு இரண்டு பெரும்பாறைகளோ, மலைகளோ மோதிக்கொள்வது போலத் தென்பட்டார்கள். அவர்களுடைய சரீரங்களின் எலும்புகள் படபடவென்று ஒலி கிளப்பின.

நினைத்ததெல்லாம் நடந்துகொண்டிருக்கிறது. தனக்காக இங்கே வந்திருந்தவர்கள் எல்லாரும் பயங்கர யுத்தம் செய்பவர்கள்போல் தென்டுகிறார்கள். ரத்தம் குளங்கள் கட்டுவதுபோல் இருப்பதாக திரௌபதி நடுங்கிப்போனாள்.

அப்போது கர்ணன் அர்ஜுனனைப் பார்த்துக் கேட்டான்: "பிராமண உத்தமனே, உன்னுடைய தைரிய சாகசங்கள் எனக்கு அளவற்ற மகிழ்ச்சியளிக்கின்றன. இவ்வளவு யுத்தம் புரிந்தாலும் நீ களைத்ததாகத் தெரியவில்லை. பார்கவ ராமன், தேவேந்திரன், குந்தி மைந்தனான அர்ஜுனன் ஆகியோர் மட்டுமே என்னை எதிர்த்துப் போராட வல்லவர்கள். வேறு யாருக்கும் அப்படிப்பட்ட ஆற்றல் கிடையாது. அளவற்ற பராக்கிரமசாலியான நீ யாரென்று தெரிந்துகொள்ளும் ஆர்வம் ஏற்படுகிறது. நீ வசப்படுத்தி உள்ளடக்கி வைத்திருப்பது வில்வித்தையா அல்லது நீ அதீத சக்தி கொண்ட விஷ்ணு பகவானேதானா? எதற்காக இந்த வேடம் புனைந்திருக்கிறாய்?... சொல்!"

அர்ஜுனன் இதற்கு பதிலளிப்பதாக, "கர்ணா! நீ சொன்னவர்களில் நான் எவரும் இல்லை... ஆனால் வில்வித்தையில் மகா விற்பன்னன். பிரம்மாஸ்திரம், இந்திராஸ்திரம் ஆகியவற்றைப் பிரயோகிக்க முடியும். யுத்தத்தில் உன்னைத் தோற்கடிக்க வேண்டுமென்று ஏங்குகிறேன். மற்ற பேச்செல்லாம் எதற்கு? உன்னுடைய பிரதாபத்தைக் காட்டு" என்றான்.

ஆனால் கர்ணன் யுத்தம் செய்ய விரும்பவில்லை. "பிராமண உத்தமரே, பிராமணரிடம் யுத்தம் செய்வது முறையானதல்ல. உன்னுடைய தேஜஸ் வெல்ல முடியாதது. உனக்கு வாழ்த்துகள்" என்று சொல்லிவிட்டுத் திரும்பிப் போனான். அப்போது பீமன் சிலிர்த்தெழுந்து இரண்டு கைகளாலும் சல்யனை மேலே தூக்கித் தரையில் வீசியடித்தான். சல்யன் தூசி படிந்த தனது உடம்பைத்

தட்டித் துடைத்துக்கொண்டு தோல்வியை ஒப்புக்கொண்டு பின்வாங் கினான். கர்ணனும் சல்யனும் பின்வாங்கித் திரும்பியதைக் கண்ட பிராமணர்கள் முழக்கங்கள் செய்தார்கள்.

கர்ணன் பின்வாங்கித் திரும்பினான் என்றாலும், திரௌபதி யைக் கைப்பிடிக்க முடியாதுபோன வருத்தம் அவனில் அமைதியை குலைத்ததுபோல் தெரிந்தது. அடிமையின் மகன் என்பதனால் மத்ஸ்ய யந்திரத்தைச் சிதைத்து வீழ்த்தக் கூடாது என்று திரௌபதி வரையறுத்தது அவனை அவமானத்தால் எரித்துக்கொண்டிருந்தது. போகட்டும்... நியாயமான யுத்த முறையிலாவது திரௌபதியை வென்றடையலாம் என்று நினைத்தால் அவளைக் கைப்பிடித்தவன் சர்வசக்தி வாய்ந்த பிராமணன். தானும் சர்வசக்திகள் பெற்றிருந்தாலும் அவனைத் தோல்வியடையச் செய்து ஒரு பிராமணனின் பத்தினியைக் கைப்பற்றிய பழிச்சொல் தனக்கெதற்கு? பிராமணர்களின் நடுவே நின்றுகொண்டு அந்த பிராமண வீரனின் வெற்றியை மகிழ்ச்சியுடன் பார்த்துக் கொண்டிருக்கும் திரௌபதியைப் பார்த்துக் கர்ணன் அசதியுடன் காலடிகள் பதித்துத் திரும்பிப் போனான். கர்ணன் திரும்பிப் போன பிறகு துரியோதனன், துச்சாதனன் முதலானோர் ஒரே குழுவாக அர்ஜுனன் மீது பாய்ந்து தோற்கடிப்பதற்கு முன்னேறி வந்தார்கள். ஆனால் அறவழியில் திரௌபதியை வெற்றி கொண்ட வீரனின் மீது எல்லாருமாகச் சேர்ந்து பகைத்துக் கொள்வதுபோல் தாக்குவது சரியல்லவென்று ஸ்ரீகிருஷ்ணன் அவர்களைக் கண்டித்ததால் அவர்களும் பின்வாங்கிக் கர்ணனின் பின்னால் கூட்டமாகச் சென்றார்கள்.

* * *

சுயம்வரத்தில் அர்ஜுனனுடன் மோதிய கர்ணனின் உருவத்தை திரௌபதி இன்றைக்கும் மறந்துவிடவில்லை. தன்னைப் பார்த்து விட்டு அவன் பின்வாங்கினானா... இல்லாவிட்டால் அர்ஜுனனுடன் ஏன் யுத்தம் செய்ய முன்வந்தான்... அர்ஜுனன் தன்னைத் தானே பிராமணன் என்று தெரிவித்துவிட்டதால் கர்ணன் யுத்தத்தைத் தவிர்த்தான் என்பது அவனுடைய பண்பாடாக இருக்கலாம் அல்லது அர்ஜுனனுடைய பராக்கிரமத்தை எதிர்கொள்ள முடியாததனால் போயிருக்கலாம்... தன்னைத் திருமணம் செய்து கொள்ள முடியவில்லை என்ற வன்மம், பகையுணர்வு அன்றைய

கௌரவ சபையில் துரியோதனன், துச்சாதனன் ஆகியோரைவிடக் கர்ணனிடம்தான் அதிகமாகத் தென்பட்டன. தன்னைத் துகிலுரிவதற்கு அவர்களைத் தூண்டிவிட்ட கர்ணனின் சுயரூபத்தைத் தான் அன்றைக்கே தெரிந்துகொண்டுவிட்டாள். சுயம்வரம் நடந்த அன்றையக் கர்ணனின் பண்பாட்டையும், துகிலுரித்த நாளன்று அவன் நடந்துகொண்ட கீழ்த்தரத்தையும் ஆக இரண்டையும் பார்த்துவிட்டாள்.

ஒரு மனிதனில் அற்பத்தனமும் பெருந்தன்மையும் ஒருசேர இருப்பது சாத்தியமா என்று திரௌபதி தன்னைத் தானே கேட்டுக் கொண்டாள். துச்சாதனன் தன்னைக் கூந்தலைப் பிடித்து இழுத்துக் கொண்டு அரசவைக்குள் இட்டு வரும்போது துரியோதனன், சகுனி, சைந்தன் முதலான கெடுமதியாளர்களுடன் சேர்ந்து கர்ணனும் எள்ளி நகையாடிய விஷயம், விபசாரி என்று அவமதித்த விஷயம் ஆகியவற்றை திரௌபதி இன்றைக்கும் மறக்கவில்லை. தன் கணவன்மார்கள் ஆற்றலற்று, அடுத்திருப்பவர்களைச் சார்ந் திருப்பவர்களாகி, பரிதாபமாகத் தன்னுடைய கேள்விகளுக்கு பதில் சொல்ல முடியாத நிலையில் இருந்தபோது துச்சாதனன் மேலும் கிளர்ந்தெழுந்து தனது கூந்தலை வலுவாகப் பற்றியிழுத்து தாசி, தாசி என்று கூப்பிட்டு மேலும் மேலும் அசிங்கப்படுத்திப் பரிகசித்த போது சபை முழுவதும் சிரித்தது.

கர்ணன் வெடித்துச் சிரித்து துச்சாதனனின் கொடுஞ் செயலைப் பாராட்டி மகிழ்ந்தான். கர்ணனின் துணையுடன் சகுனி, துரியோதனன் முதலானோரும்கூடக் குறும்புத்தனமான, அற்பத்தனமான அந்தச் செயலை ஓகோ என்று மெச்சிப் பாராட்டினார்கள். விகர்ணன் ஒருவன்தான் தனது அண்ணிக்கு நிகழும் அவமானத்தைத் தட்டிக்கேட்டான். சூதாட்டத்தில் முன்னதாகத் தோற்றுப்போன தர்மன் இன்னொருவரைச் சார்ந்திருப்பவனாகி விட்டான். அவனுக்கு மற்றவர்களைப் பணயமாக வைக்கும் அதிகாரம் இருக்கிறதா என்று திரௌபதி விடுத்த கேள்விக்குச் சிந்தித்து நியாயமான பதிலைத் தரும்படி விகர்ணன் கேட்டான். விகர்கணின் வார்த்தைகளை எல்லாரும் ஒப்புக்கொண்டார்களேயானாலும் கர்ணன் அவனுடைய பேச்சுக்குக் குறுக்கிட்டான். துரியோதனன் திரௌபதியை அநியாய முறையில் வெல்லவில்லை என்றும், அவளை அவமானப்படுத்துவது நியாயம்

தான் என்றும் வாதித்தான். தன்னை நிர்வாணமாக சபைக்கு இழுத்து வந்தாலும் தவறில்லை என்றான்.

கர்ணனைப் பாராட்டி ஊக்கப்படுத்திவிட்டு துரியோதனன் மேலும் சிலிர்த்து திரௌபதியின், பாண்டவர்களின் ஆடைகளைக் களையச் சொல்லி துச்சாதனனுக்குக் கட்டளையிட்டான். பாண்ட வர்கள் தங்கள் மேலாடைகளைத் தாங்களே களைந்தார்கள். தன்னுடைய துகிலை உரியும் முயற்சி தோற்றுவிட்ட போதிலும்கூட, தான் அடிமையா இல்லையா என்று சொல்லும்படி திரௌபதி அங்கு கூடியிருந்த பெரியோர்களைக் கேட்டாள். அந்த விஷயத்திற்கு உரிய பதிலைச் சொல்வதற்குத் தகுதியானவன் தர்மன்தான் என்று சொல்லி பீஷ்மாச்சாரியார் நழுவிக்கொண்டார். ஆனால் தர்மன் மௌனம் சாதித்தான். எல்லாரும் மௌனம் சாதித்தபோது திரௌபதியை மறுபடியும் பரிகசித்தவன் கர்ணன்தான்... தங்களில் ஒருவரைக் கணவனாகக் கருதச் சொன்னான். திரௌபதியுடன் முதல் தடவையாக அவன் பேசிய கட்டம் அது... கர்ணன் திரௌபதியை அடிமையாகத் தீர்மானித்த பிறகுதான் துரியோதனன் அவளை அடிமையென்று அழைத்துத் தன் தொடை மீது வந்து உட்காரும்படிக் கண்ணடித்தான்.

'எதற்காகக் கர்ணனுக்கு என் மீது அவ்வளவு வெறுப்பு... சுயம்வரத்தில் நான் செய்த அவமானத்திற்கு அவன் நிறைவான சபையில் பழிதீர்த்துக் கொள்கிறானா... அவன் தூண்டிவிடாமல் இருந்திருந்தால் துச்சாதனன் எனது ஆடைகளைப் பற்றி இழுப்பதற்கு முன்னெடுத்து வருபவனா... அடிமை என்றான பிறகு துரியோதனன் முதலானாருடன் சேர்ந்து என்னை அனுபவிக்கலாமென்று எண்ணினானா...' என்று திரௌபதி தன்னைத் தானே கேள்வி கேட்டுக்கொண்டாள்.

'ஒரு கர்ணனென்ன... எல்லாரும் என்னை அடைய வேண்டு மென்று நினைத்தவர்கள்தாம்... சுயம்வரத்தன்று மத்ஸ்ய யந்திரத்தை வீழ்த்த முடியாமல் அவமானம் அடைந்தவர்கள் எல்லாருமே துரியோதனனின் பக்கம் சேர்ந்தார்கள். சகாதேவனின் தாய்மாமனான சல்யனும்கூடத் தன்னை அடைவதற்கு சுயம்வரத்தன்று பீமசேன னுடன் கலந்துகொண்டான். அவன் கௌரவர்கள் பக்கம் இருந்தான். மத்ஸ்ய யந்திரத்தை வீழ்த்த முடியாமல் ஜயத்ரதனும்கூடக் காட்டில்

தன்னைக் கைப்பற்றுவதற்கு வந்து தேரின் மீது பலவந்தமாக ஏற்றி இட்டுச் சென்றிட வேண்டுமென்று முயன்றான். தனக்காகவே துரியோதனன், கர்ணன் முதலானோர் மறுபடியும் கோஷயாத்திரை என்ற பெயரில் காட்டுக்கு வந்தார்கள்...

...கர்ணன் பாண்டவர்களின் அண்ணன் என்பது தெரிந்தால் மத்ஸ்ய யந்திரத்தை அவனே வீழ்த்திருப்பானோ என்னவோ... அறுவரையும் பகிர்ந்துகொள்ளும்படி குந்திதேவி தன்னிடம் சொல்லியிருப்பார்களோ என்னவோ... அப்படி நடந்திருந்தால் துகிலுரிதலுக்கான வாய்ப்பே ஏற்பட்டிருக்காதோ என்னவோ... கடைசியில் இந்த பயங்கர யுத்தம் நடந்திருக்காதோ என்னவோ... யோசிக்கும்போது இந்த யுத்தத்திற்கும், கர்ணனுக்கும், தனக்கும் ஏதோ பிரிக்க முடியாததான தொடர்பு இருப்பதாகத் தோன்றுகிறது' என்று திரௌபதி மனதுக்குள் நினைத்துக்கொண்டாள்.

இந்தச் சிந்தனையால் திரௌபதியின் கன்னங்கள் சிவந்து போயின. உடம்பில் ரத்தம் வேகமாக, வெதுவெதுப்பாக ஓடிப் பரவியது. இவரை மணந்துகொள்வதற்குத் தான் கொஞ்சம்கூட மறுப்பு சொல்லவில்லை. பெரியவர்களின் கட்டளையாக ஏற்றுக் கொண்டு விட்டாள். இவரின் தாம்பத்தியத்தையும் அனுபவிப்பதற்குத் தான் ஆயத்தமானாள்... இவரும் தன்னை விட்டுப் போய்விடாமல் தன்னுடைய ரூபலாவண்யங்களால், மோக உணர்வால் வசப்படுத்திக் கட்டிப்போட்டிருந்தாள். கர்ணன்கூடத் தனது காதல் பிணைப்பில் சிக்குபவனோ என்னவோ... ஆனால் தன்னை மணந்துகொள்வதற்கு இப்படிப்பட்ட அற்பனுக்கு அருகதை இருக்கிறதா...

அப்போது குந்திதேவி திரௌபதியின் அறைக்குள் நுழைந்தாள். கொண்டை அவிழ்ந்திருக்க சிவந்த கண்களுடன், சிவந்துவிட்ட கன்னங்களுடன் சிந்தனையில் ஆழ்ந்திருந்த திரௌபதியை அவள் கவனித்தாள்.

6

கர்ணனின் அபூர்வ ஆளுமை

நிகழ்ந்துகொண்டிருக்கும் மாற்றங்களுக்கு, காலச்சக்கரம் சுழலும் போக்குக்கு திரௌபதியின் மனது எவ்வளவு களேபரப்படுகிற தென்று குந்திக்குத் தெரியும். சமுத்திரத்தின் ஆழம் கொண்ட மனதை சிருஷ்டிகர்த்தா பெண்ணுக்குக் கொடுத்திருக்கிறான். அலைகளைப் போல் அல்லோலகல்லோலப்படும் சிந்தனைகளையும் கொடுத்திருக் கிறான். எல்லா அனுபவங்களுக்கும் மூலகாரணமாகப் பெண்ணைப் படைத்திருக்கிறான். எதிர்ப்படும் அனுபவங்கள் அவளைத் தத்தளிக்கச் செய்யும் சூழ்நிலையையும் உருவாக்குகிறான்.

சாதாரணப் பெண்மணியான தனக்கே வாழ்க்கையில் எத்தனையோ அனுபவங்கள் எதிர்ப்பட்டன. ஒரு குறிப்பிட்ட காரணத்திற்காகப் பிறப்பெடுத்திருக்கும் திரௌபதிக்கு எதிர்ப்படும் அனுபவங்கள் எப்படி இருக்குமென்பது ஊகிக்கத்தக்கதல்ல. தனது பிள்ளைப் பருவத்திலேயே தாயாக இருந்த அனுபவத்துடன் வாழ்க்கை நிதர்சனங்கள் மற்றவர்களைவிட முன்னதாகவே புரிந்து விட்டன. ஆடிப்பாடுவதான வயதில் ஓர் அபூர்வமான அனுபவம் தனக்கு ஏற்பட்டது. தன்னுடைய குழந்தைப்பருவத்தைத் தானே சிதைத்துக்கொண்டுவிட்டாள். சின்ன வயதின்போது என்ன விளையாட்டு விளையாடியிருக்கிறாயென்று யாராவது தன்னைக் கேட்டால்... சின்ன வயதிலா... விளையாட்டு விளையாடினேனா... என்று ஆச்சரியப்படுவதான சூழ்நிலை தனக்கு ஏற்பட்டது. தன்னோடுதான் வாழ்க்கை விளையாடியிருக்கிறது. ஒரு குழந்தைத் தனமான குறும்பினால் தன்னுடைய வாழ்க்கையில் குழந்தைப்பருவம் என்பதே இல்லாமல் செய்துகொண்டு விட்டாள்.

திரௌபதிக்கும் அதே அனுபவம்தான். தனக்காவது பிறப்பு சார்ந்த பால்யம் இருந்தது. அவளுக்கு அதுவும் இல்லை.

உண்மையில் அவளுக்குப் பிறப்பே இல்லை. துருபதன் செய்த யாகத்தின் பயனாக அவள் கன்னிகையாகவே தோன்றினாள். பிறக்கும்போதே அவள் கோரிக்கைகளுடன் பிறந்தாள். இல்லை, இல்லை, கோரிக்கைகளை நிறைவேற்றிக்கொள்வதற்காகப் பிறந்தாள். ராஜசுகங்களுக்காக அவள் பிறப்பெடுக்கவில்லை. அவளுடைய மனது சில ஆயிரக்கணக்கான ஆண்டுகளாகக் கோரிக்கைகளுடன் ஏங்கிக்கொண்டிருந்தது. அதை நிறைவேற்றிக்கொள்ள அவள் எல்லா சுகங்களையும் புறக்கணித்தாள். சில நூற்றாண்டுகளாகக் கனன்றுகொண்டிருந்த நெருப்புச் சுடர்களிலிருந்து பிறப்பெடுத்த ஒரு மகா அற்புத சௌந்தரியச் சுடர் திரௌபதி. தன்னைத் தானே எரித்துக்கொண்டு, தன்னை அமைதிப்படுத்துபவர்களுக்காக எதிர் பார்த்துக் கொண்டிருப்பதுபோல் பிறப்பெடுத்த ஒரு பிரபஞ்ச அக்னிச்சுடர் திரௌபதி. தன்னுடைய வாழ்க்கையைப் பொருள் பொதிந்ததாகச் செய்துகொண்டாள். தன்னுள் சுடரும் கோரிக்கைகளுக்கு அனுசரணையாகத் திறமையும் வலுவும் கொண்ட ஐந்து இளைஞர் களைத் திருமணம் செய்துகொண்டாள். அவர்களுக்குத் தன்னை முழுவதுமாக அர்ப்பணித்துக் கொண்டாள். அவளுடைய விருப்பத்திற்கு மாறாக, தகாத வழியில் கைப்பற்ற நினைத்த ஒவ்வொருவரையும் அவள் பழிவாங்கும் நெருப்புச்சுடரில் விட்டில் பூச்சியாகப் பொசுக்கினாள். இன்றைக்குக் கர்ணன் எனது மூத்த மகனென்று, தன் கணவன்மார்களுக்கு மூத்த சகோதரனென்று தெரிந்த பிறகு திரௌபதியின் மனதில் எப்படிப்பட்ட தீச்சுடர் மூளுமென்று தனக்கு நன்றாகத் தெரியும்.

தன்னுடைய சிந்தனைகளிலிருந்து மீண்ட திரௌபதி குந்தியைப் பார்த்துக் குழப்பத்துடன் எழுந்து நின்றாள். திரௌபதி யின் சிவந்துவிட்ட கண்களை, கலைந்திருந்த கூந்தலை, கன்றிப் போயிருந்த கன்னங்களைப் பார்த்து குந்தி அருகில் வந்தாள். அவளைத் தன் பக்கத்தில் உட்கார வைத்துக்கொண்டு அவளுடைய கைகளைத் தனது கைகளுக்குள் பற்றிப்பிடித்து நிமிர்த்தி “என்ன நினைப்பில் இருக்கிறாய், திரௌபதி?” என்று கேட்டாள்.

பதின்மூன்று ஆண்டுகளுக்குப் பிறகு சந்தித்துக் கொள்ளும் போதும் குந்திக்கு திரௌபதியைப் புதிதாகப் பார்ப்பதான எண்ணம் தோன்றவில்லை. தனது கூந்தல் நரைத்துவிட்டது. முதுமை கவிந்து போர்வையாக மூடிக்கொண்டிருக்கிறது. ஆனால் திரௌபதி ஆயுள்

கர்ணனின் அபூர்வ ஆளுமை

முழுக்க நிரந்தர இளமை கொண்டிருப்பாள் என்கிறார்கள். அதனால்தான் அவளுடைய அழகில் கொஞ்சம்கூட மாற்றம் ஏற்படவில்லை. பெண்களைக்கூடக் கவரும் அழகு அவளுடையது. திருமணம் ஆன பிறகு திரௌபதி பல ஆண்டுகள் குந்தியுடன் சேர்ந்தே இருந்தாள். பெண்மனம் என்னவென்று குந்திக்கு நன்றாகத் தெரியும். திரௌபதியின் மனதிலுள்ள சிந்தனைகளைக் குந்தியைவிட நன்றாகப் புரிந்துகொண்டவர்கள் யாரும் இல்லை. ஐந்து கணவன்மார்களுடனான குடித்தனத்திற்கான எச்சரிக்கை உணர்வை திரௌபதிக்குக் குந்திதான் கற்றுக் கொடுத்தாள். குந்தியின் தங்கை மாத்ரிகூடக் குந்தியிடமிருந்துதான் கணவனுடன் எப்படி விழிப்புணர்வுடன் இருக்க வேண்டுமென்று கற்றுக்கொண்டாள். கணவனின் சார்பு இல்லாமலே குழந்தைகளைப் பெற்றுக்கொள்ளும் மந்திரங்களைக்கூட மாத்ரி குந்தியிடமிருந்துதான் கற்றுக் கொண்டாள்.

தனக்கு மகன்களைக் கொடுத்தவர்களுடன் குடும்பம் நடத்தாவிட்டாலும் குந்திக்கும்கூட திரௌபதி மாதிரியே ஐந்து கணவன்மார்கள். சூரியன் மூலமாகக் கர்ணன் உண்டான பிறகு பாண்டு மன்னனுடன் திருமணம் நடந்தது. அதற்குப் பிறகு எமதர்மராஜன், வாயுதேவன், இந்திரன் மூலமாக அவளுக்கு தர்மன், பீமன், அர்ஜுனன் உண்டானார்கள். எனவே ஐந்து கணவன் மார்களைத் திருப்திப்படுத்துவதற்குத் தேவையான வழிமுறைகளைச் சொல்வதற்குக் குந்திக்குப் பெரிதாகச் சிந்திக்க வேண்டிய தேவை ஏற்படவில்லை. திரௌபதியை மருமகள் என்பதைவிடத் தோழி யாகவே அவள் அதிகமாகக் கருதினாள்.

யுத்தத்தில் மரணம் அடைந்தவர்களுக்கு ஈமச்சடங்குகள் நடந்தபோது கர்ணனை, தாய்தந்தையர் இருந்தும் அநாதையாகக் கருதப் பொறுக்காத குந்தி அவன் தன்னுடைய மகன்தான் என்று பிரகடனப்படுத்தினாள். அந்த ரகசியத்தைச் சில வருடங்களாகத் தனக்குள் மறைத்து வைத்திருந்த குந்தி அதற்கு மேலும் அந்த விஷயத்தை ஒரு சிறிதும் ஒளித்து வைக்க முடியாதுபோனாள். தனது மூத்த மகனுக்கு உயர்தர உலக வாழ்க்கை கிடைக்காமல் போன அவலத்தைத் தவிர்ப்பதற்குக் குந்தி அந்த வேலையைச் செய்தாள். ஆனால் அவளுடைய அந்தச் செயற்பாடு பாண்டவர்களை எந்த அளவுக்குத் துன்புறுத்தியதோ என்பதை அவள் நினைத்துப் பார்க்காதவள் அல்ல. ஆனால் அதைவிட அந்த உண்மை

திரௌபதியை எந்த அளவுக்குத் துன்புறுத்துமோ என்பதைப் பெண் என்ற நிலையில் அவள் ஊகிக்காமல் இல்லை.

திரௌபதி பேசாமல் இருந்ததைப் பார்த்துக் குந்தி அவளாகவே பேசினாள்.

"நீ என்ன யோசிக்கிறாய் என்று எனக்குத் தெரியும்."

திரௌபதி குந்தியை மலர்ந்த கண்களால் பார்த்தாள். பார்வையின் கூர்மை குந்தியை ஓரளவு கலவரப்படுத்தியது.

"நீ கர்ணனைப் பற்றிச் சிந்தித்துக் கொண்டிருக்கிறாய் என்று நினைக்கிறேன்."

கனன்று கொண்டிருந்த மனநிலையில் இருந்த போதிலும் திரௌபதி குந்தியின் பேச்சைக் கேட்டு ஆச்சரியப்பட்டாள்.

"உங்களுக்கு எப்படித் தெரியும்?"

"பெண்ணின் மனது இன்னொரு பெண்ணுக்குப் புரியும், திரௌபதி. அதனால் உன்னுடைய மனது எனக்கு நன்றாகத் தெரியும். தவிர்க்க முடியாத சூழ்நிலையில் கர்ணன் என் மகனென்று நான் சொல்ல நேர்ந்தது. ஒரு மகன் அனாதையாக மரணம் எய்துவதை எந்தத் தாயானாலும் எப்படிப் பொறுப்பாள், திரௌபதி?"

"நீங்கள் எவ்வளவு பயங்கரமான சத்தியத்தை மறைத்து வைத்திருந்தீர்களோ, அதை மறைத்து வைக்காவிட்டால் எவ்வளவு தீவிரமான நிகழ்வுகள் நடந்திருக்குமோ அதை நீங்கள் என்றைக்காவது நினைத்துப் பார்த்திருக்கிறீர்களா, அத்தை?"

"தெரியும் திரௌபதி. கர்ணன் என் மைந்தன் என்று தெரிந்திருந்தால் உண்மையில் இன்றைக்கு ரத்தபூமியாக இருக்கும் யுத்தகளத்தின் சுயரூபமே வேறொரு விதமாக ஆகியிருக்குமென்று எனக்குத் தெரியும். ஒருவேளை யுத்தமே நடந்திருக்காதோ என்னமோ..."

"அப்படியானால் இந்த உண்மையை எதற்காக மறைத்தீர்கள்?"

"இந்த எண்ணம் உனக்கு மட்டுமல்ல... பாண்டவர்களின் மனங்களில்கூடக் கொந்தளிப்பை உண்டாக்கும் விஷயம் என்று எனக்குத் தெரியும். திரௌபதி... திருமணத்திற்கு முன்பு பிறந்த மகனைப்

கர்ணனின் அபூர்வ ஆளுமை

பற்றி எந்தப் பெண்ணும் வெளியில் சொல்லமாட்டாளென்ற விஷயம் உனக்குத் தெரியாததல்ல. ஒரு குறிப்பிட்ட இளமைக் குறுகுறுப்பினால் பிறந்த கர்ணனின் பிறப்பு ஒரு வேண்டாத கனவு என்பதாக நான் காலப்போக்கில் மறந்துவிட்டேன். ஆனால் அதற்குப் பிறகு அவன் பாண்டவர்களின் விரோதியாக மாறி இந்த பயங்கர யுத்தத்திற்குத் தூண்டுகோலாக மாறுவானென்று நான் நினைக்கவே இல்லை. என் மூத்த மகன் என் இன்னொரு மகனுடைய கையால் கொடூரமாக வதைபட நேர்ந்தபோது அதைத் தடுக்க முடியாத துர்பாக்கியசாலியான தாய் நான்" என்று குந்தி திரௌபதியின் தோளின் மீது தலை சாய்த்து அழுதாள்.

குந்தியின் அழுகையால் திரௌபதியின் மனதில் கனன்றெழுந்த நெருப்புச் சுடர்கள் தணிந்ததாகவே தெரிந்தது. ஆனால் அவளுடைய மனதில் நிம்மதி ஏற்படவில்லை. இருந்தாற் போலிருந்து குந்தி தனது துக்கத்தை அடக்கிக்கொண்டு திரௌபதியைக் கேட்டாள்:

"நான் ஒரு விஷயம் கேட்கிறேன், திரௌபதி... எதுவும் நினைக்க மாட்டாய் அல்லவா?"

"இனி நினைப்பதற்கு, மறைப்பதற்கு என்ன எஞ்சியிருக்கிறது, அத்தை?"

"கர்ணன் என் மகனென்று தெரிந்தால் பாண்டுகுமாரர்களுக்கு வேதனை ஏற்பட வேண்டுமே அன்றி நீ எதற்காகக் குமைந்து போகிறாய்? யுத்தத்தின் போக்கை வைத்துக்கொண்டு வேதனைப் படுகிறாயா?"

"நீங்கள் என் மனதைப் புரிந்துகொள்பவர் என்று நான் நினைத்துக்கொண்டிருக்கிறேன். உங்கள் மூத்த மகனின் சங்கதி முன்பே தெரிந்திருந்தால் சந்தேகமே இல்லாமல் இந்த யுத்தம் நடந் திருக்காது."

"அப்படியென்று ஏன் நினைக்கிறாய்?" என்று குந்தி ஆர்வத் துடன் கேட்டாள்.

"உங்கள் மூத்த மகனின் உதவி, உந்துதல் இல்லாமல் துரியோதனன் யுத்தத்தில் இறங்கமாட்டான் அல்லவா?" என்று திரௌபதி சொன்னாள்.

"என் மூத்த மகன் எதற்காக துரியோதனனைத் தூண்டிவிட வேண்டும்?" என்று குந்தி அப்பாவித்தனமாகக் கேட்டாள்.

"நீங்கள் இந்தக் கேள்வியைத் தெரியாமல் கேட்கவில்லை என்று தெரியும்" என்று திரௌபதி நேரடியாகச் சொன்னாள்.

"சரிதான், தெரிந்தே கேட்கிறேன் என்றே வைத்துக்கொள்... உன்னுடைய பதிலைக் கேட்க வேண்டும்போல் இருக்கிறது."

"உங்களிடம் நான் எதையும் மறைக்கவில்லை... இப்போதும் மறைக்க மாட்டேன்."

"அப்படியானால் சொல்."

"அவர் உங்களுடைய மூத்த மகன் என்பது முன்பே தெரிந்திருந்தால் நான் அவருடைய தர்மபத்தினி ஆகியிருப்பேன். சுயம்வரத்தில் அடிமையின் மகன் என்றுதானே நான் அவரைப் புறக்கணித்தேன்..."

குந்தி புன்னகைத்தாள்.

திரௌபதி மேலும் தெளிவாக விளக்கினாள்.

"என்னைக் கைப்பற்ற முடியாமல் போயிற்றென்ற வேதனையுடன், நான் அவமானப் படுத்திவிட்டேன் என்ற கோபமும் சேர்ந்துகொள்ள எல்லாரும் நிரம்பியிருந்த சபையில் அவர் என்னை அவமானப்படுத்துவதற்கு துரியோதனனைத் தூண்டிவிட்டார். சொல்ல முடியாத வார்த்தைகளால் இகழ்ந்து பேசினார். அப்படி யிருந்தும் அஞ்ஞாத வாசத்திற்குப் பிறகு என் தந்தையார் தன் புரோகிதரைக் கிருஷ்ணன் போவதற்கு முன்பாகவே தூது அனுப்பினார். என்னைக் கீழ்த்தரமாக அவமானப்படுத்தியதைக்கூடப் பாண்டவர்கள் பொறுத்துக்கொண்டுவிட்டார்களென்று சொல்லி, அவர்களுடன் இனிமேலாவது இணக்கமாக நடந்துகொள்வதுதான் நியாயமென்று அந்தப் புரோகிதர் அறிவுறுத்துவதற்கு எல்லா வகையிலும் முயன்றிருக்கிறார். ஸ்ரீகிருஷ்ணன் பாண்டவர்களின் பக்கம் இருக்கும் வரைக்கும் தோல்வி கிடையாதென்று, மிகக் கொஞ்ச ராஜ்யமாவது பங்கு கொடுத்து ஒற்றுமையாக இருந்தால் இரு சாராருக்கும் நல்லது என்று அறிவுரை கூறியிருக்கிறார். அப்போது கர்ணன் குறுக்கிட்டு அவர் எதிரிலேயே பீஷ்மாச்சாரியாரைக்கூட அவமானப்படுத்தியிருக்கிறார்."

“அந்தக் கர்ணனின் குறுக்கீட்டினால் யாருடைய பேச்சைக் கேட்டிருக்கிறான் அந்த துரியோதனன்? உங்கள் புரோகிதர் விஷயத்தில் மட்டுமல்ல, ஸ்ரீகிருஷ்ணனின் வார்த்தைகளைக்கூட அவன் காது கொடுத்துக் கேட்கவில்லை அல்லவா?” என்று குந்தி சொன்னாள்.

“அரங்கு நிறைந்த சபையில் துச்சாதனன் என் மீது முறை தவறிக் கொடூரமாக நடந்துகொண்டபோது உங்கள் மூத்த மகனின் கண்களில் தென்பட்ட பிசாசுத்தனமான ஆனந்தத்தை வேறு யாரிடமும் நான் பார்க்கவில்லை. நான் அடிமையென்றானதால் என்னை அவமானப்படுத்துவதில் அவர் எவ்வளவு பங்கெடுத்துக் கொண்டார் தெரியுமா?” திரௌபதி தழுதழுத்த குரலில் பேசினாள்.

“எனக்கு அந்த விஷயங்களெல்லாம் தெரியும், திரௌபதி... மறுபடியும் அந்தக் கெடுமதியாளர்களை நினைவுபடுத்திக் கொள்வதற்கு இது நேரமல்ல... நீ ஓர் அபூர்வ அழகுப் பெட்டகம், திரௌபதி... அரங்கு நிரம்பிய சுயம்வரச் சபையில் உன்னால் புறக்கணிக்கப்பட்டவன் அவமானச் சுமையுடன் மூச்சுத் திணறும் போது அவன் வேறு என்ன செய்வான்... அதனால்தான் கௌரவர்களின் சபையில் உன்னை அவமானப்படுத்துவதற்குத் தவித்திருக்கிறான். ஆனால் உனக்கொரு விஷயம் தெரியாது திரௌபதி.”

“என்ன?” என்று திரௌபதி ஆர்வத்துடன் கேட்டாள்.

“அவன் உன்னை அவமானப்படுத்தியதற்குத் தக்கதான தண்டனையை அனுபவித்துத்துவிட்டான். அவன் அற்பர்களின் நிழலில் வளர்ந்தானே தவிர உண்மையில் துன்மார்க்கன் அல்ல, திரௌபதி. இறுதி நாட்களில் அவன் அனுபவித்த வேதனை இவ்வளவு அவ்வளவு என்றில்லை” என்று குந்தி சொன்னாள்.

“மரணதண்டனை விதித்துக்கொண்டாரா... அப்படியென்றால் நீங்கள் யாரென்று, பாண்டவர்கள் யாரென்று, நான் யாரென்று அவருக்குத் தெரிந்துவிட்டதா?”

“ஆம். தெரியும். அது தெரிந்த நாளிலிருந்து அவன் வருந்தாத நாளே கிடையாது. இந்த ரகசியம் தெரியாதிருந்திருக்குமானால் உன் கணவர்களில் நால்வர் மிஞ்சியிருக்க மாட்டார்கள். இப்போது

உன்னுடைய நான்கு கணவன்மார்களுக்கும் உயிர்ப்பிச்சை கொடுத்துத் தன் உயிரைத்தானே அர்ப்பணித்துக் கொண்டிருக்கிறானம்மா!" என்று குந்தி புலம்பினாள்.

இந்த பதிலைக் கேட்டு திரௌபதி அதிர்ந்து திகைத்தாள்.

"அப்படியானால்... அவருக்கு நீங்கள் தாய் என்று, பாண்டவர்கள் சகோதரர்கள் என்று ஏற்கெனவே தெரியுமா?" என்று கேட்டாள்.

"தெரியும்."

"எப்போது தெரியும்?" யுத்தத்திற்கு முன்பே நீங்கள் சொல்லி விட்டீர்களா?"

"ஆமாம், திரௌபதி... இந்த ரகசியத்தைச் சொல்லிக் கர்ணனை நமது பக்கம் வரவழைத்துக்கொள்வதற்கு நானும் கிருஷ்ணனும் செய்த முயற்சிகள் வெற்றிபெறவில்லை."

'இங்கேயும் கிருஷ்ணன்தான் சூத்திரதாரியா?' என்று திரௌபதி திகைத்த நிலையில் நினைத்துக்கொண்டாள். "ஸ்ரீகிருஷ்ணன் சொன்ன வார்த்தைகள்கூட அவர் மீது செயற்படவில்லையா?" என்று திரௌபதி நேரடியாகக் கேட்டாள்.

"இல்லை, திரௌபதி... என் மூத்த மகன் ஒரு மகாவீரன். வீரன் மட்டுமல்ல, ஓர் உன்னதமான பெருந்தன்மையான இதயம் கொண்டவனென்று எங்களுக்குத் தெரிந்து விட்டது. எவ்வளவு துஷ்ட நட்புறவுடன் இருந்தாலும் அவன் ஒரு தூசிதும்பு ஆடையில் ஒட்டிக்கொண்டிருப்பது போன்ற நிலையிலான ஒரு மாணிக்கம் என்பதைத் தெரிந்து கொண்டோம். அந்த அபூர்வமான மாணிக்கத்தைக் குழந்தைப் பருவத்திலேயே வீசி எறிந்ததற்கு நான் இன்றைக்கு இந்தப் புத்திரசோகத்தை அனுபவிக்கிறேன்."

"இதெல்லாம் விதியின் விபரீதம், அத்தை! நீங்கள் அவரை உலகுக்கு பயந்து வீசி எறிந்தீர்கள். ஆனால் அவர் இன்னொரு க்ஷத்திரியருக்குக் கிடைக்காமல் அடிமைக்குக் கிடைக்க வேண்டுமென்று ஆனதென்ன... அடிமையின் மகனானதற்கு சுயம்வரத்தில் நான் புறக்கணித்தது, அவர் என்னை அவமானப் படுத்துவதற்கு துரியோதனாதிகள் தூண்டி விடுவது என்பதெல்லாம் விதியின்

எழுத்துதான், அத்தை!”

“அடிமையின் மகனென்று நீ அவனை அவமானப்படுத்தியிரா விட்டாலும் கர்ணன் உன்னைக் கைப்பிடிக்க வேண்டுமென்று விதி எழுதியிருக்கவில்லை... திரெபதி, வியாச முனிவர் சொன்னபடி உனக்கு ஐந்து கணவன்மார்கள்தாம் விதிக்கப்பட்டிருக்கிறார்கள். வேறு விதமாக நடக்க வேண்டுமென்று இருந்திருந்தால் கர்ணன் உன்னை சுயம்வரத்தில் என்றில்லாவிட்டாலும் வேறு எந்த வகை யிலாவது யுத்தத்திற்கு முன்பு வரித்துக்கொண்டிருப்பான்.”

“அத்தை!” என்று திரௌபதி அதிர்ந்து திகைத்தபடித் தன் உணர்வை வெளிப்படுத்தினாள். “அத்தை, நீங்கள் என்ன பேசு கிறீர்கள்...”

“என்றைக்கு நீ பாண்டவர்களின் மனைவியென்று தெரிந்ததோ அன்றிலிருந்தே கர்ணன் உன்னை அவமதித்ததற்காகக் குமைந்து போனான்... அவன் இறந்துகொண்டிருந்த தருணத்தில் தன் சகோதரர்களின் மனைவி என்ற மரியாதையே அன்றி உன் மீது அவனுக்கு எந்த விதமான மோகமும் கிடையாது, திரௌபதி.”

“அப்படி என்று நீங்கள் எப்படிச் சொல்கிறீர்கள்?”

“யுத்தத்தில் கர்ணன் பங்கெடுத்துக்கொள்ளாதபடிச் செய்வதற்கு அந்தக் கிருஷ்ணன் எத்தனை தந்திரங்கள் செய்தானோ... கடைசியில், நீ அவனை ஆறாவது கணவனாக ஏற்க நேரும் என்றுகூட ஆசை காட்டினான், திரௌபதி...”

ஆச்சரியம்! மகா ஆச்சரியம்!! ஸ்ரீகிருஷ்ணன் அப்படிச் சொன்னானா!!!

திரௌபதியின் கன்னங்கள் சிவந்தன. தன்னுடைய பகையை நிறைவேற்றிக் கொள்ள அந்த ஸ்ரீகிருஷ்ணனை அனுப்பிவைத்தால் அவன் ஆடியது இந்த நாடகமா... எந்த எண்ணம் இன்று தன்னில் சிலிர்க்கிறதோ அதைச் செயற்படுத்த அவன் அன்றைக்கே முயன்றிருக் கிறான் போலிருக்கிறது... ஆனாலும் கர்ணன் தன்னை எதற்காகப் புறக்கணித்தான் என்பதைத் தெரிந்துகொள்ள வேண்டுமென்று திரௌபதியிடம் ஆர்வம் வெடித்துக் கிளம்பியது.

திரௌபதியின் மௌனத்தை கிரகித்துக்கொண்ட குந்தி தன்னியல்பாகப் பேசினாள்.

"தூதுவனாகப் போவதற்கு முன்பு ஸ்ரீகிருஷ்ணன் என்னிடம் வந்தான். அவனைப் பார்த்ததும் சோகத்தால் என் குரல் எழ வில்லை. பதினான்கு ஆண்டுகள் நீங்கள் எல்லாரும் எப்படி வாழ்ந்து கொண்டிருக்கிறீர்களோ என்று தெரிந்துகொள்வதற்கு என் மனது தவித்தது. நீ என் மகன்களைவிட எனக்கு அதிகப் பிரியமானவள். நிறைந்த அழகு வளம் கொண்டவள். எல்லா லட்சணங்களும் பொருந்தியவள். வலிமை பொருந்திய ஆண் மேன்மக்கள் ஐவர் கணவர்களாக அமைந்தும்கூட நீ எத்தனையோ அல்லல்கள் பட்டிருக்கிறாய். அரங்கு நிரம்பிய சபையில் ஓர் அற்பனின் கையில் அவமானத்திற்கு ஆளானாய். என் புதல்வர்கள்கூட உன்னைக் காப்பாற்ற முடியாது போனார்கள். அவர்களுக்கு மீண்டும் சுக சௌக்கியங்கள் கிடைக்கும் நாட்கள் வராதா என்று நான் கிருஷ்ணனைப் பற்றிப் பிடித்துக்கொண்டு கேட்டேன்."

திரௌபதி உன்னிப்பாகக் கேட்டுக்கொண்டிருந்தாள்.

"திரௌபதீ... கிருஷ்ணனின் தாத்தா ஆர்யகர் நான் விளையாடித் திரிந்த வயதில் என்னைக் குந்திபோஜனுக்குத் தத்து கொடுக்காமல் இருந்திருந்தால் இதெல்லாம் நடந்திருக்காதோ என்னவோ... அப்படி நான் பெருந்துக்கங்களை அனுபவித்தேன். 'என் மகன்களை மணந்துகொண்ட நீயும் அளவிறந்த அல்லல்களை அனுபவித்திருக்கிறாய். என்னுடைய வைதவ்யமோ, தரித்திரமோ என் பகைவர்களைவிட மகன்களையும் உன்னையும் விலகியிருக்க நேர்ந்த துக்கமே என்னை அதிக அளவு துன்புறுத்தியது...

...தூது செல்வதற்கு முன்பு கிருஷ்ணனிடம் நீ என்ன சொன்னாயோ அதைத்தான் நானும் அவனிடம் சொன்னேன், திரௌபதீ... உனக்கு நேர்ந்த அவமானத்திற்குத் தகுந்த பழிதீர்த்துக் கொள்ள வேண்டிய நேரம் வந்திருக்கிறது என்று சொன்னேன். இனியும் தர்மம், அதர்மம் என்று வெற்றுப்பேச்சு வேண்டாமென்று தர்மனிடம் சொல்லும்படி அந்தக் கிருஷ்ணனிடம் வற்புறுத்திச் சொன்னேன்."

திரௌபதி குந்தியை ஆச்சரியத்துடன் பார்த்தாள்.

“உண்மைதான், திரௌபதி... க்ஷத்திரியப் பெண் புதல்வர்களை எதற்காகப் பெற்றெடுக்கிறாளோ அதற்கேற்ற காலம் வந்துவிட்ட தென்று சொன்னேன். ஆயுததாரர்களில் முக்கியமானவனான அர்ஜுனனை திரௌபதி சொன்ன வழியில் நடந்துகொள்ளும்படிச் சொல்ல வேண்டுமென்று நான் கிருஷ்ணனிடம் உறுதிபடத் தெரியப்படுத்தினேன். நாட்டைக் கொள்ளையடிப்பது, சூதாட்டத் தில் தோற்கடிப்பது, என் பிள்ளைகளை நாட்டிலிருந்து விரட்டி யடிப்பதுகூட எனக்கு அவ்வளவாக துக்கத்தை ஏற்படுத்தவில்லை. உன்னைப் போன்ற அருள்மிக்கவளைப் பார்த்து திருதராஷ்டிரரின் புதல்வர்கள் கௌரவர் சபையில் பல்வேறு வகையான வறட்டுக் கூச்சல் போட்டது என்னை மிகவும் எரிச்சலூட்டியது, திரௌபதி...

...என்னை அன்றைக்குக் கிருஷ்ணன் சமாதானப்படுத்தினாலும், பகைவர்களைக் கொன்று குவிக்கும் காலம் விரைவில் வரவிருக்கிற தென்று தூது செல்வதற்கு முன் விவரம் சொல்லி முடிக்கும் வரை என் மனம் அமைதி அடையவில்லை, திரௌபதி.”

குந்தியின் பேச்சைக் கேட்டு திரௌபதியின் மனது அமைதி யடைந்தது. யுத்தம் நடந்ததற்கோ, கர்ணன் மரணம் அடைந்ததற்கோ தன்னைவிட அதிக வேதனை குந்திக்கு இருக்காதென்று அவள் இதுவரை நினைத்திருந்தாள். தானும் குந்தியும் ஒரே மாதிரியாகச் சிந்திக்கிறோமென்று திரௌபதி இப்போது எண்ணினாள்.

“கர்ணன் ஒருவன்தான் பகைவர் கூட்டத்தைக் கொன்று குவிக்கக்கூடியவன் என்ற நம்பிக்கை துரியோதனனுக்கு இருக்கிற தென்று எனக்குத் தெரியும், திரௌபதி. அதனால்தான் என் மூத்த மகன் கர்ணனை அவர்களிடமிருந்து விலகச் செய்ய வேண்டு மென்று எவ்வளவோ முயன்றேன். கிருஷ்ணன் கர்ணனுக்கு அறவுரை சொல்ல முயன்று தோல்வியடைந்த பிறகும்கூடத் தாயாக நான் சொல்லும் நல்லுரைகளைக் கேட்பானென்று எதிர் பார்த்தேன். தம்பிமார்களுக்கு நல்லதையே செய்வானென்று நினைத்தேன். குறைந்தது அவன் பாண்டவர்களை வெறுக்காமல், அவர்களுக்குக் கெடுதல் விளைவிக்காமல் செய்ய வேண்டுமென்று நினைத்திருந்தேன்.”

குந்தியின் பேச்சை இதுவரை மௌனமாகக் கேட்டுக் கொண்டிருந்த திரௌபதி வாய்திறந்தாள்.

"பெற்ற தாயின் பேச்சைக்கூட அவர் கேட்டுக்கொள்ள வில்லையா? உண்மையில் என்ன நடந்தது?"

"நடந்தது என்னவென்று உனக்குச் சொல்லவேண்டியது தேவைதான், திரௌபதி. நான் உலகத்தின் பழிச்சொல்லிலிருந்து தப்பித்துக்கொள்ள வேண்டுமென்ற தன்னலத்திற்காகப் பெற்ற மகனை பலிகொடுத்து விட்டேனென்று, இப்படியான யுத்தத்திற்குக் காரணமாகிவிட்டேனென்று, அது கடைசியில் உன் பிள்ளைகளையும் கூடக் கொன்றழித்ததென்று நீ நினைக்கக் கூடாதம்மா... ஏதோ ஒரு வகையில் கர்ணனின் எதிரே போய் நின்று பாண்டவர்கள் மீதான அவனுடைய எண்ணத்தை மாற்றுவதற்கு நான் எடுக்கும் முயற்சி பலிக்குமென்று கனவில்கூட நினைக்கவில்லை."

"நான் அப்படி நினைக்கவில்லை என்று ஏற்கெனவே உங்களிடம் சொல்லியிருக்கிறேன் அல்லவா, அத்தை... நீங்கள் உங்களுடைய மூத்த மகனிடம் என்ன சொன்னீர்கள் என்பதைத் தெரிந்துகொள்ள ஆவலாக இருக்கிறேன்."

"அப்படியென்றால் சொல்கிறேன், கேள்."

குந்தி சொன்ன கதை திரேளபதியின் கண்ணெதிரில் காட்சி களாகத் தென்படத் தொடங்கியது.

7
குந்திதேவியின் முறையீடு

கங்கை நதிக்கரையில் கம்பீரமான குரலில் வேதம் ஓதிக் கொண்டு கர்ணன் கிழக்கு நோக்கி முகம் வைத்து, கைகளை மேலே உயர்த்தி சூரிய பகவானை தியானித்துக்கொண்டிருந்தான். அந்த வேதக்குரலுக்கு இயற்கை பரவசப்பட்டதுபோல் நீரின் கலகல ஓசையும், மரத்து இலைகளின் சலசல ஓசையும் எதிரொலித்துக் கொண்டிருந்தன. சூரியனின் இளங்கதிர்கள் கர்ணனின் கவச குண்டலங்களின் மீது விழுந்து மின்னின.

கர்ணனைச் சந்திப்பதற்காக வந்திருந்த குந்திதேவிகூட அவனுடைய குரல்வளையிலிருந்து வெளிப்பட்ட வேத நாதத்திற்குப் பரவசப்பட்டவளானாள். அவனுடைய நிஷ்டைக்கு பங்கம் நேர்ந்து விடாமல் சற்று தொலைவில் நின்று கொண்டிருந்தாள்.

படிப்படியாக வெயிலின் வெப்பத்தைத் தாங்க முடியாமல் குந்தி கர்ணனின் பின்புறமாக வந்து அந்த உத்தரிய நிழலில் நின்று களைப்பைப் போக்கிக் கொண்டாள்.

தன் தியானத்தை முடித்துக்கொண்ட கர்ணன் பின்னால் திரும்பியபோது குந்தி தேவியைப் பார்த்துத் திகைப்படைந்தான். தடாரென்று குனிந்து அவளுடைய பாதங்களை வணங்கிவிட்டு நிமிர்ந்து கைகளைக் குவிந்தபடி இவ்வாறு கேட்டான்:

"அன்னையே... நான் கர்ணன்... தேரோட்டி அதிரதனின் மகன் கர்ணன். வணக்கத்திற்குரியவர்களே, நான் தங்களுக்கு என்ன பணியைச் செய்ய வேண்டும்?"

குந்தி ஒரு கணம்கூடத் தாமதிக்காமல் அதற்கு பதிலளித்தாள்.

"தம்பீ... நீ செய்துகொள்ளும் அறிமுகம் சரியானதல்ல. நீ யாரோ ஒருவன் அல்ல. உன் தந்தை அதிரதனும் அல்ல. நீ என் மகன். நீ ஏவல் புரியும் அடிமைக் குலத்தில் பிறக்கவில்லை. என்

பேச்சை நம்பு."

அவளுடைய பேச்சைக் கேட்டுக் கர்ணன் திகைப்படைந்ததாகத் தெரியவில்லை. ஆனாலும் வாயைத் திறக்கவில்லை.

"தம்பி... நான் கன்னியாக இருந்தபோது குந்திபோஜனின் வீட்டில் நீ எனக்குப் பிறந்தாய். உன்னை ஒன்பது மாதங்கள் வயிற்றில் சுமந்து பெற்றவள் நான். நீ தேரோட்டி மகனல்ல. நீ இந்தக் குந்தியின் மகன், கர்ணா... அனைத்து உலகத்திற்கும் ஒளி தருகிற, எல்லாச் செயற்பாடுகளுக்கும் சாட்சியாக இருக்கிற சூரியதேவனுக்கும் எனக்குமாகப் பிறப்பெடுத்தாய். நீ அந்த இயற்கையான கவசகுண்டலங்களோடுதான் என் வயிற்றில் உருவானாய். நீ பிறந்தபோது எவ்வளவு தேஜஸ்ஸுடன் இருந்தாயோ அதே தேஜஸ்ஸுடன் இப்போதும் ஒளிர்ந்துகொண்டிருக்கிறாய். இப்படிப்பட்டவன் உன்னுடைய தம்பிமார்களைப் புறந்தள்ளிவிட்டு திருதராஷ்டிரன் மைந்தர்களை வணங்கிப் பணிபுரிகிறாய். அதற்கு என் இருதயம் கொதிக்கிறது.

...மகனே, பிள்ளை மீது உயிரை வைத்திருக்கும் தாயை, தந்தையை தாத்தாமார்களை மகிழச்செய்வது உன் கடமை. திருதராஷ்டிரன் மைந்தர்கள் கொள்ளையடித்த பாண்டவர்களின் சொத்தைத் திரும்பப் பெற்று அனுபவிப்பதற்கு உனக்குத்தான் அருகதை இருக்கிறது. கர்ணனும் அர்ஜுனனும் ஒன்று சேர்வதை துஷ்டர்களான கௌரவர்கள் விரும்ப மாட்டார்கள்; குமைந்து போவார்கள். நீங்கள் இருவரும் கிருஷ்ணனும் பலராமனும்போல் இணைந்து இயங்கினீர்களானால் உலகத்தில் சாதிக்க முடியாதது என்ன இருக்கிறது... யாகமேடையில் தேவர்கள் இணையும் பரம் பிரம்மம் போன்று நீ ஐந்து சகோதரர்களுடன் இணைந்து ஒளிர் வுடன் விளங்குவாய்...

...கர்ணா, நீ என் முதல் குழந்தை... சத்குண சம்பன்னன். உனக்குத் தேரோட்டி மகன் என்ற பெயர்கூட வரலாற்றிலிருந்து நீங்கிவிடும். உன்னுடைய பெயர் குந்தியின் மகன் என்பதாக, பாண்டவர்களில் மூத்தவன் என்பதாக எல்லாத் திக்குகளும் முழங்கும்."

வெயிலின் வெப்பத்தில் மெழுகுக்கட்டி போல இளகி உருகச் செய்வதான குந்திதேவியின் பேச்சுக்குக் கர்ணனின் மனது

இளகியதாகத் தெரியவில்லை. ஆனால் வானவெளியில் சூரியன் கர்ணனின் மௌனத்தைப் பொருட்படுத்தாதிருக்க முடியவில்லை.

இருந்தாற்போலிருந்து வெயிலின் கடுமை குறைந்தது. சூரியன் அளவிறந்த ஒளியுடன் குளிர்ச்சியையும் சேர்த்துக் கொடுத்து குந்திக்கும் கர்ணனுக்கும் ஆச்சரியத்தை உண்டாக்கினான்.

"அம்மா, நீங்கள் சொன்னது உண்மையாக இருக்கலாம். இதே விஷயத்தைக் கிருஷ்ணனும் என்னிடம் சொன்னான். உங்கள் பேச்சைக் கேட்டால் நான் தர்மத்தை அவமதித்தவனாகிவிடுவேன். வணங்கத்தக்கவரே, நீங்கள் என்னைச் சார்ந்து செய்த பாவம் கொடூரமானது, அம்மா... நீங்கள் என்னை அநாதையாக்கிவிட்டீர்கள். நான் க்ஷத்திரியன் என்றால் எனக்கு க்ஷத்திரியச் சடங்கு எங்கே நடந்தது? நீங்கள் எனக்குச் செய்த அளவு தீங்கை எந்தப் பகையாளியும் இதுவரை எனக்குச் செய்ததில்லை...

...குந்திதேவி! உண்மையில் நீங்கள் என் தாயாக என்னுடைய நன்மையைக் கருதி வந்திருப்பதாக நான் நினைக்கவில்லை. உங்களுடைய தன்னலத்துக்காக மட்டுமே எனக்கு போதனை செய்கிறீர்கள். யுத்த மேகங்கள் சூழ்ந்துகொண்டிருக்கும் வேளையில் நான் பாண்டவர்களின் பக்கம் சேர்ந்தால் என்னைப் பைத்தியக்காரனென்று உலகம் நிந்திக்காதா? அந்த விஷயம் உங்களுக்குத் தெரியாதா...

...எனக்குத் தம்பிகளே கிடையாதென்று, நான் கர்ணனென்று உலகத்தார் அனைவருக்கும் இன்று வரைக்கும் தெரியும். இப்போது யுத்தம் எதிரே வந்ததற்குப் பிறகு தம்பிகளென்று பிரகடனப்படுத்திப் பாண்டவர்களுடன் சேர்ந்துகொண்டால் என்னை க்ஷத்திரியன் என்று சொல்லுவார்களா?

...திருதராஷ்டிரரின் மைந்தர்கள் தாங்கள் அனுபவித்துக் கொண்டிருக்கும் சுகபோகங்கள் எல்லாவற்றிலும் என்னைப் பங்குபெறச் செய்திருக்கிறார்கள். நான் கஷ்டம் எதுவும் அனுபவிக்காதபடிப் பார்த்துக்கொண்டிருக்கிறார்கள். அவர்களுக்கு எப்படி துரோகம் செய்ய முடியும்?

...அவர்கள் என்னுடைய ஆற்றலைக்கொண்டு பகைவர்களை வெல்ல வேண்டுமென்று அளவுகடந்த நம்பிக்கையுடன் இருக்

கிறார்கள். வசு என்ற தேவரினத்தவர் தேவேந்திரனைப் பணிந்து வணங்கியதைப் போன்று என்னைக் கௌரவர்கள் வணங்கி வழிபடுகிறார்கள். என்னைப் பாய்மரமாக வைத்துக்கொண்டு அவர்கள் தாண்ட முடியாத யுத்தத்தைத் தாண்ட விரும்புகிறார்கள். கரை தென்படாத நிலையில் கரையைச் சென்றடைய விரும்புபவர் களை நான் எப்படி உதறித்தள்ள முடியும்?...

...துரியோதனனின் உப்பைத் தின்று வாழ்ந்துகொண்டிருக்கும் எனக்கு அவருடைய கடனைத் தீர்க்கும் நேரம் வந்திருக்கிறது. ராஜாவைப்போல் மேன்மையாக இருந்துவிட்டுத் தக்க சமயம் வந்தபோது கிடைத்த மேன்மையைப் புரிந்துகொள்ளாமல் அங்குமிங்குமாக ஊசலாடிக்கொண்டு அற்பத்தனமாக நடந்து கொள்பவர்களுக்கு, ராஜ துரோகிகளுக்கு, பராமரிப்பவர்களின் வீட்டைக் கொள்ளையடிப்பவர்களுக்கு, பாவச் செயலில் ஈடுபடுபவர் களுக்கு இந்த உலகத்தில் மட்டுமல்லாது பரலோகத்திலும் இடம் கிடையாது...

...குந்திதேவீ, நான் உங்களுடன் பொய்யுரைகள் பேசவில்லை. என்னுடைய வலிமையை, ஆற்றலை ஒன்று திரட்டிக்கொண்டு உங்கள் மகன்களுடன் போரிட வேண்டுமென்று தவித்துக் கொண்டிருக்கிறேன். நீங்கள் சொன்னதெல்லாம் என்னுடைய நன்மைக்குத்தான் என்பதில் சந்தேகம் இல்லை. ஆனாலும் உங்களுடைய வேண்டுகோளை மன்னிக்க முடியாது. ஆனாலும் தேவீ, நீங்கள் என்னை நாடி வந்த நோக்கம் வீணாகிவிடாமல் நீங்கள் வேண்டிக்கொள்ளாமலே உங்களுக்கொரு வாக்குறுதி கொடுக்க நினைக்கிறேன்...

...தர்மன், பீமன், நகுலன், சகாதேவன் ஆகியோர் யுத்தத்தில் எனக்கு எதிர்நின்றார்களானால் எங்களில் ஒரு சாரார் வீரமரணம் அடையவேண்டியதுதான். என்றாலும் நான் அவர்களைக் கொல்ல மாட்டேன் என்று வாக்கு கொடுக்கிறேன். ஆனால் அர்ஜுனனை மட்டும்விடமாட்டேன். தர்மனுடைய சேனையில் எனக்கு நிகரானவன் அர்ஜுனன்தான். துரியோதனன் குழுவினரின் பய மெல்லாம் அர்ஜுனன் மீதுதான். யுத்தத்தில் அர்ஜுனனை வதைத்தால் எனக்கு வெற்றி கிடைத்த மாதிரிதான். என் எஜமானனின் கடனைத் தீர்த்த மாதிரிதான். அதே அர்ஜுனனின்

கையினால் நான் மரணமடைந்தாலும் எனக்குப் புகழ் நிலைக்கும். கீர்த்தி மிக்க அன்னையே... அர்ஜுனன் இறந்தாலும், நான் இறந்தாலும்... உங்களுக்கு ஐந்து மைந்தர்கள் எஞ்சியிருப்பார்கள். பஞ்ச பாண்டவர்களில் ஒருவன் குறைந்துவிட்டானென்ற வேதனை உங்களுக்கு இருக்காது."

எந்த விதமான சோகமோ, வேதனையோ இல்லாமல் வேதாந்த தோரணையில் வீரம் ததும்பப் பேசிய கர்ணனைப் பார்த்து குந்தி தேவியின் மனம் துக்கத்தால் நிரம்பி வழிந்தது. கர்ணனை இறுகத் தழுவிக்கொண்டு அவள் வயிறு நோகும் அளவுக்கு துக்கப்பட்டாள். கர்ணன் அவளுடைய முதுகைத் தடவிக்கொடுத்து மூத்த மகனாகத் தேற்றினான். சிறிது நேரத்தில் குந்தி துக்கத்திலிருந்து மீண்ட நிலை யில் கர்ணனிடம் இவ்வாறு கூறினாள்:

"கர்ணா... விதி வலுவானது... கௌரவர்கள் அழிவதை இனி எவராலும் தடுக்க முடியாது. உன் தம்பிகளில் நால்வரைக் கொல்ல மாட்டேனென்று நீ கொடுத்த வாக்கு எனக்கு மிகுந்த மகிழ்ச்சியைத் தருகிறது. நீ கொடுத்த அபய வாக்கை மறந்துவிட மாட்டாய் என்று நம்புகிறேன்... இனி எனக்கு விடைகொடு..."

"அவ்வாறே ஆகட்டும், அம்மா... ஆனால் நீங்களும் எனக்கு ஒரு வாக்கு தரவேண்டும்" என்று கர்ணன் கோரினான்.

என்னவென்று குந்தி கேட்டாள்.

"நான் உங்களுடைய மகன் என்ற விஷயம் பாண்டவர்களுக்கு, திரௌபதிக்கு, மற்றவர்கள் எவருக்கும் தெரியக்கூடாது. தெரிந்தால் பாண்டவர்கள் என்னை வெறுக்க மாட்டார்கள், பகைக்க மாட்டார்கள். அப்போது இந்த யுத்தமே நடக்காமல் போய் விடலாம்" என்று கர்ணன் சொன்னான்.

கர்ணனின் தொலைநோக்குச் சிந்தனைக்கு குந்தி மிகவும் மகிழ்ந்தாள்.

"உனக்குக் கடவுள் சுகசௌக்கியங்களை அருள்வானாக!" என்று அவள் தன் மூத்த மகனை ஆசீர்வதித்தாள்.

"நீங்களும் சுகமாக வாழ வேண்டுமென்று வேண்டிக்கொள் கிறேன்" என்று சொல்லி கர்ணன் குந்தியின் பாதங்களில் விழுந்து வணங்கினான்.

8
கிருஷ்ணலீலை

காமக்குரோதங்கள் எப்போது உருவாகின்றனவோ, எப்போது நீங்கிப் போகின்றனவோ யாரும் சொல்ல முடியாது. வானத்தில் அடர்ந்த மேகங்கள் சூழ்ந்துகொண்டு அடைமழை பெய்வது எவ்வளவு இயல்பானதோ, அதே வானம் நிர்மலமாக ஒளிர்வதும் அவ்வளவுக்கு இயல்பானதுதான். காமம், குரோதம் என்ற இரண்டுதான் எல்லா மனிதர்களையும் அதலபாதாளத்திற்குத் தள்ளிவிடுகின்றன. அந்த இரண்டை வென்றவனே முக்தி சாதிப்பானென்று பெரியவர்கள் சொல்வார்கள். கர்ணன் அந்த இரண்டையும் வென்றானா... இல்லை, தனது சகோதரர்களான பாண்டவர்களின் பத்தினி என்று தெரிந்து அவன் தானாகவே அவள் மீதான மோகத்தைக் கொன்றுவிட்டானா... இதை நினைத்துப் பார்த்தபோது திரௌபதிக்கு மிகுந்த ஆச்சரியமாக இருந்தது.

ஆனாலும் தன்னை ஆறாவது கணவனாக ஏற்றுக் கொள்ளும்படிக் கர்ணனை வேண்டுவதற்குக் கிருஷ்ணன் யார் என்ற கேள்வி திரௌபதியிடம் தலையெடுக்கவில்லை. தன்னைப் பற்றிய முடிவுகளை எடுக்கும் அதிகாரத்தை அவள் கிருஷ்ணனுக்கு எப்போதோ கொடுத்துவிட்டாள். கார்மேக வண்ணனைப் பார்த்த நாளிலிருந்து தனக்கு ஆபத்பாந்தவன், ஆத்மபந்து அவன்தான் என்ற அபிப்பிராயம் அவளுக்குள் வலுவாக ஊன்றிவிட்டது.

திருமணம் ஆன பிறகு இந்திரப்பிரஸ்தத்திற்குப் போன பிறகு தனது நெருங்கிய தோழியிடம் இந்தக் கிருஷ்ணன் யாரென்று அடிக்கடி கேட்டுக்கொண்டே இருந்தாள். கிருஷ்ணனைப் பற்றித் தெரிந்துகொள்ள வேண்டுமென்ற ஆர்வம் தனக்கு ஏன் ஏற்படுகிறதென்று அவளுக்கே புரிவதில்லை. ஆனால் தான் எண்ணாமலே அவர் தனது மனதை ஆக்கிரமித்துக்கொண்டுவிட்டார். ஏதோ ஒரு தனிப்பட்ட நோக்கத்திற்காக அவர் இந்தப் பிரபஞ்சத்தில் அவதரித்திருப்பதாக எல்லாரும் பேசிக் கொள்வார்கள். தனது திருமணத்தை நடத்திவைத்து, இந்திரப்பிரஸ்தத்தில் தங்களுடன் வசித்து, சக்கரவர்த்தி என்று பிரகடனப்படுத்துவதான ராஜசூயயாகம்

நடத்திவைத்த கிருஷ்ணருடன் தனக்கு ஜன்மஜன்மத்துத் தொடர்பு ஏதோ இருக்கிறதென்று திரௌபதிக்குத் தோன்றியது.

'உனக்கும் எனக்கும் இடையிலான சம்பந்தம் என்ன?' என்று திரௌபதி ஒரு நாள் கிருஷ்ணனைத் தனது உள்மனத்தில் கேட்டாள்.

'நான் கிருஷ்ணன்... நீ கிருஷ்ணா... இந்தப் பெயர்களைக் கொண்டே இந்த விஷயத்தைப் புரிந்துகொள்ள முடியவில்லையா?' என்று கிருஷ்ணன் புன்னகையுடன் அவளைக் கேட்டான். 'நான் எங்கேயோ பிறந்து எங்கேயோ வளர்ந்தேன். நீயும் எங்கேயோ ஜன்மம் எடுத்து இந்த பூமிக்காக அவதரித்திருக்கும் அம்சம்' என்று அவன் சொன்னான்.

கிருஷ்ணனின் அழகை வர்ணிக்காத பெண்ணே எங்கும் தென்படவில்லை. 'பெண்களில் நீ எவ்வளவு அழகியோ, ஆண்களில் கிருஷ்ணன் அவ்வளவு அழகன்' என்று தனது நெருங்கிய தோழி தாத்ரேயகி ஒருநாள் சொன்னாள். கிருஷ்ணனைக் காதலிக்காத யுவதி எவருமே கிடையாது என்பதையும் அவள் சொன்னாள். 'பதினாறாயிரம் கோபிகைகள் மட்டுமல்லாமல் இந்த உலகத்தில் எந்த யுவதிதான் அவனைக் காதலிக்கவில்லை?' என்ற கேள்வியையும் அவள் கேட்டாள்.

கிருஷ்ணன் தன்னைக் காதலிக்கிறானா... திரௌபதி இந்தக் கேள்வியைக் கணக்கற்ற தடவை கேட்டுக்கொண்டாள்... உண்மையில் காதலிப்பது என்றால் என்ன? காதலுக்கு விளக்கம் என்ன? முதல் தடவை கிருஷ்ணன் துருபதபுரிக்கு வந்தபோது கிருஷ்ணனுடைய ஆசிகளைப் பெற்றுக்கொள்ளும்படி தந்தை துருபதன் தன்னிடம் சொன்னார். கிருஷ்ணனைப் பார்ப்பது அதுதான் முதல் தடவை. மந்திரம் போட்டது போல் அவரிடம் வந்து தன் கையிலிருந்த அப்போதுதான் கொய்த நீலத்தாமரைகளை அவருடைய பாதங்களில் சமர்ப்பித்தாள். தன்னுடைய கைகளுக்கும், அந்தத் தாமரைகளுக்கும், அவருடைய பாதத் தாமரைகளுக்கும் இடையே ஒப்புமை என்ன வென்று தனக்குப் புரியவில்லை. எல்லாமே நீல வானமாகி நீலக்கடலில் இரண்டறக் கலந்துவிட்டதான மருட்சி ஏற்பட்டது. தலையை நிமிர்த்தி எப்போது பார்த்தாளோ தெரியாது. ஆனால் தன்னுடைய பார்வைகள் கிருஷ்ணனுடைய பார்வைகளுடன் கலந்துவிட்டு மீண்டும் தன்னையே பார்க்கின்றன என்ற பிரமை

ஏற்பட்டது. இதென்ன... தான் தன்வசம் இழக்கிறோமா என்று கேட்டுக்கொண்டாள்.

இந்தக் கேள்வியை எத்தனையோ தடவை தானே கேட்டுக் கொண்டிருக்கிறாள். அர்ஜுனன் தனது அழகுக்கு முழுவதுமாக ஆட்பட்டு அடங்கிவிடாமல் ஸ்ரீகிருஷ்ணன் அவனை ஒரு லட்சிய சாதனைக்குப் பயன்படுத்திக்கொள்கிறானோ என்னவோ என்ற பதில் திரௌபதிக்குத் தன்னியல்பாகவே தோன்றியது. இதே கேள்வியைப் பின்பு ஒரு நாள் தானே நேரடியாக அர்ஜுனனிடம் கேட்டாள். அவன் அளித்த பதில் அவளை வியப்பில் ஆழ்த்தியது.

"நாங்கள் இருவரும் வேறு வேறு அல்ல, திரௌபதி. இருவரும் ஒருவரே. அவனுடைய அன்புக்கும் நட்புக்கும் ஆட்பட்டுவிட்டேன். அவன்தான் எனக்கு வழிகாட்டி. அவன் எதை நோக்கி நடக்கச் செய்கிறானோ அங்கே நான் போகிறேன். அவனில்லாமல் நான் இல்லை."

இதெல்லாம் என்னவென்று திரௌபதி தன்னைத் தானே கேட்டுக்கொண்டாள். ஓர் ஆண் இன்னோர் ஆணை வசப்படுத்தி வைத்துக்கொள்வதுஏன்?அன்புசெலுத்துவதுஏன்? ஆண்களிடம்கூட ஸ்ரீகிருஷ்ணனின் ஈர்ப்பு ஆற்றல் வேலை செய்கிறதா... ஆண் இன்னோர் ஆணை வழிபடுவானா... ஸ்ரீகிருஷ்ணனை ஆராதிக்கும் விஷயத்தில் தனக்கும் அர்ஜுனனுக்கும் கொஞ்சம்கூட வித்தியாசம் இல்லையென்ற அபிப்பிராயம் திரௌபதிக்கு ஏற்பட்டது.

தன்னுடைய இருப்புநிலை கேள்விக்குரியதாக ஆனபோது, தாங்க முடியாத வேதனையை அனுபவித்தபோது, ஆபத்தான சூழல்கள் தன்னை வளைத்துக்கொண்டிருக்கும்போது தனக்கு ஸ்ரீகிருஷ்ணனே புகலிடம் ஆனான். தான் பாதுகாப்பு வேண்டிக் கையை நீட்டிய போதெல்லாம் அதைப் பற்றிப்பிடித்துக் கொண்டவன் ஸ்ரீகிருஷ்ணனாகத்தான் இருந்தான். தான் வேண்டிக் கொண்ட அர்ஜுனனை ஸ்ரீகிருஷ்ணன் தன் பக்கமாகத் திருப்பிக் கொண்ட நிலையில் கர்ணனையும் தன்வசப்படுத்திக் கொள்ள வேண்டுமென்று ஏன் முயன்றான்?

சிந்தனைகளால் திரௌபதியின் மூளை சூடாயிற்று. இருந்தாற் போலிருந்து சுகந்தமான மலைக்காற்று வீசியது. ஓர் அற்புதமான

நறுமணம் சுற்றுப்புறத்தைச் சூழ்ந்துகொண்டது. உடம்பெல்லாம் சந்தனம் பூசிக்கொண்டதான பிரமை ஏற்பட்டது திரௌபதிக்கு. கிருஷ்ணா... என்று அவள் தன்னையறியாமலே குரல் எழுப்பினாள்.

'அழைத்தாயா திரௌபதி?' என்று கிருஷ்ணன் கேட்டான்.

'கூப்பிட்டேனா... நினைத்தேனா?' என்று திரௌபதி எதிர்க் கேள்வி கேட்டாள்.

'ஏதோ ஒன்று... ஏன் கூப்பிட்டாய்... எதற்காக நினைத்தாய்?' என்று கிருஷ்ணன் புன்னகைத்தவாறு கேட்டான்.

'உங்களுக்குத் தெரியாதா...' என்று திரௌபதி கேட்டாள்.

'தெரிந்தால் ஏன் கேட்கிறேன்?' என்று குறும்புத்தனமாகக் கேட்டான்.

'தெரியாவிட்டாலும் ஊகிப்பது அப்படியொன்றும் கஷ்டமில்லை.'

'மற்றவர்கள் விஷயத்தில் எப்படியோ... உன்னுடைய விஷயத்தில் ஊகிப்பது என்பது என்னால் முடியாது. ஆனாலும் அழகுப் பெட்டகங்களான பெண்களின் மனதைப் புரிந்துகொள்வது மிகவும் கஷ்டம் என்று பெரியவர்கள் சொல்லியிருக்கிறார்கள்.'

புத்திபூர்வமாகவே கிருஷ்ணன் அகப்பட்டுக்கொண்டானென்று திரௌபதிக்குத் தோன்றியது.

'என்னுடைய மனதைத் தெரிந்துதான் நீங்கள் என் சார்பான தீர்மானங்களை எடுக்கிறீர்களா?'

கிருஷ்ணன் அமைதியாகச் சிரித்தான். 'உன் சார்பான தீர்மானங்களை எடுப்பதற்கு நான் யார், திரௌபதி?' என்று அப்பாவித்தனமாகக் கேட்டான்.

'அந்தக் கேள்வியை நான் கனவில்கூடக் கேட்க மாட்டேன்... அஞ்ஞாதவாசத்திற்குப் பிறகு நீங்கள் அஸ்தினாபுரம் ஏன் போனீர்கள்?' என்று திரௌபதி கேட்டாள்.

'எதற்கு என்றால் என்ன... தூது போக அனுப்பினார்கள்' என்று கிருஷ்ணன் சொன்னான்.

'நீங்கள் யாரிடம் தூது போகும் முயற்சியை மேற்கொண்டீர்கள்?'

'வேறு யாரிடம்... கௌரவர்களிடம்தான்.'

'அவர்களிடம் மட்டும்தானா?'

'இன்னும் வேறு யாரிடம் தூது போனேன்?' என்று கிருஷ்ணன் அப்பாவித்தனமாகக் கேள்வி கேட்டான்.

'நீங்கள் கர்ணனைச் சந்தித்து என்ன சொன்னீர்கள்?' என்று திரௌபதி நேரடியாகவே கேட்டாள்.

'அதுவா உன் சந்தேகம்... உன் அத்தானைச் சந்தித்ததில் என்னுடைய உள்நோக்கத்தைத் தெரிந்துகொள்ள வேண்டும் என்பதுதானே உன் நோக்கம்? அப்படியானால் கேள், திரௌபதி' என்று கிருஷ்ணன் அழுத்தமான குரலில் சொன்னவன் மேலும் தொடர்ந்தான்...

'மகாபாரத யுத்தம் இவ்வளவு பயங்கரமாக நடந்ததற்குப் பாண்டவர்கள் பக்கம் நீயும், கௌரவர்கள் பக்கம் கர்ணனும் பிரதான செயற்பாட்டாளர்கள் என்ற விஷயம் நடந்து முடிந்ததை ஆராய்ந்து பார்த்தால் உனக்கே தெரியும். மற்றவர்கள் எல்லாரும் பங்கெடுத்துக்கொண்டவர்களோ, சார்ந்து ஈடுபட்டவர்களோதான்.'

'இதற்கெல்லாம் சூத்திரதாரி நீங்கள் இல்லையா?' என்று திரௌபதி குறுக்கிட்டாள்.

'இரண்டு எதிரெதிரானவர்களைச் சந்திக்கச் செய்ய ஒரு முயற்சி செய்தேன். அது தோல்வியடையும் என்ற விஷயம் எனக்குத் தெரியும், திரௌபதி. ஆனால் உலகத்திற்கு அது தெளிவாக வேண்டும். நான் பின்பற்றியது வெறும் யுத்தநீதி மட்டுமல்ல... அற்பத்தனமான உணர்வுகொண்டவன் என்று கருதப்படும் கர்ணனின் இயல்பான பெருந்தன்மைகூட என் முயற்சியால் உலகத்திற்குப் புலனாகியது.'

திரௌபதி சிந்தனையில் ஆழ்ந்தாள்.

'ஆனாலும் என்னுடைய முயற்சி முழுவதுமாகத் தோல்வியடைந்ததாக நான் கருதவில்லை, திரௌபதி.'

அவள் இப்போது வியப்பில் ஆழ்ந்தாள்.

'நான் பேசிய பிறகு அவனுடைய மனப்போக்கில் மிகுந்த

மாற்றம் வந்திருக்கிறது, திரௌபதி. உன்னை அவமதித்த வழிமுறை அவனை மனவருத்தத்தில் ஆழ்த்தி எரித்திருக்கிறது. யுத்தத்தில் ரதம் களைப்படைவதற்கு முன்பாகவே அவன் மனத்தளவில் களைத்து விட்டான். யுத்தத்தில் தோல்வியைத் தவிர்ப்பதற்கில்லை யென்று, பாண்டவர்கள் தர்ம வெற்றி அடைவார்களென்று தெரிந்தே சிநேக தர்மத்திற்காக மரணத்தை எதிர்கொண்டான். மரணத்தையோ, திரௌபதியையோ தேர்ந்தெடுக்க வேண்டிய தருணத்தில் அவன் மரணத்தை வரித்துக்கொண்டான்.'

கிருஷ்ணனின் பேச்சை மந்திரத்திற்குக் கட்டுண்டவளைப்போல் கேட்டுக்கொண்டிருந்த திரௌபதியின் மனது சோகத்தால் நிரம்பியது.

'நான் கௌரவர்களிடம் தூதுவனாகப் போனது அவர் களுக்கு எமனின் எருமை வாகனத்தின் உறுமல் சத்தம் கேட்டது போலிருந்தது என்ற விஷயம் உனக்குத் தெரியும். அங்கே போவதற்கு முன்பு உனக்கு வாக்கு கொடுத்தேன் அல்லவா. யுத்தத்திற்கு முகூர்த்தம் குறித்துக்கொண்டு வருகிறேன் என்பதாக... கௌரவர்களுக்குக் கடைசி வாய்ப்பு கொடுக்கவில்லையென்று பாண்டவர்களை யாரும் குறை சொல்லி விமர்சிப்பதற்கு வாய்ப் பில்லாமல் செய்துவிட்டேன். அந்தத் தூது பற்றி உங்களுக்கு வந்தவுடனேயே விவரித்துவிட்டேன். கர்ணனிடம் பேசிய விவரம் குறித்து நான் குந்தியைத் தவிர வேறு யாரிடமும் சொல்லவில்லை. அதில் உனக்கு சம்பந்தப்பட்ட விஷயம் இருப்பதனால் உன்னிடம் உரிய நேரத்தில் வெளிப்படுத்தலாம் என்று நினைத்திருந்தேன்."

'ஸ்ரீகிருஷ்ணனே, எங்களுக்கு நன்மை தராதது எதையும் நீங்கள் செய்ய மாட்டீர்கள் என்பது எங்களுக்குத் தெரியும். பயனை எதிர்பார்க்காமல் கடமையைச் செய்ய வேண்டுமென்று நீங்கள் அர்ஜுனருக்கு நினைவுறுத்தினீர்கள். நீங்கள் என்னுடைய நலம்விரும்பி; இனியவர். என் மனதைப் புரிந்துகொண்டு நடப்பது உங்களால்தான் முடியும். பாண்டவர்களின் மூத்தவருடனான உங்கள் தூது குறித்துக் கேட்பது எனக்கும் விருப்பமானதுதான்' என்றாள் திரௌபதி.

அவளுடைய விருப்பத்தை அங்கீகரித்த சக்ரதாரி ஸ்ரீகிருஷ்ணன் கர்ணனிடம் தான் நிகழ்த்திய உரையாடலை விவரிக்கலானான்.

9

தர்மயோகி – கர்ணன்

கௌரவர்களுடனான தூது முயற்சி தோல்வியடைந்தது. குந்திதேவியிடமிருந்து விடைபெற்றுக்கொண்ட குருவம்சத்து முதியோர்கள் பீஷ்மர், துரோணர் ஆகியோருக்கு வணக்கம் செலுத்தி விட்டுத் திரும்பி ஸாத்யகியுடன் மனக்குறையுடன் புறப்பட்டான் கிருஷ்ணன். அப்போது தனக்கு விடைதருவதற்காக வந்திருந்த கர்ணனை அருகில் வருமாறு அழைத்தான்.

“கர்ணா, உனக்குப் பெரியவர்களென்றால் ஒரு மரியாதை. உனக்குத் தெரியாத தர்மம் கிடையாது. உன்னிடம் ஒரு ரகசியம் சொல்லவே அழைத்தேன். என்னுடைய ரதத்தில் ஏறு. சிறிது தூரம் என்னுடன் வா.”

“தங்கள் ஆணை” என்று கர்ணன் கிருஷ்ணனின் ரதத்தில் ஏறினான். ரதம் மெல்ல நகர்ந்தது. நகர எல்லையைத் தாண்டியது.

“நீங்கள் ஏதோ ரகசியம் சொல்லப்போவதாகச் சொன்னீர்கள்” என்றான் கர்ணன்.

மேகம் மென்மையாக உறுமுவதுபோல் பேசினான் கிருஷ்ணன்.

“தேரோட்டியே... கர்ணனே... வேதங்களை இறுதிவரை ஆழ்ந்து கற்றறிந்த பிராமணர்களை நீ சேவித்திருக்கிறாய்... நியமம் தவறாமல் தத்துவார்த்தங்களை அத்யயனம் செய்திருக்கிறாய். வேதங்களிலும் தர்மசாஸ்திரங்களிலும் நீ பண்டிதன். அதனால் நான் சொல்லப் போவது உனக்குப் புரியமென்று எனக்குத் தெரியும். உன்னிடம் நான் ஒரு கேள்வி கேட்கிறேன். மறுப்பு எதுவும் இல்லை அல்லவா...”

“இல்லை, கிருஷ்ணா.”

“கன்னிப்பெண்ணுக்குப் பிறந்தவனைக் கன்னியன் என்றும், உடன்பிறந்தவன் என்றும் பண்டிதர்கள் சொல்வார்கள் அல்லவா? அவனுக்குத் தந்தை யார்?”

"அவளுக்குத் திருமணமானால் அவளுடைய கணவன்தான் அவனுக்குத் தந்தையாவான், கிருஷ்ணா."

"கர்ணா, நீ அப்படிப் பிறந்தவன்தான். தர்ம முறைப்படி நீ பாண்டு மன்னனின் மகனாகிறாய். தர்மசாஸ்திர நியமங்களை அனுசரித்து நீ ஒரு ராஜா... குந்தியின் மைந்தர்கள் உனக்குத் தந்தை வழி உறவினர்கள். வ்ருஷ்டி வம்சத்துக்காரர்களான நாங்கள் அம்மா வழி உறவினர்கள்."

கர்ணன் திகைப்பிலாழ்ந்தான். வேகமாகப் போய்க்கொண்டிருந்த ரதத்தின் பாய்ச்சலாலோ அல்லது கிருஷ்ணனின் கடும் முரட்டுத் தனமான பேச்சினாலோ அவன் ரதத்தின் இருக்கையில் ஒடுங்கிப் போய்த் தடுமாறியபடி உட்கார்ந்திருந்தான். கிருஷ்ணன் அவனுடைய தோள் மீது கைபோட்டு இணக்கமாகச் சொன்னான்.

"நீ என் பின்னால் வா. பாண்டவர்கள் உன்னைத் தங்கள் தாயின் மகனாக, தங்களுக்கு மூத்தவனாக ஆராதிப்பார்கள். தோல்வியே அறியாத சுபத்திரை மகன் அபிமன்யு உனக்குப் பாதபூஜை செய்வான். பாண்டவர்கள் மட்டுமல்ல, அவர்கள் தரப்பிலான ராஜாக்கள், ராஜகுமாரர்கள், யாதவகுலத்து அந்தக வம்சத்தவர்கள், வ்ருஷ்டி வம்சத்தவர்கள் ஆக எல்லாரும் தலைகுனிந்து உன்னை வணங்குவார்கள்."

கிருஷ்ணனின் பேச்சுக்குக் கர்ணனிடம் எந்தச் சலனமும் ஏற்படவில்லை. அதை கவனித்த கிருஷ்ணன் மற்றோர் இடி போன்ற வாக்கியம் சொன்னான்.

"உனக்கு ராஜாக்கள், ராஜகன்னிகைகள் அபிஷேகம் செய்வார்கள். அந்த அபிஷேக சமயத்தில் திரௌபதி உன்னை ஆறாவது கணவனாகக் கைப்பிடிப்பாள்... ஷஷ்ட்டேத்வாம் ச்ச காலே த்ரௌபத்யுபா கமிஷ்யதி."

அந்த வார்த்தைகளைக் கேட்டு கர்ணன் விக்கித்துப்போனான். அவனை மேலும் ஆட்கொள்வதற்குக் கிருஷ்ணன் நந்தவனம் மாதிரியான எதிர்காலம் குறித்து நம்பிக்கையூட்டித் தொடர்ந்து வாக்கியங்களைச் சொன்னான்...

"பாண்டவர்களின் புரோகிதரான தௌம்யர், பாண்டவர்கள், திரௌபதி, அவர்களுடைய மைந்தர்கள், ராஜாக்கள் அனைவரும்

உன்னைச் சக்கரவர்த்தியாக அபிஷேகம் செய்வார்கள். தர்மன் உனக்கு வெண்சாமரம் வீசுவார். அவர் உன்னை இளவரசனாகக் கருதிப் பணிபுரிவார். பெரும் பலசாலியான பீமசேனன் உனது சிரசின் மீது வெண்குடை பிடிப்பான். ஆயுதம் தாங்கிய உன்னுடைய வெண்ணிறத் தேரை அர்ஜுனன் தேரோட்டியாக இருந்து நடத்துவான். நகுலசகாதேவர்கள், பாண்டு மைந்தர்கள் மட்டுமல்லாது அந்தக வம்சத்தார்கள், வ்ருஷ்டி வம்சத்தார்கள் ஆகியோரோடு நானும் உன்னுடன் இருப்பேன்."

இந்த வார்த்தைகளுக்குக் கர்ணன் எந்த பதிலும் சொல்லவில்லை. அப்போது கிருஷ்ணன் கர்ணனை "மகாராஜா!" என்று விளித்தான்.

"மகாராஜா, மகாபாஹு... உன் உடன்பிறந்த பாண்டவர்களுடன் சேர்ந்து ராஜ்யத்தை அனுபவிப்பாயாக. திராவிட, குந்தல தேசங்கள், ஆந்திரர்கள், தலசர்கள், சூசுவர்கள், வேணுவர்கள் உன் எதிரில் பணிந்து நடப்பார்கள். கர்ணா... உன்னுடைய வெற்றியைப் பாண்டவர்கள் நாலாதிசைகளிலும் நிறுவுவார்கள். தாரகைகளின் நடுவே சந்திரனைப் போலப் பாண்டவர்களின் நடுவே நீ ஒளிர்வாய். அவர்களுக்கு சகோதரப் பாசத்தைப் பங்கிட்டுக் கொடு. உன் தாய் குந்தியை மகிழ்வுறச் செய்."

அப்படிப் பேசிக்கொண்டே கிருஷ்ணன் கர்ணனின் முகத்தினூடு பார்த்தான். கர்ணன் சுதாரித்துக்கொண்டு அவனுக்கு பதில் சொன்னான்.

"கிருஷ்ணா... கேசவா... என் மீது நட்புடன், பரிவுடன், என் மேன்மையைக் கருதும் எண்ணத்துடன் நீ எனக்குப் பிறப்பு ரகசியத்தைச் சொல்லியிருக்கிறாய். இதில் எனக்கு சந்தேகம் இல்லை. நீ சொன்ன மாதிரியே நான் தர்மத்தைச் சார்ந்து, தர்ம சாஸ்திரங்களைச் சார்ந்து பாண்டு மன்னனின் மகனாகிவிடுகிறேன். ஆனால் கிருஷ்ணா, சூரியனால் என்னை கர்ப்பம் தரித்த குந்தி இந்த தர்மத்தையெல்லாம் தெரிந்தும்கூட என்னை ஆற்றில் விட்டுச் சென்றுவிட்டாள். தேர்ந்த தேரோட்டியான ஸுதன் என்னைப் பரிவுடன் வீட்டிற்குக் கொண்டுபோய்த் தன் குழுவைச் சேர்ந்த ராதை என்பவளிடம் கொடுத்தான்...

...கிருஷ்ணா! ராதை எனக்குத் தன்னுடைய மார்பகம் கொடுத்து வளர்த்திருக்கிறாள்... என்னுடைய மலமூத்திரங்களை அருவருப்படையாமல் சுத்தம் செய்திருக்கிறாள். தர்மம் தெரிந்தவன் என்ற நிலையில் தர்மசாஸ்திரங்களைத் தெரிந்து கொள்வதற்கு ஆர்வம் கொண்டுள்ள நான் அவள் ஊட்டிய உணவுக் கடனை எப்படித் தீர்த்துக்கொள்வது? என்னை அன்புடன் வளர்த்த அதிரதனைத் தந்தை இல்லையென்று எப்படிச் சொல்வேன்? அவர் எனக்கு வசுசேஷன் என்று நாமகரணம் செய்வித்து எனக்கு ஸூத இனத்துப் பெண்களைத் திருமணம் நடத்தி வைத்திருக்கிறார். அவர்கள் மூலமாக எனக்குப் பிள்ளைகள் பிறந்திருக்கிறார்கள்... பேரப்பிள்ளைகள் பிறந்திருக்கிறார்கள். அவர்கள் எல்லாருடனும் என் இதயம் பிணைந்துவிட்டிருக்கிறது...

...கிருஷ்ணா! கோவிந்தா! இந்த பூமி முழுவதும் என்னுடைய தானாலும், பொற்குவியல்கள் கிடைத்தாலும் அவர்களுடைய பாசத்தை அகற்றிவிட மாட்டேன். ஸூதர்களுடன் சேர்ந்து எண்ணிலடங்காத யாகங்கள் செய்திருக்கிறேன். அவர்களுக்குள் திருமணங்கள் நடத்தி வைத்திருக்கிறேன். குலதர்மத்தை நிறைவேற்றியிருக்கிறேன். அந்தக் குலத்தை நான் எப்படித் தவிர்த்துக்கொள்ள முடியும்?...

...கிருஷ்ணா! துரியோதனனைச் சார்ந்து பதின்மூன்று ஆண்டுகள் நான் எந்தக் கஷ்டமும் தெரியாமல் ராஜ்யத்தை அனுபவித்திருக்கிறேன். என்னைப் பார்த்தும், சார்ந்தும் துரியோதனன் பாண்டவர்களுடன் பகை வளர்த்துக் கொண்டிருக்கிறான். அர்ஜுனனைத் தோற்கடிக்கவே அவன் என்னைத் தேர்ந்தெடுத் திருக்கிறான். நான் யுத்தத்தில் இறப்பதற்கு ஆயத்தமாகவேனே தவிர துரியோதனனுக்கு துரோகம் செய்ய மாட்டேன்.

...கிருஷ்ணா... ஹ்ருஷிகேசா! நான் அர்ஜுனனுடன் யுத்தம் செய்யத் தவறினால் அது எங்கள் இருவருக்குமே இழுக்குதான்... நீ என்னுடைய மேன்மைக்காகத்தான் சொல்கிறாய். உன்னுடைய கண்ணிமைக்குள்ளேயே இருக்கிற பாண்டவர்கள் நீ எது சொன்னாலும் செய்வார்கள். அதில் எனக்கு சந்தேகம் இல்லை. கிருஷ்ணா! இந்த விஷயம் ரகசியமாக இருப்பது மிகவும் நல்லது. நான் அவனுடைய அண்ணனென்று தெரிந்தால் தர்மன் ராஜ்யத்தை ஏற்காமல் எனக்கே கொடுத்துவிடுவான்... ஒருவேளை நான் இந்த

மகாசாம்ராஜ்யத்தை ஏற்றுக்கொண்டால் அதை துரியோதனனுக்கே தாரை வார்க்க வேண்டியிருக்கும்...

...கிருஷ்ணா... மாதவா! ஆதலால் அந்த தர்மாத்மாவான தர்மனே என்றென்றும் மன்னனாக இருக்க வேண்டுமென்பது என் விருப்பம். துரியோதனனால் பெரும்போரைத் தவிர்க்க முடியாதென்றும், அதில் பாண்டவர்களின் வெற்றி நிச்சயம் என்றும் எனக்குத் தெரியும். இந்த யுத்த யாகத்தின் மேற்பார்வையாளனாகத் தலைமை வகிப்பவன் நீதான்... அந்த அர்ஜுனன்தான் யாகத்தில் ஆஹுதி அளிப்பவன்... அவனுடைய திவ்ய அஸ்திரங்கள் மந்திரங்களாகும். பலசாலியான பீமனும், தர்மாத்மாவான தர்மனும் யாகம் செய்யும் ரித்விக்குகள் ஆகிறார்கள். மகாசக்தி சம்பன்னர்களான, மாத்ரி புத்திரர்களான நகுலசகாதேவர்கள் யாகப்பசுவைக் கொல்லும் சடங்கை நிர்வகிப்பார்கள்...

...கிருஷ்ணா! துரியோதனனின் பிரீதிக்காகப் பாண்டவர்களைப் பற்றிக் கடுமையாகப் பேசிவிட்டேன். அந்தக் கீழ்த்தரமான செயலுக்கு நான் மிகவும் வருந்துகிறேன். என்னை அர்ஜுனன் வெற்றி காணும் அன்று இந்த யாகத்திற்கு மீட்டுயிர்ப்பு, எனக்குப் பிராயச்சித்தம் ஆகும். பயங்கரமாக ஓலமிட்டு துச்சாதனனின் ரத்தத்தை பீமன் குடிக்கும்போது வெற்றி முழக்கமாக ஸோயம் என்ற காரியம் நடக்கும். பாஞ்சாலத்து ராஜகுமாரர்கள் திருஷ்டத்யும்னனும் சிகண்டியும் துரோணரையும் பீஷ்மரையும் வீழ்த்தும்போது இந்த யாகம் முடிவடைகிறது. பீமன் துரியோதனனை அடக்கி ஒடுக்கும்போது இந்த பயங்கர யாகம் முற்றாக முடிவடையும்...

...கிருஷ்ணா... ஜனார்த்தனா! ராஜாக்கள், ராஜகுமாரர்கள், கணவன்மார்கள் ஆகியோரின் பிணங்களின் நடுவே திருதராஷ்டிரரின் மருமகள்கள், அவர்களுடைய அடுத்த தலைமுறை மருமகள்கள் எல்லாருமாகக் காந்தாரியுடன் மயானத்தில் கண்ணீர் பெருக்கெடுக்க துக்கப்படும்போது இந்த யாகத்தில் அவப்பெயரில் மூழ்கி எழ வேண்டியிருக்கும்... திரௌபதிக்கு வேள்வி நாயகி என்பதான யாக்ஞஸேனி என்ற பெயர் ஏற்பட்டுவிடும்...

...கிருஷ்ணா! இப்படி அவலமாக உருவாக்கப்படுகிற சமுதாயத்தினர் எல்லாருக்கும் சொர்க்கத்தை அருளச்செய்ய வேண்டு மென்பதுதான் என் ஆசை. அதை நிறைவேற்றத் தகுந்தவன் நீதான்!

இந்த ரகசியத்தை எவரிடமும் சொல்லாமல் குந்தி மகனான அர்ஜுனனை என்னுடன் போரிடுவதற்கு நீ அழைத்து வர வேண்டு மென்பது என் விருப்பம்.”

கர்ணனின் பேச்சைக் கேட்ட ஸ்ரீகிருஷ்ணன் உரக்கச் சிரித்தான்.

“கர்ணா! நீ மகாதியாகி. நீ சொன்னதுபோல் பாண்டவர்களுக்கு வெற்றி நிச்சயம். அவர்கள் யுத்தத்தில் முனைப்பு காட்டும்போது எதிரிகளுக்கு அச்சமூட்டுபவர்களாக விளங்குவார்கள். இன்றி லிருந்து ஏழாம் நாள் அமாவாசை. அந்த நாளில் யுத்தத்திற்கு ஆயத்தமாகுமாறு கௌரவர்களிடம் சொல். துரியோதனனைப் பின்தொடரும் மன்னர்கள் எல்லாரும் யுத்தத்தில் நற்கதி அடைவார்கள்” என்று சொல்லிவிட்டு சற்று நேரம் பேச்சை நிறுத்தினான்.

மீண்டும் கர்ணனின் பக்கமாகப் பார்த்து “இந்த ராஜ்யத்தைக் கைவரப்பெற்று நிகழவிருக்கும் சூழ்நிலை மாற்றத்தை ஏன் தடுத்து நிறுத்த மறுக்கிறாய்?” என்று கேட்டான் கிருஷ்ணன்.

“கிருஷ்ணா! உனக்கு உண்மை தெரிந்தும்கூட என்னை மோகத்தில் மூழ்கடிக்க வேண்டுமென்று நினைப்பது நியாயமா? நீ குறிப்பிடும் அழிவுநிலைக்கு சகுனி, நான், துச்சாதனன், துரியோதனன் ஆகியோர் பொறுப்பாளிகள் என்றாவதில் சந்தேகம் இல்லை. துரியோதனனின் சார்பாக யுத்தம் செய்பவர்கள் எமலோகம் சென்றடைவார்கள் என்பதான கெட்ட கனவுகள், பெருத்த சீரழிவுகள் எனக்குத் தென்படுகின்றன. பிரஜாபத்ய நட்சத்திரத்தை சனி அலைக்கழிக்கிறது... மயில்கள், அன்னங்கள், சாதகப்பறவைகள், நிலாக்குருவிகள் ஆகியன பாண்டவர்களின் அருகே அழகாக நடமாடித் திரிந்துகொண்டிருக்கின்றன. கழுகுகள், நாரைகள், வல்லூறுகள், பேய்பிசாசுகள், அரக்கர்கள், நரிகள், ஈக்களின் கூட்டங்கள் ஆகியன கௌரவர்களின் மீது வட்டமிடு கின்றன. தோல்விக்கான வெவ்வேறு அறிகுறிகள் எனக்குத் தென்படுகின்றன... கிருஷ்ணா! தர்மன் தன் சகோதரர்களுடன் சேர்ந்து ஆயிரம் தூண்கள் அமைந்த மாளிகைக்குள் நுழைவது போல் எனக்குக் கனவு தென்படுகிறது... உன்னுடைய சரீரம் ரத்தக் கறைகளுடன் ஆயுதங்களைத் தாங்கிக் கொண்டிருப்பதாக எனக்குப் புலப்படுகிறது... கிருஷ்ணா, எங்கே தர்மம் இருக்கிறதோ அங்கே

வெற்றி அமைகிறதென்று எனக்குத் தெரியும்."

கிருஷ்ணன் அந்த வார்த்தைகளைக் கேட்டுப் பெருமூச்சு விட்டான். "கர்ணா! உன் இருதயம் என் வார்த்தைகளை கிரகித்துக் கொள்ளவில்லை... இனி இந்த பூமிக்கு அழிவு தவறாது."

"உன் வார்த்தைகளுக்கு நான் உடன்படுகிறேன். ஆனால் நான் செய்யத் தக்கது எதுவும் இல்லை. கிருஷ்ணா... இந்த மகாயுத்தத்திற்குப் பின்னர் நான் உன்னைப் பார்ப்பேன் என்ற நம்பிக்கை எனக்கு இல்லை... இதுவே நமது கடைசி உரையாடல்... அடுத்து சொர்க்கத்தில் சந்திக்கிறேன்" என்று கர்ணன் கிருஷ்ணனை இறுகத் தழுவிக் கொண்டு கண்ணீர் வடித்தான்.

அதன் பிறகு கர்ணன் கிருஷ்ணனின் ரதத்திலிருந்து இறங்கி, அதைப் பின்தொடர்ந்து வந்துகொண்டிருந்த தனது தங்க ரதத்தில் ஏறித் தன் வழியே திரும்பினான்... கர்ணனின் மனது திகிலால் நிறைந்துவிட்டதை அவனுடைய முகம் சொல்லிற்று.

கிருஷ்ணனின் ரதமும் அயர்ந்த நிலையில் நகர்ந்தது...

10
கர்ணன் குந்தியின் மகனா?

கர்ணன் மிகுந்த அதிர்ஷ்டசாலி என்று திரௌபதி பல தடவை தனக்குள் நினைத்துக்கொண்டாள்.

இறப்பதற்கு முன்பு பாண்டவர்களுக்குள் எவ்வளவுக்குப் பகையைத் தூண்டிவிட்டானோ அந்த அளவுக்கு மரணத்திற்குப் பின்பு அவன் அவர்களில் இணையற்ற துயரத்தைக் கிளறிவிட்டான். அவன் ஓர் அற்புதமான, மேன்மையான ஆளுமை கொண்டவன் என்ற அபிப்பிராயத்தை ஏற்படுத்தினான். பாண்டவர்கள் எல்லாரும் கர்ணனின் மரணத்தை எண்ணி மிகவும் வேதனைப்பட்டார்கள். தர்மனைப் பற்றி வேறெதுவும் சொல்லத் தேவையில்லை. தனக்கு மூத்தவனைக் கொன்றதற்கு அவன் முற்றாக வாழ்க்கை மீதே விரக்தியடைந்து சந்நியாசம் பெற்றுக்கொள்ள நினைத்தான்.

இதே கர்ணனைக் கொல்லாமல் யுத்தத்தைத் தவிர்த்து விடும்படிச் சில நாட்களுக்கு முன்பு தன்னை ஆறுதல்படுத்த அர்ஜுனன் வந்தபோது தர்மன் அவன் மீது எரிந்து விழுந்தான். தர்மனின் மார்பில் கர்ணன் ஒரு வலுவான அம்பைத் தொடுத்து, ரதத்தைச் சின்னாபின்னப்படுத்தி அவனுடைய தேரோட்டியைக் கொன்றதனால் அவன் நகுலசகாதேவர்களுடன் கூடாரத்தை நோக்கித் தப்பியோட வேண்டியதாயிற்று. பின்னர் தன்னைத் தேடிக் கூடாரத்திற்கு வந்த கிருஷ்ணனையும் அர்ஜுனனையும் பார்த்ததும் கர்ணனைக் கொன்றுவிட்டுத்தான் அவர்கள் வந்திருக் கிறார்களென்று தர்மன் மகிழ்ந்தான்.

"திருஷ்டத்யும்னன், சாத்யகி, சிகண்டி, திரௌபதி மைந்தர்கள் ஆக அத்தனை பேரும் பார்த்துக் கொண்டிருக்க, கர்ணன் என் தேரோட்டியைக் கொன்றான். என் தேர்க்கொடியை முறித்தான்.

குதிரைகளைக் கீழே வீழ்த்தினான். என் உடம்பு முழுவதையும் அம்புகளால் நிறைத்தான். பீமன் துரியோதனனைத் தாக்குவதைப் பார்த்து கர்ணன் அங்கே போனதால் என் உயிர் ஆபத்திலிருந்து தப்பியது. அதுதான் சந்தர்ப்பமென்று நான் கூடாரத்திற்கு வந்து விட்டேன். அர்ஜுனா, கர்ணனை எப்படித் தோல்வியுறச் செய்வது என்ற கேள்விதான் என்னைப் பதின்மூன்று ஆண்டுகள் இரவும் பகலும் துன்புறுத்தி வந்தது. அவனைப் பற்றிய நினைப்பிலேயே தூக்கமோ ஆகாரமோ எனக்குப் பிடிக்கவில்லை. யக்ஞத்திற்காக பிராமணர்கள் இழுத்து வரும் பசுவைப் போல பயத்துடனேயே இத்தனை காலமும் கழித்தேன். பீஷ்மரும் துரோணரும்கூடக் கர்ணனைப் போல என்னை அவமானப் படுத்தவில்லை. அவனிடம் வீரம், திறமை, தெய்விகத் தன்மையான அஸ்திரங்கள் எல்லாமே இருக்கின்றன. நீ அவனை எப்படிக் கொன்றாய்? கர்வத்தால் எப்போதும் நிமிர்ந்தே நிற்கும் அந்தத் தேரோட்டி மகனின் தலையை அம்பினால் துண்டித்தாயா... அவனுடைய தலை போர்க்களத்து மண்ணில் உருண்டதா?" என்று அளவுகடந்த மகிழ்ச்சியுடன் கேட்டான்... ஆனால் கர்ணனைக் கொல்லாமல் வந்துவிட்டதாக அர்ஜுனன் சொன்னபோது தர்மன் அர்ஜுனன் மீது ஆத்திரமடைந்தான்.

"கர்ணனைக் கொல்லாமல் யுத்தக்களத்திலிருந்து என் வந்தாய்? நான்தான் தப்பித்தால் போதுமென்று வந்துவிட்டேன். நீயும்கூடத் தோல்வியடைந்து வந்து விட்டாயா? இந்தக் கிருஷ்ணனும் தோற்றுவிட்டானா? அப்படியானால் இந்த அளவுக்கு யுத்தம் துரியோதனனுக்குத் தலைவணங்கி அவன் சொல்லும் வேலைகளைச் செய்து கிடப்போம்... கர்ணனைக் கொல்லாவிட்டால் யுத்தத்திற்கு எதற்காக முனைப்பு காட்டினாய்... இந்த விஷயத்தை த்வைதவனத்தில் சொல்லியிருந்தால் நானும்கூட யுத்தத்திற்கு ஒப்புக்கொண்டிருக்க மாட்டேன் அல்லவா... கர்ணனைக் கொல்வேன் என்று நீ செய்த சபதம் என்னவாயிற்று? சக்தியில்லாதவன் போரை எதிர்கொள்வது விவேகமற்றது. உன்னை நம்பி நான் துரியோதனனிடம் பகை வளர்த்துக்கொண்டேன். கிருஷ்ணனுடைய தேர் செலுத்தும் ஆற்றல், உன்னுடைய காண்டீவ வில் ஆற்றல் இருந்தும்கூடக் கர்ணனைப் பார்த்ததும் பயந்து புறமுதுகு காட்டியிருக்கிறாய்... காண்டீவத்தைக் கிருஷ்ணனிடம் கொடுத்துவிட்டு நீ தேரைச் செலுத்தியிருந்தால்

சரியாய் இருந்திருக்கும். நீ குந்தியின் வயிற்றில் பிறக்காமல் இருந்திருந்தாலும், கருப்பிண்டம் அளவிலேயே இறந்திருந்தாலும் எனக்கு இந்த அளவு வேதனை இருந்திருக்காது" என்று தர்மன் அர்ஜுனனை நாலாவிதமான வசைபொழிந்தான்.

அன்றைக்குக் கிருஷ்ணன் குறுக்கிடாமல் இருந்திருந்தால் இந்த வார்த்தைகளுக்கு அர்ஜுனன் தர்மனைக் கத்தியால் வெட்டிக் கொன்றிருப்பான்தான்... இல்லாவிட்டால் தர்மனுடைய தலை ஆயிரம் சுக்கலாகியிருக்கும். ஸ்ரீகிருஷ்ணன் நல்லது கெட்டது எடுத்துச் சொல்லி அர்ஜுனனை அமைதிப்படுத்தினான். ஆனாலும் அர்ஜுனன் தர்மனைக் கடுமையாக இகழ்ந்து பேசினான். தர்மனின் சூதாட்ட வெறிப்பழக்கத்தினால்தான் தங்களுக்கு ராஜநாசம், வனவாசம், அடிமை வாழ்வு என்பதான துயரங்கள் எதிர்ப்பட்டனவென்றும், திரௌபதி அவமானங்களை ஏற்க நேர்ந்ததென்றும் விமர்சித்தான். திரௌபதி துகிலுரியப்பட்ட நேரத்தில்கூட அர்ஜுனனின் வாயிலிருந்து இப்படிப்பட்ட கடுமை யான வார்த்தைகள் வரவல்லை. எத்தனையோ ஆண்டுகளாக தர்மன் மீது அர்ஜுனனுக்கு இருந்த ஆத்திரம் வெள்ளம்போல் ஆர்ப்பரித்துப் பொங்கியது. தான் ஒருவன் மட்டுமே திரௌபதியைத் திருமணம் செய்து கொண்டிருந்தால் இந்தச் சூழ்நிலையே ஏற்பட்டிருக்காது என்ற அபிப்பிராயம் அர்ஜுனனின் மனதில் இருக்கிறதென்று தர்மன் புரிந்துகொண்டான்.

அர்ஜுனனின் முள்குத்தலான வார்த்தைகளைக் கேட்டு தர்மன் துயரமடைந்து ஆரண்யத்திற்குப் போய் தவம் செய்வதற்குத் தீர்மானித்தான். இந்த நிலையில் கிருஷ்ணன் மீண்டும் குறுக்கிட்டு, கர்ணனை எந்த வகையிலாவது அர்ஜுனனைக் கொண்டு வதைக்கச் செய்கிறேனென்று சொல்லி தர்மனை நிதானப் படுத்தினான்...

....அன்றைக்குக் கர்ணனை வதைக்காமல் போனதற்கு வாழ்க்கையில் விரக்தி அடைந்த தர்மன் இன்றைக்கு அவனை வதைத்ததற்காகக் குமைந்துபோகிறான். அவன் தனது அண்ணன் என்று தெரிந்தபோது தர்மன் மற்றொரு தடவை ராஜ்யத்தை விட்டுக் கொடுப்பதற்கு ஆயத்தமானது திரௌபதிக்கு வியப்பளித்தது.

"கர்ணனைக் கொல்லாமல் புறமுதுகிட்டு வந்ததற்கு அர்ஜுனனை எனது சகோதரனே அல்லவென்று வசைமொழிந்து

பரம மூடனாகி சகோதர ஸம்ஹாரத்திற்கு அடிகோலிவிட்டேன். இந்த துக்க அக்னியின் சுடர் என்றைக்கானாலும் தணியக்கூடியதா ...கர்ணன் எங்களில் நால்வருக்கு உயிர்ப்பிச்சை கொடுத்திருக்கிறான்... அந்த வீரத் திருமகனுடன் நாங்கள் சகோதரத்துவத்துடனும், நல்லிணக்கத்துடனும் இருந்திருந்தால் இப்போது அமரர்களா யிருக்கும் எல்லாருக்கும் உயிர்ப்பிச்சை அளித்தவர்களாக இருந்திருப்போம் அல்லவா?" என்று தர்மன் புலம்பி மருகினான். கர்ணனுடைய ரதத்தின் சக்கரம் தரையில் அழுந்தி, அதனால் கர்ணன் மரணம் எய்திய விவரத்தை நினைவுபடுத்திக்கொண்டு தர்மன் குமைந்தான். தேவேந்திரன் பிராமண உருவில் வந்து கர்ணனின் கவசகுண்டலங்களைக் கவர்ந்தானென்று நாரதர் மூலமாகத் தெரிந்து தர்மன் மிகவும் புலம்பி அழுதான். தன்னு டைய சாம்ராஜ்ய ஆசையினால்தான் பல கோரச் செயல்கள் நடந்துவிட்டதாகத் துயரமுற்று, தான் வனங்களுக்குச் சென்று முனிவர்களின் முன்னிலையில் தனது இறுதி வாழ்க்கையைக் கழிக்கப் போவதாகப் பிரகடனம் செய்தான். தனக்கு ஆரண்ய வாழ்க்கைதான் பிடித்திருக்கிறதென்றும், தம்பிமார்களும் திரௌபதியும்தான் தன்னை யுத்தத்திற்குத் தூண்டிவிட்டார்களென்றும் புலம்பினான்.

குந்திதேவி கர்ணனைப் பற்றிய ரகசியத்தை மறைத்து வைத்துக் காப்பாற்றிக் கொண்டிருந்ததனால்தான் இவ்வளவு பயங்கர யுத்தம் நடக்க நேர்ந்ததென்று அவளை நிந்தித்தான். இனிமேல் உலகத்தில் பெண்களில் எவருக்கும் ரகசியத்தை மறைத்து வைக்கும் சக்தி இல்லாதொழியட்டுமென்று சாபமிட்டான். இந்த ராஜ்யம் தனக்கு வேண்டாமென்று, 'நீங்களே ஆட்சிசெய்யுங்கள்' என்று பீமன், அர்ஜுனன், நகுலன், சகாதேவன் ஆக எல்லாரிடமும் சொல்லிவிட்டு வனத்திற்குச் செல்வதற்கு ஆயத்தமானான்.

அர்ஜுனனும் பீமனும் எத்தனையோ விதங்களில் க்ஷத்திரியர் களுக்கான கடமையை எடுத்துரைத்தாலும் தர்மனின் வருத்தப் போக்கில் மாற்றம் ஏற்படவில்லை. வானப்பிரஸ்த ஆஸ்ரமத்தைவிட கிருஹஸ்தாஸ்ரமமே பல மடங்கு மேலானதென்று நகுலனும் சகாதேவனும் பெரிதும் அறிவுறுத்தினார்கள். ஆனாலும் தர்மன் தனது பிடிப்பைத் தளர்த்தவில்லை.

இனி தர்மனை சமாதானப்படுத்திப் பட்டாபிஷேகத்திற்கு

ஆயத்தப்படுத்த வேண்டிய பொறுப்பு திரௌபதி மீது விழுந்தது. தர்மன் துயரத்தில் இருக்கும் போதெல்லாம் அவனைத் தேற்றிச் செயலாக்கத்தில் ஈடுபட வைக்கும் கடமை எப்போதும் திரௌபதி யினுடையதுதான். அஞ்ஞாதவாசத்தின் தொடக்கத்தின் போதும் தர்மனைத் திசைப்படுத்தியது திரௌபதிதான்.

11

தர்மோபதேசம்

துயரக் கடலில் மூழ்கி மீண்டெழுந்ததுபோல் தென்பட்ட தர்மனை அணுகி திரௌபதி தனது கருத்தைத் தெளிவுபடச் சொன்னாள்.

“ஸ்வாமி! உற்றார் உறவினரைக் கொன்று குவிக்க நேர்ந்துவிட்ட தென்று சோக நெருப்பு அனலில் விழுந்து அயர்ந்து தொய்ந்து போயிருக்கும் சகோதரர்களைத் தேற்றி ஒரு மகாசாம்ராஜ்யத்தை நிறுவ வேண்டிய தங்களுக்கு இந்தத் தாள முடியாத அவலப் போக்கு நியாயம்தானா? வனவாசத்தில் சகோதரர்கள் அஷ்டகஷ்டங்கள் பட்டுக்கொண்டிருந்தபோது ஆறுதல் கூறி அனுசரணையாக இருந்தவர் நீங்கள் அல்லவா... வனத்தில் அஞ்ஞாதவாசத்திற்குப் பின்னர் சுமோதனனைக் கொன்று சாம்ராஜ்யத்தை உடைமையாக்கிக் கொண்டு எல்லாரும் இன்புற வேண்டுமென்று ஆறுதல் கூறியதை மறந்து விட்டீர்களா? அதே மாதிரியாக, பகைவனைக் கொன்றுவிட்டு ராஜ்யத்தையும் செல்வத்தையும் பெற்ற பிறகு இப்படிப்பட்ட வனவாச முடிவு எடுத்துக்கொள்வது தக்கதா? சத்தியத்தில், தர்ம நிர்ணயத்தில், உசிதமானது- உசிதமற்றது என்று முடிவெடுப்பதில் உங்களைவிடத் தேர்ந்தவர் இந்த உலகத்தில் யார் இருக்கிறார்கள்? அப்படிப்பட்டவருக்கு இந்த தைரியமற்ற அவலப் போக்கு சரியானதுதானா? இப்படிக் குமைந்துபோவது ஒரு ராஜாவுக்கு மங்களகரமானது அல்ல... உலகத்தைக் காப்பாற்றுவான் என்றுதானே அந்த சிருஷ்டிகர்த்தா உங்களைப் போன்ற உலகாள் வோரைப் படைத்திருக்கிறான்? ராஜா என்றால் மனித உருவம் பெற்ற அமரதேவன் அல்லவா... தீண்டியவன் ஒருவனை மட்டுமே எரிப்பது அக்னி... ஆனால் வம்சம் முழுவதையுமே சாம்பலாக்கி உருச்சிதைத்து அழித்தாலொழிய விட்டகலாதது க்ஷத்திரிய அக்னி. இதே மாதிரி கௌரவர்கள் கண்மன் தெரியாமல் உங்களை

அவமதித்து உங்களுடைய பகை நெருப்புச் சுடர்களுக்கு இலக்காகிப் பரலோகம் சென்றடைந்துவிட்டார்கள். இதற்கு இவ்வளவு கவலைப் படுவது எதற்காக?...

...அரசாளும் நிர்வாக அதிகாரம் மன்னனைச் சார்ந்தே இருக்கிறதென்று நியாய விற்பன்னர்கள் சொல்லியிருக்கிறார்கள். எது குற்றமோ, எது நியாயமோ முழுமையாகப் புரிந்துகொண்டு தண்டனை முறையை நிறைவேற்றும் சக்கரவர்த்திகளுக்கு இகம், பரம் இரண்டுமே சித்திக்கின்றன. பிராமணர்கள் இழிசெயல்களில் ஈடுபட்டால் அந்தத் தவறுகளை அவர்களிடம் கட்டிக் காட்டி அவர்களை முறைப்படி நடந்துகொள்ளும்படி எச்சரிக்கும் அதிகாரம் ராஜாக்களுக்கு இருக்கிறது. ஒற்றைத் துணியுடன் இருந்த என்னை துரியோதனன் அரங்கு நிறைந்த சபையில் இழுத்து வரச் செய்தான். அதன் பிறகு தனது இரண்டு தொடைகளையும் காண்பித்து என்னை அங்கே உட்காரச் சொல்லி சைகை செய்து அவமானப்படுத்தினான். இவ்வளவு குற்றங்கள் செய்த அவனை சகோதரன் என்றுகூடப் பாராமல் தண்டித்து தர்மத்தை நிலை நாட்டினீர்கள். நஞ்சு கொடுப்பவன், வீட்டை எரிப்பவன், ராஜ ரகசியத்தை வெளிப்படுத்துபவன், மனிதக் கொலையாளி, நெறிமுறை மீறிப் பிறர் சொத்தை அபகரிப்பவன், உறவினர் செல்வத்தை அபகரிப்பவன் ஆகிய மகாபாவிகளை அறிவாளிகள் கட்டுப் படுத்துகிறார்கள். அப்படிப்பட்ட கொடூரர்களை வேரறுக்கும் அரசனுக்குப் புண்ணியத்தின் பலன் தவறாமல் கிடைக்கும். தண்டனைக்குரியவர்களை தண்டிக்காமல் ஒதுக்கி விட்டுவைப்பவன் தேவேந்திரனேயானாலும் கொடும் பாவம் தப்பாது என்று அறச் சான்றோர்கள் சொல்லியிருக்கிறார்கள்...

...ஏழைகள், சாதுக்கள், முனிவர்கள், துவாதசி விரத விருந்தினர் ஆக எல்லாருக்கும் உரியதான நெறிமுறைகள் வகுக்கப் பட்டிருப்பதால்தான் எப்போதும் சுபிட்சம் விளைகிறது. அதனால் தான் வேத ஒலி எல்லா இடங்களிலும் தங்குதடையின்றி எதிரொலிக் கிறது. உரிய நிர்வாக நெறிமுறையுடன் மக்களை ஆட்சி செய்ய வேண்டிய மன்னர்கள் அமைதி சார்ந்த பிராமண தர்மத்தைக் கடைப்பிடிப்பது ஏற்றதுதானா?" என்று திரௌபதி தர்மனைக் கடைக்கண் பார்வை பார்த்தபடிக் கேட்டாள்.

தர்மன் இன்னும் மௌனம் சாதிப்பதைப் பார்த்து தர்மனுக்குப் பைத்தியம் பிடிக்கவில்லை அல்லவா என்ற சந்தேகம் திரௌபதிக்கு ஏற்பட்டது. அந்த எண்ணத்தைத் தெளிவாக வெளிப்படுத்தினாள்.

"தர்மத்திற்காக வாழ்க்கையை அர்ப்பணித்துக்கொண்டவரே! ஏனோ உங்களை இந்த நேரத்தில் உசிதமல்லாத வெறித்தனமான ஆவேசம் ஆக்கிரமித்துக்கொண்டிருக்கிறது. சந்தேகமே இல்லை. உங்களுக்கு முற்றிய நிலையிலான பைத்தியத்துக்கான சிகிச்சை செய்ய வேண்டுமே அல்லாது நீங்கள் சாதாரண மனிதராக இயங்கவில்லை. எனவே இனிமேலாவது சகோதரர்கள் மீது கருணை சார்ந்த கடைக்கண் பார்வையாவது செலுத்துவது நல்லது. உலகத்தில் என்னைப் போன்று தேவையில்லாத கஷ்டங்களை அனுபவித்த குடும்பப் பெண்கள் யாராவது இருக்கிறார்களா? அப்போதும்கூட நான் கிருஹஸ்தாஸ்ரம தர்மத்திற்கு... குடும்ப வாழ்க்கை இயல்புக்கு முரண்பட்டு நடக்க எண்ணியதில்லை. மீண்டும் மீண்டும் உங்களை வேண்டிக்கொள்கிறேன்... தங்களுக்குத் தாங்களே செய்துகொண்ட அடாத தீச்செயல்களின் காரணமாகக் கௌரவர்கள் எல்லாரும் அழிந்து பரலோகம் எய்திவிட்டார்கள். எனவே சந்தேகம் எதுவும் கொள்ளாமல் ராஜ்யபாரம் ஏற்றுக் கொள்ளுங்கள். யாகயக்ஞங்கள் செய்து தேவதைகளை மகிழ்ச்சியுறச் செய்வது நல்லது. தேவதைகள், பேய்பிசாசுகள், குருமார்கள் ஆக எல்லா வகையினரும் கடைப் பிடித்த நீதிசாத்திரங்களை நீங்கள் தொடக்கம் முதல் முடிவு வரை முழுவதுமாகப் புரிந்துகொண்டிருக்கிறீர்கள். இதே முதிர்ச்சி பெற்ற வழிமுறையை சகோதர்களின் துணையுடன் பின்பற்றுங்கள்."

திரௌபதி, பீமன், அர்ஜுனன், நகுலன், சகாதேவன் ஆகியோருடன் சேர்ந்து வேதவியாசர் மீண்டும் மீண்டும் சொன்ன பிறகும்கூட ராஜ்யத்தைப் பொறுப்பேற்றுக்கொள்ள தர்மன் ஒப்புக்கொள்ளவில்லை. கர்ணன் ஆசாபாசங்களை வென்று அமரனானான். தர்மன் யுத்தத்தில் வென்ற பிறகு ஆசாபாசங்களை வெல்ல வேண்டுமென்றிருந்தான்.

ஆனால் பாண்டவர்களின் உள்மனப்போக்கு, அவர்களுடைய ஒற்றுமை, தர்ம-அதர்மம் சார்ந்த தொலைநோக்கு ஆகியவற்றின் அடையாளம் தர்மன். தர்மனை விட்டு விலகி இருக்க நினைத் திருந்தால் அவன் சூதாட்டத்தில் தோற்றபோதே அந்த சகோதரர்கள்

அவனுடைய கட்டளையைப் புறக்கணித்துப் போயிருந்திருப்பார்கள். அண்ணனை விலக்கி வைக்க நினைத்திருந்தால் தம்பிமார்கள் இவ்வளவு கஷ்டங்கள் அனுபவிக்க இடமேது? இதே யுத்தம் எப்போதோ நடந்து முடிந்திருக்கும். வனவாசத்திற்கென்று தர்மன் புறப்பட்டு வெளியேறிய பின்பு இனி எஞ்சிய பாண்டவர்களுக்கு அண்ணனின் ஒரு சொல்லுக்குக் கட்டுப்பட வேண்டிய தேவை என்ன இருக்கிறது? இப்படியெல்லாம் நினைத்து திரௌபதி பெருமூச்சுவிட்டாள்.

12
கனவு பலித்தது

அஸ்தினாபுரத்தில் பட்டாபிஷேக நிகழ்வு தொடங்கியது. புலம்பல்கள், சோகங்கள், துயர நிகழ்வுகள், மயான வைராக்கியம் ஆக எல்லாமே படிப்படியாக மறைந்து போயின. ஸ்ரீ கிருஷ்ணன், சகோதர்கள், திரௌபதி, யுத்தத்தில் எஞ்சியிருந்த உற்றார் உறவினர்கள், தௌம்யர் முதலான புரோகிதர்கள் எல்லாருக்கும் நடுவில் தர்மன் பாதுகாப்பாளர் வரிசையின் நடுவே பொலிகின்ற நிறைவான நிலா போன்று ஒளிர்ந்தான்.

தர்மன் தனது இடது விலாப்புறத்தில் பொன் அலங்காரங்களுடன் பிரத்தியட்ச மங்கள தேவதையைப்போல் ஒய்யாரமாக வீற்றிருந்த திரௌபதியுடன் சேர்ந்து பவித்திரமான அக்னிகுண்டத்தில் ஹோம விதிமுறையை முழுமையாக நிறைவேற்றிக் கொண்டிருந்தான். ஸ்ரீகிருஷ்ணன் மகிழ்ச்சி தாங்க முடியாமல் சங்கை எடுத்து மனம் போனபடி ஊதிக் குரலெழுப்பினான். தர்ம நரேஸ்வரா... இந்த பூமிக்கு நீதான் தன்னிகரில்லாத ஏகச் சக்கரவர்த்தி என்று இனிய மந்திர முழக்கத்துடன் மகாபிஷேகம் நிறைவேற்றினான். திருதராஷ்டிரரும் மற்ற மன்னர்களும் பாண்டவர்களின் மூத்தவனுக்கு அபிஷேகம் செய்வித்தார்கள். சங்கு, முரசு, மிருதங்கம், மங்கள வாத்தியம் ஆகியவற்றின் இனிய ஒலிகள் பூமிக்கும் வானுக்குமாக எதிரொலித்தன.

திரௌபதியின் கனவுகள் நிறைவேறிவிட்டன. எதிரிகள் யாரும் எஞ்சவில்லை. பாண்டவர்கள் நடந்து முடிந்தவற்றையெல்லாம் மறந்து நிம்மதி கைவரப்பெற்றார்கள். கடந்து போனதை நினைத்துக் கொண்டு வருந்துவதில் பயன் என்னவென்று திரௌபதி எண்ணினாள்.

தனது விருப்பங்கள் எல்லாம் நிறைவேறிவிட்டன. மகிழ்ச்சியும் நிம்மதியும் கொண்டமையப் பாண்டவர்களுடன் இணைவதற்கு அவள் ஏங்குகிறாளா? இல்லை, இல்லை. அவளுடைய சரீரம்

மேலும் மேலும் சுகத்தை வேண்டுகிறது. நெஞ்சார விரும்புகிறது. எத்தனையோ ஜன்மங்களின் சுகத்தை நாடி ஏங்குகிறது. எத்தனையோ யுத்தங்களை, ரத்தக்களங்களைத் தாண்டி இந்த சாரம் மிக்க ராஜ்யத்திற்கு வந்து சேர்ந்திருக்கிறாள். பாண்டவர்களை சுகத்தில் திளைக்கச் செய்து, ஆலிங்கனங்களில் ஆசை தீர சுகம் அனுபவிப்பதே அவளுடைய மேலான குறிக்கோள். இந்த வாழ்க்கை மேலும் இனிமையாகக் கழியட்டும்... தாகம் தணியும் வரை தொடரட்டும். "வாழ்க்கையின் எல்லா சுகங்களையும் அனுபவிப்பதற்கு, அளவு கடந்த அனுபவஞானத்தைப் பெறுவதற்குப் போதவில்லையானால் அந்த வாழ்க்கை நமக்கெதற்கு?" என்று திரௌபதி ஒரு நாள் வேத வியாசரிடம் கேட்டாள்.

வேதவியாசர் உரக்கச் சிரித்தார். "உன்னுடைய பெயர் கிருஷ்ண என்றிருப்பதைவிட தாகம் கொண்டவள் என்று பொருள்படும்படியாக த்ருஷ்ண என்று இருந்திருந்தால் நன்றாய் இருந்திருக்கும். தாகம் வேதனை தரும். ஆனால் அந்த தாகத்தைத் தணித்துக்கொள்வதால் மிகுந்த ஆனந்தம் ஏற்படும். அனுபவங்களுக்காக தாகம் எடுப்பது ஒரு நேரடி உணர்வு. சாதாரண தாகம் தண்ணீர் குடிப்பதால் தணிந்துவிடுகிறது. ஆனால் உணர்வுகளுக்காக, ஞானத்திற்காக ஏற்படும் தாகம் என்றென்றைக்கும் தணிவதில்லை. முதுமைகூடப் புதிய உணர்வுகளை நாடுகிறது. நீ உணர்வுகளைத் தணித்துக்கொள்வதற்காகவே பிறந்திருக்கிறாய். அதற்காகவே தவம் செய்தாய். அவையெல்லாம் தணியும் நேரம் நெருங்கிவிட்டது. இந்த ஜன்மத்தில் அவை தணிந்து முடிய வேண்டு மென்று ஆசீர்வதிக்கிறேன்..."

"உண்மையாகவா?" என்று திரௌபதி கேட்டாள்.

"உண்மையாகத்தான், திரௌபதி. நீ ஆயிரக்கணக்கான உணர்வுகளுடன் உருவானவள். குளிர்ந்த வெள்ளப்பெருக்கு போன்ற அனுபவங்களுக்காக ஆண்டுக்கணக்கில் வருந்திக்கொண்டிருக்கும் ஒரு நிலம். இந்த நிலம் நனையும்போதுதான் இந்த பாரதபூமி அமைதியடைகிறது. ஆரவாரக் கூச்சல்கள், புலம்பல்கள், உறுமல்கள் ஆகியவற்றிற்குப் பிறகு குளிர்ந்த மழை பொழிகிறது. இந்த நிலமெல்லாம் நந்தவனமாகிறது. பசுமையான விளைநிலங்கள் உருவா கின்றன. மரங்கள் குளிர்ந்த காற்றைக் கிடைக்கச் செய்கின்றன.

சிற்றோடைகளும் நதிகளும் பெருக்கெடுக்கின்றன. மயில்கள் தோகை விரிக்கின்றன. நிலவொளியில் காதலர்கள் விரகவேதனை களைய ரதி-மன்மதக் களியாட்டத்தில் நீந்தி விளையாடுகிறார்கள். உன்னுடைய இளமை என்றென்றும் பொலிவுடன் மலர்ந்திருக்க வேண்டும். நிரந்தர ஆலிங்கனத்திற்காக ஏங்கிக்கொண்டிருக்கும் உன் தோள்களில் இயல்பாக ஆண்களின் முயக்கம் பரிபூர்ணமாக அமைய வேண்டும். அப்போதுதான் இந்த மகாபாரதம் நிறைவுற்றதாக அமையும்" என்று சொன்னார் வியாசர்.

"நான் யாரென்று..." என்று கேட்டாள் திரௌபதி.

"நீ காம அக்னி கொண்டவள்" என்று பதிலளித்தார் வியாசர்.

"நான் யாகமேடையிலிருந்து பிறந்தேனா..."

"நீயே ஒரு யாகமேடைதான்" என்றார் வியாசர்.

"நான் வெப்பம் தணிவது எப்போது?"

"நீ நித்ய அக்னிஹோத்ரி... தியாகி... இந்திரியங்களுக்கு, மனதுக்கு அதிபதி... அனுபவிப்பதால் மட்டும் காமம் தணிந்துவிடாது. அமைதி அடைந்துவிடாது... ஸஜாது காம: காமநாமுபோக்யேன காம்யதி... வாவிஷா க்ருஷ்ண வர்த்தேன பூய ஏவாபி வர்த்ததே... அக்னியில் நெய் ஊற்றும் போதெல்லாம் அது விருத்தியடைந்துகொண்டே இருக்கிறது."

"என்னுடைய மூல நெருப்பு எங்கேயிருந்து...?"

"நீ ஓர் அயோனிஜ... கருவறையிலிருந்து தோன்றாதவள்."

"அப்படியானால் நான் சீதையா?"

"அதற்கு முன்னாலிருந்தே நீ இருக்கிறாய்."

"அப்படியானால் நான் வேதம் சார்ந்தவளா?"

"அதற்கு முன்பே நீ இருந்திருக்கிறாய்."

"நான் பூமாதேவியா?"

"இல்லை... ஸ்ரீதேவி, சசிதேவியும்கூட.... அதாவது, இந்திரனின் மனைவியும்கூட."

"என்னுடைய வரலாற்றைத் தெரிந்துகொள்ளும் அளவுக்குக் கல்வியோ, திறமையோ கிடையாது... எனவே விவரமாகச் சொல்லுங்கள்."

உள்ளார்த்தம் பொதிந்த இந்தப் பேச்சு வேதநாதம்போல் வியாசருடைய வாயிலிருந்து வெளிப்பட்டபோது திரௌபதியிடம் அபூர்வமான உணர்வு ஏற்பட்டது. அந்த நாதம் ரீங்கார ஓசையாகிக் கம்பி இசைக்கருவி வழி இசையாகக் காதில் கேட்டது. சூக்கும சரீரியாகி திரௌபதி அந்த ஓசையில் ஒன்றிணைந்தாள். அது கட்டக்கடைசி எல்லை வரைப் பயணம் செய்து லட்சுமியாகி, ஸ்வரலட்சுமியாகி, வேதவதியாகி, நளாயினியாகி, காசிராஜனின் கன்னியாகி, ஐம்புலனாகி மலர்ந்தது. அந்த வேதநாதம் ஒரு யக்ஞச் சுழல் வட்டத்தில் எதிரொலித்தது. எல்லா உருவங்களும் தீக்கிரையாகிப் புதிய உருவத்துடன் அவள் அந்த மேடையில் பிறப்பெடுத்தாள். மீண்டும் வியாசரின் எதிரில் பிரத்தியட்சமானாள்.

"நான் எங்கே இருக்கிறேன்?" என்று அவள் கேட்டாள்.

"இங்கேதான் இருக்கிறாய்" என்று வியாசர் பதில் சொன்னார்.

"இந்த உணர்வுகளெல்லாம் என்ன?" என்று கேட்டாள்.

"அந்தந்த உணர்வுக்குள் நுழைந்துவிடு. உனக்குப் புரியும்" என்றார்.

திரௌபதி ஆயிரக்கணக்கான ஆண்டுகளின் உணர்வுத் தேடலில் முனைந்தாள். அதற்குத் துணையாக அவளைப் பற்றித் தனது தோழிமார்கள், தனது தந்தையைக் காண்பதற்கு வரும் ரிஷிமார்கள் உதவினார்கள். பல சந்தர்ப்பங்களில் தனது பிறப்பு ரகசியம் குறித்து... தனது பூர்வ ஜன்மம் குறித்துச் சொல்லப்பட்ட விஷயங்கள் குறித்து... திரௌபதியின் மனப்படலத்தில் நினைவுச் சுழல்கள் வளையமிட்டன.

13

அந்தரங்க அலை மோதல்

ஓம்கார ஒலி வில்லின் நாண் ஒலிபோல் ஒலித்தது.

அவளுடைய மனது அப்போதுதான் கடைந்த பாற்கடல்போல் இருந்தது.

அவளுடைய சிந்தனைகள் பயங்கரமாக எல்லையின்றி விஸ்தரித்துப் படமெடுக்கும் ஆதிசேஷ நாகமாக புஸ்ஸென்று சீறின.

கேட்டுக் கொண்டிருப்பது கடலின் கொந்தளிப்பு ஓசையல்ல, தனது அந்தரங்கத்தின் அலைக்கழிப்பு ஓசைதான்.

கடைந்தது கடலையா... தனது மனதையா...

இடையறாக் கடைசலில் உருவான இந்தச் சுடர்ப்பிழம்பு இனி அணையாதா... தனது அந்தரங்க அலைக்கழிப்பு மனதில் உலகியல்புக்கு மாறான காட்சிகளைப் புலப்படுத்திக்கொண்டிருந்தது.

பாதங்களிலிருந்து உருவான அக்னி எங்கெங்கோ படர்ந்து தொப்புள் வழியாகப் பரவி சரீரத்தைச் சுற்றி வளைத்ததுபோல் இருந்தது. இது சரீரம்தானா... இல்லை, இல்லை... அக்னிகுண்டம்... பாதங்கள் அக்னிக்கீற்றுகளாகி, தோள்கள் அக்னிச்சுடர்களாகி, தென்பட்ட ஒவ்வொன்றையும் ஆலிங்கனம் செய்வதற்குக் குதியாட்டம் போட்டன. தங்க நிறத்தவளாய், வெள்ளி புஷ்ப தாரிணியான அவளிடமிருந்து வெளிப்பட்ட நெருப்பு சுற்றியுள்ள இயற்கை முழுவதையும் வரவேற்பதாக வியாபித்தது.

அவள் எழுந்து நின்றாள். பெரும் அக்னி ஜ்வாலைகளைக் கக்கும் ஆதிசேஷ நாகம் அவளுடைய பார்வைக்கு அதிர்ந்துபோய் அவளுடைய பாதங்களை முத்தமிட்டது. பாற்கடல் எல்லையில்லா வேதனையுடன் சுருண்டுகொண்டது.

அவள் பாற்கடலுக்குள் பிரவேசித்தாள். பொங்கும் நிலவொளி முகத்தளாய்க் குளிர்ந்தடங்கிய தேகத்துடன், மலர்க்கணைக் கரத்தளாய், தாமரை இதழ்க் கண்ணளாய்த் தாமரையை இருக்கையாய்க் கொண்டாள். அவளுடைய ஒட்டியாணத்திற்கு அணிகலனாக இருந்த மணிகள் திவ்வியப் பேரொளியை வெளிப்படுத்திக் கொண்டிருந்தன. நனைந்திருந்த அவளுடைய சரீரத்தில் அவளுடைய தொப்புளின் உள்ளே சுழல்கள் அலைந்து கொண்டிருப்பதாகத் தோன்றியது. அவளுடைய இடுப்பு அற்புதமாக விரிந்திருந்தது. அகந்தையுடன் பூரித்த குட்டி யானையின் நெற்றி போன்றதான மார்பக பாரத்துடன் அவள் சற்று குனிந்த நிலையில் தென்பட்டாள். கோடி இளம் சூரியர்களின் பொலிவுடன் அவள் பிரகாசித்தாள்.

அவள் தியானத்தில் ஆழ்ந்தாள். அந்த தியானத்திற்குப் பிரணவ நாதமே பரவசப்பட்டுப்போயிற்று. மூலாதாரத்தில் உள்ள பூமி சார்ந்த ப்ருத்வி தத்துவம், தொப்புளின் நாடிச் சுற்றிலுள்ள தண்ணீர் சார்ந்த உதக தத்துவம், இனிமைச் சுவை சார்ந்த சக்கரத்து அக்னி தத்துவம், மார்பிலுள்ள குண்டலினி சக்கரத்து வாயு தத்துவம், களங்கமற்றதான விசுத்த சக்கரத்து ஆகாச தத்துவம், கண்ணின் நடுவமைந்ததும் கட்டளை சார்ந்ததுமான ஆக்ஞா சக்கரத்து மனத்தத்துவத்தைத் தளர்த்தி ஸுஷும்னா என்ற நாடியின் வழியே ஆயிரம் தாமரை மலர்ந்த சொர்க்கத்திற்குள் அவள் நுழைந்தாள்.

காமஹகமக்ருத் காந்த்தா: காம: காம ப்ரத: ப்ரபு:

காமதேவ: காமபால: காமீ காந்த்தா க்ருதாகம:

அவளுடைய தியானத்திற்குப் பரவசமடைந்த திரிமூர்த்திகள் ஒருருவமாகி, ஒன்றிணைந்து, இரண்டறக் கலந்து அவளுடன் ஒன்றிப்போய் ஒருமை நிலை அடைந்தார்கள்.

நெய் ஊற்றிய அக்னியைப் போல அவள் மீண்டும் ஒளிரலானாள். ஜ்வாலாமாலினியாகி அவள் கடைக்கோடி எல்லை களைத் தேடியபடி வியாபித்தாள்.

இளந்தேனீ நிறமுள்ள முன்நெற்றிச் சுருள்மயிர் படர்ந்த அவளுடைய முகம் தாமரையின் அழகைப் பரிகசித்தது. புன்னகையின்

பளீரிடுதலுடன், நளினமான நிலவொளியுடன் மாசுமருவற்று அவள் தென்பட்டாள். அவளது கொண்டைப்பூ பிறைநிலாவாகவும், அவளுடைய புருவமும் பிறைநிலாதான் என்பதாகவும் இணைந்த நிலையில் அமுதரச அடர்த்தி கொண்ட சந்திரபிம்பமாக முழுமை முதிர்வுடன் இருந்தாள். அவள் வேதவதி.

வேதவதியான அவள் தியானத்தில் மூழ்கிப்போனாள். அவளுடைய தேடல் முடிவடையவில்லை. யுகயுகங்களின் அக்னிச் சுடர் கன்னிப்பெண்ணாக உருவெடுத்ததுபோல் இருந்தது. மடித்திருந்த அவளுடைய கைகள் தாமரைத்தண்டுகள் போல ஒளிர்ந்தன. அவளுடைய நகத்தின் ஒளி சூரிய உதய காலத்தில் மலர்ந்த புதிய தாமரை மலரின் நிறத்தைப் பரிகாசம் செய்தது. செந்நிறப் பொலிவுடன் அவளுடைய பாதங்கள் மிகவும் ஒளிர்வு பெற்றிருந்தன. அவளுடைய மார்பகப் பகுதியில் அலங்காரமாக நிலைகொண்டிருந்த முத்துமாலையில் கோவைப்பழம் போன்ற அவளுடைய அதரங்களின் செந்நிறப் பொலிவு பிரதிபலித்தது.

சிவனின் கோப நெருப்பால் பாதிக்கப்பட்ட சரீரத்துடன் மன்மதன் அவளுடைய தொப்புள் குழியைக் குளமாக பாவித்து அதில் குதித்துத தன்னைத்தானே காப்பாற்றிக் கொள்வது போலிருந்தது. அந்த சமயத்தில் தொப்புள் குளத்திலிருந்து நெருப்புத் துண்டங்கள் குளிர்ந்ததனால் உருவான புகை அடிவயிற்று மேலோட்டமான மயிர்க்கற்றைக் கோடாக வளர்ந்தது.

நதியின் அலை போன்று சன்னமானதான அவளுடைய மெலிந்த இடையில் அடிவயிற்று மயிர்க்கற்றைக் கோட்டைப் பார்த்த எந்தக் கவிஞனுக்கும் அவளுடைய மார்பகங்களுக்கு இடையேயான பகுதி மார்பகங்களின் உரசலைத் தாள முடியாமல் நசுங்கிக் கீழே தொப்புள் வரை மெல்லிதாகப் பிசினைப் போன்று ஒழுகியதாகத் தென்படும். அவளுடைய நாபி பாய்ந்தோடும் நதிநீரின் சுழலாக, பூமொட்டுகளுக்கு ஆதாரமான படர்கொடிக்குப் பாத்தியாக, மன்மதனின் தேஜஸ் என்ற அக்னிக்கு ஹோமகுண்டமாக, மன்மதனின் காதலியான ரதிதேவியின் சிருங்கார வசிப்பிடமாக, மகாவிஷ்ணுவின் நயனங்களின் கருமைக்குக் குகை வாசலாகி, சொல்லுக்கு அப்பாற்பட்டு மிக அழகானதாகி சர்வ மேன்மையுடன் பிரகாசித்தது.

அவளுடைய தியானம் கலைந்தது. அவளை நோட்டமிட்ட மகாவிஷ்ணுவின் கண்கள் மட்டுமல்ல, ஒரு விசாலமான நெற்றி மீது சூழ்ந்த சிவதேஜஸ்ஸும் அவளை திடுக்கிடச் செய்தன. ரதி தேவியைப் பல்லாயிர ஆண்டுகளுக்குப் பிறகு பார்த்த மன்மதனின் சரீரத்திலிருந்து வெளிவந்த அக்னிதேவனின் ஜ்வாலை அவனுடைய கண்களிலிருந்து வெளிப்பட்டு அவளை தகித்தது.

அவன் ராவணன். வியர்வை ஈரத்தில் நனைந்து இறுக்கமான மேலாடை தாண்டித் துருத்திய நிலையில், தோள் பகுதி அடுத்த அக்குள் பகுதிகளை எட்டியபடி தங்கக் கலசங்களைப்போல் ஒளிர்ந்த மார்பகக் கலசங்களை அவனுடைய கண்கள் பார்த்து வியந்து திகைத்தன. அந்த மார்பக பாரத்திலிருந்து அவளுடைய இடுப்பைப் பாதுகாப்பதற்காக காட்டுக்கொடிகளைச் சுற்றிவரக் கட்டினார்களா என்பதைப்போல் தென்பட்ட அவளுடைய இடுப்பு நளினத்தை அவனுடைய கண்கள் தொட்டு நின்றன. யானைகளின் தும்பிக்கைகளை ஒத்திருந்ததும், தங்க வாழைத்தண்டுகளை மிஞ்சும் வகையில் பொலிவுடன் அமைந்ததுமான அவளது முழங்கால்களை அவனுடைய பார்வைகள் தொட்டு உரசிக்கொண்டிருந்தன. அவனுடைய பார்வைகள் வண்டுகளாக மாறி அந்தச் சுருள்முடிக் கூந்தலையும், பாதத் தாமரைகளையும் சுற்றிச் சுற்றித் திரிந்து கொண்டிருந்தன.

அவன் அவளை நெருங்கினான். அவள் தன் பார்வையில் அக்னியைப் படரவிட்டாள். அது அவளைப் பாதுகாப்பாகச் சூழ்ந்துகொண்டது. கணப்பொழுதில் அவள் நெருப்புச்சுடராக மாறினாள். கண்கூசச் செய்யும் ஒளி காரணமாக அந்த மிகுதியான பிரகாசத்தைத் தாள முடியாமல் மூடிக்கொண்ட அவனுடைய கண்கள் ஆர்வத்துடன் மறுகணம் திறந்துகொண்டன. ஆனால் அவள் அங்கே இல்லை. தெய்வீகமாகி, அசரீரியாகி, கண்ணுக்குப் புலப்படாது அந்தர்தானமானாள்.

ராவணன் திகைத்த நிலையில் திரும்பிப் போனான். அவள் மற்றொரு சரீரத்தைத்தேடி நெடுந்தொலைவு வெளிகளை நோக்கிப் பயணமானாள்.

தண்டகாரண்யத்தில் அவள் சீதையின் உடம்புக்குள் நுழைந் தாள்.

திரௌபதிக்காக ஏங்கிக்கொண்டிருந்த ராவணன் சீதை வடிவில் திரௌபதியைப் பார்த்தான்.

தான் மாயாவியை அனுப்பி சீதையை அபகரிக்க வேண்டுமென்று ராவணன் நினைத்தான்.

ஆனால் தனக்குப் பின்னால் இருப்பது மாய சீதை என்பதை கவனிக்கத் தவறி விட்டான்.

ராவண சம்ஹாரத்திற்குப் பிறகு அக்னிதேவன் வேதவதி திரௌபதியைத் தன்னுள் முடக்கிவைத்து மெய்யான சீதையை ராமனிடம் ஒப்படைத்தான்.

நெருப்புச் சுடர்களில் இருந்த நிலையில் வேதவதி திரௌபதியின் இந்திரசேனா ஆசிரமத்துக் குடிசைக்குள்ளிருந்து வெளியே வந்தாள்.

பசுமையான இலைகள் இந்திரசேனாவுக்குள் இருந்த அக்னியைக் குளிரச் செய்வதற்கு பதிலாக மேலதிகமாகத் தீப்பிடித்து எரியச் செய்தன. பர்ணசாலை முகப்பில் வளர்ந்திருந்த செடிகளின் மொட்டவிழ்த்த மல்லிகைப் பூக்களின் நறுமணம் அவளைச் சூழ்ந்து கொண்டு அவளுக்குள்ளிருந்த தாபத்தை இரட்டிப்பாக்கியது.

யாககுண்டத்தில் கொழுந்துவிட்டெரிந்த அக்னியில் மௌத்கல்யர் மந்திரங்களை ஓதி நெய்யை ஊற்றிய போதெல்லாம் அவளுடைய மனம் அக்னிச்சுடராகத் துள்ளிக் குதித்தது. முதுமை யால் குமைந்து தளர்ந்திருந்த கணவனின் தேகத்தைப் பார்த்து அவளுக்குத் தன்னுள்ளேயே இரக்கம் தோன்றியது.

மௌத்கல்ய முனிவர் பூஜைபுனஸ்காரங்களை முடித்துக் கொண்டு எழுந்து நின்றதைப் பார்த்து இந்திரசேனா சிந்தனைகளி லிருந்து விடுபட்டு நின்றிருந்தாள். அவர் குடிசைக்குள் நுழைந்தார்.

“பசியால் தகித்துப்போயிருக்கிறேன், தேவீ... ஆகாரம் பரிமாறு” என்றார்.

‘நான் எதனால் தகித்துப்போயிருக்கிறேன் என்று உங்களுக்குத் தெரியாது’ என்று அவள் மனதுக்குள் சொல்லிக்கொண்டாள்.

இந்திரசேனா அவர் உட்கார்வதற்குப் பாய் விரித்துவிட்டுக் கலத்தில் குடிதண்ணீர் எடுத்துக்கொண்டு வந்தாள். பாய் முன்பு

வாழையிலை போட்டதும் அவர் வந்து உட்கார்ந்தார்.

வாழையிலையில் இந்திரசேனா பரிமாறிய உணவு சுடச்சுட ஆவி கிளப்பிக் கொண்டிருந்தது.

அவர் எப்போது உணவருந்தி முடித்தாரோ, கைகளைக் கழுவு வதற்கு எப்போது எழுந்தாரோ அவளுக்குத் தெரியாது.

கைகளைக் கழுவிக்கொண்டே மௌத்கல்யர் அவளைக் கேட்டார்:

"தேவீ, என்ன சிந்தனையில் இருக்கிறாய்?"

அவளுடைய கன்னங்கள் சிவந்தன.

"மன்னியுங்கள்... நான் கவனிக்கவில்லை" என்றபடி அவள் அவருக்கு மேல்துண்டை எடுத்துக் கொடுத்தாள்.

மௌத்கல்யர் புன்னகை புரிந்துவிட்டு, கட்டிலின் மீது வசதி யாகப் படுத்துக்கொண்டார்.

"நேரம் போய்க்கொண்டிருக்கிறது... நீயும் சாப்பிட்டு முடி எச்சில் வேலைமுடியட்டும்" என்று அவர் சொன்னார்.

அவள் பணிவுடன் தலையசைத்து அவர் உட்கார்ந்து எழுந்திருந்த பாய் மீது உட்கார்ந்தாள். கணவர் சாப்பிட்டு மீதம் வைத்ததைச் சாப்பிடப்போனபோது இருந்தாற்போலிருந்து திடுக் கிட்டாள்.

வாழையிலையில் மௌத்கல்யரின் துண்டாகி நழுவி விழுந்த கைவிரல்...

அவளுக்கு உடம்பு சிலிர்க்கவில்லை. அவருடைய கையை ஏறெடுத்துப் பார்த்தாள். தன்னுடைய விரல் துண்டமாகி நழுவி விழுந்ததை அவர் கவனித்திருக்கவில்லை. அவள் ஏறெடுத்துப் பார்த்த போதுதான் அவர் தனது விரல்களைப் பார்த்துக்கொண்டார்.

மௌத்கல்யருக்குக் குஷ்டரோகம் உள்ள விவரம் அவளுக்குத் தெரிந்ததுதான்.

மௌத்கல்யர் பரபரப்புடன் பார்த்து "இந்திரசேனா, அப்படியே நிறுத்து, வேறு இலையில் சாப்பிடு" என்றார்.

ஆனால் அவள் அப்படியே அந்த விரலைப் பக்கத்தில் வைத்து முறைப்படி சாப்பிட்டாள். அவர் ஆச்சரியப்பட்டார். 'இதென்ன, என்னை அவள் வெறுத்தொதுக்கவில்லையே என்று நினைத்தார்.

சாப்பாட்டை முடித்துக்கொண்டு வந்த இந்திரசேனா கணவனின் கால் பக்கம் உட்கார்ந்து மெதுவாக ஒத்தடம் கொடுப்பதுபோல் தடவிக்கொடுத்தாள். மௌத்கல்யருக்கு அவள் மீது அளவு கடந்த காதல் உணர்வு பொங்கிக்கொண்டு வந்தது. இந்திரசேனா சாதாரண யுவதி அல்ல. அழகில் மன்மதனை மிஞ்சும் நள மகாராஜனின் பேத்தி. இந்திரசேனனின் செல்ல மகள். அசாதாரண அழகி. தன்னைக் காதலித்துத் தன்னிடம் அடைக்கலமாக வந்து சேர்ந்த இந்திரசேனா தனது அவலமான சுகவீனத்தைப் பொறுத்துக்கொண்டு தன்னை இன்னும் ஆராதித்துக் கொண்டிருக்கிறாள். அவளுடைய தவிப்பு தனக்குப் புரியாமல் இல்லை. இந்தத் தவிப்பைத் தீர்க்காத தனது தவவலிமை எதற்காக வென்று அவர் தன்னைத் தானே கேட்டுக்கொண்டார்.

"இந்திரசேனா!" என்று அழைத்தார்.

"...ம்..." என்று அவள் முனகினாள்.

"உனக்கு நான் அநியாயம் செய்கிறேன்" என்று அவர் சொன்னார்.

"இல்லை... ஸ்வாமி... நான் அப்படி நினைக்கவில்லை."

"உன்னுடைய இளமை வீணாவதற்கு நான் காரணம் அல்லவா... உன்னுடைய அழகு எவரையும் வெறிகொள்ளச் செய்யும். ஆனால் நான் இயலாதவன். உன்னுடைய அழகு பாலைவனத்தில் பொழியும் நிலவாகப் பாழாகிக்கொண்டிருக்கிறது."

"நிலா எங்கிருந்தாலும் ஆனந்தம் தருவதுதான். பாலைவனம் ஆனாலும், சமுத்திரம் ஆனாலும் அதற்கு எல்லாமே ஒன்றுதான். உங்களுக்குப் பயன்படாமல் இந்த அழகு வீணாகிக்கொண்டிருக்கிறது என்று நான் நினைக்க வேண்டுமே அல்லாது நீங்கள் எதற்காக வேதனைப்படுகிறீர்கள்? உங்களுடைய ஆரோக்கியமின்மை என்பது உங்கள் கட்டுப்பாட்டில் இல்லை அல்லவா?"

"இல்லை, தேவீ... இன்றைக்கு நான் அப்படி நினைக்கவில்லை.

நம்முடைய வாழ்க்கையை நாமே வீணாக்கிக்கொண்டிருக்கிறோமோ என்னவோ..."

"நீங்கள் என்ன செய்ய முடியும்?"

"நிறையச் செய்யலாம், தேவீ."

"சொல்லுங்கள்."

"நமது தவிப்பைத் தீர்த்துக்கொள்ள முடியாத என் தவவலிமை எதற்காக, தேவீ?... வாழ்க்கையை அனுபவிக்காமல் சந்நியாசியாக மாறுவது அந்த வாழ்க்கைக்கு துரோகம் செய்வது போலத்தான்... என்னுடைய தவவலிமையினால் நான் புதிய இளமைப் பொலிவான உருவத்தைப் பெற வேண்டுமென்று நினைக்கிறேன்."

"மிகுந்த கஷ்டப்பட்டு கைவரப்பெற்ற அந்த வலிமையை வீணடிக்கப் போகிறீர்களா?"

"அது வீண் என்று நான் நினைக்கவில்லை. தவவலிமையை மீண்டும் கைவரப் பெறலாம். ஆனால் கடந்துபோன காலத்தை மீட்டுப்பெற முடியாதல்லவா?"

இந்திரசேனா புன்னகை புரிந்தாள். அந்தப் புன்னகை அவருக்கு மன்மதன் ஐந்து அம்புகளை ஒரே சமயத்தில் பிரயோகித்ததுபோல் தோன்றியது.

"உனக்குப் பிடித்த அழகான உருவத்தை மனதில் நினைத்துக் கொள். நீ கண்மூடித் திறப்பதற்குள் அந்த உருவத்தில் தென்படுவேன்."

அவர் தமது பேச்சை முடிக்கும் முன்பாகவே அவள் தனது கண்களை மூடிக்கொண்டாள். எது அழகான உருவம்? எத்தனையோ உருவங்கள் அவளுடைய மனதில் மின்னல் கீற்றாக நடமாடின. திரிமூர்த்திகள், இந்திரன், மன்மதன்... இவர்களுள் யார் அதிக அழகானவரென்று அவளால் தெளிவுபடுத்த முடியாமல் போயிற்று. ஆண்டாண்டு காலமாக அடக்கி வைத்திருந்த காம அக்னி அவளுக்குள் கிளர்ந்தெழுந்தது. வேண்டும்... இந்த ஐந்து பேரும் தனக்கு வேண்டும்... ஐந்து பேரும் ஒரே சமயத்தில் தனக்கு சுகமளிக்க வேண்டும்.

"இந்திரசேனா, எவ்வளவு நேரம்தான் யோசிப்பாய்? கண்

களைத் திற" என்ற குரல் கேட்டது. அது ஒற்றைக் குரல் அல்ல, ஐந்து இனிமையான குரல்கள். அவள் கண்களைத் திறந்தாள். திரிமூர்த்திகள், இந்திரன், மன்மதன் ஆகிய ஐவரும் உள்ளடங்கி ஒன்றாக இருப்பதாகத் தோன்றினார்கள்.

"நாங்கள் எல்லாரும் மௌத்கல்யர்கள்தாம்" என்று அவர்கள் சொன்னார்கள்.

இந்திரசேனா பரவசத்தில் ஆழ்ந்தாள்.

ஆசிரமம் சொர்க்கபுரியாக மாறியது. அவர்கள் அவளை நெருங்கினார்கள். பத்து கைகள் அவளை வளைத்துப் பிடித்தன. யார் உதட்டு முத்தம் கொடுக்கிறார்களோ... யார் தன்னுடைய இரண்டு மார்பகங்களையும் வருடிப் பிசைகிறார்களோ... யார் தன்னுடைய நாபியை ஈரப்படுத்துகிறார்களோ... யார் தன்னுடன் விளையாடிக் களிப்பூட்டுகிறார்களோ... யார் தன்னுடைய தொடைகளுக்கிடையே சல்லாபிக்கிறார்களோ... அவளுக்குத் தெரியவில்லை. ஐந்து தேனீக்கள் ஒரே பூவுக்குள் ஒரே சமயத்தில் தேனை உறிஞ்சுகின்றன.

பூலோக, தேவலோகங்களில் சஞ்சரித்துக்கொண்டு, சூரியரதம் ஏறி, ஆகாசகங்கையில் குளித்து முடித்து, சந்திரகிரணங்களில் மூழ்கித் தவழ்ந்து மிதந்து, மேரு... கைலாச மலைகளில் விளையாடிக்கொண்டு அவள் ஐவருடன் சுகம் அனுபவித்தாள்.

ஆண்டுகள் கழிந்தன. மௌத்கல்யரின் தவவலிமை குன்றத் தொடங்கியது. ஐவர் நால்வராகி, நால்வர் மூவராகி, மூவர் இருவராகி, இருவர் ஒருவரானார்கள். அவள் தெளிந்து சுதாரித்துக்கொள்வதற்குள் அவளுடைய பாதங்களை அழுத்திக்கொண்டிருந்த மற்றும் இருவர் புலப்படாதவர்களானார்கள். அவள் திகைப்புடன் தான் படுத்திருந்த மடியிலிருந்து தலைநிமிர்த்திப் பார்த்தாள். இருந்தாற்போலிருந்து புதிய மன்மதன் போன்று தென்பட்ட மௌத்கல்யர் முன்னிருந்த இயல்பான உருவம்பெற்றார். குஷ்ட நோயினால் அவருடைய முகம் மேலதிக பயங்கரமாகத் தென்பட்டது. அவள் சட்டென்று எழுந்து நின்றாள்.

மௌத்கல்யர் அவளை நோக்கிப் புன்சிரிப்புடன் பார்த்தார்.

"எனக்குத் தெரியும். இன்னும் ஆயிரம் வருடங்களானாலும் நீ சுகிப்பதற்குச் சளைக்க மாட்டாயென்று... சுகித்தது போதாமல் மருகுவாயென்று... உனக்குள் காம போக இச்சை எவ்வளவு அதிகமாக இருக்கிறதென்று இத்தனை நாட்களிலும் எனக்குப் புரிந்தது. ஆனால் நான் எதுவும் செய்வதற்கில்லை. என் தவவலிமை நலிந்து மறைந்து விட்டது. நான் மீண்டும் தவத்தைத் தொடங்க வேண்டியிருக்கிறது. மீண்டும் இந்த வலிமையை எப்போது அடையப் பெறுவனோ எனக்கே தெரியாது. உன்னுடைய நெருக்கத்தில் சுகங்களில் மகிழ்ந்து திளைத்தேன்... இனி நான் மோட்சம் கருதியே தவம் செய்வேன்."

இந்திரசேனா பேசவில்லை. பல்லாயிரக்கணக்கான ஆண்டுகள் மழை இல்லாமல் தவித்துக்கொண்டிருந்த நிலத்தின் மீது தூறல் விழுந்து நின்றுபோன மாதிரி அவள் தகித்துப்போனாள்.

"உனக்கு இந்த ஜன்மத்தில் சுகம் நிறைவடையாதோ என்னவோ..." என்று சொல்லிக்கொண்டே மௌத்கல்யர் வனத்தை நோக்கி நடந்தார்.

இந்திரசேனாவில் எரிந்துகொண்டிருந்த ஜ்வாலை அவளுடைய சரீரத்தை எரித்தது.

திரௌபதியின் மனப்படலத்தின் இன்னொரு காட்சி...

மீண்டும் தவம் தொடங்கியது. அது மௌத்கல்யரின் தவமல்ல. இந்திரசேனாவின் தவம். அவளுடைய பெயர் இந்திரசேனா அல்ல. காசிராஜனின் அரசிளங்குமரி அநாமிகா.

இந்திரசேனா காசிராஜனின் மகளாகப் பிறந்தாள். இளமை துளிர் விட்டபோது அநாமிகாவில் ஆசைகள் முகிழ்க்கத் தொடங்கின.

"அப்பா! எனக்குத் திருமணம் எப்போது?" என்று அவள் ஒருநாள் கேட்டாள்.

காசிராஜன் வியப்பிலாழ்ந்தான்... தனது மகளின் மனதைப் புரிந்துகொண்டு வரனுக்காகத் தேடத் தொடங்கினான். அசாதாரண மான அழகு பொருந்திய காசிராஜ இளங்குமரியின் ஜாதகம் எந்த ராஜகுமாரனின் ஜாதகத்தோடும் ஒத்துப் போகவில்லை.

புரோகிதர்கள் அவள் தெய்வாம்சப் படைப்பு என்று, எந்த மனிதகுலத் தாய்க்குப் பிறந்தவனும் அவளை சுகப்படுத்த முடியா தென்று சொன்னார்கள்.

காசிராஜன் தன் மகளிடம் இந்த விவரத்தை சொன்னான். தேடும் படலம் நடந்துகொண்டே இருந்தது. காமாக்கனியுடன் கனன்று கொண்டிருந்த அவள் ஒரு நாள் அந்தப்புரத்தினின்றும் வெளியேறிக் காட்டுக்குள் நுழைந்தாள். உடம்பு முழுவதையும் தகித்துக்கொண்டிருந்த காம அக்னியைத் தணித்துக்கொள்வதற்கு தவத்தைத் தவிர வேறு வழி இல்லையென்று அவள் நினைத்தாள்.

அநாமிகா கடுந்தவம் புரிந்தாள். உறக்கத்தையும் உணவையும் மறந்து, ஒற்றைக் காலில் நின்றபடி, சுற்றிலும் தீப்பிழம்புகளை உண்டாக்கி அவற்றின் நடுவே தவத்தில் மூழ்கிய அவளுடைய சரீரத்திலிருந்து திவ்விய ஒளிச்சுடர்கள் வெளிப்பட்டன. எமன், வாயுதேவன், இந்திரன், அஸ்வினி தேவர்கள் ஒவ்வொருவராகக் கீழே இறங்கி வந்தார்கள். அவளுக்கு இனி வரும் ஜன்மத்திலாவது சுகத்தை அளிக்க வேண்டுமென்று நினைத்தார்கள்.

அவளுடைய தவம் நிற்கவில்லை.

கடைசியில் பரமசிவன் பிரத்தியட்சமானார்.

பரமசிவன் கூப்பிட்ட குரல் காதில் விழுந்ததும் அநாமிகா கண்களைத் திறந்தாள்.

“காசிராஜபுத்ரி... நீ என்ன வேண்டுகிறாய்?” என்று சிவன் கேட்டார்.

“எனக்கு வேண்டியது கணவன்... கணவன்... கணவன்” என்று மூன்று தடவை உச்சரித்தாள். சிவன் மறுவார்த்தை பேசுவதற்கு முன்னதாகவே மறுபடியும் “கணவன்... கணவன்” என்று இரண்டு தடவை சொன்னாள்.

சிவன் புன்சிரிப்பு சிரித்தார். “நீ ஐந்து தடவை ‘கணவன்’ என்று சொல்லியிருக்கிறாய். உனக்கு ஐந்து கணவன்மார்கள் கிடைக்கப் பெறுவதாக!” என்று சொன்னார்.

அநாமிகா வியப்பிலாழ்ந்தாள்.

"தேவதேவா... இது நடக்கக்கூடியதா... ஒரு பெண்ணுக்கு ஐந்து கணவன்மார்கள் இருப்பது உலக நியதிக்கு முரண் அல்லவா?" என்று கேள்வி கேட்டாள்.

பரமசிவன் பதில் சொன்னார். "என் வாக்குக்கு மாறுதல் இல்லை. ஆனால் உனக்கு ஐந்து கணவன்மார்கள் இருந்தாலும், அதை தர்மநியதிக்கு எதிரானதாக எவரும் கருதமாட்டார்களென்று வரம் தருகிறேன். அடுத்து வரும் ஜன்மத்தில் உனக்கு ஐந்து கணவன்மார்கள் இருப்பார்கள்."

காசிராஜன் மகள் மகிழ்ந்தாள். "நான் ஐவருடன் சுகம் பெறுவதற்குத் தக்க இளமை, காமபோக இச்சை, அவர்களுடைய பணிவிடை புரிவதற்குத் தேவையான சிசுருஷை உணர்வு, கன்னிமை, சௌபாக்கியம் ஆகியவற்றை அருள வேண்டும்" என்று வேண்டினாள்.

"ஆகட்டும்... அந்த மாதிரியே நடக்கும். உனது காமபோக இச்சை இந்த ஜன்மம் மட்டுமல்ல... அது தீர்வதற்குத் தேவை உனக்குப் பல ஜன்மங்கள்... நீ கங்கைக்கரையில் இந்திரனுக்காகக் காத்திரு. இந்திரன் தென்பட்டால் என்னிடம் அழைத்து வா" என்று சொல்லிவிட்டு அந்தர்தானமானார்.

கங்கைக்கரை...

இந்திரன் தேவதைகளுடன் நடமாடியபடிக் கரையோரம் வந்தான்.

அந்த நேரம் நதியில் ஒரு பொற்றாமரை மிதந்து வந்தது.

இந்திரன் அந்தப் பொற்றாமரையைப் பார்த்து வியந்தான்.

"எங்கிருந்த தாமரை இது?" என்று தேவதைகளைக் கேட்டான்.

தேவதைகள்கூட பதிலளிக்க முடியாதுபோனார்கள்.

"நீங்கள் இங்கே இருங்கள்... அது எங்கிருந்து அடித்துவரப் படுகிறது என்பதை நான் தெரிந்து வருகிறேன்" என்று சொல்லி விட்டுக் கரையோரமாக நடந்தான்.

வழிநெடுக நூற்றுக்கணக்கான தாமரைகள்.

இந்திரன் அவற்றின் வழிபார்த்துத் தொடர்ந்து சென்று கடைசியில் ஆகாசகங்கை மூலத்தைச் சென்றடைந்தான். அங்கே ஓர் அசாதாரண அழகுப்பெட்டகமாக ஒருத்தி துக்கத்துடன் காணப் பட்டாள். 'இவள்தானா கணவனை வேண்டி தவம் செய்யும் யுவதி?" என்று நினைத்தான் இந்திரன்.

அவள் அநாமிகா.

அநாமிகாவின் கண்களிலிருந்து வழிந்துகொண்டிருந்த கண்ணீர் அந்த நதிநீரில் விழுந்து ஒவ்வொரு துளியும் பொற்றாமரையாக மிதந்து போய்க்கொண்டிருந்தது.

இந்திரன் ஆச்சரியத்தில் ஆழ்ந்தான்.

"நீ அநாமிகாதானே... எதற்காக இங்கே அழுது கொண்டிருக் கிறாய்?... உன்னுடைய தவம் பலித்ததா?" என்று கேட்டான்.

"தேவேந்திரா... நான் அபாக்கியவதியான அநாமிகாதான். என் அழுகைக்கான காரணம் தெரிந்துகொள்ள வேண்டுமென்ற விருப்பம் இருந்தால் என் பின்னால் வாருங்கள்" என்று அநாமிகா முன்நோக்கி நடந்தாள். இந்திரன் அவளைப் பின்தொடர்ந்தான்.

ஆகாயத்தை முத்தமிட்டுக்கொண்டிருந்த இமாலய சிகரத்தை அவள் சென்றடைந்தாள்.

அவள் ஒரு குகைக்குள் நுழைந்தாள்.

இந்திரனும் குகைக்குள் போனான்.

குகைக்கு உள்ளே அற்புதமான மணிமண்டபம். அங்கே ஹம்ஸதூளிகா மஞ்சத்தன் மீது... அன்னப்பறவையின் மென்னிறகு மஞ்சத்தின்மீது... ஒரு பேரழகு ஆண்மகன், ஓர் அற்புதமான நளினப்பெட்டகமான பெண்ணுடன் சரசசல்லாபத்தில் ஈடுபட்டு சூதாட்டம் ஆடிக்கொண்டிருந்தான்.

அந்த இளைஞன் இவர்கள் வந்ததை கவனிக்கவில்லை. அவர்களு டைய பார்வையெல்லாம் தங்களுக்குள் ஒருவர் மீது ஒருவருக்கு இருந்தது. அவர்கள் இருவரும் பரஸ்பர மோகத்திலாழ்ந்து பரஸ்பர ஈர்ப்பில் முனைப்பாக இருப்பதாகத் தென்பட்டார்கள்.

இந்திரன் கோபப்பட்டான்.

“யார் நீங்கள்… இங்கே என்ன செய்துகொண்டிருக்கிறீர்கள்… நான் தேவேந்திரன், இந்தப் படைப்புலகத்திற்கு அதிபதி. உலகம் முழுமையும் என் ஆதிக்கத்தில் இருக்கிறது. நீங்கள் யாரென்ற உண்மையைச் சொல்லவில்லையானால் இந்த வஜ்ராயுதத்தால் உங்கள் கழுத்துகளைச் சீவிச் சிதைத்துவிடுவேன்” என்று சொன்னான்.

அந்த இளைஞன் அப்போது சிரித்தபடித் தன் கண்களை நிமிர்த்தி இந்திரனைப் பார்த்தான். அந்தப் பார்வைக்கு இந்திரனின் சரீரம் நிலைகுலைந்து போயிற்று… அவர்கள் இருவரும் பார்வதியும் பரமேஸ்வரனும் என்ற விவரம் அவனுக்கு அப்போது புரிந்தது.

“அநாமிகா, இந்திரனை இங்கே அழைத்து வா” என்றார் சிவன்.

அநாமிகா இந்திரனிடம் வந்து அவனுடைய கையைப் பிடித்துக் கொண்டாள். அந்தத் தொடுதலில் இந்திரனின் உடம்பின் எல்லாப் பகுதிகளும் வலுவிழந்து போயின. நிற்கக்கூட வலுவில்லாமல் தளர்ந்த நிலையில் தரையில் சரிந்து உட்கார்ந்தான்.

“இந்திரனே… நீ படைப்புலகத்திற்கு அதிபதி அல்ல. நீ ஓர் இந்திரன் மட்டுமே. உன்னைப் போன்ற இந்திரர்கள் எத்தனையோ பேர் இருக்கிறார்கள். உன் வலிமையைப் பயன்படுத்தி அதோ அந்தக் குகை வாசலைத் திற, பார்க்கலாம்” என்றார் சிவன்.

இந்திரன் தெம்பை வரவழைத்துக்கொண்டு எழுந்து அந்தக் குகைவாசலின் பக்கம் சென்று அதை அதிகக் கஷ்டப்பட்டுத் திறந்தான்… அங்கே ஒருவரல்ல, நான்கு இந்திரர்கள் இருந்தார்கள்.

“நான் ஒருவன் மட்டுமே இந்திரன் இல்லையா?” என்று இந்திரன் குமைந்துபோனான்.

“நீ அந்தக் குகைக்குள் நுழைந்து போ” என்று பரமேஸ்வரனார் கட்டளையிட்டார். “உன்னுடைய அகம்பாவத்திற்கு இதுதான் தண்டனை” என்று சொன்னார்.

இந்திரன் அஞ்சி நடுங்கி, கைகுவித்து வணங்கி, மன்னிக்கும்படி வேண்டிக்கொண்டான்.

“நீங்கள் ஐவரும் மனித யோனி வழியே வெளிவந்த பிறகுதான் உங்களுக்கு மீண்டும் சொர்க்கலோகத்திற்குள் நுழையும் அருகதை உண்டாகும். இந்த அநாமிகாவுக்காகத்தான் உங்களை இங்கே

வரவழைத்திருக்கிறேன். வரவிருக்கும் ஜன்மத்தில் நீங்கள் அவளை சுகத்தில் ஆழ்த்திய பிறகுதான் உங்களுக்கு பூலோகத்திலிருந்து விடுதலை கிடைக்கும். அநாமிகா, நீ வேண்டிக்கொண்டபடிக் கிடைத்த ஐந்து கணவன்மார்கள் இவர்கள்தாம்."

அநாமிகா அந்த இந்திரர்களை மனநிறைவுடன் பார்த்துக் கொண்டே சிவனில் ஐக்கியமானாள்.

14
நான் யார்?

திரௌபதியின் கனவு கலைந்துவிட்டது. அற்புதமான உணர்வுகளிலிருந்து அவள் வெளிவந்தாள்.

வியாசர் புன்னகைச் சிரிப்புடன் காணப்பட்டார்.

"தெரிந்துகொண்டாயா... நீ யாரென்று?"

"எனக்கு இந்த ஜன்மத்தில் ஐந்து கணவன்மார்கள் அமைந்ததற்கு இவ்வளவு வரலாறு இருக்கிறதா?" என்று திரௌபதி கேட்டாள்.

"வேறென்ன நினைக்கிறாய்... நடந்திருப்பது புரிகிறதல்லவா... இல்லாவிட்டால் உன் ஒருத்திக்கு மட்டும் இப்படி ஐந்து கணவன்மார்கள் ஏன் அமைந்தார்கள் என்று நினைக்கிறாய்..."

"என் அத்தையம்மா குந்திக்கு ஐந்து கணவன்மார்கள் இல்லையா என்ன..."

"இல்லை... அவர்களில் பாண்டு மன்னன் ஒருவன்தான் அவளுடைய கணவன். மற்றவர்கள் எல்லாரும் தேவன்மார்" என்று வியாசர் சொன்னார். அவருடைய பேச்சில் சற்றே கோபம் தொனித்தது. தனது திவ்யசக்தியினால் அவளிடம் உருவாக்கிய உணர்வுகளுக்கு அவள் இன்னும் சந்தேகிப்பது அவருக்கு அவமானமாகத் தோன்றியது.

"முன்னொரு காலத்தில் ஜடில மகரிஷியின் மகள் ஸ்வகீயா ஏழு முனிவர்களை வரித்துக்கொண்டபோது அவளைக்கூடப் பதி விரதைத் திலகமென்று போற்றிப் புகழவில்லையா... தாட்சாயணி என்ற முனிவர் மகள் பதினொரு பேர்களைத் திருமணம் செய்து கொண்டாள் அல்லவா... அவளைக் குடும்ப ரத்தினம் என்று

போற்றிப் புகழ்ந்திருக்கிறார்கள் அல்லவா" என்றாள் திரௌபதி.

வியாசரின் புருவம் நெரிந்தது.

"ஆக... இந்த விவரங்களையெல்லாம் உனக்கு யார் சொன்னார்கள்? உன்னைத் திருமணம் செய்துகொள்வதற்குப் பின்வாங்கியபோது உன்னுடைய கணவன்மார்களுக்கு நான்தானே இவற்றையெல்லாம் விவரித்தது..."

"அவர்கள் மூலமாகத்தானே எனக்கு இந்த விஷயங்களெல்லாம் தெரிந்தது, முனிபுங்கவரே... எங்கள் அந்தராத்மாக்களை அங்கீகரிக்கச் செய்து, திருப்திப்படச் செய்வதற்குத் தங்களைப் போன்றவர்கள் சொன்ன தர்மசூத்திரங்கள்தாமே ஆதாரம்..."

வியாசர் மௌனமாக இருந்தார்.

"ஆனாலும் ஒரு பெண் ஒருவருக்கு அதிகமான ஆடவர்களுடன் அனுபவத்தைப் பங்கிட்டுக்கொள்ளக் கூடாதென்று யார் நிர்ணயித்தார்கள், முனிபுங்கவரே... ஓர் ஆண் கணக்கிலடங்காதபடி அனுபவிப்பதில்லையா?"

"குடும்ப விவகாரம் நல்லபடியாக நடப்பதற்கு நிர்ணயிக்கப்பட்ட தர்மம் அது, திரௌபதி... இந்த நெறிமுறையைக் கேள்விக்குட்படுத்துவது சரியானதல்ல."

"யார் இந்த நெறிமுறையை நிர்ணயித்தது, மகாமுனிவரே... தீர்க்கதமர் என்பவர்தானே?"

வியாசர் ஆச்சரியத்தில் ஆழ்ந்தார்.

"உனக்கு இந்த விஷயம்கூடத் தெரியுமா?"

"எனக்கு அத்தையம்மாள்தான் முதல் குரு, முனிவரே... அவர் மூலமாக நான் தெரிந்துகொள்ளாத விஷயங்களே இல்லை... தீர்க்கதமர் முனிவருக்கு முன்பே அந்த நெறிமுறை இருந்ததா... தீர்க்கதமர் முனிவரின் தாயான மமதா தன்னுடைய சகோதரரின் மனைவி என்பது தெரிந்தும்கூட பிருஹஸ்பதி அவளுடன் சங்கமிக்கவில்லையா... தீர்க்கதம முனிவர் மிதமிஞ்சிய காமத்தால் தென்பட்டவர்களுடனெல்லாம் அனுபவித்துக்கொண்டு, கடைசியில் ஒரு பசுமாட்டுடன் ஈடுபடவில்லையா? அதைப் பற்றிக் கேள்வி

கேட்டபோதுதானே அவர் தன் மனைவி ப்ரத்வேஷிணி மீது கோபப் பட்டுப் பெண்களுக்கான வரையறுக்கப்பட்ட நெறிமுறையை உருவாக்கினார் அல்லவா..."

வியாசர் திகைத்துப்போனார்.

"நீ சொன்ன விஷயங்கள் பீஷ்மர் சத்யவதி தேவியிடம் சொன்னவை... உனக்கு எப்படித் தெரிந்தது?"

"எல்லாம் தெரிந்த உங்களுக்கு இந்த விஷயத்தையும் தெரிந்து கொள்வது கஷ்டம் இல்லை அல்லவா... அந்த தீர்க்கமர்தானே பலி என்ற மன்னனின் மனைவி சுதேஷ்ணாவுக்கு சந்தான பாக்கியத்தை உண்டாக்கியது? அவர்தானே அங்க, வங்க, கலிங்க நாடுகளை நிறுவியது? அவர்தானே உங்களுக்கு முன்மாதிரி..." என்று திரௌபதி சிரித்துக்கொண்டே சொன்னாள்.

"இப்போது என்னதான் உன் நோக்கம்?" என்று வியாசர் கோபத்துடன் கேட்டார்.

"நான் எதுவும் உங்களை விமர்சிக்கவில்லை, முனிவரே... தீர்க்கதமர் சுதேஷ்ணாவுக்கு சந்ததி உருவாக்கிக் கொடுத்தாரென்ற விவரத்தை பீஷ்மர் சொன்ன பிறகுதானே உங்களை சத்யவதிதேவி தனது மருமகள்களுக்குப் புத்திரபாக்கியம் உண்டாக்குவதற்காகக் கூப்பிட்டனுப்பினாள்?"

"நானும் சத்யவதிதேவிக்கு மகன்தான்... அதனால் நான் செய்தது எந்தப் பாவமும் இல்லை. அது மட்டுமல்லாமல் ஒரு மகாசாம்ராஜ்யம் முடிவுக்கு வராமல் இருப்பதற்கு நான் முனைப்பு காட்ட வேண்டியிருந்தது."

"எனக்குத்தெரியும், மாமுனிவரே... நீங்கள்தான் எல்லாவற்றுக்கும் காரணகர்த்தா. தர்மத்தை நிலைநாட்டுவதற்கு எதை, எப்போது புறந்தள்ளுவது, ஏற்றுக்கொள்வது என்பதையெல்லாம் நிர்ணயிப்பது தாங்கள்தானே! உங்களுடைய உந்துதல் இல்லாமல் எனக்குப் பாண்டவர்களுடன் திருமணம் நடந்திருக்காது அல்லவா... இந்த மகாபாரதத்தை இயக்குபவரே தாங்கள்தானே!"

"ஆமாம், திரௌபதி... அதில் சந்தேகமில்லை. அதனால்தான் உன்னுடைய பிறப்பு கூடக் காரணகாரியத்தோடு உண்டானது என்ற

விஷயத்தை உனக்குப் புரியும்படியாக உன்னை உணர்வுகளுக்கு உட்படுத்தினேன்."

"ஆனால் நான் யாகமேடையிலிருந்து பிறப்பெடுத்தது ஒரு மகா அற்புதமாகத் தோன்றுகிறது, மகாமுனிவரே."

"ஆமாம், அது மகா அற்புதம்தான். உன்னுடைய முன்ஜன்ம நல்வினையால் அப்படிப் பிறப்பெடுத்தாய்."

"ஆனால் எனது தந்தையார் துருபதன் துரோணரைக் கொல்வதற்காக மட்டுமே யாகம் செய்தார் அல்லவா... அப்படியிருக்க, திருஷ்டத்யும்னனுடன் சேர்ந்து நான் ஏன் பிறந்தேன்?"

"யாகம் யாருக்காகச் செய்தாலும் யாகத்தின் பலன் ஒன்றுதான். துரோணருடைய வதத்துடன் கௌரவர்களின் வதமும் நிகழ வேண்டும். அதற்காகத்தான் நீ பிறந்திருக்கிறாய்."

"இதெல்லாம் ஏதோ மாயையாக இருக்கிறது, முனிவரே. துருபதனின் குடும்பத்திற்குள் வருவதற்கு முன்பாகவே எனக்கொரு முன்கதை இருக்கிறதென்று தெரிகிறது. ஏதோ காரணத்தினால் நான் எனது கடந்த காலம் சார்ந்த நினைவுகளை இழந்துவிட்டேனென்று தோன்றுகிறது."

"அப்படித் தோன்றக் காரணம்?"

"சில நாட்களுக்கு முன்பு எனக்கு ஒரு கனவு வந்தது, முனிவரே!"

"என்ன அந்தக் கனவு?"

"இமயமலையில் சஞ்சரிக்கும் ஜாதியினரில் ஒரு பேரழகியாக நான் பிறக்க நேர்ந்ததாக அந்தக் கனவு. நான் அங்கே நடமாடிக் கொண்டிருந்தபோது மௌத்கல்யர் என்ற முனிவர் என் மீது காமுற்றார். அவர் நேரடியாக என்னை சுகப்படுத்தாமல் கங்கைக் கரையில் வசித்த யஜு என்ற மற்றொரு முனிவரிடம் என்னை ஒப்படைத்தார். அவரும் என்னை அனுபவிக்க முடியாமல் துருபதன் நடத்திக்கொண்டிருந்த புத்திர காமேஷ்டி யாகத்திற்குப் புரோகிதராக வந்து, நான் யாகத்தில் பிறந்ததாகத் தெரிவித்தார்... இப்படி ஒரு கனவு எனக்கு வந்தது. என்னைத் திருமணம் செய்துகொள்ள வேண்டுமென்று யஜு பாண்டவர்களை வேண்டிக்கொண்ட காட்சி கூட என் கனவில் தோன்றியது."

"அப்படியானால் நான் காணச் செய்த உன்னுடைய கடந்த ஜன்மக் காட்சிகளைவிட உன் கனவுகளே உண்மையென்று தோன்று கின்றனவா?" வியாசர் கோபக்காரரானார்.

"இல்லை மகாத்மா... இல்லை... நீங்கள் கோபப்படாதீர்கள். என் கனவுகளைவிட அழகான அனுபவத்தை நீங்கள் பிரத்யட்சம் செய்த உணர்வுகளில் பெற்றேன். அந்த உணர்வுகள் சாஸ்வதமாக வேண்டும் என்பதே என் விருப்பம். கனவுகளானாலும் உணர்வுகளானாலும் எனக்கு ஒன்றுதான். இரண்டிலும் நான் அனுபவங்களுக்காகத் தவிக் கிறேன். அவை என் சொந்தமாகிவிட்டன."

"அப்படி இருக்கும்போது இந்த விவாதம் எதற்கு? ஐவருடன் இல்லறம் நடத்துவதற்கு உனக்கு விருப்பம்தான் அல்லவா..."

"இல்லையென்று எப்படிச் சொல்வேன், முனிவரே... என்னுடனான எந்தப் பெண்ணுக்கும் கிடைக்காத வாய்ப்பு எனக்குக் கிடைத்திருக்கிறது அல்லவா..."

"இது சாதாரண வாய்ப்பு அல்ல, திரௌபதி... மகத்தான பாக்கியம்... சுகம் பெறுவது மட்டுமல்ல... பதிவிரதை என்ற கௌர வத்தை, தர்மத்தை மீறவில்லை என்ற கௌரவத்தைக்கூடப் பெற்று விட்டாய்."

"எல்லாம் நீங்கள் அருளிய மகாபாக்கியம்தானே, மாமுனிவரே."

"புரிந்ததல்லவா... கேள்வி கேட்பதில் சுகமில்லை... தர்மத்தைக் கேள்வி கேட்காதே... தர்மத்தை நிர்ணயித்தவர்களைக் கேள்விக்குட் படுத்தாதே. தர்மத்தை மீறுவது குற்றமோ இல்லையோ... ஆனால் நீயல்ல அதை நிர்ணயிப்பது. எல்லாம் அந்தக் கடவுளின் விருப்பம்."

வியாசர் வெளியேறிப் போனார்.

திரௌபதி கிருஷ்ணனை நினைத்தாள்.

கடல் அலைகள் ஸ்வரங்களாக மாறித் தனது இதயத்தில் இனிய கானமாக மாறிய உணர்வு ஏற்பட்டது திரௌபதிக்கு... ஸ்ரீகிருஷ்ணன் நடனத்தையும் வேணுகானத்தையும் நிறுத்தினான்... கோபிகைகள் திகைத்த நிலையில் அங்கங்கே நின்றுவிட்டார்கள்... பாதி மூடிய கண்களுடன் அவர்கள் கிருஷ்ணனைக் கிறக்கத்துடன் பார்த்துக்கொண்டிருந்தார்கள்... பரவசம் நிறைந்திருந்த அந்த உலகத்

தில் திரௌபதி மந்திரத்திற்கு ஆட்பட்டவளாக நுழைந்தாள்.

"ஏன் வந்தாய்?" என்று கிருஷ்ணன் தன் அழகான விழிகளை நிமிர்த்தினான். அந்தக் கண்விழிகளின் நடுவே புருவச் சுழிப்பில் தானும் இரண்டறக் கலந்துவிட்டதாகத் தோன்றியது அவளுக்கு.

திரௌபதி எதுவும் பேசவில்லை. ஆனால் கிருஷ்ணனுக்கு எல்லாமே புரிந்துவிட்டது.

"நீ யாரென்பதுதானே உன் சந்தேகம்?" என்று கேட்டான் கிருஷ்ணன்.

ஆமாம் என்பதாக திரௌபதி தலையசைத்தாள்.

தன்னைச் சுற்றி நடனம் ஆடிக்கொண்டிருந்த கோபியரைப் பார்த்துக் கிருஷ்ணன் சொன்னான்:

"இங்கே வந்திருப்பது யாரென்றோ, தாங்கள் யாரென்றோ சிந்தனை மறந்து போயிருக்கிறீர்கள்... வந்திருப்பவர் யாரென்று கேட்டாலும் உங்களில் எவரும் தெரியாதென்றே சொல்வீர்கள்."

"நான் அப்படி எண்ணவில்லை." திரௌபதி குறுக்கிட்டு பதில் சொன்னாள்.

"நீயும்கூட நீ யாரென்ற சிந்தனையை மறந்துவிடு, திரௌபதி... இவர்கள் எல்லாரையும்விட எனக்குப் பிரியமான தோழி நீ... இவர்களுடைய சங்கீதம், நடனம் முதலானவை அவர்களுடைய வாழ்க்கையில் மின்னல் கீற்றுகளே... நீ லயங்களின் காரணி... உன்னுடைய சொற்களும் இசையும் பாண்டவர்களின் இதயங்களில் வசந்தங்களைத் துளிர்க்கச் செய்யும்... ஆனால் எதிராளிகளுக்கு அவை மரண மிருதங்க முழக்கமாக விளங்கும்."

'எதிராளிகளா? யார் அவர்கள்?"

"போகப் போக உனக்கே தெரியும்" என்றான் கிருஷ்ணன்.

மீண்டும் வேணுகானம் தொடங்கியது. திகைப்பில் அசையாது நின்றிருந்த மரங்களின் இலைகள் குளிர்ந்த காற்றுக்கு அசைந்தன. கோபியரின் நடன இசைக்கு அவர்களுடைய பாதங்களுக்குக் கீழே எக்களிப்பு நிலை அடைந்துகொண்டிருந்த பூமாதேவி மாதிரி திரௌபதியும் பரவசம் அடைந்தாள்.

15
எது வாழ்க்கை தர்மம்?

தன்னுடைய பிறப்பு ரகசியத்தைப் பற்றித் தன்னிடம் இப்போது தான் சொன்னாரே தவிர, பாண்டவர்களுக்கும் தனது தந்தைக்கும் தனது திருமணத்திற்கு முன்பே வியாசர் சொல்லிவிட்டார் என்பதை திரௌபதி தெரிந்துகொண்டாள். ஐந்து கணவன்மார்களைத் திருமணம் செய்துகொள்வது தனக்கு விருப்பம்தானா என்று அன்றைக்கு எவரும் கேட்கவில்லை. தான் மறுக்கவும் இல்லை.

திருமணமான புதிதில் தர்மனுடன் நடந்த உரையாடல் திரௌபதியின் நினைவுக்கு வந்தது.

"உங்களை தர்மத்தின் காவலர் என்கிறார்கள் அல்லவா... நீங்கள் எதைச் செய்தாலும் அதற்குப் பின்னால் தர்மம் இருக்கும் என்று சொல்கிறார்கள். உங்களைக் கேள்வி கேட்க நேர்ந்தால் அது தர்மத்தை அவமதித்தது போலத்தான். நீங்கள் மன்னிப்பீர் களானால் ஒரு கேள்வி கேட்கிறேன். ஒரு பெண் ஐந்து பேர்களை மணந்துகொள்வது தர்மத்தின்பால் சம்பந்தப்பட்டது என்று உங்களுக்குத் தோன்றுகிறதா?"

தர்மன் வாயிலிருந்து தாம்பூலம் பீறிட்டு வெளியே வரும் படியாக உரக்கச் சிரித்தான். ஆனாலும் அதையடுத்து அவன் கடுகடுத்த முகத்தினன் ஆனான்.

"துருபத ராஜபுத்திரியே, இப்போதுதானா இந்தக் கேள்வியைக் கேட்பது? ஆனாலும் சொல்கிறேன். யாக மேடையிலிருந்து நீ பிறந்திருக்கிறாய் என்று தெரிந்ததிலிருந்து, உனது ஈடிணையில்லாத அழகைப் பற்றிக் கேள்விப்பட்டதிலிருந்து உன் மீது எனக்கு மோகம் ஏற்பட்டது. உன்னைப் போன்ற உலகப் பேரழகியை எங்களுக்குள்

யாரோ ஒருவர் மணக்க நேர்ந்தால் எங்களிடையே போட்டியோ, பொறாமையோ தலையெடுக்காதா? அதனால்தான் எல்லாருமாகச் சேர்ந்து திருமணம் செய்துகொள்ள வேண்டுமென்று நினைத்தோம்."

"நான் கேட்பது உங்களுடைய விருப்பம் பற்றி அல்ல, உங்களுடைய தர்மத்தைப் பற்றி..."

ரவிக்கைக்குள்ளிருந்து துருத்திக்கொண்டிருந்த திரௌபதியின் இரு மார்பகங்களையும் ஆசையில் போதையேறிய கண்களால் பார்த்தபடி தர்மன் பதில் சொன்னான்.

"தர்மம் பற்றிப் பேசிக்கொண்டிருக்க வேண்டிய நேரமா இது? நெருக்கத்திற்குரிய தோழியே... சரி, இருக்கட்டும்... உன் விருப்பத்தை நான் எதற்காக மறுக்க வேண்டும்?... நீ இப்படி பிற சிந்தனைகளில் இருந்தால் நமது காதல் உறவு எப்படிப் பலனளிக்கும்!"

"சொல்லுங்கள்" என்று ஆர்வத்துடன் வேண்டினாள் திரௌபதி.

"விருப்பத்தை நியாயமான முறையில் நிறைவேற்றிக்கொள்ள வேண்டியது எல்லாவற்றையும்விட முக்கியம். அதைவிட தர்மம் வேறு எதுவும் இல்லை. சுயம்வரத்தன்று உன்னை முதன்முதலாகப் பார்த்தபோதே, இல்லையில்லை, அதற்கு முன்பே உன்னைப் பற்றிக் கேள்விப்பட்டபோதே எங்கள் ஐவரிலும் ஆசை துளிர்விட்டது. அதனால்தான் ஒருவேளை வியாச முனிவரும், எங்கள் தாயார் குந்திதேவியும் அதற்கான வழிமுறையை யோசித்திருப்பார்கள் போலிருக்கிறது. எங்கள் ஆசை மட்டுமல்ல, எங்கள் குறிக்கோளும் ஒன்றுதான். அது கௌரவர்களை தண்டித்து ராஜ்யத்தைக் கைப்பற்றுவது... அந்த இரண்டுக்கும் ஏற்ற சாதனம் நீதான், திரௌபதி. நீ இல்லாமல் தர்மத்தைக் காப்பாற்ற எங்களால் முடியாது என்று எனக்குத் தெரியும்."

"சுயம்வரத்திற்கு முன்பே என்னைப் பற்றிக் கேள்விப் பட்டீர்களா, எப்போது?"

"ஏகச்சக்கரபுரத்தில் அஞ்ஞாதவாசத்தில் ஒரு பிராமணர் வீட்டில் நாங்கள் தங்கியிருந்தபோது ஒரு பிராமணோத்தமர் எங்களிடம் வந்தார். எங்கள் தாயார் குந்திதேவி அவருக்கு விருந்தினருக்கான விருந்தோம்பல் செய்து "அய்யா, நீங்கள் தேசசஞ்

சாரம் செய்கிறீர்கள் அல்லவா, நீங்கள் பார்த்த பகுதிகளிலுள்ள விசேஷங்களைச் சொல்லுங்கள்" என்று கேட்டாள்.

...அப்போது பிராமணர் இப்படிச் சொன்னார்: 'அம்மா, இந்த உலகத்தில் நான் தரிசிக்காத பிரசித்தப் பிரதேசங்கள் எதுவும் இல்லை. பல தேசங்கள் சுற்றித் திரிந்தேன். பல மன்னர்களை, அவர்களுடைய செல்வச் செழிப்புகளையும் போகபாக்கியங்களையும் பார்த்தேன். அவர்களுடைய வரலாறுகளைக் கேட்டுக்கொண்டேன். அந்த மன்னர்களின் சிறப்புகளைத் தெரிந்துகொண்டேன். எல்லா தேசங்களையும்விடப் பாஞ்சால தேசம் அளவற்ற செல்வாக்குடன் விளங்குகிறது. பாஞ்சால மன்னன் துருபதனுக்கு அக்னிஹோத்ர ஜ்வாலையிலிருந்து ஓர் அசாதாரணப் பேரழகியான மகள் பிறப்பெடுத்திருக்கிறாள். இதுவரை அந்தப் பேரழகிக்கு எல்லா விதத் தகுதியும் பெற்ற வரன் எவரும் கிடைக்கவில்லை. தனது மகளின் திருமணத்திற்காக அந்த துருபத மன்னன் சுயம்வர மகோற்சவம் ஏற்பாடு செய்திருக்கிறான்.'

...அவருடைய பேச்சைக் கேட்டு எங்களுக்கு ஆச்சரியம் உண்டாயிற்று.

'பிராமண உத்தமரே, நீங்கள் சொல்வது மிகவும் வியப்பாக இருக்கிறது. அந்த அழகி அப்படி யாகத் தீயிலிருந்து பிறப்பெடுத்த தற்குக் காரணம் என்ன? இது கண்டுகேட்டறியாத விந்தையாகத் தோன்றுகிறதே! அந்த அபூர்வப் பிறப்பின் நிகழ்வை எங்களுக்கு விளக்கமாகச் சொல்லுங்கள்' என்று கேட்டோம்.

'அம்மா... பரத்வாஜ முனிவரின் மகனான துரோணர் வ்ருஷத மகாராஜாவின் மகனான துருபதனின் பால்ய நண்பர். அவர்கள் இருவரும் அக்னிவேச மகரிஷியிடம் வில்வித்தை பயிற்சிபெற்றார்கள். அதற்குப் பிறகு துருபதன் பாஞ்சால தேசத்து மன்னன் ஆனான். தாங்க முடியாத வறுமையில் உழன்ற துரோணர் தனது மகன் அஸ்வத்தாமனின் பசியைப் போக்குவதற்காக இரண்டுமூன்று வளமான பசுக்களுக்காகத் தனது பால்ய நண்பனான துருபதனைச் சந்தித்து யாசித்தார். ஆனால் துருபதன் ராஜகர்வத்தால் துரோணரை அவமதித்து, நண்பனாகப் புரிந்து ஏற்றுக்கொள்ள மறுத்துவிட்டான். இதனால் துரோணர் அயர்வுற்றுக் கரிநகருக்குள் சென்று பாண்டவர்களுக்கும், திருதராஷ்டிரரின் பிள்ளைகளுக்கும்

வில்வித்தை ஆசிரியராகி, போர்க்கருவிகள் சார்ந்த பயிற்சிகளை உபதேசித்தார். பயிற்சி முடிந்த பிறகு, துருபதனை வலுக்கட்டாயமாகத் தன்னெதிரில் கொண்டு வரவேண்டுமென்றும், அதுதான் தான் விரும்பும் குருதட்சிணை என்றும் சீடர்களிடம் சொன்னார். முதலில் கௌரவர்கள் தாங்கள் அந்த குரு தட்சிணையைச் செலுத்துகிறோமென்று துருபதனிடம் சென்று வந்த காரியத்தைச் சாதிக்க முடியாமல் அவனிடம் அவமானப்பட்டார்கள். அதன் பிறகு அர்ஜுனனின் தலைமையில் சென்ற பாண்டவர்கள் தங்கள் குருவின் கட்டளையை நிறைவேற்றினார்கள். துரோணர் துருபதனை பல வகைகளில் வசைபொழிந்து, அவனுடைய ராஜ்யத்தில் சிறிது பாகத்தைப் பெற்றுக் கொண்டு கடைசியில் நிபந்தனை விடுதலை அளித்தார்.

தாங்க முடியாத அவமதிப்புத் தணலில் வெந்துபோன துருபதன் போர்க்களத்தில் துரோணரைக் கொல்லும் ஆற்றல் கொண்டவனைத் தேர்ந்தெடுப்பதில் முனைந்தான். அத்தகைய ஆற்றல் கொண்ட ஸுதன், தன்னை ஏற்கெனவே ஒரு சமயம் தோற்கடித்த இந்திரஸுதன் ஆகியோரின் திறன்கொண்டு அர்ஜுனனுக்கு மனைவியாக வரத் தகுந்த அழகிய பெண்ணொருத்தி தனது வம்சத்தை நிலைநாட்டுவாள் என்று நிச்சயித்தான். தன்னுடைய முயற்சிக்கு உதவும் விற்பன்னர்களான அந்தணர்கள் பலரை நாடி அவர்களுடைய அனுக்கிரக பாக்கியத்தை வேண்டிக்கொண்டான்.

ஒரு நாள் துருபதன் கங்கையும் யமுனையும் சங்கமிக்கும் இடத்தில் தவநிஷ்டையில் இருந்த மாமுனிவர்களிடம் சென்றான். அங்கே அவனுக்குக் காஸ்யப கோத்திரக்காரர்களும், நற்குணசீலர்களும், சூரிய ஆராதனை முனைப்பு கொண்டவர்களுமான யாஜன், உபயாஜன் என்ற அண்ணன் தம்பிகள் தென்பட்டார்கள். அவர்களில் உபயாஜன் அதிக தவவலிமை கொண்டவரென்று தெரிந்துகொண்டு சிறிது காலம் அவருக்குப் பணிவிடைகள் செய்து காலம் கழித்தான். பின்னர் ஒரு நாள் துருபதனின் விருப்பம் என்னவென்று அவருக்குத் தெரிந்தது. இப்படிப்பட்ட இகலோக வாழ்க்கை சார்ந்த செயற்பாடுகளைத் தன்னால் நிறைவேற்ற முடியாதென்றும், அதற்குத் தக்கவர் தன்னுடைய அண்ணன் யாஜனே என்றும் சொன்னார். அப்போது துருபதன் யாஜனிடம் சென்று, அவருக்கு ஆயிரம் பசுக்களைக் காணிக்கையாகச் சமர்ப்பித்துத் தனது விருப்பத்தைத்

தெரிவித்தான். யாஜன் மகிழ்ச்சியடைந்து துருபதன் கோரியபடிப் புத்திரகாமேஷ்டி யாகம் செய்துவித்தார்.

யாஜன் தனது தம்பி உபயாஜனுடன் யாகம் செய்தார். யாகத்தின் முடிவில் வெளிப்பட்ட ஆஹுதிப் பொருளான நெய்யன்னத்தை எடுத்துக்கொள்ளும்படி துருபதனின் மனைவி கோகிலாதேவியை வேண்டிக்கொண்டார். அவள் தான் சுத்தபத்தமாக வந்து அவிசுப்பொருளை ஏற்றுக்கொள்வதாகச் சொல்லிப்போனாள். அவள் வரும்வரைக் காத்திருக்க முடியாதென்று சொல்லி அந்த அவிசுப்பொருளை அக்னியில் போட்டார்.

அந்த அக்னிகுண்டத்திலிருந்து சரீரம் முழுவதும் அக்னிச் சுடர்கள் வெளிப்பட திவ்விய கலசகுண்டலங்களுடன் மணிகளிணைந்த மகுட அலங்காரத்துடன், பெரும் வில்வீரனாக, கூர்மையான வாள் கைக்கொண்டு, அக்னி தேஜஸ்ஸுடன் பொலிவுடன் ஒரு மகன் சிம்மநாதம் செய்தபடி அவதரித்தான். அடுத்த இமைப்பொழுதில், கிளர்ந்து ஒளிர்ந்த அந்த அக்னியிலிருந்து அதிலோக நளினவதியாக, சுருள்முடிக் கருநீலக் கூந்தலுடன் அல்லி மலராக, கருநீல அழகியாக ஒரு மனோகர ரூபவதி வெளிக்கிளம்பினாள். அவள் வெளிவந்தபோது சுற்றுச்சூழல் எங்கிலும் நீல அல்லி மலர்களின் நறுமணம் பரவியது. வானத்திலிருந்து பூமிக்கு இறங்கி வந்த அப்சரஸ்களை மிஞ்சியவளாய், மலர்ந்த தாமரை நிகர் விழிகளில் ஆனந்தமும், ஒய்யாரப் புன்னகையும் கொண்டிருந்தவளை அங்கிருந்தவர்கள் எல்லாரும் கண்ணிமைக்காமல் பார்த்த நிலையில் கற்சிலைகளாகித் தங்களை மறந்தார்கள்.

அதே சமயத்தில்... 'இவர்களால் கௌரவர்களுக்குப் பெருத்த அபாயம் நேரும்... இவள் பல மன்னர்களின் அழிவுக்குக் காரண மாவாள். இவளால் தேவகாரியம் நிறைவேறும்' என்று அசரீரிக் குரல் கம்பீரதொனியில் சொல்லிற்று.

நீல நிறத்தில் இருந்ததனால் அவளுக்கு நீலமயம் என்று பொருள்படும்படி 'கிருஷ்ணா' என்று பெயரிட்டார்கள். மகனுக்கு 'திருஷ்டத்யும்னன்' என்று பெயரிட்டார்கள். துருபதனின் மகள் என்பதாக அவளுக்கு திரௌபதி என்றும், யக்ஞமேடையில் தோன்றிய காரணத்தால் யாக்ஞஸேனி என்றும், பாஞ்சால நாட்டு இளவரசி என்பதனால் பாஞ்சாலி என்றும் அவளைக் காரணப்பெயர்களாகக்

குறிப்பிட்டுச் சொல்லிக்கொண்டார்கள். அந்த திருஷ்டத்யும்னன் துரோணரிடம் அஸ்திரவித்தை கற்றுக்கொண்டான். திரௌபதி இளவரசிக்குத் திருமணம் செய்துகொள்ளும் பருவம் நெருங்கியது.

அப்படியிருக்க... பாண்டவர்கள் வனவாசத்தின்போது அரக்கு மாளிகையில் எரிந்து இறந்துவிட்டார்களென்று தெரிந்து, பாண்டவர்களில் நடுவுள்ளவனான அர்ஜுனனுக்கு என்று உத்தேசித்திருந்த தன் மகளை எவருக்குக் கொடுத்துத் திருமணம் செய்வது என்று துருபதன் கவலைக்குள்ளானான்... 'திரௌபதி யக்ஞகுண்டத்தின் நடுவிலிருந்து அக்னி கர்ப்பத்தில் பிறப்பெடுத்த திவ்விய கன்னி... அந்த அழகியை தேவேந்திர நந்தனன் பார்த்தனுக்கு சமர்ப்பிக்க வேண்டுமென்று நிச்சயித்திருந்தேன். ஆனால் என்னு டைய மங்கள சங்கல்பத்திற்கு பலத்த அடியாக இடையூறு விளையுமென்று கனவில் கூட நினைக்கவில்லை' என்று துருபதன் வருந்தினான்.

கவலைக்குள்ளான துருபதனுக்கு அப்போது ஒரு புரோகிதர் பாண்டவர்கள் இறக்கவில்லை என்றும், அவர்கள் அஞ்ஞானவாசத்தில் நலமாக இருக்கிறார்கள் என்றும் தனக்குத் தகவல் கிடைத்ததாகச் சொன்னார். 'திரௌபதிக்கு சுயம்வரம் அறிவித்துப் பறை சாற்றுங்கள். பாண்டவர்கள் அந்த நிகழ்வுக்கு வருவார்கள்' என்று சொல்லித் தேற்றினார்.

அப்போது துருபதன் ஆகாயத்தில் சுழன்ற ஒரு தங்கமயமான மத்ஸ்ய யந்திரத்தைக் கைவரப்பெற்று, தலைசிறந்த வில்லாளர்கள்கூடத் தூக்கித் தொடுக்க முடியாத திடமான வில் ஒன்றை ஏற்பாடு செய்து சுயம்வரத்தைப் பறைசாற்றினான். ரோஹிணி நட்சத்திரம் பொருந்திய, புஷ்ப சுத்த அஷ்டமி திதி சுபமுகூர்த்தத்தில் திரௌபதியின் சுயம்வரம் நடக்க இருக்கிறது. அந்த சுயம்வர மகோத்சவத்திற்கு எங்கெங்கோ இருக்கும் ராஜாக்களும், வீரத்தில் சிறப்பாகக் குறிப்பிடத் தக்கவர்களும் திரௌபதி பாணிக்கிரகண ஆர்வத்துடன் முதன் முதலாகக் காம்பில்ய நகரத்திற்கு வந்து சேர்வதற்கு ஏங்கிக்கொண்டிருக்கிறார்களென்று அந்த பிராமணர் சொன்னார்."

இது வரைக்கும் சொன்ன தர்மன் திரௌபதியிடம் மேலும் தொடர்ந்து சொன்னான்:

"உனது பிறப்பின் வரலாறு, உனது ஈடிணையற்ற அழகு பற்றி அவர் வர்ணித்தபோது எங்கள் அண்ணன்தம்பிகள் அனைவருக்கும் அந்த சுயம்வரத்திற்குச் சென்று தீர வேண்டுமென்று ஆசை ஏற்பட்டது, திரௌபதி! எங்கள் கருத்தை கிரகித்து எங்கள் அன்னை குந்திதேவி எங்களை அழைத்துக்கொண்டு பாஞ்சால தேசத்திற்குப் போனாள். வழிநடுவில் வேதவியாச முனிவர் எங்களுக்கு தரிசனம் கொடுத்தார். நாங்கள் பாஞ்சால தேசம் போய்க்கொண்டிருப்பதாக அவரிடம் சொன்னோம். அவர் எங்களை ஆசீர்வதித்து இப்படிச் சொன்னார்:

...தம்பிமார்களே... உங்களுக்கு ஒரு ரகசியம் சொல்கிறேன். அமைதியான மனதுடன் கேளுங்கள். முன்பு சௌந்தர்யவதியும் குணவதியுமான ஒரு முனிவரின் பெண் இருந்தாள். அவளுக்குத் தகுந்த கணவன் கிடைக்கவில்லையென்று பல நாட்கள் கவலைப்பட்டுப் பரமசிவனை நோக்கிக் கடுந்தவம் புரிந்தாள். அவளுடைய தவத்தை மெச்சி சிவன் நேரில் தோன்றி வரம் கேட்கச் சொன்னார். அப்போது முனிவர் மகள் சர்வகுணம் பொருந்திய கணவன் வேண்டுமென்று ஐந்து தடவைகள் ஒரே விதமாக வேண்டிக்கொண்டாள்... 'நீ ஐந்து தடவைகள் வேண்டிக் கொண்டதனால் ஐந்து கணவன்மார்கள் கிடைப்பார்கள்' என்று சிவன் அவளுக்கு வரம் கொடுத்தார். அந்தக் கன்னிப்பெண் வியப்படைந்து 'ஒரு பெண்ணுக்கு ஐந்து கணவர்கள் இருப்பது தர்மமா... ஒரே கணவனை அருளுங்கள்' என்று பிரார்த்தித்தாள். 'தவப்புதல்வியே, நீ ஐந்து தடவைகள் கணவன், கணவன் என்று வேண்டிக்கொண்டதனால் அந்த விதமாக அருள்புரிந்தேன். உனக்கு அடுத்த ஜன்மத்தில் ஐந்து கணவர்கள் அமைவார்கள். தவிர்க்க முடியாது என்று ஐவரை மணந்துகொண்டாலும் உன் பதிவிரதத் தன்மைக்கு பங்கம் ஏற்படாது. நீ நித்தியகன்னியாக விளங்குவாயாக' என்றும் ஆசீர்வதித்துவிட்டு சங்கரனார் மறைந்துவிட்டார். அந்த முனிவர் மகள் இப்போது துருபதனுக்கு மகளாகப் பிறந்திருக் கிறாள். அவளுக்கு நீங்கள் ஐவரும் கணவர்களாவீர்கள். எனவே சுயம்வரத்தைக் காரணமாகக் கொண்டு நீங்கள் காம்பில்ய நகருக்குச் செல்லுங்கள். உங்களுக்கு எல்லாமே சுபமாக நடக்கும்' என்று சொல்லிவிட்டு வியாசர் மாயமானார்.

...இதுதான் நடந்தது, திரௌபதி! உன்னை ஐந்து பேரும் திருமணம் செய்துகொண்டது தர்மம் என்று நான் சொல்வதற்கில்லை. அது பரமசிவன் உனக்கு முற்பிறவியில் கொடுத்த வரம். தெய்வ ஆணையை எவரானாலும் தர்மத்திற்கு உசிதமானதல்ல என்று சொல்வார்களா? அந்த வியாச மகாமுனிவரைவிட தர்மம் தெரிந்தவர்கள் இருக்கிறார்களா? அதைப் போலவே, நாங்கள் பெற்ற செல்வத்தைச் சமமாகப் பங்கிட்டுப் கொள்ளும்படி எங்கள் அன்னையார் கொடுத்த கட்டளையை எப்படி மீற முடியும்?" என்று தர்மன் சொன்னான்.

திரௌபதி சிந்தனையில் ஆழ்ந்தாள். தன்னுடைய முற்பிறப்பை வியாசர் கண்டுபிடித்ததென்ன... அவர் தனது தந்தைக்கும் பாண்டவர் களுக்கும் அதே விஷயத்தைச் சொல்லித் தனது திருமணத்திற்கு வற்புறுத்தி இணங்கச் செய்தது என்ன...

தர்மன் அவளுடைய சிந்தனையில் குறுக்கிட்டான்.

"இன்னும் சிந்தனை என்ன, தேவீ! உனக்காக எவ்வளவு நேரம்தான் காத்திருப்பது... எங்கே, உனது அதரபானத்தால் என்னை மயங்கச் செய்... பார்க்கலாம்" என்று அவளை இறுக்கமான தழுவலுக்குள் பிணைத்தான்.

தர்மனின் சரச, களியாட்டக் குறும்புகளால் திரௌபதி பரவசத்தில் ஆழ்ந்தாள். சிருங்கார ரச வெள்ளத்தில் அவளுடைய சிந்தனைகள் மூழ்கிப்போயின.

16

திரௌபதி உங்களுக்கு யாகமேடை

தர்மத்தைப் பின்பற்ற வேண்டுமே தவிர கேள்விகேட்கக் கூடாது என்று வியாசரும் தர்மனும் ஆக இருவருமே சொன்னார்கள். தான் யாரென்ற கேள்வியே தலையெடுக்கக்கூடாதென்று ஸ்ரீகிருஷ்ணன் சொன்னான். காலத்தைச் சார்ந்து, தேவையைச் சார்ந்து தர்மம் மாறுகிறது. திரௌபதியின் திருமணம் பாண்டவர்களுடன் நடக்க வேண்டுமென்று வியாசர் நிச்சயித்தார். எனவே அது தர்மம் ஆயிற்று. திரௌபதியைச் சமமாகப் பங்கிட்டுக்கொள்ளும்படி குந்தி கட்டளையிட்டதால் அது தர்மம் ஆயிற்று. ஸ்ரீகிருஷ்ணன் தர்மம்குறித்து எதுவும் சொல்லவில்லை. அவன் மோட்சம் குறித்துச் சொன்னான். தர்மத்திற்கும் மோட்சத்திற்கும் தொடர்பான இகலோக அனுபவங்கள் சார்ந்த விருப்புவெறுப்புகள் இருக்கின்றன. அதைப் புரிந்து கொள்ளாமல் மோட்சத்தை அணுக முடியாது.

தன்னுடைய பிறப்பு குறித்து நினைவு இல்லாது போனாலும் திரௌபதிக்குத் தனது சுயம்வரம் நினைவுக்கு வந்தது. இந்த மகாபாரத யுத்தத்திற்குத் தனது சுயம்வரமே ஒரு மேடை என்றாகி விட்டது. அவள் பாண்டவர்கள் ஒவ்வொருவருடனும் இணைந்து ஏழேழு காலடிகள் வீதம் நடந்தாள். அவளுடையது ஒரு நீண்ட பயணம்... அவளுடைய வாழ்க்கையே ஒரு பாத யாத்திரை இலக்கியம். திருமண மங்கல ஒலியிலிருந்து யுத்த பேரிகைகளின் ஓசை வரையிலும் இயங்கிய இந்த இலக்கியம் கடைசியில் பாத யாத்திரையுடன் முடிவடைந்தது... திரௌபதியின் மனதில் அந்த இலக்கியத்தின் பக்கங்கள் படபடக்கத் தொடங்கின...

சுயம்வரத்தில் திரௌபதியை வென்று, குறுக்கே வந்த எதிரிகளுக்கு பதிலடி கொடுத்து பீமனும் அர்ஜுனனும் புறப் பட்டார்கள். அவர்களுக்காக துருபதன் தேரை ஆயத்தப்படுத்தினான். ஆனால் தாங்கள் பிராமணர்கள் என்பதால் நடந்து செல்வதே

தக்கதென்று அர்ஜுனன் சொன்னான். துருபதன் பேசமுடியாது போனான். அவர்கள் மூலமாகத் தானும்கூடக் கௌரவர்களின் தாக்குதலினின்றும் தன்னைக் காப்பாற்றிக் கொள்ள முடிந்தது. எது பேசினாலும் அவர்களுக்குக் கோபம் ஏற்படுவதாகத் தெரிந்தது. கூடியிருந்தவர்கள் எல்லாரும் செய்வதறியாது உணர் விழந்தவர்களாகப் பார்த்துக் கொண்டிருக்க, அர்ஜுனனும் பீமனும் முன்னோக்கி நடந்தார்கள். திரௌபதி அவர்களைப் பின்தொடர்ந்து நடந்தாள்.

சாம்பலைப் பூசிக்கொண்ட சரீரங்களில் அங்கங்கே ரத்தக் கறைகள் தென்பட்ட இரண்டு பிராமண வீரர்களுடன் சேர்ந்து நடந்து போவது திரௌபதிக்குக் கனவுபோல் தோன்றியது. தான் எங்கே போகிறோமென்று அவளுக்குத் தெரியாது.

வெள்ளை நிற மேகங்களை ஓட்டிக்கொண்ட நீலவானம் மாதிரி திரௌபதி அவர்களின் பின்னே நடந்தாள்.

கரைகளைத் தொடுவதற்குத் தவிக்கும் வெள்ளம்போல் திரௌபதி அவர்களுடைய காலடிச் சுவடுகளில் கால் பதித்து நடந்தாள்.

மண்ணின் ஈர வாசனைக்கு ஏங்கித் தவிக்கும் மழைத் தூறலைப்போல் திரௌபதி அவர்களுடைய காலடிச் சுவடுகளில் காலடிகளைப் பதித்தாள்.

அக்னியைப் பின்பற்றி வரும் ஸ்வாகாதேவியைப்போல், வெண்ணிலாவைப் பின்பற்றும் ரோகிணி நட்சத்திரம்போல் திரௌபதி அவர்களைப் பின்தொடர்ந்தாள்.

தங்கள் ராஜ்யத்திற்குள்ளேயே இருந்தபோதிலும் அப்படிப்பட்ட இடங்களை திரௌபதி இதுவரையிலும் பார்த்ததில்லை. சூரிய ஒளிக்குத் தட்டுப்படாதிருந்த அவள் வெயிலின் வெம்மையை எதிர்கொள்ள இயலாமல் அவதிப்படுவதை கவனித்த அர்ஜுனன் தனது உத்தரீய மேலங்கியை அவளுக்கு நிழல் தரும்படியாகப் பிடித்தான். வியர்வைத் துளிகளுடன் மிளிர்ந்த அவளுடைய வைர மூக்குத்தியைக் கூர்ந்து கவனித்த தனது கணவன் அர்ஜுனனை முதல் முறையாக அவ்வளவு அருகில் பார்த்த திரௌபதி திகைத்து அமைதி குலைந்தாள். மேலாடை இருந்தும் இல்லாததுபோல்

தென்பட்ட அந்த ஆஜானுபாகுவின் அகன்ற மார்பு, வலிமையான தோள்கள், அழகான கண்கள் அவளை மோகவயப்படுத்தின. அவளுடைய சரீரம் வியர்வையால் நனைந்து போயிற்று. இந்த வியர்வை வெயிலால் மட்டுமல்ல. உள்ளோட்டமான குதுகுப்பின் வெளிப்பாடு அது. அவளுடைய சரீரத்திலிருந்து வெளிவந்த இயல்பான கருநீல அல்லிப்பூக்களின் நறுமணத்துடன் கலந்து வந்த அந்த வியர்வை வாசனை அர்ஜுனனை போதையில் ஆழ்த்தியது.

“துருபதன் மகளே, உன்னை நான் கைப்பிடித்தது என் அதிர்ஷ்டம்” என்றான் அர்ஜுனன்.

திரௌபதி தனக்கும் அதே அபிப்பிராயம்தான் என்பதுபோல் நாணத்துடன் தலைகுனிந்து கொண்டாள்.

“உனக்கு மறுப்பு இல்லையானால் நீ என் கையைப் பிடித்துக் கொள்ளலாம். மேடுபள்ளமாக இருக்கும் இந்த இடத்தில் உதவி இல்லாமல் நடப்பது கஷ்டம்.”

அர்ஜுனன் தனது நீளமான, வலுவான கையை நீட்டினான்.

திரௌபதி கணநேரம்கூடத் தயங்காமல் அர்ஜுனனின் கையைப் பற்றிக்கொண்டாள். தன் வீரத்தை வெளிப்படுத்தி வெற்றி கண்ட இந்த வீரனுக்குத் தன்னால் கொடுக்க இயலாதது என்ன இருக்கிறதென்று அவள் நினைத்துப் பெருமிதம் கொண்டாள்.

அர்ஜுனனின் கை கிடைத்ததும் திரௌபதியின் களைப்பு சுவடு தெரியாமல் மாயமாயிற்று. அந்தத் தொடுதலில் அவள் எல்லா சுகங்களையும் அனுபவித்தாள். அர்ஜுனன் இயல்பான முறையில் பிடித்துக்கொண்டாலும், அவன் தன் கையைக் காதல் பொங்கத் தொடுவதான உணர்வை அவள் அடைந்தாள். இரும்புத் துகள்களைக் கவர்ந்திழுக்கும் காந்தம் போல திரௌபதி அந்தக் கணத்தில் அர்ஜுனனுடைய சரீரத்திற்கு மேலும் அருகில் வந்தாள்.

இந்த உலகத்தில் கணவனின் அருகாமையைவிட சுகம் தருவது வேறு ஏதாவது இருக்கிறதா என்று திரௌபதி தன்னைத் தானே கேட்டுக்கொண்டாள். இதற்குத்தானோ என்னவோ சீதை எல்லா சுகங்களையும் தியாகம் செய்து, அரண்மனையைத் தவிர்த்து விட்டு ராமனின் பின்னால் காட்டுக்கு நடந்திருக்கிறாள் போலும். சுற்றிலும் அடர்ந்த காடுகள் சூழ்ந்துகொள்ள வேண்டுமென்று, அதில் தாங்கள்

வழிதவறிப் போக வேண்டுமென்று திரௌபதி நினைத்தாள்.

அவர்களுக்குப் பின்னால் வந்துகொண்டிருந்த பீமன் சின்னதான ஓர் இருமல் இருமி அவர்கள் அனுபவித்துக்கொண்டிருந்த ஏகாந்தம் உண்மையில் ஏகாந்தம் அல்லவென்ற விஷயத்தை நினைவு படுத்தினான். சிறிதளவே விலகிக்கொண்ட திரௌபதி, அர்ஜுனன் ஆக இருவருமே வேகவேகமாக நடக்கத் தொடங்கினார்கள். இந்தத் தடவை அந்த நடை திரௌபதிக்கு அல்லல்படுத்துவதாகத் தோன்றவில்லை. இப்படி எவ்வளவு தூரமானாலும் தன்னால் நடக்க முடியுமென்று அவள் நினைத்துக்கொண்டாள்.

அவர்கள் ராஜபாட்டையைத் தாண்டி, சந்துபொந்துகளில் நடந்து பொதுமக்களின் வீதிகளில் நுழைந்தார்கள். திரௌபதியைப் பற்றியும், அவளைச் சேர்ந்த ஐந்து பிராமணர்களைப் பற்றியும் விதவிதமான வதந்திகள் அப்போதே நகரத்தில் நாலாபுறமும் பரவிவிட்டிருந்தன. மக்கள் ஆர்வமாக முணுமுணுத்துக்கொண்டு அவர்களின் பின்னால் வந்தார்கள். பீமன் அவர்களை பயமுறுத்தி தூரமாக விரட்டியடிப்பதைப் பார்த்து திரௌபதிக்குச் சிரிப்பு வந்தது.

கடைசியில் அவர்கள் இருந்த வசிப்பிடம் வந்துவிட்டது. அது ஒரு குயவனின் வீடு. அதை வீடு என்று சொல்வதைவிடக் குடிசை என்று சொல்வதுதான் பொருத்தமாக இருக்கும். அவ்வளவு சிறிய வீட்டை திரௌபதி இதுவரை பார்த்ததில்லை. தன்னுடைய வளர்ப்புப் பிராணிகளுக்குக்கூட அவ்வளவு சிறிய வசிப்பிடம் இருக்குமா என்று அவளுக்குக் கணநேரம் தோன்றியது. அதற்குள் அவளுடைய எண்ணங்கள் மாறிவிட்டன. தனக்குள் கனன்று கொண்டிருந்த பெரும் அக்னிச்சுடருக்கு நிம்மதி தருவதற்கு இந்தச் சின்ன வசிப்பிடமே காரணமாகலாம் என்று நினைத்துக் கொண்டாள். வீட்டைச் சுற்றிலுமான ஆவரணத்தில் மல்லிகைக் கொடிகள் காற்றுக்கு அசைந்தாடியபடிப் புதிய மணமகளை வரவேற்றன. பூக்கள் அவளை அலங்கரிப்பதற்குப் போட்டியிடுவது போன்று தலையாட்டின.

அவர்கள் சென்றடைந்தபோது அந்த வீட்டின் கதவுப்பக்கம் பிராமண வேடத்திலிருந்த 'தர்மன், நகுலன், சகாதேவன் ஆகியோர் அவர்களை எதிர்பார்த்துக்கொண்டு காத்திருந்தார்கள். அவர்கள்

வருவதைப் பார்த்து மகிழ்ச்சியுற்ற தர்மன் கதவைத் தள்ளி உள்ளே நுழைந்தான். அவனைப் பின்தொடர்ந்து அவனுடைய சகோதரர்களும் திரௌபதியும் வீட்டிற்குள் நுழைந்தார்கள்.

குந்தி உள்ளே சமையற்கட்டில் ஏதோ வேலை செய்து கொண்டிருந்தாள். இவர்களுடைய சந்தடி கேட்டு "வந்துவிட்டீர்களா பிள்ளைகளா…" என்று குரல் கொடுத்துக் கொண்டே அந்தக் கூடத்திலிருந்து வெளியே வந்தாள்.

பீமனும் அர்ஜுனனும் அவளைச் சீண்டிப்பார்க்க விரும்பினார்கள்.

"அம்மா… இன்றைக்கு நாங்கள் ஒரு விலையுயர்ந்த, அற்புதமான பொருளைப் பிச்சையெடுத்துக்கொண்டு வந்திருக்கிறோம்."

அவர்கள் சுயம்வரத்திற்குப் போயிருந்தார்களென்று, அந்தணப் பிச்சைக்காக அவர்கள் போகவில்லையென்று குந்திக்குத் தெரியும். ஆனாலும் அவர்கள் பிச்சைக்காகத்தான் சென்றிருக்கிறார்களென்ற மறதி நினைப்பில் இருந்தாள். அந்த நினைவோட்டத்தில் "கொண்டு வந்திருக்கும் பிச்சையைச் சமமாகப் பகிர்ந்து கொள்ளுங்கள், பிள்ளைகளா!" என்றாள்.

அப்படிச் சொல்லிக்கொண்டே வெளியே வந்தவள் சகல ஆபரண பூஷிதையாக, மோகினி தேவதையாக இருந்த திரௌபதியைப் பார்த்து அதிர்ந்தாள். பீமனும் அர்ஜுனனும் அவளை வியப்பில் ஆழ்த்திவிட்டோமென்று மகிழ்ந்தபடிச் சிரித்தார்கள்.

குந்தியின் முகத்தில் கம்பீரம் இடம்பிடித்துக்கொண்டது. அவள் திரௌபதியிடம் வந்தாள். திரௌபதி அவளுடைய பாதங்களில் விழுந்து வணங்கினாள்.

அவளுடைய கையைப் பிடித்துக்கொண்டு குந்தி தர்மன் இருந்த பக்கம் வந்தாள்.

"இதுதானா நீங்கள் பெற்று வந்த விலையுயர்ந்த பிச்சை?" என்று கேட்டாள்.

"ஆமாம், அம்மா… இவள் துருபத மன்னரின் மகள் கிருஷ்ணா. சுயம்வரத்தில் உங்கள் மூன்றாவது மகன் மத்ஸ்ய யந்திரத்தை வீழ்த்தி

இவளை வெற்றிபெற்றிருக்கிறான். உங்களுடைய ஆசீர்வாதங்களைப் பெறுவதற்காக இங்கே அழைத்து வந்திருக்கிறோம். ஆனால் நீங்கள் சொன்னதென்ன?" என்று சொல்லி தர்மன் மௌனமாக இருந்தான். அர்ஜுனனும்கூடத் திகைத்துப் போனவனாகத் தென்பட்டான். மற்ற சகோதரர்களும் மௌனமாக தர்மனின் பக்கம் பார்த்தபடி நின்றிருந்தார்கள். திரௌபதி குழப்பத்தில் ஆழ்ந்திருந்தாள். அவள் தனது முன்றானையைத் தலையிலிட்டு மூடிக்கொண்டாள். சிறிது நேரம் குடிசையில் நிசப்தம் தாண்டவமாடியது.

குந்தி அந்த நிசப்தத்தைக் கலைத்தாள்.

"அடடா... என் வாயில் எப்படிப்பட்ட வார்த்தைகள் வெளிவந்துவிட்டன!... நீங்கள் பரிகாசத்திற்கென்று சொன்ன வார்த்தைகளை நான் உண்மையென்று நினைத்து நீங்கள் கொண்டு வந்த பிச்சையைச் சமமாகப் பகிர்ந்துகொள்ளுங்கள் என்று சொல்லிவிட்டேன். என் வாயில் ஒருநாளும் அசத்தியம் வராது... நீங்கள் இந்தக் கன்னியை ஐந்து பேரும் எப்படிப் பகிர்ந்து கொள்வீர்கள்... அது அதர்மம் ஆகிவிடும். ஆனால் நான் சொன்னது செய்யாவிட்டால் எனக்குப் பொய் சொன்ன தோஷம் வந்து சேரும். நீங்கள் என் வார்த்தையை மீறுவது என்பதுவும் தர்மம் ஆகாது. இப்போது என்ன செய்ய வேண்டும், தம்பி... நீ எல்லா தர்மமும் தெரிந்தவன்... நீயே முடிவு செய்துகொள்."

திரௌபதி அதிர்ந்த நிலையிலானாள். இரண்டு மகன்கள் அவளைச் சீண்டி விளையாடுவதற்காகச் சொன்ன சொல். ஆனால் அது உண்மையல்ல. அது தெரியாமல் பிச்சைப் பொருளைப் பங்கிட்டுக்கொள்ளும்படி அவர்களுடைய அம்மா சொல்லி யிருக்கலாம். ஆனால் உண்மை தெரியாமல் சொன்னதற்கு மதிப்பு என்ன இருக்கிறது? ஐந்து பேர் தன்னைப் பகிர்ந்து கொள்வது என்பது என்ன? தான் என்ன விளையாட்டுப் பொருளா? தன்னை வென்றவன் சாமானியமானவன் அல்ல என்பது தெரிகிறது. ஆனால் இப்போது பார்த்தால் இவர்கள் எல்லாரும் அந்தணர் வேடத்திலிருக்கும் காட்டுமிராண்டிகளாக அல்லவா தென்படுகிறார்கள்! இவர்கள் காட்டுமிராண்டிகளாக இருந்தால் தர்ம-அதர்மங்களைப் பரிசீலிப்பது எதற்காக? ஐந்து மக்களைப் பெற்ற இந்தத் தாய் வாழ்க்கையில் ஒருபோதும் பொய் சொல்லியிருக்க மாட்டாளா?

திரௌபதியின் சிந்தனைகளைக் கலைத்து தர்மன் பேசினான்.

"அம்மா, உன்னுடைய கட்டளையை நிறைவேற்றுவது எங்கள் கடமை. உன் வார்த்தைகள் எல்லாமே உண்மையானால் நாங்கள் ஐவரும் திரௌபதியைத் திருமணம் செய்துகொள்வது அவசியமாகிறது" என்று சொல்லி நிறுத்தி தர்மன் திரௌபதியின் பக்கம் பார்த்தான். அப்போதுதான் பீமன், நகுலன், சகாதேவன் ஆகியோரின் பார்வைகள் அவளுடைய சரீரத்தை உன்னிப்பாகப் பரிசீலிப்பதுபோல் கவனித்தன. தர்மன் திரௌபதியின் பக்கம் ஈர்க்கப்பட்டவனானான். உண்மையான சுயம்வரமாகவே அது அவனுக்குத் தோன்றியது. தானும் ஈட்டிப் பயிற்சி அல்லாமல் வில்வித்தை கற்றிருந்தால் நன்றாயிருக்குமென்றும் தோன்றியது.

அவர்களுடைய பார்வைகள் மன்மதனின் மலரம்பு போன்று பாய்ந்தன. அவளுடைய முக அழகின் மீது ஒருவனுடைய பார்வை, இடை அழகின் மீது ஒருவனுடைய பார்வை, உயர்ந்தோங்கியிருந்த அவளுடைய மார்பகம் மீது ஒருவனுடைய பார்வை, திண்மையான அவளுடைய தொடைகளின் மீது ஒருவனுடைய பார்வை என்ப தாகப் பார்வைகள் அலைந்து திரிந்தன. திரௌபதி இக்கட்டில் அவதிப்படுவதாக நெளிந்துகொண்டிருந்தாள்.

தன்னுடைய பேச்சை நிறுத்தியதில் உடனடிப் பலன் ஏற்பட்ட தென்பதை தர்மன் புரிந்துகொண்டான்.

"வியாசரின் கட்டளைப்படிகூட நாம் ஐவரும் இந்தக் கன்னியைத் திருமணம் செய்துகொள்வது உகந்ததுதான். அந்தப் பெரியவரின் வாக்கு பயன் விளைவிப்பதுதான். ஆனால் இந்தக் கன்னியை வெற்றி கொண்டவன் அர்ஜுனன்தான்." தர்மன் அர்ஜுனனைக் கருத்தில் கொண்டு தொடர்ந்து பேசினான். "தம்பி, இந்தக் கன்னியை நீ வெற்றி கண்டு கொண்டு வந்திருக்கிறாய். நீ அக்னி சாட்சியாக இவளைத் திருமணம் செய்து கொள்வதுதான் உகந்தது என்று நான் நினைக்கிறேன்."

அப்போது தன் சகோதரர்களின் மனப்போக்கையும், அண்ணன் தர்மனின் வார்த்தைகளில் இருந்த பகைமை உணர்வையும் அர்ஜுனன் கிரகித்தான். திரௌபதியைப் பற்றிக் கேள்விப்பட்ட நாளிலிருந்து தர்மன் தனக்கு அவள் மீதான நாட்டத்தை

வெளிப்படுத்திக்கொண்டே இருந்தான். சுயம்வரத்தில் அவளை அவன் கண்ணிமைக்காமல் பார்ப்பதை அர்ஜுனன் கவனிக்கத் தவறவில்லை. திரௌபதியின் அழகைப் பற்றி வியாச முனிவருக்கு ஏற்கெனவே தெரிந்திருக்கிறது. அவளைப் பார்த்தவர் எவரும் காமக் கிளர்ச்சி கொள்ளாமல் இருக்க மாட்டார்கள். ஐவரையும் அவள் திருமணம் செய்துகொள்ள வேண்டுமென்று வியாசர் நினைத்ததில் ஏதோ உள்ளர்த்தம் இருந்திருக்க வேண்டும். மற்ற சகோதரர்களும்கூட திரௌபதியின் அழகைப் பார்ப்பதும், தான் அதைப் பார்த்தபோதெல்லாம் தங்கள் கண்பார்வைகளைத் திருப்பிக் கொள்வதும் அர்ஜுனனின் பார்வையினின்றும் தப்பவில்லை.

அம்மாவின் வார்த்தைகளுக்கு, வியாசரின் கட்டளைக்கு மாறாக திரௌபதியைத் தான் திருமணம் செய்துகொண்டால், மற்ற சகோதரர்களின் பொறாமைத் தீச்சுடர்களுக்கு இலக்காகாமல் தப்பிக்க முடியாதோ என்னவோ என்று அர்ஜுனனுக்குத் தோன்றியது.

"அண்ணா... நீங்கள் சொல்வதை நான் மறுக்கவில்லை. ஆனால் பெரியவர்களின் வார்த்தைகளைப் புறக்கணிக்க முடியாதல்லவா... அது மட்டுமல்லாமல் நீங்கள் இன்னும் திருமணம் ஆகாதவர். மூத்த சகோதரனுக்குத் திருமணம் ஆகாமல் நான் திருமணம் செய்து கொள்வது தர்மத்திற்கு எதிரானது. அதனால் நீங்களே இவளைத் திருமணம் செய்துகொள்ளுங்கள்."

"இல்லை, அர்ஜுனா... இப்போது நமக்கு இரண்டே இரண்டு வழிகள் இருக்கின்றன. ஒன்று, நீ வீரம் புரிந்து திரௌபதியை வென்றிருக்கிறாய் என்பதனால் நீயே அவளைத் திருமணம் செய்து கொள்வது. இரண்டு, அன்னையின் ஆணையை மீறாமல் இருக்க வேண்டுமென்றால் நாம் ஐவரும் அவளைத் திருமணம் செய்து கொள்வது."

அர்ஜுனன் யோசித்தான். இரண்டாவது வழியே உகந்ததென்று எண்ணினான். தர்மனின் மனது, மற்ற சகோதரர்களிடம் திரௌபதி கிளறிவிட்டிருக்கும் நாட்டம் ஆகியவற்றைப் பற்றித் தெரிந்தும்கூட திரௌபதியைத் தான் திருமணம் செய்துகொண்டு சகோதரர்களுடன் சேர்ந்து இருப்பது என்பது இயலாதோ என்னவோ என்று அர்ஜுனன் நினைத்தான்.

"அண்ணா, நீங்கள் சொன்னது உண்மைதான். நாம் ஐவரும் இவளைத் திருமணம் செய்துகொள்வதே நல்லது. இவளை நாம் அனைவரும் சேர்ந்து ஏற்றுக்கொள்வோம். என்னதான் ஆனாலும் நாம் சகோதரர்களே அல்லவா... நாம் எந்த நாட்டை வென்றாலும் அதை எல்லாருமாகச் சேர்ந்துதானே அனுபவிக்க வேண்டும்?... இனி இதைப் பற்றி விவாதம் எதற்கு?"

தனக்கு அமையப்போகும் கணவனின் வார்த்தைகளைக் கேட்டு திரௌபதி அயர்ந்துபோனாள். இதெல்லாம் ஏதோ ஏற்கெனவே கூடிப் பேசி முடிவெடுத்த விவாதம் போலத் தோன்றியது. தான் துருபத ராஜகுமாரியை வென்றெடுத்து அழைத்து வந்ததாக அந்த வில்வித்தையில் கரைகண்டவர் ஏன் முன்கூட்டியே தன் கருத்தை வெளிப்படுத்தவில்லை? அவர்கள் எங்கிருந்து வந்தார்களென்று தெரிந்தபோதே குந்தி அந்த விவரங்களை முன்னதாக ஏன் கேட்டுக் கொள்ளவில்லை? மூத்த மகன் தாயின் வார்த்தைகளை ஆமோதித்து, மற்றவர்களுக்கும் தன் மீது காம இச்சை ஏற்படும்படியாக ஏன் வழிசெய்தான்?

ஆக, இவர்கள் இப்போது யாரைப் பற்றிப் பேசுகிறார்கள்? தன்னைப் பற்றி... தன் முன்னிலையிலேயே, தன் கண்ணெதிரேயே, தன்னுடைய பங்கேற்பு இல்லாமலே அவர்கள் தீர்மானம் நிறைவேற்று கிறார்கள்... தன்னுடைய அபிப்பிராயத்தை எவரும் கேட்கவே இல்லையே... ராஜ்ய பூபாரமும் தானும் ஒன்றுதானா... தான் என்ன பழமா, இனிப்புப் பண்டமா பங்கிடப்படுவதற்கு... ஒருவேளை தன்னை வென்றெடுத்த நபருக்குத் தன்மிது மோகமோ, பற்றோ எதுவுமே இல்லையோ?... கண நேரமேயானாலும் அவனுடைய அருகாமையில் தான் எவ்வளவு சுகத்தை அனுபவித்திருக்கிறாள்... அவனுக்கு அந்த உணர்வு கொஞ்சம்கூட ஏற்பட்டதாகத் தெரிய வில்லையே...

மத்ஸ்ய எந்திரத்தை வீழ்த்தித் தன்னைக் கைப்பிடித்த வீரன் மீதான பிடிமானம் திரௌபதிக்கு இருந்தாற்போலிருந்து தளர்ந்துகொண்டிருப்பது போன்று தோன்றியது. தன்னை மோகத்துடன் பார்க்கும் மற்றவர்களை அவள் தன்னியல்பாக முதல் தடவையாக ஏறிட்டுப் பார்த்தாள்.

திரௌபதியின் மனதில் வெடித்துக் கிளம்பிய களேபரத்தைக் குந்தி ஒருத்திதான் புரிந்துகொண்டதுபோல் தோன்றியது. அவள் திரௌபதியை நெருங்கித் தலையை நிமிர்த்தினாள். ஒரு பெண்ணின் மனதைப் புரிந்துகொள்வது இன்னொரு பெண்தான் போலிருக்கிறது என்று திரௌபதிக்கு அந்தக் கணம் தோன்றியது.

"ராஜகுமாரி, நிகழ்ந்துகொண்டிருப்பதெல்லாம் உனக்குக் கனவாக, வேடிக்கையாகத் தோன்றலாம். உன்னைக் குறித்து உன் அபிப்பிராயத்தைத் தெரிந்துகொள்ளாமல் விவாதிப்பது உனக்குக் கோபத்தை உண்டாக்கலாம். ஆனால் நாங்கள் ஒரு தீர்மானத்திற்கு வந்த பிறகுதானே உன்னுடைய அபிப்பிராயத்தைத் தெரிந்துகொள்ள வேண்டும்? எங்களுடைய தீர்மானத்தை உன் மீது நாங்கள் வற்புறுத்தித் திணிக்க நினைக்கவில்லை. நீ புத்திசாலி என்று, தர்மசாஸ்திரங்களைக் கற்றுத் தேர்ந்தவள் என்று கேள்விப் பட்டிருக்கிறேன். அண்ணன் தம்பிகள் ஒற்றுமையுடன் இருக்க வேண்டும்என்பதே என் ஆசை. நீதான் முற்ற முடிவான தீர்மானத்தை எடுக்க வேண்டும். மேன்மையான கன்னிகளுக்குத் தங்கள் கணவன்மார்களைத் தேர்ந்தெடுக்கும் உரிமை இருக்கிறது."

குந்தியின் வார்த்தைகளைக் கேட்டு திரௌபதி சிந்தனையில் ஆழ்ந்தாள். தான் ஒரு சாதாரணப் பெண் அல்ல. யாகமேடையில் பிறப்பெடுத்த திவ்விய கன்னி என்பது எல்லாருக்கும் தெரியும். தான் ஒரு சாதாரணப் பெண்ணைப் போல எதற்காக முடிவு எடுக்க வேண்டும்? தான் ஏதாவதொரு முடிவை எடுக்கவில்லை யானால் சூழ்நிலை பாழ்படும்போல் இருந்தது. தான் யாரைத் தேர்ந்தெடுத்தாலும், அண்ணன் தம்பிகளுக்குள் ஒற்றுமை சீர்குலையும் வாய்ப்பு இருப்பதாகத் தோன்றவில்லை. சாதாரணமாக, திருமணமான ஒரு பெண் வேறொருவர் பக்கம் கண்ணெடுத்துப் பார்த்தால் ஆண்கள் பொறுத்துக்கொள்ள மாட்டார்கள். ஆனால் இவர்கள் விசித்திரமானவர்களாக இருக்கிறார்கள். தன்னை ஏற்றுக்கொள்ளும் வாய்ப்பை எல்லாருமாகச் சேர்ந்து முடிவெடுத்திருக்கிறார்கள். இப்படிப்பட்ட வாய்ப்பு வேறு எந்தப் பெண்ணுக்காவது கிடைக்குமா?

இந்தச் சிந்தனைகளால் திரௌபதியின் சரீரம் நடுங்கியது. ஐந்து சுந்தரர்களுடன் அனுபவம், இல்லறம் என்பது முன்ஜன்ம

நல்வினையோ, தீவினையோ புரியவில்லை. எங்கேயோ நெடுந்தூர உலகங்களுக்கு முன்ஜன்ம நினைவுகளுடன் மிதந்து போவது போல அவளுக்குத் தோன்றியது. கடவுளே என்று சொல்லிக்கொண்டே அவள் நினைவிழந்தாள்.

குந்திதேவி திரௌபதியின் முகத்தில் குளிர்ந்த நீரைத் தெளித்தாள். திரௌபதி தெளிவடைந்து கண்களைத் திறந்தபோது சகோதரர்கள் ஐவரின் கண்களும் கவலையுடன் அவளிருந்த பக்கம் பார்த்தன. தற்செயலாக ஒரு திவ்ய நறுமணம் சுற்று வட்டார வளாகங்களில் பரவியதுபோல் தோன்றியது. தான் சொர்க்கத்தில் இல்லை அல்லவா என்று அவள் கேட்டுக்கொண்டாள். அவள் எழுந்து நின்றாள்.

அவள் தலைநிமிர்ந்தபோது அங்கே மற்றும் இரு அழகன் மார்கள் வந்தார்கள். அவர்களில் ஒருவன் கிருஷ்ணன். மற்றவன் பலராமன்.

கிருஷ்ண பகவான் இங்கேயா என்று திரௌபதி வியப்படைந்தாள். நீல மேக சியாமளன் கண்கள் நிறையக் காதலை நிரப்பிக்கொண்டு அவளுடைய கண்களை ஊடுருவிப் பார்த்தான். அவளுடைய முகத்தில் ஆராதனை உணர்வு பரவியது. தனக்கும் கிருஷ்ணனுக்கும் சிறிதளவுகூட இடைவெளி இல்லையென்றும், தான் அவனுக்குள்ளேயே இருப்பதாகவும் அவளுக்குத் தோன்றியது.

பலராமனும் கிருஷ்ணனும் இருவருமாகக் குந்திதேவிக்கு நெடுஞ்சாண் கிடையாகக் கீழே விழுந்து வணக்கம் செலுத்தினார்கள். ஐந்து சகோதரர்களும் அவர்களை பக்தியுடன் வணங்கினார்கள். "பாண்டு மைந்தர்களுக்குப் பணிவான வணக்கங்கள்" என்று அவர்கள் புன்சிரிப்புடன் கைகுவித்து வணக்கம் தெரிவித்தார்கள்.

ஆயிரக்கணக்கான ஆச்சரியங்கள் ஒரே சமயத்தில் திரௌபதியை மூழ்கடிப்பது போல் இருந்தது. இவர்கள் பகையொடுக்கும் அதிவீரர்களான பாண்டு மைந்தர்களா! கிருஷ்ண பகவானுக்கு மிக நெருக்கமான அன்பர்களான சிறப்புக்குரிய ஆண்கள் இவர்கள் தாமா!! தந்தை பயந்ததுபோல் அரக்கு மாளிகையில் இவர்கள் எரிந்து சாம்பலாகவில்லையா!!!

திரௌபதிக்கு அந்தக் குடிசை மகாவிஷ்ணுவின் இருப்பிடமாகத் தென்பட்டது. பாண்டவர்கள் தெய்விக மக்களாக அவளுக்குத் தென்பட்டார்கள். அவர்கள் மீது இதுவரை ஏற்பட்டிருந்த உதாசீன உணர்வு விலகிப் போகத் தொடங்கியது. அவள் தூக்கத்தில் நடப்பதுபோல் நடந்து பலராமன், கிருஷ்ணன் ஆகிய இருவரின் பாதங்களில் வணங்கினாள்.

ஸ்ரீகிருஷ்ணனின் பார்வைகள் அவளுக்குக் கட்டளையிட்டனவோ, வழிமுறை கூறி நெறிப்படுத்தினவோ தெரியாதென்றாலும் அவள் அதைத் தொடர்ந்து குந்திதேவிக்கும், பாண்டவர் ஐவருக்கும் இயந்திரப்போக்கில் வணக்கம் செலுத்தினாள். ஒரு புயல் அடித்து ஓய்ந்த பின்பு மிளிர்ந்து, பறவைகளின் ஒலியுடன் சிலிர்ப்படைவதுபோல் பாண்டவர்களும் குந்திதேவியும் திரௌபதியின் எண்ணத்தைப் புரிந்துகொண்டதுபோல் பெருமூச்சு விட்டார்கள்.

குந்திதேவி கேள்வி கேட்க இருந்தபோது கிருஷ்ணன் அவளைத் தடுத்தான்.

"அத்தை... நீ என்ன கேட்கப்போகிறாயென்று எனக்குத் தெரியும். இவ்வளவு அற்புதமான அழகியை உன் மருமகளாக அழைத்து வந்திருக்கிறார்களென்று தகவல் அறிந்து பார்ப்பதற்காக சுயம்வர மண்டபத்திலிருந்து நேராக வந்திருக்கிறேன். இவ்வளவு அழகான கன்னிப்பெண் மீது யார்தான் ஈர்க்கப்படாதிருப்பார்கள்? அப்படி ஈர்க்கப்படாதிருந்தால் அவர்களுடைய ஆண்மையை சந்தேகப்பட வேண்டியிருக்கும். அவளைப் பார்த்தவர்களுடைய மனது அமைதியாக இருக்க நேருமா? நீ தற்செயலாகவோ, தெய்வ விருப்பத்தினாலோ அவளைப் பங்கிட்டுக்கொள்ளும்படிச் சொல்லியிருக்கிறாய். அதன் மூலமாக ஒரு யுத்தத்தை வீட்டுக்குள்ளேயே தடுத்திருக்கிறாய்... நீங்கள் யுத்தம் செய்ய வேண்டியது உங்களுக்குள்ளேயே அல்ல."

கிருஷ்ணனின் முகம் கம்பீரமாக மாறியது.

"பாண்டவ புத்திரர்களே, பாரதநாடு முழுவதிலும் இந்தக் கிருஷ்ணாதேவியான திரௌபதி குறித்து இப்போதே பெரிய மோதல் ஆரம்பமாகிவிட்டது. அதனுடைய முதல் காட்சி இன்று உங்களுக்கு சுயம்வரத்தின்போதே தென்பட்டிருக்கிறது. இது

முடிவல்ல என்றும், தொடக்கம்தான் என்றும் எச்சரிக்கத்தான் வந்தேன். அதற்கு உங்களுக்குள் ஒற்றுமை தேவை. உங்களில் ஒற்றுமைக்கு திரௌபதிதான் மையப்புள்ளி. அவள் உங்களுக்கு வழிகாட்டி. நீங்கள் ஐம்பூதங்கள். அவள் உங்களுடைய ஒட்டு மொத்தக் கூட்டமைப்பான சம்மேளனம் என்றாக வேண்டும். திரௌபதி உங்களுக்கு யாகமேடை. நீங்கள் மகாயாகம் தொடங்க வேண்டிய நேரம் நெருங்கிவிட்டது."

பாண்டவர்களிடம் இதைச் சொல்லிவிட்டு கிருஷ்ணன் திரௌபதியின் பக்கம் திரும்பிப் பேசினான்.

"திரௌபதி! இனி என்னை நீ உயிர் நண்பனாக, தோழனாக எண்ணிக்கொள். நீ என் இருதயத்திற்கு மிக நெருங்கிய தோழி... அதிருஷ்டக்காரி... பிரபஞ்சத்தில் எந்தப் பெண்ணுக்கும் கிடைக்க இயலாத விதமாக மகாபராக்கிரமசாலிகளான கணவன்மார்கள் உனக்குக் கிடைத்திருக்கிறார்கள். உன்னுடைய முன்ஜன்மப் புண்ணியம் இப்போது பலனளிக்கப் போகிறது."

வந்த வேலை முடிந்ததாக பலராமனும் கிருஷ்ணனும் விடைபெற்றுக்கொண்டு வெளியேறிப் போனார்கள்.

17

அத்தை வீட்டில் முதல் நாள்

கண்கள் மூடியிருந்தன என்பதுதானே தவிர திரௌபதிக்குத் தூக்கம் வரவில்லை.

அந்தக் குடிசை போன்றதான வீட்டில் திரௌபதிக்கு முதல் நாள் இரவு அது.

வைக்கோல் பரப்பியதன் மீது கறுப்பு நிற ஆண் மானின் தோல் விரித்த படுக்கை மீது குந்தியும், அவளுடைய ஐந்து மகன்களும், புதிய மணமகளும் ஓய்வெடுத்தார்கள்.

அதற்குக் கொஞ்ச நேரத்திற்கு முன்புதான் அவர்கள் சாப்பிட்டு முடித்திருந்தார்கள். அன்றைக்கு சாயங்காலம் பீமன், அர்ஜுனன், நகுலன், சகாதேவன் ஆகியோர் பிச்சை எடுக்கச் சென்று உணவு கொண்டு வந்திருந்தார்கள்.

குந்தி திரௌபதியைப் பார்த்து...

"திரௌபதி, இந்தச் சாப்பாட்டை இரண்டு பகுதிகளாகப் பிரித்து ஒரு பகுதியை பீமனுக்குப் பரிமாறு. எஞ்சிய பகுதியை ஐந்து பங்குகளாகச் செய்து, அதில் நான்கு பங்குகளை மீதி நான்கு பேருக்கும் பரிமாறு, மீந்திருக்கும் சாப்பாட்டை நாம் இருவரும் சாப்பிடுவோம்."

திரௌபதி வியப்புடன் பார்த்தாள்.

குந்தி சிரித்துக்கொண்டே "பாதிப் பகுதி பீமனுக்கு எதற்கென்று நினைக்கிறாயா?... அவன் பருத்த உடம்புக்காரன். எத்தனையோ யானைகளின் பலம் கொண்டவன். அவனுக்கு எல்லாரையும் போல ஒரு பங்கு போதவே போதாது."

திரௌபதி பீமன் இருந்த பக்கம் பார்த்தாள். பீமனும் சிரித்தபடி அவள் இருந்த பக்கம் பார்த்தான். தசைகள் திரண்ட அவனுடைய கைகள், உருக்கு போன்றிருந்த அவனுடைய மார்புப்பகுதி பார்த்து அவள் பார்வையை திசைதிருப்ப முடியாது போனாள்.

ஐவருக்கும் அவள் பரிமாறியது முன்னொரு காலத்தில் தேவர்களுக்கு மோகினி அமிர்தம் பங்கு பிரித்து வழங்கியது போலவே இருந்தது. அவர்கள் சாப்பாடு சாப்பிடுகிறார்களா, அவளுடைய அழகைச் சாப்பிடுகிறார்களா என்பது அவர்களுக்கே புரியவில்லை. திரௌபதிக்கும் இது புது அனுபவம். பாண்டவர்களுக்கு ஒரு புதிய உணர்வு. தினமும் தாயார் பரிமாறியதையே சாப்பிட்டுக் கொண்டிருந்தவர்களுக்கு இன்று சாப்பாட்டில் புதிதாக வெஞ் சனங்கள் இடம் பெற்றிருந்தன. சாப்பாடு பரிமாறிக்கொண்டே திரௌபதி அங்குமிங்கும் நடமாடியபோது அவளுடைய புடைவை யின் சலசலப்பு, பாதக் கொலுசுகளின் ஓசை ஆகியன அவர்களுடைய மனங்களைக் கூத்தாடச் செய்தன. தங்களுடைய காமக் கிளர்வுகளை அவர்கள் மிகவும் முயன்று தணித்துக் கொண்டார்கள்.

எவ்வளவு நேரம் பரிமாறினாலும் அவர்களுக்குத் திருப்தி நிறைவுறவில்லை. சாப்பிட்டது எவ்வளவு நேரமென்று பாண்டவர் களுக்கும் தெரியவில்லை.

சாப்பிட்டு முடிந்த பிறகு அர்ஜுனன் சுயம்வரத்திற்குப் பின்னரான சண்டையில் மற்றவர்களைத் தான் எந்த அஸ்திரத் தினால் எதிர்த்தான் என்பதைச் சொன்னான். பீமன் தனது கதாப்பிரயோகத்தின் முறைகளை விவரித்தான். தொடர்ந்து அவர் களுடைய உரையாடல் யுத்த வியூகங்கள் பற்றித் திரும்பியது. ஆயுதப் பிரயோகம், பின்வாங்குவது முதலான போர் முறைகளைப் பற்றி அவர்கள் விவாதித்தார்கள்.

க்ஷத்திரியப் பெண்ணாக இருந்த போதிலும் திரௌபதி அப்படிப்பட்ட உரையாடலை என்றைக்கும் கேட்டதில்லை. அவர் களுடைய பேச்சுகளைக் கேட்டு அவளுடைய சரீரம் சிலிர்த்தது. குடிசை ஒரு போர்க்களத் திடலாக மாறிவிட்டதாகத் தோன்றியது. இப்படிப்பட்ட மாவீரர்கள் தனக்குக் கணவன்மார்களாக அமை கிறார்களென்ற எண்ணம் வந்ததுமே இயல்பாக திரௌபதியின் மனதில் கர்வம் இடம்பிடித்துக் கொண்டது.

உரையாடலுக்குப் பிறகு அவர்கள் உறங்கத் தொடங்கினார்கள். குந்தியின் பக்கம் தலைகளை வைத்து ஐவரும் நித்திராதேவி மடியில் முடங்கினார்கள். அந்த ஐவரின் உள்மூச்சாலும் வெளிமூச்சாலும் குடிசை துள்ளிக் குதிப்பதுபோல் தோன்றியது.

திரௌபதிக்கு அவர்களுடைய பாதங்களின் அடியில் இடம் எஞ்சியிருந்தது. அவளுக்குத் தூக்கம் வரவில்லை.

தான் எங்கே படுத்திருக்கிறாள் என்றோ, எப்படிப் படுத்திருக்கிறாள் என்றோ திரௌபதி சிந்திக்கவே இல்லை. இந்த ஐவருடன் தான் நடத்த இருக்கும் குடித்தனம் எப்படி இருக்குமென்ற சிந்தனைகள் அவளுடைய மனதை நிறைத்திருந்தன. தான் ஐந்து பேரைத் திருமணம் செய்துகொண்டிருப்பது தெரிந்து தந்தை என்ன நினைத்துக்கொண்டிருக்கிறாரோ, சுற்றியிருக்கும் சமூகம் என்ன சொல்லுமோ என்ற சிந்தனைகள் அவளுடைய மனதில் நடமாடின.

தன்னுடைய தலைப்பக்கம் தூங்கிக்கொண்டிருக்கும் இந்த ஐவருமே தனது கணவர்கள்தாம் என்ற எண்ணமே அவளுக்கு வேடிக்கையாகத் தோன்றியது.

தனது பிறப்பே விந்தையானதுதான்...

யாகமேடையிலிருந்து தான் பிறப்பெடுத்ததே ஓர் அற்புதம். தனது தந்தை புத்திரகாமேஷ்டி யாகம் நடத்தியபோது புத்திரனுடன் கூடவே தானும் பிறப்பெடுத்தது எதிர்பாராத ஒரு விஷயம். புத்திரர்கள் இல்லை என்பதற்காக துருபதன் புத்திரகாமேஷ்டி யாகம் நடத்தவில்லை. துருபதனுக்கு சௌத்ராமணி என்ற மனைவி மூலமாக சுமித்திரன், பிரியதர்சகன், வீரகேது, சத்ருஞ்சயன், சுரதன், த்வஜகேது என்ற ஆறு மகன்கள் பிறந்திருந்தார்கள்.

இவர்களில் எவரும் துரோணரின் சீடர்களை எதிர்கொள்ள முடியாதுபோனார்கள். துரோணரைக் கொல்லும் வீரனுக்காகவே துருபதன் முக்கியமாக யாகம் செய்தான். திரௌபதிக்காகப் பிரத்தியேகமாக துருபதன் யாகம் செய்யவில்லை. மகாமுனிவர்களான யாஜனும் உபயாஜனும் திருஷ்டத்யும்னனுடன் சேர்ந்து திரௌபதியையும் பிறப்பிக்கச் செய்தார்கள். இந்த விவரங்கள் திரௌபதிக்கு நினைவுக்கு வந்தன... தன்னுடையது ஸத்யோகர்ப்பம். துருபதனுக்குத் தான் தத்துப் புத்திரி மட்டுமே. தன்னை அர்ஜுனன் மட்டுமே வென்றெடுத்திருக்கிறார். தான் அர்ஜுனனின் மனைவியாக ஆகுமாறு அறிவார்ந்த யாஜனும் உபயாஜனும்தாம் முடிவு செய்து அந்தக் கருத்தை வெளியிட்டார்கள். ஆனால் இப்போது ஐவருக்கு மனைவியாகியிருக்கிறேன். இவர்களில் யாரை உண்மையான கணவனாகக் கருத வேண்டும்? தன்னுடையது எதேச்சையாகக்

அத்தை வீட்டில் முதல் நாள்

கிடைக்கப்பெற்ற பிறப்பு. அதே மாதிரி தனக்கு ஐவர் கணவன்மார்களாக அமைந்ததும் எதேச்சைதான்.

ஆனால் தன்னை மணந்துகொள்ள வேண்டுமென்று நினைத்தவர்கள் சாமானியமானவர்கள் அல்ல. பாண்டுவின் ராஜகுமாரர்கள். அதிவீர சூரர்கள். மகா பலசாலிகள். அவர்களில் யார் ஒருவரைத் திருமணம் செய்துகொண்டாலும் தனது பிறப்பு சிறப்புற்றதாகிக் கொழிக்கும்தான். பாண்டவர்களில் நடுவுள்ளவரான அர்ஜுனனைப் பற்றித் தனது பெற்றோரிடமிருந்து, தோழிமார்களிடமிருந்து பல சிறப்புகளைக் கேள்விப்பட்டிருக்கிறாள். அர்ஜுனனின் எழில் உருவம் குறித்துத் தனக்கு எத்தனையோ தடவை கனவுகளில் வந்திருக்கிறது. தன்னை ஒரு பிராமணன் வென்றெடுத்தபோதுகூட அந்த அழகனே அர்ஜுனனாக இருந்திருந்தால் எவ்வளவு நன்றாக இருந்திருக்குமென்று தோன்றிய துண்டு.

தனது கனவுகள் பலித்து அவன் அர்ஜுனனாகவே அமைந்து விட்டான். ஆனால் நடந்ததென்ன... தன்னை மற்ற நால்வருடன் பங்கிட்டுக்கொள்ள வேண்டுமென்கிறான் அந்த அர்ஜுனன்... ஸ்ரீகிருஷ்ணனும் அதற்கு அவர்களைத் தூண்டிவிடுகிறான். பாண்டவர்களிடையே மோதலைத் தவிர்ப்பதற்காக அவர்கள் எல்லாரையும் தான் மணப்பது தேவை என்பதாக அவன் சொன்னான்.

ஸ்ரீகிருஷ்ணன் ஓர் அற்புதமான ஆண். அந்த திவ்விய மங்கள விக்கிரக உருவத்தின் வாயிலிருந்து எந்த வார்த்தை வெளிப்பட்டாலும் மறுத்துச் சொல்பவர்கள் இருக்க மாட்டார்கள். அவன் தன்னைத் தோழி என்று அழைக்கிறான். ஆயிரக்கணக்கான ஆண்டுகளின் நெருக்கம் அந்த அழைப்பில் தனக்குத் தெரிகிறது. ஸ்ரீகிருஷ்ணன் சொல்லும் வரையிலும் அவர்கள் பாண்டு குடும்பத்து வீரர்களென்று தனக்குத் தெரியாது. அவனுடைய பேச்சைக் கேட்டதும் தான் மறுபேச்சு பேசாமல் அவர்களைக் கணவன்மார்களாக ஏற்றுக் கொண்டாள். அவர்களைக் காலில் விழுந்து வணங்கினாள்.

இது தனது அதிர்ஷ்டமோ, துரதிர்ஷ்டமோ... காலம்தான் தீர்மானிக்கும். அன்றைய இரவு மிகவும் நீண்டதாகக் கழிவதாகத் தோன்றியது. திரௌபதிக்கு.

திரௌபதி புரண்டுகொண்டிருந்ததைப் பார்த்துக் குந்திதேவி அவளருகில் வந்தாள். பாண்டவர்கள் ஐவரும் ஆழ்ந்த தூக்கத்தில் இருந்தார்கள். அந்தக் குடிசையில் தூங்காதிருந்தது அந்த இரண்டு பெண்மணிகள்தாம். அவர்கள் இருவரின் மனங்களில் வகைவகையான சிந்தனைகள் அலைபாய்ந்து கொண்டிருந்தன. ஒருத்தியுடையது, ஏற்கெனவே ஐந்து ஆண்களின் சங்கமத்தை அனுபவித்த வாழ்க்கை. மற்றொருத்தியுடையது, அந்த அனுபவத்தை இனி ருசிக்க இருந்த வாழ்க்கை. திரௌபதியின் சிந்தனைகளைக் குந்தி அனாயாசமாக மோப்பம்பிடித்தாள்.

"திரௌபதி... இன்னும் தூங்கவில்லையா?"

குந்தியைப் பார்த்ததும் திரௌபதி தடாலென்று எழுந்து உட்கார்ந்தாள்.

"தூக்கம் பிடிக்கவில்லை, அத்தை!"

"இப்படி என்னோடு வா" என்று குந்தி புழக்கடை நோக்கி நடந்தாள்.

அந்தக் குடிசையின் புழக்கடையில் அழகான பூச்செடிகள் நிறைய இருந்தன. நந்தியாவட்டம் மரத்தடியில் இருந்த வட்ட வடிவத் திண்ணையில் குந்தி உட்கார்ந்து கொண்டு திரௌபதியைத் தன்னருகில் உட்காரச் செய்தாள். அழகான செடிகள் காற்றில் தலையாட்டிக்கொண்டிருந்தன. வெண்ணிலா அங்கிருந்த பூக்களுடன் காதல் உணர்வுடன் உறவாடிக்கொண்டிருந்தது. மேகங்கள் ஒன்றுடன் ஒன்று கண்ணாமூச்சி விளையாடிக் கொண்டிருந்தன.

அந்த அற்புதமான இயற்கைச் சூழலுக்கு, குளிர்ந்த இளங் காற்றுக்கு திரௌபதி களைப்பு நீங்கினாள்.

"திருமணத்திற்கு முன்பு மணமகள் என்ன நினைப்பாளென்று எனக்குத் தெரியும், துருபத ராஜகுமாரி... அதுவும் நீ ஐந்து ராஜகுமாரர் களுக்குக் குலப்பெண்ணாக ஆகப்போகிறாய்... உன்னுடைய சிந்தனைகள் எப்படி இருக்கும் என்பதை என்னால் ஊகிக்க முடியும். நீ பயப்பட வேண்டிய தேவை எதுவும் இல்லை. என்னுடைய பிள்ளைகள் உன்னை கவனமாகப் பார்த்துக்கொள்வார்கள். உன்னை சுகப்படுத்துவார்கள். எல்லாம் முறைப்படி நடைபெறும்" என்று சொல்லி குந்தி திரௌபதியின் தலையை நிமிர்த்தினாள். சிறிது

அத்தை வீட்டில் முதல் நாள்

நேரம் நிறுத்தி மீண்டும் பேசினாள்.

"என்னைப் பற்றியும் நீ கேள்விப்பட்டிருப்பாய். நானும் என் வயதில் திருமணம் பற்றி எத்தனையோ கனவுகள் கண்டேன். உன் மாமனார் பாண்டு மன்னரைத் திருமணம் செய்துகொண்ட பிறகு என்னுடைய வாழ்க்கை நந்தவனம்போல் நடைபெறுமென்று நினைத்திருந்தேன். ஆனால் அவருடைய நோய், பெற்றிருந்த சாபம் ஆகியவற்றால் என் வாழ்க்கை பாலைவனமாக மாறிவிட்டது. அதற்கு நான் என்றைக்கும் கவலைப்பட்டதில்லை. அவருக்குப் பணிவிடை செய்து மகிழ்ச்சிப்படுத்த வேண்டுமென்று நினைத்தேன்... வம்சத்தை நிலைநாட்ட, நாட்டைக் காப்பாற்ற அவருடைய விருப்பத்தின்படி நான் தேவர்கள் மூலமாக மகாவீரர்களான மூன்று மகன்களுக்குப் பிறப்பளித்தேன். எமதர்மராஜன், வாயுதேவன், இந்திரன் ஆகியோரே என் மகன்களின் தந்தைமார்கள். என்னுடைய தங்கை மாத்ரிக்கு அஸ்வினி தேவர்கள் மூலமாக இரண்டு மகன்கள் பிறந்தார்கள். நான் மகன்களைப் பெற்றெடுத்த முறைமை பற்றிப் பல முறை எத்தனையோ அவமானங்களை, அவதூறுகளை எதிர்கொண்டேன். அவை எல்லாவற்றையும் பொறுமையாகத் தாங்கிக்கொண்டேன். நான் எந்த விதமான பாவத்தையும் செய்யவில்லை. நான் தர்மத்தை மட்டுமே பின்பற்றினேன். அப்படிச் சொல்லிக் கொண்டுதான் என்னை நானே தேற்றிக்கொண்டேன். இப்போது உன்னுடைய நிலைமையும் அதுதான். நீ தர்மத்திற்காகச் சில அவதூறுகள் எதிர்ப்பட்டாலும் தாங்கிக்கொள்வதைத் தவிர்க்க முடியாது."

குந்தி பேசியதைக் கேட்டபோது திரௌபதிக்கு சந்தேகம் வந்தது. இந்தக் குந்தி அத்தை தன் கணவனின் வேண்டுகோளின்படி அயல் ஆண்களை வரவேற்று அவர்கள் மூலமாக மகன்களைப் பெற்றிருக்கிறாள். அந்த சமயத்தில் இவளை சந்தேகம், பாவபயம், வெட்கம் ஆகியன வேட்டையாடித் துரத்தியிருக்கலாம். பாண்டவர்கள் எவருடைய பிள்ளைகள் என்று எவராவது கேட்டபோதெல்லாம் குந்திதேவி எப்படிப்பட்ட மனக்குழப்பம் அடைந்தாளோ... தனது மகன்கள் தனித்தனியே மருமகள்களைக் கொண்டு வந்திருந்தால், ஒவ்வொரு பெண்ணுக்கும் ஒவ்வொரு கணவன் என்று அமையப்பெற்றிருந்தால்... அயல் ஆண்களின் சங்கமத்தால் தான் பிள்ளைகளைப் பெற்ற விவரம் அவர்கள் எல்லாருடைய மனங்களிலும் இடம்பெற்றுத் தன்னைத்

தரக்குறைவாகப் பார்ப்பார்களென்று குந்திதேவி கவலைப் பட்டிருப்பாளோ... மருமகள் எதிரில் தன்னுடைய நிலை தாழ்ந்து போய்விடக் கூடாதென்று நோக்கத்துடன் இவள் தன்னுடைய ஐந்து மகன்களுடன் தனக்குத் திருமணம் செய்ய வேண்டுமென்று முன்னதாகவே தீர்மானித்திருந்தாளோ...

தன்னுடைய மைந்தர்கள் சுயம்வரத்திற்குப் போன விவரம் குந்திக்குத் தெரியாதா... தாயிடம் சொல்லாமல் அவர்கள் சுயம்வரத்திற்கு ஏன் வருகிறார்கள்? அந்த விவரம் தெரிந்திருந்தும் பிச்சைக்குப் போயிருக்கிறார்களென்று அவள் எப்படிச் சொன்னாள்... நாங்கள் அபூர்வமான பிச்சை கொண்டு வந்திருக்கிறோமென்று அவர்கள் சொன்னபோது... நீங்கள் சுயம்வரத்திற்குப் போகிறோமென்று சொன்னீர்கள் அல்லவா என்ற கேள்வியை அவள் ஏன் கேட்கவில்லை? மாறாக, தங்களுக்கு முன்பே வீடு வந்து சேர்ந்த தர்மன் தாங்கள் வருவதற்கு முன்பாகவே தன்னை மணந்துகொள்வதற்குத் தாயுடன் கலந்து பேசித் திட்டம் தீட்டவில்லை அல்லவா... பொய் சார்ந்த பாவம் ஒட்டிக்கொள்ளுமென்று குந்தி சொல்வது விசித்திரமாக இருக்கிறது... வாழ்க்கையில் இவள் ஒருபோதும் பொய் பேசியதே இல்லையா...

எதுவாகவும் இருக்கலாம்... இப்போது தனக்கு இந்த ஐவரைத் திருமணம் செய்துகொள்வது என்பது விதி எழுதிய எழுத்தாகத் தோன்றுகிறது. ஐவரும் தன்னைப் பார்த்ததும் ஈர்க்கப் பட்டவர்களாகிவிட்டார்கள். அவர்கள் தன்னைத் தீவிரமாகக் காதலிப்பதாகத் தோன்றுகிறது. ஆனால் ஐவருக்கும் தனது காதலைப் பங்கிடுவது எப்படி....

திரௌபதி இன்னும் நீண்ட சிந்தனையில் இருப்பதைப் பார்த்து குந்தி தாழ்ந்த குரலில் சொன்னாள்:

"ஐவருடன் கலந்து வாழ்வது எப்படி என்று நீ யோசிக்கிறாய் அல்லவா... உன்னால் ஈர்க்கப்பட்ட என் மைந்தர்களே அதற்கு ஏதாவதொரு வழியை யோசிப்பார்கள். இல்லாவிட்டால் எங்களுக்கு வழிகாட்ட அந்தக் கிருஷ்ணன் இருக்கவே இருக்கிறான். அந்த விஷயத்தைப் பற்றி நீ கவலைப்படாதே... பிரளயமானாலும் காதலானாலும் என் மைந்தர்களிடையே ஒற்றுமை குலையக் கூடாது."

திரௌபதி முதன்முறையாக மனம் திறந்து குந்தியுடன் பேசினாள்...

"உங்கள் மைந்தர்களைத் திருமணம் செய்துகொள்வதற்கு எனக்குச் சிறிதளவும் மறுப்பு இல்லை, அத்தை. அவர்கள் மகாவீரர்கள், நீதிநியமங்களை நம்புபவர்கள். அவர்கள் தர்மத்தை மீறி எந்தத் தீர்மானமும் எடுப்பார்களென்று எவரும் நினைக்க மாட்டார்கள். என்னை யாராவது அவமானப்படுத்தினால் அவர்கள் பொறுத்துக்கொள்வார்களா, என்ன... ஐவரை ஒருத்தி திருமணம் செய்துகொள்வது உலகத்தில் சாதாரணமாக இதுவரை இல்லாதது. இந்த அசாதாரண வாழ்க்கை எனக்கு எதற்காக எதிர்ப்பட்டதென்று யோசித்துக் கொண்டிருக்கிறேனே தவிர மாறுபட்ட பிறழ்ச்சிகளைப் பற்றிக் கவலைப்படவில்லை. அவற்றைக் கண்காணித்துப் பார்த்துக்கொள்ள வேண்டியது நீங்கள்தான்."

அவள் சொன்னதைக் கேட்டு குந்தி மகிழ்ந்தாள். தனது யோசனைகளை திரௌபதி புரிந்துகொண்டாள் என்பதை அவள் புரிந்துகொண்டாள்.

"எந்தக் காரணமும் இல்லாமல் எதுவும் நிகழாது, துருபத ராஜகுமாரி! வா, உள்ளே போகலாம்... பொழுது விடிந்துவிட்டது. அடுத்து நடக்க வேண்டியதைக் காலம்தான் தீர்மானிக்கும்."

இதைச் சொல்லிவிட்டு குந்தி குடிசைக்குள் போனாள். திரௌபதி அவளைப் பின்தொடர்ந்தாள்.

18
தர்ம நிர்ணயம்

அந்த இரவில் பாண்டவர்களுக்கு திரௌபதி சாப்பாடு பரிமாறிக்கொண்டிருந்த போதும், அதற்குப் பிறகு பாண்டவர்கள் போர்க்கள ஆயுதங்களைப் பற்றிப் பேசிக்கொண்டிருந்தபோதும், வேறொரு நபர் குடிசையின் கதவுப்பக்கம் நின்று ஒளிந்திருந்து எட்டிப் பார்த்தபடி எல்லாவற்றையும் கவனித்துக் கொண்டிருந்தான். அவன் திருஷ்டத்யும்னன். திரௌபதியின் அண்ணன்.

அவன் திரும்பிப் போய்த் தன் தந்தையுடன் பேசினான்.

துருபதனின் முகத்தில் இன்னும் வேதனை நீங்கவில்லை.

"மகனே... நமது திரௌபதியைக் கைப்பிடித்தவர் யாரென்று தெரிந்ததா? அவர்கள் வீரர்களைப் போலவே தென்பட்டார்களே... ஆனால் ஏழை பிராமணர்களாயிற்றே... அவர்களால் திரௌபதி சுகப்படுவாளா... நமது செல்வ மகளை பாண்டவர்களில் நடுவுள்ளவனுக்குக் கொடுக்கலாமென்ற ஆசை நிறைவேறவில்லையே..." என்று வேதனைப்பட்டான்.

திருஷ்டத்யும்னன் அவரைத் தேற்றினான்.

"அப்பா, நீங்கள் எதற்கும் கவலைப்படத் தேவையில்லை. அவர்கள் பிராமண வேடம் தரித்த வீர க்ஷத்திரியர்கள் என்பதில் எனக்குச் சிறிதும் சந்தேகமில்லை. நான் உளவாளிகள் மூலம் அவர்களுடைய குடிசையைப் பற்றித் தெரிந்துகொண்டு அங்கே போனேன். அவர்கள் பிக்ஷாடனம் செய்து கொண்டு வந்திருந்த உணவைச் சாப்பிட்டு முடித்த பிறகு வைக்கோல் படுக்கை மீது மான்தோலை விரித்துப் படுத்திருந்தார்கள். என்னுடைய சகோதரி செல்வச் செழிப்புள்ளவள். மிகவும் நளினமானவள். ஆனாலும் வைக்கோல் பரப்பில் படுத்துக் கிடக்க நேர்ந்த போதும் அவள் அவர்களைப் பார்த்துக் கொஞ்சம்கூட வெறுப்படையவில்லை.

இந்த கிழிந்த ஆடைகளென்ன? இந்த யுத்தமென்ன?... என்று எள்ளளவும் அருவருப்படையவில்லை. அவர்கள் எல்லாருக்கும் பரம ஆனந்தத்துடன் பணிவிடை செய்தாள். என் சகோதரிக்குக் கொஞ்சமேனும் அசௌகரியம், தொந்திரவு ஏற்பட்டதாகத் தோன்றியிருந்தால்... நமது சைனியத்துடன் குடிசையை முற்றுகை இட்டிருப்பேன்."

கொஞ்சம் நிறுத்தி ஆசுவாசப்படுத்திக்கொண்டு தொடர்ந்து பேசினான்.

"அப்பா... அதற்குப் பிறகு அந்த வீரர்களின் உரையாடலைக் கேட்டு நான் வியப்படைந்தேன். அவர்களுடைய யானை, குதிரை, தேர், காலாட்படை பற்றிய விவரக்குறிப்புகள், மகாவியூகங்களுக் கிடையேயான வேறுபாடு பற்றிய அபிப்பிராயங்கள், போர்க்கள ஆயுதப் பிரயோகமும் பின்வாங்குதலும் பற்றிய ரகசியங்கள் முதலான போர்க்களத்து விவரங்கள் பற்றிப் பேசிக்கொண்டிருந்தார்கள். அவர்கள் பேசிக்கொண்டிருந்த ஆயுதங்களைப் பற்றி நான் இதுவரை கேள்விப்பட்டதுகூட இல்லை. அவர்கள் க்ஷத்திரிய வீரர்களைப் போலத் தெரிந்தது. அவர்கள் வைசியர்களோ, சூத்திரர்களோ, வேறெந்த தாழ்ந்த குலத்தவரோ என்றிருக்க வாய்ப்பில்லை"

இந்த வார்த்தைகளைக் கேட்டு துருபதன் மிகவும் மகிழ்ந்தான். தன்னுடைய புரோகிதரை அழைத்து திரௌபதியை அழைத்துச் சென்ற வீரர்களின் குலகோத்திரங்களை அறிந்து வருமாறு கட்டளை யிட்டான்.

புரோகிதர் சென்றடைந்தபோது பாண்டவர்கள் தங்கள் குடிசை யிலேயே இருந்தார்கள். தங்களுடைய புரோகிதரைப் பார்த்ததுமே திரௌபதி மிகவும் மகிழ்ச்சியடைந்தாள். தான் துருபதனின் புரோகிதன் என்பதாக அவர் அறிமுகப்படுத்திக் கொண்டதும் அவருக்கு பூஜிக்கத் தக்கவர்களுக்கு அளிக்கப்படுவதான அர்க்கிய முறைமரியாதை செய்யுமாறு தர்மன் பீமனுக்கு ஆணையிட்டான்.

பணிவிடைகளை ஏற்றுக்கொண்ட பிறகு புரோகிதர் அவர் களிடம் இதைச் சொன்னார்:

"வீரத்தில் முதன்மையானவர்களே, உங்களில் வில்லாளனான வீரன் மத்ஸ்ய யந்திரத்தை அனாயாசமாக வீழ்த்தித் தனது மகளை

வென்றெடுத்த முறைமைக்கு துருபத மன்னர் பெருமகிழ்ச்சி அடைந்திருக்கிறார். ஆனால் உங்களுடைய குலகோத்திரங்கள் என்னவென்று, உங்களுடைய அறிமுகம் எதுவும் இல்லையென்று அவர் கவலைக்குள்ளாகியிருக்கிறார். அந்த விவரங்களைத் தெரிந்து வரும்படி என்னை இங்கே அனுப்பியிருக்கிறார்."

அந்த வார்த்தைகளைக் கேட்டு தர்மன் உரக்கச் சிரித்தான்.

"மத்ஸ்ய யந்திரத்தை வீழ்த்துபவனே தனது மகளுக்குத் தகுந்த வரனாவானென்று பாஞ்சால மன்னர் பிரகடனப்படுத்தினார். அப்போது அவர் குலகோத்திர நாமதேயம் எதையும் சொல்ல வேண்டுமென்று கோரவில்லை. அசகாய சூரனான எங்கள் சகோதரன் நீங்கள் நிர்ணயித்த நியமத்தின்படிதான் யந்திரத்தை வீழ்த்தி இந்தக் கன்னியின் பாணிக்கிரகணப் பாக்கியத்தைப் பெற்றான். இனி இப்போது வம்ச விவரங்களைத் தெரிந்துகொள்ள வேண்டிய தேவை என்ன? இப்போது தெரிந்துகொண்டாலும் உங்கள் மன்னரால் என்ன செய்ய முடியும்? பலமும் பராக்கிரமும் இல்லாதவன், ஆயுதப் பிரயோகத் திறமை இல்லாதவன் அனாயாசமாக அந்தக் குறிக்கோள் எந்திரத்தை வீழ்த்த முடியுமா? உங்கள் மன்னரின் மனோரதம் நிறைவேறியதாகப் போய்ச் சொல்லுங்கள்."

அந்த வார்த்தைகளுக்கு மௌனம் சாதித்த புரோகிதர் விடைபெற்றுக்கொண்டு துருபதனிடம் திரும்பிச் சென்றார். புரோகிதரிடமிருந்து விவரங்களைத் தெரிந்துகொண்ட துருபதன் திரௌபதியை வென்று அழைத்துச் சென்ற வீரர்களை உரிய மரியாதைகளுடன் தங்கள் அரண்மனைக்கு அழைத்து வர வேண்டுமென்று திருஷ்டத்யும்னனுக்குக் கட்டளையிட்டான். திருஷ்டத்யும்னன் பல ரதங்களுடன் பாண்டவர்கள் இருந்த குடிசைக்குச் சென்று மன்னரின் மாளிகைக்கு வரவேண்டுமென்று வேண்டிக்கொண்டான்.

பாண்டு புத்திரர்கள் வெவ்வேறு தங்க ரதங்களில் ஏறிக் கொண்டார்கள். குந்தி தேவியை தனியாக ஒரு ரதத்தில் உட்கார வைத்தார்கள். எல்லாரும் திருஷ்டத்யும்னனுக்குப் பின்னால் பயணம் செய்து பாஞ்சால அரண்மனைக்குள் நுழைந்தார்கள்.

துருபதன் தன் பரிவாரங்களுடன் அவர்களுக்கு எதிரே

வந்து வரவேற்றான். சகல மரியாதைகளுடன் வரவேற்று உரிய இருக்கைகளில் அமரச் செய்தான். அவர்கள் இருக்கைகளின் மீது அமர்ந்த விதம், உடலசைவு ஒய்யாரம் ஆகியவற்றை கவனித்த துருபதனின் மனதில் இவர்கள் நல்ல க்ஷத்திரியர்களே என்று தோன்றியது.

தர்மனிடம் அவன் இப்படிச் சொன்னான்:

"மகாவீரா... நீங்கள் க்ஷத்திரியர்களோ, மந்திரசித்தி பெற்ற பிராமண உத்தமர்களோ, இல்லையேல் என் மகளைத் தூக்கிக் கொண்டு போக வந்த தெய்வத்திரு மக்களோ தெரியவில்லை. நீங்கள் யாரென்று விளக்கமாகச் சொல்லி எங்கள் சந்தேகத்தைக் களையுங்கள். அப்போதுதான் திரௌபதியை உரிய முறைப்படித் திருமணம் செய்து வைக்க முடியும்."

துருபதனின் சந்தேகத்தைத் தீர்த்து வைப்பதாக தர்மன் "மன்னரே, நாங்கள் க்ஷத்திரியர்களே. பாண்டு மன்னனின் புத்திரர்கள். நான் தர்மன்" என்று வெளிப்படையாகச் சொன்னான். பின்னர் தம்பிமார்களைக் காண்பித்து அவர்களுடைய பெயர்களைச் சொல்லி அறிமுகப்படுத்தினான். பாஞ்சால மன்னனின் ஆனந்தத்திற்கு எல்லையே இல்லை. அவனுடைய கண்களிலிருந்து ஆனந்தக் கண்ணீர் வழிந்தது. தான் வெற்றியடைந்துவிட்டதாகப் பிரகடனப்படுத்தி அவர்களுக்குப் பல்வேறு வகையான உபசாரங்களைச் செய்தான். அவர்கள் தங்குவதற்காகப் பிரத்தியேக மாளிகை ஏற்பாடு செய்தான்.

ஒரு நாள் ஒரு சுபவேளையில் எல்லாருமாக ஒன்றுகூடியிருந்த சமயத்தில் துருபதன் தர்மனைப் பார்த்து "அர்ஜுனர் மத்ஸ்ய யந்திரத்தை வீழ்த்தி எங்கள் மகளுக்குக் கணவரானார். இது நான் செய்த புண்ணியம். அவர்கள் இருவருக்கும் முறைப்படித் திருமணம் செய்து வைப்போம்" என்றான்.

தர்மன் அதற்கு பதிலளித்தான்.

"மன்னரே, எனக்கு இன்னும் மணமாகவில்லை. எனக்கு நேர் பின்னவனான பீமசேனனுக்கும் திருமணமாகவில்லை. வயதில் மூத்தவர்களான எங்கள் இருவருக்குத் திருமணம் ஆகாமல் அர்ஜுனனுக்கு எப்படித் திருமணம் செய்வோம்."

துருபதன் வியப்படைந்து "பாண்டவர்களில் மூத்தவரே! அப்படியானால் திரௌபதியை நீரே திருமணம் செய்துகொள்வீர்" என்றான்.

தர்மன் நிதானமாக பதிலளித்தான்.

"நாங்கள் ஐவரும் உங்கள் மகளை மணந்துகொள்கிறோம். உங்கள் மகள் மாதர்குல மாணிக்கம். அந்த மாணிக்கத்தைக் கைக்கொள்ள நாங்கள் ஐவரும் தகுதியானவர்களே. இது எங்கள் அன்னையின் வார்த்தை. அன்னையின் வார்த்தையைக் காப்பாற்று வதை எங்களால் புறக்கணிக்க முடியாது."

துருபதன் வியப்பிலாழ்ந்தான். அவனுக்குக் கோபமும் கிளர்ந்தது. அருகிலிருந்த திருஷ்டத்யும்னனின் முகமும் சிவந்தது.

"தர்மராஜனே! நீர் சத்தியசந்தனென்று, தர்மம் காப்பவரென்று உலகமெல்லாம் சொல்கிறார்கள். ஆனால் உங்கள் வாயிலிருந்து இந்த வார்த்தைகளைக் கேட்டு ஆச்சரியம் ஏற்படுகிறது. ஆண் ஒருவனுக்குப் பல மனைவிகள் இருப்பது நமக்குத் தெரியும். ஆனால் ஒரு கன்னிக்கு அனேகக் கணவன்மார்கள் இருப்பது எங்கேயாவது நிகழ்ந்திருக்கிறதா... இது உலக வழக்குக்கு விரோதமானது அல்லவா... நீர் தர்மத்தை அறிந்தவர்; தர்மதேவனின் வரப்பிரசாதம் பெற்றவர். உம்முடைய வார்த்தைகள் அதர்மமென்று சொல்வதற்கே நான் தயங்க வேண்டியிருக்கிறது. இதுவரைக்கும் எவரும் கண்டும் கேட்டும் அறியாத இந்தத் திருமணத்தை நான் அங்கீகரிக்க மாட்டேன்."

துருபதனின் பேச்சினால் தர்மனுக்கு ஆத்திரம் ஏற்பட்டாலும் வெளிப்படையாக எதுவும் சொல்லவில்லை. எல்லாரும் மௌனமாக இருந்ததனால் சூழ்நிலை சூடாயிற்று. அவர்கள் எந்த அளவுக்கு மகாவீரர்கள் என்பது துருபதனுக்குத் தெரியும். அவர்கள் உரிய பருவ வயதை எட்டியிருந்த சமயத்தில் துருபதன் அவர்களிடம் ஒரு தடவை தோல்வியடைந்திருக்கிறான். ஏற்கெனவே சுயம்வரத்தின்போது பீமனுடைய, அர்ஜுனனுடைய பராக்கிரமத்தை அவன் நேர்படப் பார்த்திருக்கிறான். தன்னுடைய அபிப்பிராயத்தை உறுதிபடச் சொல்லிவிட்டானென்றாலும் அவர்கள் என்ன செய்வார்களோ என்று அவன் தன்னுடைய மூச்சை உள்ளே அடக்கிக்கொண்டான்.

இருந்தாற்போலிருந்து அங்கே வியாசர் வந்தார். அவரைப் பார்த்ததும் எல்லாருடைய முகங்களும் பிரகாசமடைந்தன. துருபதன் தன்னுடைய கோபத்தை ஒதுக்கி வைத்துவிட்டு அவருக்கு வரவேற்பு சொன்னான். தர்மன் வெளியிட்ட அதர்மமான கோரிக்கையை வியாசருக்குத் தெரியப்படுத்தினால் அவரே பிரச்சினையைத் தீர்த்து வைப்பாரென்று துருபதனுக்குத் தோன்றியது. வியாசரின் பாதத்தாமரைகளை வணங்கி அவரை வசதியாக அமரச் செய்தான். அதற்குப் பிறகு அவர் முன் குனிந்து வணங்கி துருபதன் இவ்வாறு சொன்னான்:

"முனிபுங்கவரே! என் மகள் திரௌபதியைத் தாங்கள் ஐவரும் திருமணம் செய்து கொள்கிறோமென்று உலக தர்மம், சாஸ்திரதர்மம் எல்லாம் தெரிந்த தர்மர் கூறுகிறார். நீங்கள் மகரிஷிகள். உங்களுக்குத் தெரியாத தர்மங்கள் கிடையாது. ஒரு பெண் பலரைத் திருமணம் செய்துகொண்டு இல்லறம் நடத்துவது எங்கேயாவது இருக்கிறதா... தாங்கள்தான் இந்த விஷயத்தில் தரமம் நிலைநாட்டுபவராக நெறிப் படுத்த வேண்டும். என்ன செய்யச் சொல்கிறீர்கள்?"

வியாசர் வியப்படைவதுபோல் நடித்தார். திரௌபதியைத் திருமணம் செய்து கொள்வதற்குப் பாண்டவர்களைத் தூண்டியதும், அவர்களுடைய பூர்வஜன்ம நெடுங்கதையை விவரித்ததும் தான்தா னென்ற விஷயம் துருபதனுக்குத் தெரியாதென்பது அவருக்குத் தெரியும். ஆனாலும் அவர் தர்மனின் பக்கம் கேள்விக்குறியோடு பார்த்தார்.

அவருடைய பார்வையின் உள்ளர்த்தம் தர்மனுக்கு விளங்கியது.

தர்மனும் வியாச முனிவரை வணங்கி "மகானுபாவரே! நான் வேடிக்கைக்குக்கூட அதர்மத்தை போதிக்க மாட்டேன். துருபத மன்னரின் மகள் மீது எங்கள் ஐவரின் மனங்களும் பதிந்திருக்கின்றன. எனவே நாங்கள் ஐவரும் அவளைத் திருமணம் செய்துகொள்கிறோம். எங்கள் அன்னைதான் அதற்கு வழிவகுத்திருக்கிறார்கள். பிள்ளைகளுக்கு மற்ற எல்லாரையும்விடப் பெரிய குரு அன்னைதான். அவளுடைய வார்த்தை வீண்போகாது. நாங்கள் அதைத் தலைவணங்கி ஏற்றாக வேண்டும். முன்பு கௌதம வம்சத்தில் பிறந்த ஜடிலா என்ற முனிமகள் ஏழு முனிவர்களுக்கு மனைவியாக இருக்கவில்லையா? தாக்ஷாயணி என்ற மற்றொரு

முனிமகள் ப்ரசேதஸ் என்ற ஒற்றைப் பெயரில் அழைக்கப்பட்ட பத்து முனிவர்களுக்கு தர்மபத்தினியாக இருக்கவில்லையா? புராணங் களில் இந்தக் கதைகளைக் கேட்டுக்கொண்டுதானே இருக்கிறோம், இல்லையா?" என்றான்.

திருஷ்டத்யும்னன் தர்மனின் பேச்சின்போது குறுக்கிட்டான். எல்லாரையும்விட அதிகமாக தர்மனின் மனம் திரௌபதி மீது நாட்டம் கொண்டிருப்பதை அவன் கிரகித்தான். "வியாச முனிவரே, அர்ஜுனன் தன்னுடைய பராக்கிரத்தைக் காண்பித்து ஈட்டிய திரௌபதியை அவனுடைய மூத்த சகோதரன் எப்படித் திருமணம் செய்துகொள்ள முடியும்? எல்லாருக்கும் திரௌபதி ஒருத்தியே எப்படி மனைவி ஆக முடியும்? தாங்களே தர்ம, அதர்ம வேறுபாட்டை விளக்குங்கள்" என்றான்.

அதுவரை மௌனமாக இருந்த குந்திதேவி தலையிட்டாள்.

"மகரிஷி, தர்மனின் வார்த்தைகளில் அதர்மம் எதுவும் இல்லை. என்னுடைய வார்த்தைகளுக்கு அசத்யதோஷம் பற்றிவிடாமல் தர்ம நிர்ணயம் செய்யுங்கள்" என்றாள்.

வியாசர் சற்று நேரம் யோசித்தார். "மன்னவா... தர்மன் சொன்ன வார்த்தைகளில் அதர்மம் எதுவும் இல்லை. குந்திதேவியும் பொய் சொல்ல மாட்டாள். எனவே பாணடவர் ஐவருக்கும் உன் மகளைக் கொடுத்துத் திருமணம் செய்து வைப்பாயாக. இதுதான் தர்மம். இதன் பின்னணியில் ஒரு மகத்தான வரலாறு அடங்கியிருக்கிறது. உன்னிடம் சொல்கிறேன், வா" என்று துருபதனின் கையைப் பிடித்துக்கொண்டு தனியிடத்திற்கு இட்டுச் சென்றார்.

அவருடன் தனிமையில் பேசிய பிறகு துருபதனின் மனம் நிம்மதி அடைந்தது. "சரி, நீங்கள் சொன்னபடியே செய்கிறேன். ஆனால் யாராவது இது நெறிமுறையாகாதே என்று சொன்னால் என்ன செய்ய வேண்டும்?" என்று கேட்டான்.

"பாஞ்சால மன்னனே... பாண்டவர்களின், திரௌபதியின் பூர்வஜன்ம வரலாற்றைச் சொன்ன பின்னரும் உனக்கு சந்தேகம் எதற்கு?... முன்பு நிதந்த்து என்ற ராஜரிஷி இருந்தார். அவருக்கு சால்வேயன், சூரசேனன், ச்ருதசேனன், சாரு, அதிசாரு என்ற ஐந்து மகன்கள். இந்த ஐவரும் ஔசீநரபதியின் மகள் அஜிதாவைத்

திருமணம் செய்துகொண்டார்கள். அவளுடன் தனித்தனியே பிள்ளைகளைப் பெற்றார்கள். யாராவது உன்னை நெறிமுறை பிறழ்ந்ததாகச் சொன்னால் இந்த விவரத்தைச் சொல்... இனியும் சந்தேகம் எதற்கு?... திரௌபதியைப் பாண்டவர்களுக்குத் திருமணம் செய்து கொடு, மன்னவா!"

வியாசரின் வார்த்தைகளைக் கேட்ட பிறகு துருபதன் சந்தேகத்தை விட்டொழித்தான். அவர் வெளியேறிப் போன பிறகு துருபதன் தர்மனின் அருகில் வந்து "நீங்கள் சொன்னபடியே உங்கள் ஐவருக்கும் என் மகளைத் திருமணம் செய்து கொடுக்க எனக்கு மறுப்பு எதுவும் இல்லை. இனி தாமதம் எதற்கு? இன்று புஷ்யமி நட்சத்திரம். இன்றைக்கே திருமணத்தை நடத்தி முடிப்போம்" என்றான்.

தர்மனின் முகம் மலர்ந்தது. தன் தாய் மற்றும் சகோதரர்களின் பக்கம் பார்த்தான். அவர்களும் திருமணம் எவ்வளவு விரைவாக நடந்தேறுமோ அவ்வளவுக்கு நல்லதென்ற யோசனையுடன் சிரித்தபடித் தலைகுனிந்தார்கள்.

19
திருமணங்கள் – ஐந்து இரவுகள்

கண்ணிமைக்கும் நேரத்திற்குள் காம்பில்ய நகரத்தை அழகு மிளிர அலங்கரித்தார்கள். நகரத்தின் ஒவ்வொரு வீட்டு வாசலிலும் சாணம் தெளித்து, கற்பூரமும் முத்துகளும் கொண்டு கோலங்கள் போட்டார்கள். துருபதனின் அரண்மனையில் ஈசான்ய திசையான வடகிழக்குப் பகுதியில் அலங்காரமான திருமண மேடையை ஏற்பாடு செய்தார்கள். மண்டபம் முழுவதையும் திவ்விய மணம் பரப்பும் மலர்மாலைகளால் அலங்கரித்தார்கள். கங்கை நதியின் புண்ணிய தீர்த்தம் நிரம்பிய பொற்கலசங்களை வைத்தார்கள். வறுத்த தானியங்கள், தர்ப்பைப் புல், யாக விறகு, தங்கக் கலசங்கள் முதலியன வைக்கப்பட்ட அந்தப் பொன்னிற மேடையில் அக்னிகுண்டம் ஏற்பாடு செய்தார்கள்.

ஐவருக்குத் தனது மகளைத் திருமணம் செய்து கொடுக்கத் தீர்மானித்தபோது துருபதனின் மனதில் யாராவது இந்த ஏற்பாட்டைப் பற்றிக் கேள்வி கேட்பார்களே என்ற பயம் போகவே இல்லை. தனக்கு மிகவும் நெருக்கமானவர்களைத் தவிர வேறு யாரையும் துருபதன் அழைக்கவில்லை. பாண்டவர்களின் புரோகிதரான தாம்யுவின் முன்னிலையில் பல பெரியோர்கள் துணையிருக்க, திருமண நிகழ்ச்சி தொடங்கியது.

சகல வித மங்கள சாதனங்களுடன், சுப அலங்காரங்களுடன் பொலிவு கொண்டிருந்த அந்தத் திருமண மேடைக்கு பாண்டவர் ஐவரும் மங்கள ஸ்நானம் செய்து, உயர்தரமான ஆடையாபரணங்கள் பூண்டு வந்தார்கள். திரௌபதியும் சுகந்த திரவியங்களுடன் குளித்து முடித்து, வசீகர ஆடையாபரணங்களால் அலங்கரிக்கப்பட்டுத் தனது தோழிமார்களுடன் திருமண மண்டபத்திற்கு வந்தாள். தௌம்யு முனிவர் புண்யாவக மந்திரம் ஓதினார். மங்கள இனிய ஒலி, பலவகை உலோக வாத்தியக் கருவிகளின் இசை, புல்லாங்குழல் இசை, வீணை இசை ஆகியவை காதுகளுக்கு விருந்தாக அமைந்தன.

முதலில் தர்மனையும் திரௌபதியையும் மணப்பலகையில் உட்கார வைத்து, தௌம்யு முனிவர் அந்தணர்களால் சூழப்பட்ட நிலையில் திருமணத்தின்போது ஓதப்படும் மந்திர ஆஹுதிகளுடன் தீபச்சுடர் ஏந்தி வலம் வரச்செய்து வேத முறைப்படி ஹோமம் செய்துவித்தார். தர்மன் அக்னி சாட்சியாக திரௌபதியைக் கைப்பிடித்து மணம் புரிந்தான். அதற்குப் பிறகு பீமன், அர்ஜுனன், நகுலன், சகாதேவன் ஆக நால்வரும் ஒருவர் பின் ஒருவராக திரௌபதி அருகில் மணப்பலகையில் உட்கார்ந்து திருமணம் முடித்துக்கொண்டார்கள்.

திரௌபதியினுடைய கை ஒன்றுதான். ஆனால் சிறிது நேர இடைவெளியில் ஐவரின் கைகள் வரிசையாக அவளுடைய கையைப் பற்றின. தௌம்யு ஐவரின் கைகளில் அவளுடைய கையைப் பிடித்துக் கொடுத்துத் திருமணம் செய்து வைத்தார். திரௌபதி ஐந்து தடவைகள் வாக்குப் பிரமாணம் செய்தாள். 'என் சரீரம், மனது, வாக்கு எல்லாம் உங்களுடையதே. நான் உங்களுடையவளே. எப்போதும் உங்களுடையவளே. நான் வாழ்க்கையில் ஒருபோதும் உங்களை வஞ்சிக்க மாட்டேன்."

இந்தப் பிரமாணத்தைச் சொன்னபோது திரௌபதியின் மனதில் பல கேள்விகள் தலையெடுத்தன. இது சாத்தியம்தானா... இந்தப் பிரமாணம் நிறைவேறத் தகுந்ததுதானா... இது ஆத்மவஞ் சனை அல்லவா... ஒவ்வொருவருடனும் சேர்ந்து அவள் ஏழு காலடிகள் நடந்தாள். நடந்து, நடந்து சிவந்துபோன பாதங்களின் சிவப்பு நலுங்குச் சாயச் சிவப்புடன் கலந்துவிட்டது.

ஐவருக்கும் துருபதன் தனித்தனியாக வரதட்சிணைக் காணிக்கைகளைச் சமர்ப்பித்துக் கொண்டான். விலை மதிப்பற்ற ஆபரணங்கள், பல வகையான பொருள் குவியல்கள், நூறு நூறு தங்க ரதங்கள், ஆயிரமாயிரம் சிறப்பான குதிரைகள், நூற்றுக் கணக்கான பாதுகாப்பான யானைகள், பத்தாயிரம் பணிப்பெண்கள், கணக்கற்ற பண்ணைப் பசுக்கள் கொடுத்து அவர்களுக்கு மரியாதை செலுத்தினான். துருபதன் ஐந்து பாண்டவர்களுக்கு ஐந்து விருந்தினர் மாளிகைகளை ஏற்பாடு செய்து கொடுத்தான். முதலிரவுக்காக இந்த விருந்தினர் மாளிகைகளில் படுக்கையறைகளை அழகு மிளிர அலங்கரித்தார்கள்.

* * *

முதலிரவு...

தர்மனுடன் திரௌபதி சங்கமிப்பதற்கு நிர்ணயிக்கப்பட்ட இரவு.

அன்று சாயங்காலம் திரௌபதிக்கான அலங்காரம் ஆரம்பமா யிற்று. தோழிகள் அவளுடைய கால்நகத்திலிருந்து தலை உச்சி வரைக்கும் அதீதமான கவனத்துடன் அலங்கரித்தார்கள். மஞ்சளும் சந்தனமும் பூசி, நறுமண திரவியங்களுடன் குளித்து முடித்த பிறகு அவளை சர்வாலங்கார ஆபரணங்களுடன் அழகு மிளிர வழிநடத்தினார்கள்.

ஆனால் திரௌபதியின் மனதுக்கு அந்த அலங்காரங்களின் மீது கொஞ்சம்கூட நாட்டமில்லை. அவள் நடக்க இருக்கும் சாந்தி முகூர்த்த சோபனம் பற்றியே சிந்தித்துக் கொண்டிருந்தாள். ஐவரின் அழகிய உருவங்கள் அவளுடைய மனதில் பிரதிபிம்பமாக இருந்தன. தன்னுடைய கழுத்தை அலங்கரித்த மாலையில் ஐந்து அழகிய மலர்கள் இணைந்திருக்கும் உணர்வை அவள் பெற்றாள்.

ஒவ்வொருவருடனும் சோபனம் எப்படி இருக்குமோ என்ற ஊகங்களுடன் அவள் தவித்துக்கொண்டிருந்தாள்.

எந்தப் பெண்ணுக்கும் கிடைத்திராத வாய்ப்பு தனக்குக் கிடைக்கப் போகிறது. சிருங்கார அனுபவத்தில் ஈடுபாட்டுடன் ஒன்றிவிடுவதை அனுபவிப்பதற்குப் பல வாய்ப்புகள் தனக்கு அமைந்திருக்கின்றன. தனது சிந்தனைகளின் அகராதியில் திருப்தி என்ற சொல்லுக்கு முழுமையான அர்த்தம் இருக்கிறது. ஐவருடன் வகைவகையான உணர்வுகளைப் பெறுவதற்கு திரௌபதி மானசிக மாக ஆயத்தமாகிக்கொண்டிருந்தாள்.

முதலில், ஐவரைத் திருமணம் செய்துகொள்வதே ஒரு தவறு என்பதாக நினைத்தாள். ஆனால் அது தவறு இல்லையென்று தர்மம் தெரிந்தவர்களும் வேதவித்தகர்களும் அங்கீகரித்துக்கொண்ட பிறகு, தனது குடும்பமே அதற்கு ஆயத்தமாகிவிட்டபிறகு தான் எதற்காக அதைத்தவறு என்பதாக நினைக்க வேண்டுமென்று அவள் தன்னைத் தானே கேட்டுக்கொண்டாள். சுகபோகங்களுக்காகத் தவறான வேலைகளைச் செய்வதற்குப் பெண் பயப்படுகிறாள். ஆனால் சமூகமே அதற்கு ஆமோதிப்பு முத்திரை குத்தும்போது

அது எப்படித் தவறாக முடியும்?

இந்த சமூகம் ஆண்களுக்கும் பெண்களுக்கும் வேறு வேறு தர்மக் கோட்பாடுகளை வரையறுத்திருக்கிறது. முனிவர்கள், பிராமணர்கள் நிர்ணயித்த தர்மக் கோட்பாடுகளைத்தான் சமூகம் ஏற்றுக்கொண்டிருக்கிறது. ஆண்கள் எத்தனை பெண்களை வேண்டு மானாலும் திருமணம் செய்துகொள்ளலாம். ஆனால் பெண் ஒருவனுக்கு மட்டும் தனது உடலையும் மனதையும் அர்ப்பணிக்க வேண்டும். ஆண் தன்னுடன் போகமுறும் நாளுக்காகப் பெண் எதிர்பார்த்துக் காத்திருக்க வேண்டும். அதுவரை அவள் தனது ஆசைகளை அடக்கி வைத்திருக்க வேண்டும்.

ஆண் ஒரு பெண்ணுடன் திருப்தியடைய மாட்டான். அவனுக்கு ஒவ்வொரு நாளும் புது சுகம் வேண்டும். புதிய அழகுகளைத் தேடுவதிலும், புதிய ஆழங்களைக் காண்பதிலும் அவன் ஆனந்தம் அடைகிறான். ஒரே மலரின் நறுமணத்தை முகர்வதில் அவனுக்கு நாட்டம் முடிந்துவிடாது. அவனுக்கு வண்ணவண்ணப் பூக்கள் வேண்டும்; வகைவகையான நறுமணங்கள் வேண்டும்.

ஆனால் பெண் மட்டும் ஒருவன் மூலம் திருப்தியடைய வேண்டும். அதிலும், அவளுள் ஆசைகள் கிளர்ந்தெழும்போது கணவன் அதற்கு ஆயத்தமாக இல்லாவிட்டால் அதையெல்லாம் வெளிப்படுத்தக்கூடாது. திரௌபதிக்கு இப்போது வரையறைகள் இல்லை. அவளை போகத்தில் ஈடுபடுத்துவதற்கு ஐந்து பேர் ஆயத்தமாக இருக்கிறார்கள். சாத்திர முறைப்படி அவளைத் திருமணம் செய்துகொண்ட கணவன்மார்கள் அவர்கள். யாருடன் எப்போது போகத்தில் ஈடுபட்டாலும், ஐவருடன் சேர்ந்து திரிந்தா லும் கேள்வி கேட்பார் கிடையாது.

தான் அந்த ஐவரில் எவரைக் காதலிக்கிறதென்ற கேள்வி திரௌபதியிடம் தலையெடுத்தது. அதற்கான பதில் இப்போதே தனக்குக் கிடைக்காது என்று தெரியும். தன்னை சுயம்வரத்தில் வென்றெடுத்த அர்ஜுனன் மீது அவளுக்குத் தனிப்பட்ட அபிமானம் இருந்தது. தனக்கு அர்ஜுனனே வரன் என்று எத்தனையோ ஆண்டுகளாகத் தனது தோழிகள் சொல்லிக்கொண்டிருந்தார்கள். அர்ஜுனனின் படத்தை வரையச்செய்து தான் இனிய நினைவுகளில் மிதந்து திளைத்துப் போனதுண்டு. அர்ஜுனனைச் சேர்த்து

ஐவருமே நேற்று வரையிலும் தனக்கு அறிமுகம் இல்லாதவர்களே. காதலிக்கத் தேவைப்படும் அளவுக்கான அறிமுகம் அவர்களுடன் தனக்கு ஏற்படவில்லை.

அர்ஜுனன் மீதான அபிமானம் காதலாக மாறிக் கொண்டிருக் கிறதா... அல்லது ஐவருமே தனது காதலைக் கைப்பற்றுவதற்கு முயல் கிறார்களா... யார் மீது அதிகக் காதலுணர்வு ஏற்படுகிறது... இதைக் காலம்தான் தீர்மானிக்கும்.

திரௌபதியின் சிந்தனைகளுடன் அவளுடைய அலங்காரமும் முடிவடைந்தது.

ராஜ அன்னம்போல் நடந்து திரௌபதி தோழிமார் பின்னால் வர அந்தப்புரக்கோயிலுக்குள் நுழைந்தாள். தனித்ததான இருக்கை மீது சுகமாக உட்கார்ந்தபடி இருந்த குந்திதேவிக்கு நெடுங்சாண் கிடையாக வணக்கம் செலுத்தினாள். இணையற்ற அழகுடன் இந்திரனின் மனைவி சசிதேவியை மிஞ்சியவளாகத் தென்பட்ட அந்த அழகுப் பெட்டகத்தைப் பார்த்துக் குந்தியின் மனம் பரவசத்தில் ஆழ்ந்தது. திரௌபதியைப் பார்த்து அவள் மகிழ்ச்சிப் பெருக்குடன் இப்படிச் சொன்னாள்:

“கோமளாங்கியே, தேவேந்திரனுக்கு சசிதேவி போல, அக்னிஹோத்ரனுக்கு ஸ்வாஹாதேவி போல, குபேரனுக்கு பத்ராவதி போல, ஸ்ரீமகாவிஷ்ணுவுக்கு ஆதிலட்சுமி போல, நளனுக்கு தமயந்தி போல இருக்கிறாய். அவர்களைப் போல நீயும் உன் கணவன்மார்கள் மீது பற்றுதலுடன், அன்புடன், பக்தியுடன் நடந்துகொள்ள வேண்டுமம்மா... அவர்கள் என் மைந்தர்கள். அவர்கள் உன்னுடன் எப்படி நடந்துகொள்வார்களென்ற விஷயத்தில் உனக்கு எந்த விதமான பயமும் ஏற்படத் தேவையில்லை. அவர்கள் உன்னை சுகத்தில் ஆழ்த்துவார்கள். ஐவருக்கு மனைவியாக இருக்கும் பாக்கியம் உனக்குக் கிடைத்திருக்கிறது. அவர்களுடைய மனைவியாக இருந்து பலமும் பராக்கிரமும் பொருந்தி நீண்ட ஆயுள் கொண்ட பிள்ளைகளைப் பெற்றுக்கொள்வாயம்மா... மங்களம் பொருந்திய உன்னைப் போன்ற மருமகளைக் கண்ணாரப் பார்ப்பதைவிட எனக்கு ஆனந்தம் வேறென்ன இருக்கிறது!”

குந்தி தானே திரௌபதியை தர்மனின் படுக்கையறைக்கு அனுப்பி வைத்துவிட்டு வந்தாள். திரௌபதி உள்ளே போகும் வரை பார்த்துக்கொண்டிருந்துவிட்டு குந்தி தனது அந்தப்புரத்திற்குப் போனாள். அவளுடைய உதடுகளில் திருப்தி இணைந்த புன்னகை மலர்ந்தது.

20

தர்மனின் குறைபாடு

பௌர்ணமி வெண்ணிலா அழகு மிளிர ஒளிர்ந்து கொண்டிருந்தது.

மல்லிகைப் பூக்கள் தூவிய படுக்கை மீது அமைதியே மனித உருவமாகப் புன்னகையுடன் தர்மன் தென்பட்டான்.

தர்மனைப் பார்த்ததுமே திரௌபதியிடமிருந்த நாணம் சுவடு தெரியாமல் மாயமாய் மறைந்து போயிற்று. அர்ஜுனன் தன்னை சுயம்வரத்தில் வென்றிருக்க, தர்மன் தன்னிடம் முதலில் பாலியல் உறவு கொள்கிறானே என்ற கோபம் அவளுக்குள் ஏற்பட்டது. தன்னைப் பார்த்து ஈர்க்கப்பட்டதனால் அல்லவா இந்த தர்மன் இப்போது அறநெறி போதிக்கிறான்...

ஆனால் தர்மனைத் திருமணம் செய்துகொள்ளவில்லையானால் தனக்குப் பட்டத்து ராணி என்றாகும் வாய்ப்பு கிடைக்குமா... தான் பாண்டவ ராஜ்யத்தின் பட்டமகிஷி ஆக வேண்டும். எந்தப் பட்டத்து ராணிக்காவது சக்ரவர்த்தியுடன் சேர்த்து அவருடைய சகோதரர்களுடன் சுகிக்கும் வாய்ப்பு கிடைத்திருக்கிறதா?

தர்மனைப் பார்த்ததும் திரௌபதிக்கு நாணம்கூட ஏற்படவில்லை. அவனுடைய சிரிப்பு அவளுக்குள் நட்புணர்வைக் கிளறியது. அவனுடன் இதற்கு முன்பு அதிகம் பேசியதில்லை என்றாலும் தங்களுக்குள் முன் அறிமுகம், நெருக்கமான பழக்கம் இருந்தது போலவே உணர்ந்தாள்.

திரௌபதி அருகில் சென்று அவனுடைய காலில் விழுந்து வணங்கினாள்.

“நானென்றால் உனக்கு விருப்பம்தானே...”

திரௌபதி வியப்படைந்தாள். விருப்பப்படும் அளவுக்கு அவன் என்ன செய்து விட்டான்?

"போகட்டும்... கோபமா..."

திரௌபதி இனி தப்பிக்க முடியாதென்ற நிலையில் இல்லை யென்பதாகத் தலையாட்டினாள்.

"உன்னை வென்றெடுத்தவன் அர்ஜுனன் என்றிருக்க, என்னை யும் திருமணம் செய்துகொள்ள நேர்ந்ததே என்று நினைக்கிறாயா?" தர்மன் மென்மையாகக் கேள்வி கேட்டான்.

'இந்தக் கேள்வி இப்போது எதற்கு... நான் ஏதாவது சொன்னா லும் இப்போது செய்ய முடிந்தது என்ன இருக்கிறது?' என்று தனக்குள் சொல்லிக்கொண்டாள் திரௌபதி.

திரௌபதி பேசாமல் இருந்ததைப் பார்த்து தர்மனின் முகம் சுருங்கியது.

கொஞ்ச நேரத்தில் திரௌபதி சொன்னாள்: "உங்களுக்கு எல்லா தர்ம-அதர்மங்கள் தெரியும். நீங்களென்றால் எனக்கு மிகுந்த மரியாதை."

இந்த வார்த்தைகளுக்கே தர்மன் மிகவும் மகிழ்ச்சியடைந்தான். தன் மனம் திறந்து பேசினான்.

"திரௌபதி! எந்தப் பெண்ணும் உன்னைப்போல் என்னை ஈர்த்ததில்லை. அர்ஜுனன் உன்னை வென்று கைப்பிடிக்கும் காட்சியைப் பார்க்க முடியாமல்தான் நான் சுயம்வரத்தின் இறுதியில் அங்கிருந்து வெளியேறிப் போனேன். ஒருவேளை என்னுடைய உள்வேதனையை அந்தக் கடவுள் கேட்டிருக்க வேண்டும். உன்னைத் திருமணம் செய்து கொள்ளும் பாக்கியத்தை உண்டாக்கியிருக்கிறான்."

'தங்களைப் போன்ற உத்தமக் கணவன் கிடைத்தது என்னுடைய அதிர்ஷ்டமும்தான்' என்று திரௌபதி மனதுக்குள் நினைத்துக் கொண்டாளானாலும் தர்மன் எவ்வளவுக்குப் பொறாமைக்காரன் என்பது திரௌபதிக்குப் புரிந்தது. அர்ஜுனன் தன்னை வென்றெடுத்ததைப் பார்க்கப் பொறுக்காது போனானாம்... அர்ஜுனனுடன் தான் நெருக்கமாக இருக்கப்போவதை மட்டும் இனி பார்த்துக்கொண்டிருப்பானா...

"திரௌபதி, எனக்கு இதுவரைக்கும் சூதாட்டம் ஆடுவது ஒன்று மட்டும்தான் பலவீனம் என்று நினைத்திருந்தேன். ஆனால் நீ எனது இரண்டாவது பலவீனம் என்பது இப்போது தெரிகிறது." தர்மன் அவளை அருகில் இழுத்துக்கொண்டான். திரௌபதி அவனுடைய கைகளில் ஒதுங்கினாள். சாந்தமானவன், நிதானமானவன் என்பதாகத் தென்பட்ட தர்மனுக்கு அவளுடைய ஸ்பரிசத்தினால் எங்குமில்லாத உத்வேகம் வந்தது. அவனில் உள்ளோட்டமாக இருந்த ஆசை எரிமலையாகக் கிளர்ந்தெழுந்தது.

தர்மன் அன்றிரவு தூங்கவில்லை... அவளையும் தூங்கவிட வில்லை.

ஆண் ஒருவனின் கையில் திரௌபதிக்கு அது முதல் அனுபவம். அந்த அனுபவத்திற்காக அவள் பல ஆண்டுகள் தவித்துக் கொண்டிருந்தாள். ஆனாலும் தர்மனின் தொடுகை வெம்மையுணர்வு அவளுக்கு ஈடுபாட்டு உணர்வை ஏற்படுத்தவில்லை... அவன் அவளுடைய சரீரத்தில் ஒவ்வோர் அணுவையும் தனது கைகளால் சோதித்துத் தேடினான். பசித்தவனுக்கு அறுசுவை உணவு கிடைத்ததுபோல் ஆர்வத்துடன் திரௌபதியின் அழகைத் தனது சரீரம் முழுவதையும் கண்களாக்கிக்கொண்டு பார்த்தான். தர்மனுக்கு ஆயிரக்கணக்கான கண்கள், ஆயிரக்கணக்கான கைகள், ஆயிரக்கணக்கான பாதங்கள் இருப்பதுபோல் திரௌபதிக்குத் தோன்றியது. அவளை எவ்வளவுதான் ஆக்கிரமித்தாலும் அவளு டைய உடம்பில் ஏதோ ஒரு பகுதியை ஒதுக்கி வைத்ததுபோல் அவனுக்குத் தோன்றியது. அந்தப் பகுதியைக்கூட விட்டுவைக்காமல் ஆக்கிரமிக்க முயற்சி செய்தான்.

சரீரத்தைத்தான் ஆக்கிரமிக்க முடியுமே தவிர மனதை அவனால் ஆக்கிரமிக்க முடியுமா... என்ற அபிப்பிராயம் அவளுக்குள் ஏற்பட்டது.

மற்ற பாண்டவர்களைவிட முன்னதாக, முக்கியமாக அர்ஜுனனை விட முன்னதாக, அவளை அனுபவிக்கிறேன் என்பதான கர்வத்துடன் தர்மன் சிலிர்ப்படைந்தான்... திரௌபதி அணிந்திருந்த ஒவ்வொரு நகை மீதும், ஒவ்வோர் ஆடை மீதும் அவன் கொண்டிருந்த பொறாமையை வெளிப்படுத்தினான். தர்மன் கழற்றி வீசியெறிந்த அவளுடைய ஆபரணங்களும் ஆடைகளும் தரை முழுதும் நிரம்பின.

திரௌபதியின் அபூர்வ அழகைப் பார்த்து தர்மன் சின்னக் குழந்தை போலக் கும்மாளமடித்தான்.

“திரௌபதி... என் மீது கருணை காட்டு... உன்னை எல்லாருக்கும் முன்னதாக அனுபவிக்கும் அதிர்ஷ்டம் எனக்குக் கிடைத்திருக்கிறது... என்னை சுகிக்கச் செய்...” என்று சொல்லி தர்மன் அவளுடைய உடம்பு நெடுக முத்த மழை பொழிந்தான்.

தன்னுடைய கும்மமாளத்திற்கு அனுசரணையாக திரௌபதி உணர்வுடன் இயங்கவில்லையோ என்ற சந்தேகம் தர்மனுக்கு ஏற்பட்டது. தர்மனின் ஒவ்வொரு குறும்புக்கும் திரௌபதியில் சிருங்காரக் காம இச்சை கிளர்ந்தபோது அவனைக் காதலுற இறுகத் தழுவிக்கொள்ளாதிருந்தாள்... வெம்மையாகத் தாக்கிய தர்மனின் மூச்சுக்காற்று அவளைப் பெருமூச்சுவிடச் செய்யவில்லை... தான் முத்தமிடும்போது திரௌபதி எதிர்வினையாக முத்தமிடாதிருந்ததும், தன்னளவு அவள் தன்னை சிருங்காரக் குறும்புகளால் களிப்புறச் செய்யாததும் தர்மனுக்கு அவமானகரமானதாகத் தோன்றியது.

“திரௌபதி” என்று அழைத்தான் தர்மன்.

“என்ன?” என்பதாகக் களைத்துப்போன கண்களைத் திறந்தாள் திரௌபதி.

“என்னை இறுகத் தழுவிக்கொள்” என்றான் தர்மன்.

திரௌபதி அவனுடைய கட்டளையை சிரமேற்கொண்டு இறுக்கமாகத் தழுவிக் கொண்டாள். தர்மன் அவளுடைய உதடு களில் அழுத்தமாக முத்தமிட்டான். தன்னுடைய உதடுகளை அவளு டைய உதடுகளின் மீது பதித்தான். ஆனால் திரௌபதி பதிலாக அவனை முத்தமிடவில்லை.

“...ம்...” என்று தர்மன் உரக்க முனகினான்.

திரௌபதி புரிந்துகொண்டு முத்தமிட்டாள்.

“நீ வெட்கப்பட்டால் நமது சிருங்காரக் களியாட்டம் எப்படி நிகழும்?... முதல் தடவையாக உன்னை அனுபவிக்கிறேன் என்பதாக நினைத்துக்கொண்டிருக்கிறேன். ஆனால் எல்லாவற்றையும் கற்றுக் கொடுத்து சுகப்பட வேண்டியிருக்குமென்று நினைக்கவில்லை” என்றான் தர்மன். அதைத் தொடர்ந்து “எனக்கு தர்மசாஸ்திரம்

குறித்து மட்டுமல்ல, சிருங்கார சாஸ்திரம் பற்றியும் தெரியும்" என்று தற்பெருமையாகச் சொன்னான்.

ஆணை விரும்பிப் பாராட்டி ஏற்றுக்கொள்ளும் பெண்ணுக்கு சிருங்கார சாஸ்திரம் பற்றிக் கற்றுக்கொடுக்கத் தேவையில்லை. சூரியன் உதித்தெழுவது போல, நிலவொளி விரிந்து பரவுதல் போல, மலர்க்கொடி கொழுகொம்பைச் சுற்றி வளைத்துப் படர்வது போல, மொட்டுகள் மலர்வது போல இயல்பான ஆயத்தத்துடன் உருவாக்கச் செயலுக்குத் தன்னை ஆயத்தப்படுத்திக்கொள்வாள் பெண் என்பது தர்மனுக்குத் தெரியாது. அவளுடைய உடம்பு முழுவதையும் நகக்கிள்ளல்களால் நிரப்பினான் தர்மன்.

இயல்பாகவே காதல் களியாட்டத்தில் காயங்கள்கூடப் பெண்ணுக்கு இன்ப அனுபவங்களை ஏற்படுத்துகின்றன... வலியின் போதும் இன்பத்தை அனுபவிக்கப் பெண்ணுக்குத்தான் தெரியும். ஆனால் தர்மன் ஏற்படுத்திய காயங்களால் துளிர்த்த ரத்தம் திரௌபதியை மிகவும் வருத்தியது. அவள் வேதனையுடன் வெளிப்படுத்திய முனகல் களைக் கேட்ட தர்மன் அதெல்லாம் தனது சாமர்த்தியம் என்பதாக நினைத்துக்கொண்டான்.

தர்மனின் சரீரத்தை திரௌபதியால் சில கணங்கள்தான் தாங்கிக்கொள்ள முடிந்தது. அந்தக் கணங்களும்கூட தர்மன் மயக்கத்தில் இருந்தபோது மட்டும்தான்... தன் மீது கவிழ்ந்திருந்த தர்மனைப் பக்கவாட்டுக்குப் புரளச் செய்தாள். அவன் ஒரு கணம் திகைப்பிலாழ்ந்தான். அவன் மீண்டும் தாழ்வுமனப்பான்மைக்கு ஆட்படுகிறானென்று தெரிந்து திரௌபதி தானே அவனைத் தழுவிக் கொண்டு தூங்கச் செய்தாள்.

திரௌபதியை சுகத்தில் ஆழ்த்திவிட்டேனென்றும், மற்ற சகோதரர்கள் தரும் சுகம் அவளுக்கு நிச்சயம் திருப்தியின்மையை விளைவிக்குமென்றும் தனக்குத் தானே திருப்திப் பட்டுக்கொண்டான் தர்மன்.

'இதுதானா நான் ஆசைப்பட்ட காதல் அனுபவம்?' என்று நினைத்துக்கொண்டாள் திரௌபதி. ஆனால் அன்றைய இரவில் தர்மனைப் பற்றி அவளுக்குப் பல விவரங்கள் தெரிய வந்தன. தர்மனிடம் தாழ்வுமனப்பான்மை எவ்வளவு அதிகமோ அவ்வளவு

தன் மீதான தன்னம்பிக்கையும் அதிகம்தான். மேலுக்கு எவ்வளவு சகிப்புத்தன்மை கைவரப் பெற்றிருப்பதாகக் காணப்படுகிறானோ அவ்வளவு பொறுமையின்மையும் அவனிடம் ஒளிந்திருந்தது. அவன் மற்றவர்களிடம் உள்ள சிறப்புகளைப் பார்க்க மாட்டான்... பெரியவர்கள், சாதுக்கள் மீது மரியாதை செலுத்தி அவர்களுடைய பாராட்டுதல்களைப் பெறுவதில் அவன் எல்லையற்ற ஆனந்தம் அடைந்தான்... எல்லார் மீதும் தனக்கு அதிகார ஆதிக்கம் இருப்பதாக எண்ணிக்கொண்டான். தர்மனை உடல் ரீதியாக சுகப்படுத்துவது, அவனுடைய மனதில் மகிழ்ச்சியை ஏற்படுத்துவது, அவனுக்குப் பிடித்த மாதிரி நடந்துகொள்வதாக நடிப்பது என்பவற்றால் மட்டும் பாண்டவர்களின் குடும்பத்தில் அமைதி நிலவுவதாக திரௌபதிக்குப் புரிந்தது.

வாழ்க்கையில் பெண் ஏற்றுக்கொள்ளும் ஆத்மவஞ்சனை எப்படிப்பட்டது என்று திரௌபதிக்கு முதல் இரவன்றே புரிந்து விட்டது.

21

பீமசேனனின் வலுவான தழுவல்

இரண்டாம் நாள் இரவு.

தர்மன் கால் சூடுகண்ட பூனையாகத் தன் படுக்கையறையில் நடந்துகொண்டிருந்தான். திரௌபதியின் வரவை எதிர்பார்த்துக் கொண்டிருந்தான். அப்போது குந்திதேவி நுழைந்தாள். அவனிருந்த சூழ்நிலையைப் பார்த்துக் குந்திதேவி சிரித்துக்கொண்டாள்.

"அம்மா... உன் மருமகள்..." தர்மன் சலிப்பு தோன்றக் கேட்டான்.

"மகனே, இன்றைக்கு அவள் பீமசேனனின் மாளிகைக்குச் சென்றிருக்கிறாள். அவள் உன் ஒருவனுக்கு மட்டும் மனைவி இல்லை அல்லவா..."

தர்மனின் உற்சாகம் தணிந்துபோயிற்று.

"அம்மா, நாங்கள் ஐவரும் அவளைத் திருமணம் செய்து கொண்டதால் தவறு செய்துவிட்டோமோ?"

"இல்லை, மகனே... அப்படி ஏன் நினைக்கிறாய்?"

"திரௌபதியின் இணக்கத்தை எல்லாரும் ஒரே சமயத்தில் வேண்டுமென்று கேட்டால் அதனால் எங்களுக்குள் போட்டி தலை யெடுக்காதா?"

"ஏன் தலையெடுக்காது? அப்படி வராமல் நீங்கள்தான் பார்த்துக்கொள்ள வேண்டும். அவளுக்காக வேண்டியாவது நீங்கள் எல்லாரும் கட்டுக்கோப்பக இருக்கவேண்டும்."

தர்மன் சிந்தனையில் ஆழ்ந்தான்.

பீமன் தர்மனிடமிருந்து பெரிதும் மாறுபட்டவன்.

தசைகள் முறுக்கிய அவனைப் பார்த்ததுமே திரௌபதிக்கு பயம் உண்டாயிற்று. தர்மனின் தழுவலையே, அவன் உருவாக்கிய

காயங்களையே அவள் எதிர்கொள்ள முடியாதவளானாள். முரட்டுத் தோற்றத்துடன் இருக்கும் இவன் எவ்வளவு வலுவாகத் தழுவிக் கொள்வானோ... தன்னுடைய எலும்புகள் முறிந்து போய் விடாது அல்லவா... இவன் தனது சரீரத்தில் எத்தனை காயங்களை உண்டாக்குவானோ... என்று அவள் தயங்கினாள்.

ஆனால் அதற்கு மாறாக பீமன் நடந்துகொண்டான்.

திரௌபதியைப் பார்த்ததும் அவன் ஓட்ட ஓட்டமாக வந்தான். அவளுக்கு நடக்கும் சிரமத்தைக் கொடுக்க நினைக்கவில்லை என்பது அவன் அவளை இரண்டு கைகளில் அனாயாசமாகத் தூக்கிக் கொண்டபோதே அவளுக்குப் புரிந்துவிட்டது. ஒரு பூவைக் கீழே வைப்பது போல அவளை அவன் படுக்கை மீது படுக்க வைத்தான். அவளுக்கு அருகில் உட்கார்ந்துகொண்டு அவளுடைய உடம்பில் ஒவ்வொரு பகுதியையும் பார்த்தபடி ஒரு தனியான உணர்வுடனான எக்களிப்பில் மூழ்க்கிப்போனான்.

திரௌபதிக்குச் சிரிப்பு வந்தது. இதே மாதிரியே தொடர்ந்து தன்னை ஆராதிப்பானா... இரவெல்லாம் இப்படிப் பார்த்தபடியே காலம் கழிப்பானா... என்று நினைத்தாள். “திரௌபதி... உன்னைத் தொட்டாலே சிவந்துவிடுவாய் என்று தோன்றுகிறது. நேற்றிரவு அண்ணன் உன்னை அதிகமாக சிரமப்படுத்தவில்லை அல்லவா” என்று முன்நெற்றியில் விழுந்த சுருட்டை முடியை வாகாக ஒதுக்கிச் சரிப்படுத்தியபடிக் கேட்டான். நேற்றிரவை நினைத்துக்கொண்ட திரௌபதியின் கன்னங்கள் சிவந்தன.

தர்மன் தான் நெடுங்காலமாக எதிர்பார்த்த அழகை அனுபவித்ததும் ஒரு நிகழ்ச்சி முடிவடைந்த மாதிரி நடந்து கொண்டான். அலையலையாகத் தன்னுள் சிலிர்த்த காமத்தைத் திருப்திப்படுத்த அவன் முயற்சி செய்யவில்லை... தன்னுடைய மனதையும் புரிந்துகொள்ளவில்லை. ஆனால் பீமன் அப்படியாகத் தெரியவில்லை. அவன் தன்னுள் ஒவ்வோர் அணுவையும், தன் மனதையும் கோருகிறான். முரட்டுத்தனமாகத் தெரிந்தாலும் அந்தக் கண்களில் தன் மீதான நினைவான காதலை, ஆராதனையைப் பார்த்ததும் திரௌபதி உருகிப்போனாள். அவனுடைய தோள் களும் கரங்களும் தன்னைச் சுற்றி வளைத்துக்கொண்டால் நன்றாயிருக்குமென்று தோன்றியது. தர்மன் தன்னுள் கிளறச்

செய்த ஆசை பீமன் மூலமாகத்தான் தணியுமென்று அவளுக்குத் தோன்றியது.

“திரௌபதி, நான் போஜனப்பிரியன். எனக்குக் கோபம் கொஞ்சம் அதிகம். இவையே எனது பலவீனங்கள். உனக்கு முன்னதாக இடும்பியைத் திருமணம் செய்துகொண்டேன். அவளை நான் விரும்பவில்லை. அவள்தான் என்னை விரும்பினாள். உன்னைப் பார்த்த நாளிலிருந்து உன் மீது எனக்கு மிகுந்த காதல் ஏற்பட்டது. நீ என்னைத் திருமணம் செய்துகொள்வாயென்று நான் கனவில்கூட நினைக்கவில்லை. நீ அர்ஜுனனைத் திருமணம் செய்துகொண்டாலும் உன் அழகை தூரத்திலிருந்து பார்த்தபடி ஆனந்திப்பவன் நான். அதிர்ஷ்டவசமாக எல்லாருடனும் சேர்ந்து உன்னைத் திருமணம் செய்துகொள்ள நேர்ந்தது. இப்போதுகூட வற்புறுத்தல் கிடையாது... நீ விருப்பப்பட்டால்தான்...”

தன்னியல்பாக பீமனின் கைகள் திரௌபதியின் பாதங்களுக்குச் சென்றன. இரண்டு பாதங்களையும் தன் மடிமீது வைத்து மிருதுவாகத் தடவிக்கொடுத்தான். அது தனக்கு சேவையா, விண்ணப்பமா என்று தெரியாமல் திரௌபதி பாதங்களைப் பின்னுக்கு இழுத்துக்கொண்டாள். அவனுடைய கைகளைத் தன்மீது இழுத்து அவற்றில் தன் முகத்தைப் புதைத்துக் கொண்டாள். பீமன் மென்மையாக அவளுடைய தலையை மேலே தூக்கித் தனது துடிக்கும் உதடுகளுடன் அவளுடைய உதடுகளைப் பிணைத்தான். யாகமேடையில் பிறப்பெடுத்த திரௌபதியில் அக்னி கிளர்ந்தது. அவளுக்குத் தெரியாமலே அவளுடைய கைகள் வலுவான தேகத்தைச் சுற்றி வளைத்துக்கொண்டன. அவனுடைய வைரம்பாய்ந்த சரீரம் அவளுடைய சரீரத்தின் ஒவ்வோர் அணுவையும் மென்மையாக ஆக்கிரமித்துக்கொண்டது. நறுமண பரிமள சாதனப்பொருளாக மாறுவதற்கு, தாங்கள் நசுங்கி நொறுங்கிச் சிதைவதற்குப் புல்லரிப்புடன் ஆயத்தமாகும் இளந்தளிர்களாக திரௌபதியின் உறுப்புகளும், உள்ளுறுப்புகளும் அளவு கடந்த பலசாலியான பீமசேனனின் இறுக்குப் பிடித் தழுவலில் நசுங்குவதற்கு ஆயத்தமாயின. அவனுடைய மயக்கத்தில் திரௌபதி இணையற்ற சுகத்தை அனுபவித்தாள். அந்த இரவு அவசரப்படாமல் மெதுவாகக் கழிய வேண்டுமென்று அவள் நினைத்தாள்.

பீமன் எந்த விதமான பலப்பிரயோகமும் செய்யாமலேயே திரௌபதி எப்படித் திருப்பினாலும் அந்தப் பக்கம் திரும்பினாள். அவனுடைய கைகளில் வில்லாக வளைந்தாள். மென்மையாகத் தனது மார்பகத்தின் மீது ஊர்ந்து நடமாடிய அவனுடைய கைகளை அவள் வலுவாக அழுத்திக்கொண்டாள். தனது வலுவான கைகளில் அவளுடைய மார்பகங்கள் நசங்கிப்போக வேண்டுமென்று அவள் தவிப்பதுபோல் அவன் உணர்ந்தான். ஆனாலும் அவள் சுகிக்கும் அளவிலேயே அவன் தனது கைகளால் அவளுடைய ஒவ்வோர் உறுப்பையும் தொட்டுக் கையாண்டான்.

பீமன் மேலோட்டமாகத் தென்படும் அளவுக்கு முரடானவன் அல்ல என்பதை திரௌபதி புரிந்துகொண்டாள். அவன் தன்னுடைய அழகை ஆராதிக்கிறான். தனது மனதை வசப்படுத்த வேண்டுமென்று முயல்கிறான். தான் துடிப்புறாவிட்டால் அவன் தன் சரீரத்தைத் தொடக்கூட மாட்டான். அவனிடம் கபடம் இல்லை. தன்னுடைய காதலைப் புலப்படுத்திக்கொண்டே அடுத்திருப்பவரிடமிருந்து இயல்பான காதலை வேண்டுகிறான். பீமனின் காதலில் பலவந்தம் இல்லை. பீமனின் ஒவ்வொரு நடவடிக்கையிலும் திரௌபதி தன்னியல்பாகவே ஈடுபட்டாள். அவளுடைய நெற்றி வியர்வையைத் தனது மேலங்கியால் மீண்டும் மீண்டும் துடைத்துவிட்டான். விடியற்காலை ஜாமத்தில் வெட்கத்தால் முகத்தை மூடிக்கொண்ட திரௌபதியை அவன் அந்தப்புரத்திற்குள் குளிப்பதற்கு இட்டுச் சென்றான்.

தண்ணீரில் நீந்தி மிதந்த அவர்களுடைய ஓவியத்தன்மையான செயற்பாடுகளைப் பார்த்து தண்ணீர்த் தளத்தில் மிதந்து கொண்டிருந்த மலரிதழ்கள் நாணமுற்றன.

திரௌபதியைத் தனது கைகளால் தானே அலங்கரித்த பின்பு பீமன் அவளைப் படுக்கையில் ஓய்வெடுக்கச் செய்துவிட்டுத் தனது மாளிகைப் பகுதிக்குச் சென்றான். பீமனின் கைகளில் அவளுடைய சரீரத்தின் ஒவ்வொரு பகுதியும் நசுங்கியபோது அவள் மிகுந்த மகிழ்ச்சியை அனுபவித்தாள். நாள் முழுதும் உடலுழைப்பு முடித்துத் திரும்பி வெந்நீரில் குளித்து முடித்துத் தூங்கும் உழைப்பாளியைப் போல அவள் அந்தப் பகல் முழுதும் தூங்கினாள்.

22

அர்ஜுனனின் அழகு வழிபாடு

மூன்றாம் இரவு...

இந்த இரவு அர்ஜுனனின் படுக்கையறைக்குச் செல்கிறோமென்று தெரிந்த திரௌபதியின் நெஞ்சு வேகமாக அடித்துக் கொண்டது. மன்மதன்கூட இவ்வளவு அழகாக இருப்பானாவென்று அவளுக்குத் தோன்றியது. அர்ஜுனனின் அழகைவிட, ஆஜானு பாஹுவான அவனுடைய தோற்றத்தைவிட அவனுடைய வீரசாகசம் தான் திரௌபதியை ஈர்த்தது.

அவன் இரண்டு கைகளாலும் ஒரே தடவையில் அடுத்தடுத்துத் தொடர் மழையாக அம்புகள் எய்பவனென்று திரௌபதி கேள்விப் பட்டிருக்கிறாள். காதல் ஈடுபாட்டிலும் அர்ஜுனனுக்கு நிகர் இல்லையென்றுகூடத் தோழிமாரிடமிருந்து அவள் தெரிந்து வைத்திருந்தாள். தோழிகள் தன்னை எவ்வளவுதான் அலங்கரித்தாலும் அந்த அலங்காரம் போதவில்லையென்று திரௌபதிக்குத் தோன்றியது. மீண்டும் மீண்டும் அவள் கண்ணாடியைப் பார்த்ததை கவனித்த தோழிகள் அவளை மேலும் கொஞ்சம் அலங்கரிக்க முயன்றார்கள்.

திரௌபதியின் மனதைப் புரிந்துகொண்ட அவளுடைய அன்புத் தோழி அவளை மேலதிக சர்வாங்க சுந்தரியாக அலங்கரித்தாள். மேனி முழுவதும் போட்டிருந்த நகைகளைக் கழற்றிப் பக்கத்தில் வைத்துவிட்டு ஒரு முத்துமாலையை மட்டும் அணிவித்தாள். மூக்கிலிருந்த மூக்குத்தியைக் கழற்றி வைத்தாள். தோழிமார் வைத்த கண்மையைத் துடைத்தெடுத்தாள். உதடுகளுக்குப் பூசியிருந்த செந்நிறச் சாயத்தைத் துடைத்தெடுத்தாள்.

“திரௌபதி, அர்ஜுனன் இயல்பான அழகுக்குத்தான் ஆட்படுவான். மேற்போக்குப் பூச்சையெல்லாம் பார்த்து அவன் மயங்க மாட்டான்; வசப்பட மாட்டான். இந்த வண்ணங்களும்

சுண்ணங்களும் அவனுக்கு எவ்வளவு தொந்தரவுகொடுக்குமோ... காதல் ஈடுபாட்டுக்கு எந்தக் குறுக்கீடும் இருக்கக் கூடாது. அலங்காரம் செய்வதென்று நேரத்தை வீணடிப்பதில் காதல் உணர் வுள்ள ஆண்களுக்கு விருப்பம் இருக்காது" என்று சொல்லிவிட்டு அங்கிருந்து வெளியேறினாள்.

அர்ஜுனனின் படுக்கையறைக் கண்ணாடியில் அலங்காரங்கள் விட்டொழிந்த தனது தோற்றத்தைப் பார்த்து திரௌபதி தனக்குள் திகைத்துப்போனாள். அர்ஜுனன் தன்னை அடையாளம் கண்டு கொள்வானோ இல்லையோ என்று நினைத்துக்கொண்டே தலையை நிமிர்த்திய திரௌபதி திடுக்கிட்டாள். அர்ஜுனன் தன்னையே பார்த்துக்கொண்டு நின்றிருக்கிறான். திரௌபதியை வெட்கம் பிடுங்கித் தின்றது. ஆனாலும் ஓரக் கண்ணால் கண்ணாடியில் அவனுடைய உருவத்தைப் பார்த்தாள்.

'எவ்வளவு அழகாக இருக்கிறான்!' என்று திரௌபதியால் எண்ணாமல் இருக்க முடியவில்லை. உயரமாக, திடமாக, எல்லா உறுப்புகளும் பொருத்தமாக அமைந்த ஆஜானுபாஹுவான அந்தத் திண்தோளனைப் பார்த்து அவள் பரவசத்திலாழ்ந்தாள். ஒளி மிகுந்த கண்கள், அகன்ற நெற்றி, காற்றுக்கு ஊசலாடும் சுருள்முடி அமைந்த தலைமுடி, மென்மையான உதடுகள் ஆக எல்லாவற்றையும் பார்த்த பின்பு அவளால் கண்களை வேறு பக்கம் திருப்ப முடியவில்லை.

தர்மனும் பீமனும் அதற்கு முன்பு இரண்டு இரவுகள் தன்னுடன் இருந்திருந்தாலும், இதுதான் தனக்கு முதலிரவு என்பதாக திரௌபதிக்குத் தோன்றியது. தன்னுடைய மனதில் அணுவணுவாக அர்ஜுனன் நிறைந்திருப்பதாகத் தனக்கு இப்போது தெரிகிறது. அர்ஜுனன் புன்னகையுடன் தன்னைப் பார்த்தபடியே நின்றுகொண்டிருந்ததை திரௌபதியால் எதிர்கொள்ள முடிய வில்லை. இன்னும் நெருங்கி வராததென்ன... தன்னுடன் பேசாதிருப்ப தென்ன.. அவள் அணுவணுவாகத் தவித்தாள்.

"கிருஷ்ணா..." என்று அர்ஜுனன் அவளைக் காதல் பொங்க அழைத்தான்.

அந்த இனிய குரலுக்கு திரௌபதி சிலிர்த்துப்போனாள். இந்த அழைப்புக்குரல் தனக்கு விருப்பமென்று அர்ஜுனனுக்கு எப்படித் தெரியும்...

தன்னை சுயம்வரத்தில் வென்றெடுத்த உண்மையான வீரன் வந்திருக்கிறான். 'அவனைத்தான் நான் சிறு வயதிலிருந்தே காதலித் திருக்கிறேன். அவனுக்கு என்னை நான் அர்ப்பணித்துக் கொண்டு விட்டேன்.'

ஆனால் அர்ப்பணிப்பதற்கு இப்போது தன்னிடம் என்ன இருக்கிறது... ஏற்கெனவே தனது சரீரத்தை இருவர் அனுபவித்து விட்டார்கள்... அர்ஜுனனுக்கு இப்போது தான் என்ன கொடுக்க முடியும்... இருக்கும் ஒரு மனது தவிர.

அவளுடைய சிந்தனைகளை கிரகித்தது போல அர்ஜுனன் கொஞ்சலாகப் பேசினான்.

"திரௌபதீ... இது உனக்கு முதலிரவு அல்ல என்பது எனக்குத் தெரியும். இந்த விஷயம் எனக்கும் அதிருப்தி ஏற்படுத்துவதுதான்... அன்றைக்கு உன்னை நான் வென்றெடுத்து அழைத்துச் சென்றபோது 'நீ என்னுடையவள்' என்று பொங்கிப் பூரித்தேன். ஆனால் விதி வேறொரு விதமாகத் தீர்மானித்திருக்கிறது. தர்மம் பொறுப்புகளைக் கற்றுக் கொடுக்குமே தவிர அது உரிமைகளைத் தராது. நான் வெற்றி பெற்றதை என் சகோதரர்களுடன் பகிர்ந்து கொள்வது என்ற திருப்தி தவிர எனக்கென்று எதுவும் எஞ்சவில்லை. நாமெல்லாரும் ஏதோ ஒன்றுக்குக் காரணம் என்ற அடையாளக் குறி மட்டுமே. இந்த பூமியில் எவரும் நிரந்தமாக இருக்க மாட்டோம். இருக்கும் நாள்வரை முடிந்த அளவு சுகமாக, மகிழ்ச்சியாக இருப்பதுதான் குறிக்கோள்."

திரௌபதி அவனை இரக்க உணர்வுடன் பார்த்தாள். இந்த அர்ஜுனன் சுதந்திரமானவன் அல்ல. தாய், சகோதரர்கள், பெரியவர்கள் ஆகியோரை மீறி அவனால் எதுவும் செய்ய முடியாது. ஸ்ரீகிருஷ்ணன் இல்லாமல் இவன் எந்த வேலையும் செய்ய மாட்டான் என்றுகூடக் கேள்விப்பட்டிருக்கிறாள். 'கிருஷ்ணனும்கூட என்னை மற்றவர்களுடன் சேர்ந்து பங்கிட்டுக்கொள்ளும்படி அர்ஜுனனுக்குக் கட்டளை இட்டானாமே..."

அவளுடைய சிந்தனைகளைக் கலைக்கும் வண்ணம் அர்ஜுனன் சொன்னான்:

அர்ஜுனனின் அழகு வழிபாடு

"கிருஷ்ணா... உன் பெயரும் என் அன்பு நண்பன் ஸ்ரீகிருஷ்ணன் பெயரும் ஒன்றாக இருப்பதனாலும்கூட உன் மீது எனக்கு ஈர்ப்பு ஏற்பட்டிருக்கிறது. கிருஷ்ணா என்ற பெயருள்ளவர்கள் இருவரும் என் மனதுக்குப் பிடித்தமானவர்களாக அமைந்தது என் அதிர்ஷ்டம்."

"எந்தக் கிருஷ்ணா என்றால் உங்களுக்கு அதிக விருப்பம்?" என்று கிருஷ்ணா கேட்டாள்.

அர்ஜுனன் அழகாகச் சிரித்தான்.

"உங்கள் இருவரையும் வெவ்வேறாகப் பார்த்தால்தானே... ஒருவரை ஒருவருடன் ஒப்பிடுவதென்றால்... நான் அழகை ஆராதிப்பவன்... ஸ்ரீகிருஷ்ணன் எனக்கு அதைத்தான் கற்றுக் கொடுத்தான்... உன் அழகை நான் ஆராதிப்பது அவனுக்கும் விருப்ப மானது அல்லவா..."

"அவரும் அழகை ஆராதிப்பவர்தானே அல்லவா?" என்று திரௌபதி கேட்டாள்.

"ஆமாம்... அவரே அழகெல்லாம் ஒன்றுதிரண்டிருப்பவர்... அவர் மீது ஈர்க்கப்படாதவர் யாரும் கிடையாது. ஆனால் உன்னைப் பார்த்த பிறகுதான் பெண்மை அழகு என்றால் என்னவென்று எனக்குத் தெரிந்தது. அடிப்படையாக 'கிருஷ்ணா' என்ற பெயரே அழகின் அடையாளம்தான்."

அர்ஜுனன் சிறிது நேரம் அழகைப் பற்றி, ஸ்ரீகிருஷ்ணனைப் பற்றிப் பேசிக்கொண்டேநேரம் கழித்தான். அவனுடைய அணிமை யில் திரௌபதிக்குக் காலம் நிலைத்து நின்றுவிட்டதாகவே தோன்றியது. தன்னுடைய இதய நரம்புகளை ஓர் அற்புத வீணை வித்தகன் மீட்டுவதுபோல் அவளுக்குத் தோன்றியது. அன்றிரவு அவள் அவனுடன் முழுமையாகக் கலந்துவிட்டாள்; கரைந்துவிட்டாள். தனக்கு விருப்பப்பட்டதைத் தழுவிக் கொள்வ தைப் போல அர்ஜுனனை அவள் இறுக்கமாகத் தழுவிப் பிணைத்துக் கொண்டாள்.

அர்ஜுனன் தன்னுடன் பேசியபோதும், மயக்கத்தில் பங்கு கொண்டபோதும் அந்தக் கணங்கள் நிரந்தரமாக வேண்டுமென்று திரௌபதி நினைத்தாள். அவனை மகிழ்ச்சியில் திளைக்க வைப்பதற்கு அவள் மிகவும் முயன்றாள்... தர்மனிடமும் பீமனிடமும் அவள்

மனம் திறந்து பேசவில்லை... ஆனால் அர்ஜுனனுடன் எத்தனையோ விஷயங்களைப் பேசினாள். தன்னுடைய கனவுகளில் அர்ஜுனன் எப்படி வந்தானோ... வெண்ணிலா இரவுகளில் தான் சிலிர்க்கும்போது அவனைப் பற்றிய தனது உணர்வுகளைக் கவிதைகளாக எப்படிப் புனைந்தாளோ... எல்லாவற்றையும் திரௌபதி விவரித்தாள்.

நள்ளிரவு தாண்டும் வரையிலும் அவர்கள் ஒருவர் கைகளில் ஒருவர் ஆட்பட்டுப் பல விஷயங்களைப் பேசிக்கொண்டார்கள். அந்தப் படுக்கையறையில் இரண்டு காதலர்கள் இயல்பாக ஆயத்த மாகி விட்ட மயக்க நிலை ஆட்சி செலுத்தியது. அவர்களுடைய நெருக்கத்தைப் பார்த்து வானத்தில் வெண்ணிலாகூட நாணமுற்று மேகங்களுக்கிடையே ஒளிந்துகொண்டது. மலைப்பகுதியிலிருந்து வீசிய இளம் காற்று சாளரத்தின் வழியே வந்து அவர்களுடைய சரீரங்களைப் பரிவுடன் தொட்டுச் சென்றது.

சிவப்பாகக் கனிந்திருந்த அவர்களுடைய உதடுகள் பிணைத்துக் கொண்டு தங்களைத் தாங்களே மேலும் கனியச் செய்துகொண்டன. அர்ஜுனனின் முதுகிலும் மார்பிலும் திரௌபதி செய்த குறும்பு வருடல்களை அவன் சின்னச் சின்னதான யுத்தங்களில் பங்கெடுத்துக்கொண்டதுபோல் பரவசப்பட்டான். ஒருவருடைய வியர்வையை மற்றொருவர் தங்கள் ஆடைகளால் துடைத்துவிட்டுக்கொண்டார்கள். ஒருவர்க்கொருவர் திராட்சைப் பழங்களை ஊட்டிவிட்டுக்கொண்டார்கள். படுக்கை மீது பரப்பி யிருந்த மல்லிகைப் பூக்களை உள்ளங்கைகளில் அள்ளியெடுத்து ஒருவர் மீது ஒருவர் தூவிக் கொண்டார்கள். அவர்களுடைய சரீரங்களுக்கிடையே நசுங்கிய நிலையில் நறுமணத்தைப் பரப்பியபடி மல்லிகைப் பூக்கள் ஈடிணையற்ற மகிழ்ச்சியை அனுபவித்தன. படர்கொடியில் இருந்தபடி வாடிப்போவதைவிடக் காதலர்களின் சரீரங்களுக்கிடையே நசுங்குவதிலுள்ள இனிமை என்னவென்று அவற்றுக்குத் தெரிந்தது.

அர்ஜுனன் தன்னைத் தீவிரமாகக் காதலிப்பதும், தானும் அவனைத் தீவிரமாகக் காதலிப்பதும் திரௌபதிக்குப் புரிந்தது. அர்ஜுனன் கடமையைச் செய்து முடிப்பதில் முனைப்பாக இருப்பவன். க்ஷத்திரிய தர்மத்தின் மீது அவனுக்குப் பிடிமானம் அதிகம். ஸ்ரீகிருஷ்ணனுக்கும் அர்ஜுனனுக்கும் ஒரே மனப்போக்கு.

பெண்களிடம் அவர்கள் எவ்வளவுதான் காதலை விளைவித்தாலும், அது தங்கள் வாழ்க்கைப்போக்குகளை ஆட்கொண்டுவிடாமல் கவனமாக இருப்பார்கள். தாமரை இலை மேலுள்ள நீர்த்துளி நகர்ந்தசைந்து அந்த இலையை மகிழ்வுறச் செய்கிறது. ஆனால் அது எப்போது நழுவிச் செல்லும் என்று அதற்கே தெரியாது. எப்போது விடிந்ததோ... எப்போது அர்ஜுனன் தன்னை மெதுவாக, பதவிசாக விடுவித்துக்கொண்டு வில்வித்தைப் பயிற்சிக்குப் போனானோ... திரெளபதியால் உணர முடியவில்லை.

விழிப்பு வந்த பிறகு அவளுடைய இதயம் அர்ஜுனனுக்காக ஏங்கித் தவித்து, கோபத்தில் சாபமிட எண்ணியது. மீண்டும் அப்படியொரு வெண்ணிலா இரவு எப்போது வருமோ... என்று அவளுடைய மனது வேதனையுடன் முனகியது.

23

நகுல, சகாதேவர்களின் தோழமை நெருக்கம்

நகுலன் அழகிய பச்சிளம் பாலகனாகத் தெரிந்தான். முதலிரவில் திரௌபதியைப் பார்த்ததும் சிறுவன் ஒருவன் ஒரு புதிய விளையாட்டுப் பொருளைப் பார்த்து ஆனந்தப்படுவதைப் போல ஆனந்தப்பட்டான். திரௌபதியின் கையைப் பிடித்துக்கொண்டு வெளியே இட்டுச் சென்றான். தன்னுடைய குதிரையை வெளியே எடுத்து, திரௌபதியை முன்னால் உட்கார வைத்துக்கொண்டு மணல்திட்டுவெளியில், நிலவொளி இரவில் அலைந்து திரிந்தான். தனது குதிரையேற்றத் திறமையை அவளெதிரில் வெளிப்படுத்தினான்.

அதன் பிறகு அவளை அந்தப்புரத்திற்கு அழைத்துச் சென்று அங்கே நகுலன் அவளுக்குப் பல செய்திகளைச் சொன்னான். தனது அண்ணன்மார்களின் வீரதீரச் செயல்களையும், போர்க்கள ஆற்றலையும் விவரித்தான். நகுலனுக்கும் திரௌபதி மாதிரியே அழகான பறவைகளை, மான்களை வளர்ப்பதில் மிகுந்த விருப்பம். அஸ்தினாபுரம் சென்ற பிறகு திரௌபதியின் அந்தப்புரம் முழுவதை யும் பறவைக் கூண்டுகளால் நிரப்புவதாகவும், தங்கள் நந்தவனத்தில் அழகான மான்களை வளர்க்கலாம் என்பதாகவும் சொன்னான். இரவு முழுவதும் திரௌபதிக்குப் பணிவிடை செய்வதிலேயே நகுலனுக்குப் பொழுது போயிற்று. தித்திக்கும் திராட்சைப் பழங்களை அவளுக்கு உண்ணக் கொடுத்தான். சுவையான கனிரசங்களைக் கொடுத்து குடிக்கும்படி வற்புறுத்தினான். அவளுடைய உதடுகளில் ஒட்டிக்கொண்டிருந்த பழச்சாற்றுத் துளிகளைத் துடைத்தெடுத்தான். கடைசியில் அவளுடைய மார்பகங்களின் இடைவெளியில் இச்சைத் துடிப்புடன் முகத்தைப் பொதிந்துகொண்டான். 'திரௌபதி, என் மீது கருணை காட்டு' என்பதுபோல் வேண்டிக்கொண்டான். கடைசியில், குதிரையை வசப்படுத்துவதுபோல் நகுலன் தனது அதரங்களால் அவளுடைய சரீரம் முழுவதையும் மென்மையாகத் தொட்டுத் தடவி அவளை வசப்படுத்திக்கொண்டான்.

நகுல, சகாதேவர்களின் தோழமை நெருக்கம்

நகுலன் பாண்டவர்கள் அனைவரிலும் அழகானவன். தன்னுடைய அழகைப் பார்த்துப் பெண்கள் மெய்ம்மறந்து போவார்களென்று நகுலனுக்குத் தெரியும். ஆனால் அவர்களை வசப்படுத்தும் அளவுக்கான சாகசம் அவனுக்குக் கிடையாது. பெரியவர்களென்றால், முக்கியமாக தர்மன் என்றால், அவனுக்கு அளவு கடந்த மரியாதை... பீமன் என்றால் பயம்... அர்ஜுனன் என்றால் பாசம்... சகாதேவன் என்றால் மிகவும் அன்பு...

நகுலனுடைய அழகைப் பார்த்து திரௌபதி மெய்ம்மறந்தாள். அவனுடைய பய உணர்வை அவள் போக்கடித்தாள். காதல் களியாட்டத்தில் பய உணர்வுக்கு இடமில்லை என்று தைரியம் சொன்னாள். திரௌபதியுடன் நேர்ந்த அனுபவத்திற்குப் பிறகு நகுலன் அவளுடைய அந்தரங்கத்திற்கு உரியவனானான்.

சகாதேவன் நல்ல கவிஞன். திரௌபதியும் அவ்வப்போது கவிதை எழுதுவதுண்டு என்பதை அவன் யார் மூலமாகவோ தெரிந்து வைத்திருந்தான். சோபன இரவில் அவன் அவளுடைய அழகை வர்ணித்து அற்புதமாகக் கவிதைகள் சொன்னான். திரௌபதியையும் அவளது கவிதைகளைப் படிக்கச் சொல்லி வற்புறுத்தினான்.

திரௌபதியைப் பார்த்த கணத்திலேயே சகாதேவனுடைய கண்களில், இதயத்தில் கவித்துவம் பீறிட்டது. அவளை நீண்ட நேரம் இமை கொட்டாமல் பார்த்தான். அவனுடைய வாயிலிருந்து வெளிப்பட்ட கவிதை நேராக அவளுடைய இதயத்தைத் தொட்டது.

"திரௌபதி... நான் எல்லாருள்ளும் கடைக்குட்டி. நான் பால் குடிக்கும் பருவத்திலேயே என் தாய்தந்தையர் என்னிலிருந்து தொலைவாகிப் போய்விட்டார்கள். நான் மாத்ரியின் மூலமாக வந்த பாண்டு புத்திரன் என்பது உனக்குத் தெரிந்திருக்கும். குந்திதேவி என்மீது அளப்பரிய அன்பைச் சொரிந்தாள். சாதாரணமாக, தங்கள் கடைசிக் குழந்தை மீது மிகுந்த பாசம் இருக்குமென்று கேள்விப்பட்டிருக்கிறேன். எல்லாரும் என்னைக் கடைசிப் பையனாகவே பார்த்தார்கள். உண்மையைச் சொன்னால் என்னைப் பற்றி அவர்கள் பெரும்பாலும் மறந்துபோகிறார்கள். மறந்து போய் மீண்டும் நினைப்பதால் என்ன பயன்... முதல் தடவை இயல்பாகப் பேசிய போதிருந்த திருப்தி பின்னர் ஏற்படாதல்லவா... திரௌபதீ... கிடைத்ததைக் கொண்டு திருப்திப்படுவது என்னுடைய குழந்தைப் பருவத்திலிருந்தே பழக்கமாகிவிட்டது. நீ எனக்குக் கிடைத்ததே

பெரும் பாக்கியம். நீயும் என்னைக் கடைசியானவன்தானே என்று கருத மாட்டாய் அல்லவா...”

எல்லாரையும்விட இளையவனான காரணத்தால் தாழ்வு மனப்பான்மையுடன் சகாதேவன் தனிமையை அனுபவிக்கிறானென்ற விஷயம் திரௌபதிக்கு விளங்கியது. தனிமைப்படுத்தப்பட்டவன் தன் மீது தானே இரக்கப்பட்டுக்கொள்கிறான். அவனுடைய கவித்துவம் தான் அவனுக்கு இவ்வளவு காலமும் ஆதாரம். இப்போது அந்தத் தனிமையைப் போக்கடிப்பதான பொறுப்பு தன் மீது விழுந்திருக்கிறது. “நீங்கள் தனியாள் என்று ஒருபோதும் நினைக்கக் கூடாது. உங்களுக்கு நானிருக்கிறேன். உங்களுடைய மனவேதனையைப் பங்கிட்டுக்கொள்வதற்கு நான் ஆயத்தமாக இருக்கிறேன்” என்று திரௌபதி சொன்னாள்.

சகாதேவன் பூரித்துப்போனான். அன்றிரவு அவர்கள் இருவருக்குமிடையே கவித்துவம் பற்றிச் சர்ச்சை நடந்தது. திரௌபதி சொன்ன கவிதைகளைக் கேட்டு அவன் வியப்பிலாழ்ந்தான். அந்தப்புரத்தை எல்லையாகக் கொண்ட ஒரு பெண்ணுக்கு இவ்வளவு சுதந்திரமான உணர்வுகள் இருக்குமென்று அவன் சிறிதும் எதிர்பார்க்கவில்லை.

“பெண்ணுக்கு சரீரம் மட்டுமல்லாமல் மனதும் அறிவும் இருக்கின்றன என்பது உன் கவிதைகள் மூலமாக எனக்குத் தெரிந்தது, திரௌபதி... என்னுடைய மனக்கண்கள் திறந்து கொண்டன. நான் பெண்ணைப் பற்றி முழுவதுமாகத் தெரிந்து கொள்ளாமலேயே அவளுடைய அழகைப் பற்றி, உள்ளத்தைப் பற்றி எழுதியிருக்கிறேன். எனக்கு எதுவும் தெரியாது என்று இப்போது புரிந்துவிட்டது.”

‘சகாதேவன் தன்னைக் கவியாக அர்த்தப்படுத்திக்கொள்ள முயல்கிறான்... தனக்கு இதைவிட வேறென்ன வேண்டியிருக்கிறது?... தன்னுடைய மன உணர்வைப் பகிர்ந்து கொள்வதற்கு, தான் சொல்வதைக் கேட்டுக்கொள்வதற்கு ஒரு நபர் தனக்குக் கணவனாகக் கிடைத்திருக்கிறான்’ என்று மனதுக்குள் சொல்லிக் கொண்டாள். திரௌபதியின் விருப்புவெறுப்புகளுக்கு ஏற்ப சகாதேவன் தன்னைத் தானே மாற்றிக்கொண்டு விட்டான். அன்றிரவு சகாதேவனுடன் திரௌபதி காதல் சாம்ராஜ்யத்தை ஏற்றுக் கொண்டாள். அவனை உற்சாகப்படுத்தித் தழுவிக்கொண்டு காதல் பாடங்களைக் கற்றுத் தருவதில் திரௌபதி முனைந்தாள். சகாதேவன் தன்னைத் தானே அவளிடம் அர்ப்பணித்துக் கொண்டான்.

24

அத்தையின் அந்தரங்கம்

அந்த ஐந்து இரவுகளும் திரௌபதிக்குப் புதிய அனுபவங்களைக் கற்றுக் கொடுத்தன. ஒவ்வொருவரும் அவளுக்கு ஒவ்வோர் அனுபவத்தைக் கொடுத்தார்கள். ஒருவர் தன்னை ஆக்கிரமித்துக் கொள்ள, மற்றொருவர் வசப்படுத்திக் கொண்டார். ஒருவருக்குத் தன்னைத் தானே அர்ப்பணித்துக்கொண்டாள். ஒருவர் தன்னைத் தட்டிக்கொடுத்துப் பாராட்டிப் பின்தொடரச் செய்திருக்க, மற்றொரு வரைத் தான் தட்டிக்கொடுத்துப் பாராட்டிப் பின்தொடரச் செய்ய நேர்ந்தது. இத்தனை அனுபவங்கள் தர்மம் பிறழாமல் எந்தப் பெண்ணுக்காவது கிடைக்கப்பெறுமா?... ஆண்களுக்குத்தான் தங்களுக்கான விதவிதமான அனுபவங்களைப் பெறும் உரிமையை சமூகம் வழங்கியிருக்கிறது. ஸ்ரீகிருஷ்ணன் எத்தனை பேரை மணந்து கொண்டானோ... எத்தனை பேரை அனுபவித்தானோ... அவனை எவரும் தப்பு சொல்லவில்லை.

இப்போது திரௌபதி தப்பு செய்யாமல் பார்த்துக்கொள்வதற்கு சமூகமே முன்வருகிறது. ஐந்து அனுபவங்களுக்கு திரௌபதி சரீர அளவில், மன அளவில் ஆயத்தமானாள். விதவிதமான அனுபவங்கள் என்று ஏற்பட்ட பிறகு சரீரம் எந்த ஓர் அனுபவத்தினாலும் திருப்தி அடைந்துவிடாது. முதல் தடவையாக திரௌபதிக்குத் தன்மீது தனக்கு கர்வம் ஏற்பட்டது. தன்னுடைய காலடிகளுக்குச் சுவடுகள் பதிப்பதற்கு ஐந்து பேர் ஆயத்தமாக இருக்கிறார்கள். ஆணுக்கு மட்டுமே பெண்ணை அனுபவிக்கும் சுதந்திரம் ஏன் இருக்கவேண்டும்? ஐவருடன் திரௌபதி ஐந்து இரவுகள் கழித்த பிறகு திரௌபதியைக் குந்தி கேட்டாள்: "திரௌபதி, என் மைந்தர்கள் உன்னை நல்ல விதமாகப் பார்த்துக்கொண்டார்கள் அல்லவா?" குந்தியின் கேள்வியி லிருந்த உள்ளர்த்தத்தை திரௌபதி புரிந்துகொண்டாள். ஐவர் தனக்குத் தந்த சுகம் எப்படி இருந்ததென்று அவள் கேட்கிறாளென்று திரௌபதிக்குத் தெரிந்தது.

அந்த எண்ணம் வந்ததும் திரௌபதி நாணமுற்றாள். திரௌபதியின் முகம் முன்னைவிட அழகாக, மிளிர்வதாகத் தென்படுவதைப் பார்த்த குந்தி மிகவும் மகிழ்ச்சி அடைந்தாள். பெண்ணின் வாழ்க்கை முதலிரவின் அனுபவத்தால் பரிபக்குவமடைகிறது. திரௌபதிக்கு ஐந்து வேறு வேறு முதலிரவுகள். ஐந்து வகையான அனுபவங்கள். அவள் எவ்வளவு சுகம் அனுபவித்தாள் என்பது குந்தியால் ஊகிக்க முடியாதது அல்ல.

திரௌபதியை அவளுடைய அனுபவங்களைப் பற்றித் துருவித்துருவிக் கேள்வி கேட்டாள். இன்னமும் அவளுடைய மனதுக்குள் ஐவருடன் சுகம் அனுபவித்ததன் துருதுருப்பு நிகழ்ந்து கொண்டிருப்பதாகக் குந்திக்குப் புரிந்தது.

"அத்தே... நீங்களும் என்னைப் போலத்தானே அனுபவங்கள் பெற்றீர்கள். அப்போது உங்களுககு எந்தத் தவறும் செய்வதாகத் தோன்றவில்லையா?"

குந்தி சிரித்தாள். "தவறோ, தவறில்லையோ... அதை நிர்ணயிப்பது யார், திரௌபதி? பெண் ஒருவரைவிட அதிகமானவர்களுடன் சங்கமிக்கக் கூடாதென்ற நியமத்தை நடுவில் கொண்டு வந்தார்களே தவிரப் பழங்காலத்தில் அந்த நியமம் எங்கே இருந்தது? அப்போது பெண்கள் தாங்கள் விரும்பிய ஆடவர்களுடன் கலந்து வாழ்ந்தவர்கள்தாம் அல்லவா?"

திரௌபதி வியப்பிலாழ்ந்தாள். இதென்ன இவள் இவ்வளவு வெளிப்படையாகப் பேசுகிறாளென்று நினைத்துக்கொண்டாள்.

குந்தி நிறுத்தவில்லை. தொடர்ந்தாள். "வடக்குக் குருதேசத்தில் இன்றைக்கும் பெண்கள் சுதந்திரமாக வாழ்கிறார்கள். இந்த வழக்கம் தர்மத்திற்கு எதிரானதென்று ஸ்வேதகேது தீர்மானித்த பிறகுதான் பெண் கணவனைத் தவிர அயல் ஆடவனுடன் சங்கமிக்கக் கூடாதென்ற நியமம் ஏற்பட்டது."

"ஸ்வேதகேதுவா... அவர் யார்?" என்று திரௌபதி கேட்டாள்.

"ஸ்வேதகேதுவின் கதையை எனக்கு என் கணவரே சொல்லி மற்றவர்களுடன் சங்கமிப்பதற்கு என்னைத் தூண்டினார். திரௌபதி... உத்தாலகர் என்ற முனிவரின் மகன் ஸ்வேதகேது. ஒரு நாள் ஒரு பிராமணன் உத்தாலகரின் கண்ணெதிரிலேயே

அவருடைய மனைவியின் கையைப் பிடித்து அழைத்துக்கொண்டு போய் சுகித்தான். உத்தாலகர் அதைப் பார்த்துக்கொண்டு வாளா இருந்தாரே தவிர ஸ்வேதகேது அப்படி வாளா இருக்கவில்லை. 'அப்பா, இதென்ன... என்னைப் பெற்றெடுத்தவளுடன் வேறொருவன் சுகித்துக்கொண்டிருக்க நீங்கள் எதுவும் சொல்லவில்லையே, ஏன்?' என்று கேட்டான்...

...உத்தாலகர் புன்சிரிப்பு சிரித்தார். 'உன் கோபத்தை அடக்கிக் கொள், மகனே... பெண்ணும் ஆணும் ஒருவரையொருவர் விரும்பினால் சுகம் அனுபவிப்பதில் தவறென்ன இருக்கிறது? இது சனாதன தர்ம வழிமுறை. விலங்கினம் போலவே மனிதர்களும் சுதந்திரமாக நடந்துகொள்கிறார்கள்.'

...ஸ்வேதகேது இந்தச் செயற்பாட்டைக் கொஞ்சம்கூட விரும்ப வில்லை. அப்போதிருந்து, கணவன்மார்களைத் தவிரப் பெண்கள் அயல் ஆடவருடன் இன்பம் துய்க்கக் கூடாது என்ற நியமத்தை ஏற்படுத்தினான். அப்படி இன்பம் துய்த்த மனைவிமார்களுக்குக் கருஅழிப்பு பாதகங்கள் சூழ்ந்து கொள்ளுமென்றுசாபம் கொடுத்தான். அதுதான் இப்போது மேன்மக்களால் மரியாதைக்குரியதாக ஒப்புக் கொள்ளப்பட்டுப் பின்பற்றப்படுகிறது, திரெளபதி."

"அப்படியானால் நீங்கள்..." என்று கேட்டாள் திரெளபதி.

"ஸ்வேதகேது இந்த நியமத்தை வரையறுத்தாலும்... நடப்பது நடந்தே தீரும் அல்லவா... ஒவ்வொரு நியமத்திற்கும் ஒரு விதிவிலக்கு இருக்கிறது. வம்சத்தை நிலைநாட்டுவதற்காக ஆண்கள்தாம் நியமத்தின் விதிவிலக்கை அனுசரிக்கிறார்கள். கணவனின் அனுமதி யுடன் பெண் அயலாருடன் சங்கமித்தால் தவறு இல்லையாம். இக்ஷ்வாகு மன்னன் கல்மாஷபாதுவுக்குப் பிள்ளைப் பேறு இல்லாததனால் தனது மனைவி தமயந்தியை வசிஷ்டரிடம் அனுப்பி வைத்தான். அவர்கள் இருவருக்கும் அஸ்வகன் என்ற மகன் பிறந்தான். இந்தப் பழக்கத்தை அனுசரித்துத்தான் என் அத்தைமார்களை வியாசரிடம் அனுப்பியிருக்கிறார்கள். திரெளபதி, என் அத்தைமார்களுக்கும் அயல் ஆண்களுடன் சங்கமித்த அனுபவம் இருக்கிறது. எனக்கும் அப்படிப்பட்ட அனுபவத்தை ஏற்கும் நிலைமை வந்தது. ஆனால் உனக்கு எங்களையெல்லாம்விட அற்புதமான வாய்ப்பு. என் மைந்தர்கள் ஐவரும் உனக்குக்

கணவன்மார்களே அல்லாது உனக்கு அயல் ஆண்கள் இல்லை அல்லவா... என் மைந்தர்களேயானாலும், அஸ்தினாபுரத்து மக்கள் சந்தேகப்பட்டார்கள் என்றாலும்... உன் பிள்ளைகளை சந்தேகப் படுவதற்கு வாய்ப்பில்லை அல்லவா... என் மைந்தர்கள் அயல் ஆண்கள் மூலம் பிறந்தவர்கள்... என் பிள்ளைகள் க்ஷேத்ரக்ஞர்கள்... அலைந்து திரியும் தல யாத்ரிகர்களைப் போன்றவர்கள். என் தங்கை ச்ருதசேனாவுக்குக் கணவன் மூலமாகக் குழந்தை பிறக்காததால் வேறொருவர் மூலமாகக் குழந்தைகளைப் பெற்றெடுத்தாள். ஆனால் உனக்குப் பிறக்கும் குழந்தைகள் முறையாக மணம் செய்துகொண்ட கணவன்மார்கள் மூலமாகப் பிறப்பவர்கள் அல்லவா."

"ஆனால்..." என்று திரௌபதி குறுக்கிட்டாள்.

"பிள்ளைகள் ஆறு விதமாக இருக்கிறார்கள், திரௌபதி. கணவனுக்குப் பிறந்தவன் ஔரஸன். கணவனே மனைவியை மற்றோர் ஆணிடம் அனுப்பி வைத்துப பிறந்தவன் க்ஷேத்ரக்ஞன். அடுத்தவர்களுடைய பிள்ளையை வளர்த்தெடுத்தால் அவன் தத்துபுத்திரன். யாரையாவது பாசத்துடன் மகனாக பாவித்தால் அவன் க்ருத்திமன். பெற்றவர்கள் விட்டுவிட்டுப் போய்விட்டால் அப்படி வந்து சேர்கிறவன் அபவித்தன். கணவனுக்குத் தெரியாமல் மனைவிக்குப் பிறந்தவன் ரகசியப் பிள்ளை என்பதான கூடோத்பன்னன். இந்த ஆறு பேரும் ஆஸ்திக்கும் உறவுமுறைக்கும் அருகதை உள்ளவர்கள். இவர்கள் மட்டுமல்லாமல் மற்றோர் ஆறு வகையான பிள்ளைகள் இருக்கிறார்கள். திருமணமாகாத கன்னிப் பெண்ணுக்குப் பிறந்தவன் கானீனன். திருமணத்தின்போதே மனைவி யின் கர்ப்பத்தில் இருந்து பின்னர் பிறப்பவன் ஸஹோடன். கண்டெடுக்கப்பட்ட மகன் க்ரீதன். கணவன் ஒதுக்கி வைத்த பெண்ணுக்கோ, விதவைக்கோ பிறந்தவன் பௌனர்பவன். தானாகவே எங்கிருந்தோ வந்து வளர்ப்பு மகனானவன் ஸ்வயம் தத்து. பிராமணனுக்கும் சூத்திரப் பெண்ணுக்கும் பிறந்தவன் பாரசவன். இந்த ஆறு பேரும் உறவு முறையில் சேர்த்துக்கொள்ளப்படுவார்களே தவிர, தாயாதிகள் ஆக மாட்டார்கள்; அதாவது ஆண்வழி வாரிசு உரிமை பெற்ற பங்காளிகள் ஆகமாட்டார்கள். இந்த ஆறு பேருக்கும் சொத்தில் உரிமை கிடையாது. இத்தனை வகையான மகன்களை நமது நியாய சூத்திரங்களே குறிப்பிடுகின்றன. எங்களுக்கு க்ஷேத்ரக்ஞர்கள் பிறந்தார்கள். க்ஷேத்ரக்ஞர்களைவிடச்

சிறந்தவர்களான ஔரஸர்களை நீ பெற்றெடுப்பாய். எனவே எங்களுக்கு இருந்த பயமும் குழப்பங்களும் உனக்கு இருப்பதற்கு வாய்ப்பில்லை. எப்படிப்பட்ட சிந்தனைகளுக்கும் இடம் கொடுக்காமல் சுகப்படு, திரௌபதி."

திரௌபதி மகிழ்ச்சியுற்றாள். எந்த அத்தையாவது தன் மருமகளிடம் இவ்வளவு அன்னியோன்னியமாக, தயக்கமில்லாமல் இருப்பார்களா, என்ன! பெற்ற தாயிடம் கூடப் பகிர்ந்துகொள்ள முடியாத ரகசியங்களைக் குந்தியுடன் பகிர்ந்துகொள்ளும் அளவுக்கு நெருக்கமாகப் பழகினாள் திரௌபதி. குந்தியிடமிருந்து பல நியாயங்களை, தர்மசாஸ்திரங்களைக் கற்றுக்கொண்டாள். தான் தன்னுடைய கணவன்மார்களுடன் தயக்கமின்றி அபூர்வமான அனுபவங்களைப் பெறுவதற்குக் காரணமான குந்தி மீது அவளுக்கு அன்பும் பிடிமானமும் வளர்ந்தன. தன்னுடைய அவனுபவங்களை திரௌபதி கவிதைகளாக மாற்றினாள். அவற்றைக் கேட்பதற்கு எப்போது அழைத்தாலும் உடனுக்குடன் வருவதற்கு சகாதேவன் ஆயத்தமாக இருந்தானே...

25

பாண்டவர்களுக்கு திருதராஷ்டிரனின் அழைப்பு

பாண்டவர்களும் திரௌபதியும் காம்பில்ய நகரத்தில் சொர்க்க சுகங்களை அனுபவித்துக் கொண்டிருந்த தருணத்தில் அஸ்தினாபுரத்தில் அவர்களைப் பற்றித் தீவிர விவாதம் தொடங்கியது. மத்ஸ்ய யந்திரத்தை வீழ்த்தியவன் அர்ஜுனன் என்றும், சல்யனைத் தோற்கடித்தவன் பீமன் என்றும், பாண்டவர்கள் ஐவரும் திரௌபதியைத் திருமணம் செய்துகொண்டார்கள் என்றும், துருபதனின் நகரத்தில் அவர்கள் எல்லா சுகபோகங்களையும் அனுபவிக்கிறார்கள் என்றும் தெரிந்துகொண்ட துரியோதனன் கவலைக்குள்ளானான்.

திரௌபதி பாண்டவர்களைத் திருமணம் செய்துகொண்ட விஷயம் கர்ணனின் மனதிலும் கனலைக் கிளறச் செய்தது. தான் தேர்ப்பாகனின் மகன் என்ற காரணத்தினாலேயே திரௌபதியைத் திருமணம் செய்துகொள்ள முடியாமல் போனது அவனுடைய மனதைக் காயப்படுத்தியது. சுயம்வர நிகழ்ச்சியிலிருந்து வந்த பிறகு திரௌபதியின் உருவத்தை நினைத்துக்கொண்டு அவன் தூக்கமில்லாமல் பல இரவுகளைக் கழித்தான். திரௌபதி ஒரு பிராமணனின் வசமாகிவிட்டாளே என்று நினைத்து நினைத்து வேதனைப்பட்டான். அவன் பிராமணனாக இல்லாதிருந்தால் என்றைக்காவது அவனை வென்று திரௌபதியைத் தன்வசம் ஆக்கிக்கொள்பவன்தான். ஆனால் இப்போது தனது நெடுங்கால எதிராளி அர்ஜுனனே அவளை வென்றெடுத்தான் என்பதாகத் தெரிந்ததும் கர்ணனின் மனம் மிகவும் கனன்றது. திரௌபதியை ஒருவரல்ல, இப்போது ஐந்து பேர் அனுபவிக்கிறார்கள். ஐவரை வென்றலன்றி திரௌபதி தன் வசமாகமாட்டாள். அந்த வாய்ப்பு எப்போது வருமோ...

பாண்டவர்களுக்கு திருதராஷ்டிரனின் அழைப்பு

துரியோதனன், கர்ணன் ஆக இருவரும் சேர்ந்து திருதராஷ்டிரனிடம் வந்தார்கள். அப்போதுதான் விதுரனின் மூலமாகப் பாண்டவர்கள் ஐவரும் இன்னும் உயிருடன் இருக்கிறார்கள் என்பது தெரிந்து திருதராஷ்டிரன் சற்று கவலைப் பட்டுக் கொண்டிருந்தான்.

"மகனே... நீ அரக்குமாளிகையில் அவர்களை எரித்து விட்டா யென்று அறிந்து மிகவும் கவலைப்பட்டேன். ஆனால் இப்போது அவர்கள் உயிருடன் இருக்கிறார்களென்று அறிந்து மேலதிகமாகக் கவலைப்படுகிறேன். அவர்கள் நம் மீது பகை தீர்த்துக்கொள்ள ஆயத்தமாவார்கள். சக்தி மிக்க துருபதனின் நட்பு அவர்களுக்குக் கிடைத்திருக்கிறது. சொல்லுங்கள்... நீயும் கர்ணனும் என்ன யோசிக் கிறீர்கள்?"

துரியோதனன் தன் தந்தையிடம் இப்படிச் சொன்னான்: "தந்தையே, துருபத மன்னனின் நட்பு பாண்டவர்களுக்குக் கிடைத் திருப்பது கொஞ்சம் குழப்பத்தை உண்டாக்கும் விஷயம்தான். இப்போது பகைவர்களான பாண்டவர்களை எப்படித் தோற் கடிப்பது என்பதைத்தான் நாம் யோசிக்க வேண்டும். நிபுணத்துவம் வாய்ந்த மந்திரவாதிகளையும் மாயாவிகளையும் காம்பில்ய நகரத்திற்கு அனுப்பி துருபதனுக்கும் பாண்டவர்களுக்கும் இடையே கலகத்தை விளைவிக்க வேண்டும். திரௌபதி ஐந்து கணவன்மார்களுக்கு உரியவள் என்பதனால் அவளுக்குத் தனது கணவர்கள் மீதுள்ள காதல் உணர்வுகள் நசித்துப்போகச் செய்வது எளிது. அதற்குத் தேவையான மந்தரை போன்ற வஞ்சகக்காரிகளை நாம் அங்கே அனுப்பி வைக்கலாம்; திரௌபதிக்கு நஞ்சு அரைத்துக் கொடுத்து அவளுக்குத் தன் கணவர்கள் மீது மனக்கசப்பு ஏற்படும் படிச் செய்யலாம். பாண்டவர்கள் அஸ்தினாபுரம் வருவதற்கு எப்படியும் முயற்சி செய்வார்கள். அதற்குள்ளாக பீமனுக்கும் அர்ஜுனனுக்கும் முடிவுகட்டிவிட்டால் அவர்கள் முழுவதுமாக பலவீனப்பட்டுவிடுவார்கள், தந்தையே!"

துரியோதனனின் இந்தப் பேச்சுக்குக் கர்ணன் குறுக்கிட்டான்.

"கௌரவர் தலைவனே, உன்னுடைய சூழ்ச்சிகளில் எதுவும் சரியானதல்ல. பாண்டவர்களைப் போன்ற சக்தி மிக்கவர்களை மருமகன்களாகப் பெற்ற துருபதன் அவர்களை நீக்கி வைப்பது

நடக்கிற காரியமல்ல. திரௌபதிக்குப் பாண்டவர்கள் மீதான காதலைக் குறைக்கச் செய்வதுகூட எவராலும் ஆகக்கூடிய காரியமல்ல. சம்பிரதாய முறைப்படி ஐவருடன் அனுபவம் கொள்ளும் வாய்ப்பு எந்தப் பெண்ணுக்குக் கிடைத்திருக்கிறது? அந்த வாய்ப்பை யாராவது நழுவவிடுவார்களா? பாண்டவர்கள் ஐவரும் திரௌபதி என்றால் தீவிரப் பிணைப்புடன் இருக்கிறார்கள். அவர்கள் தரித்திரர்களாக இருந்த நிலையிலேயே அவள் அவர்களை வரித்திருக்கிறாள். இனி தந்தையின் அரவணைப்பால் சகல ராஜபோகங்களும், காதல் களியாட்ட சுகங்களும் அனுபவிக்கும்போது அவர்களைப் பிரிப்பது என்பது நடக்கக் கூடியதா? அவர்களுடைய வலிமை அதிகரிப்பதற்கு முன்பாகவே பாண்டவர்களை யுத்தத்திற்கு அழைத்து அழிக்க வேண்டும்... வஞ்சகமாக அவர்களைக் கொல்வதற்கும், பழிவாங்குவதற்கும் செய்யும் எந்த முயற்சியும் நிறைவேறாது என்பது உன் அனுபவத்திற்கு இன்னும் எட்டவில்லையா?"

கர்ணனின் பேச்சுக்கு திருதராஷ்டிரன் தலையாட்டினான். துரியோதனனின் மீது எவ்வளவுதான் அன்பு இருந்தாலும், பாண்டவர்கள் அஸ்தினாபுரத்திற்கு வருவதை திருதராஷ்டிரனால் தடுக்க முடியவில்லை. தனது சகோதரன் பாண்டுவின் மைந்தர்களையும் புதிய மணமகளையும் வரவழைத்து அவர்களுக்கு உரிய ராஜ்ய பாகத்தை அவர்களுக்குக் கொடுக்க வேண்டுமென்று பீஷ்மர், துரோணர், விதுரன், இதர உறவினர்கள் ஆக எல்லாருமாக திருதராஷ்டிரனுக்கு அறவுரை கூறினார்கள். பாண்டவர்களை, குந்திதேவியை, திரௌபதியை சகல மரியாதைகளுடன் அஸ்தினாபுரத்திற்கு அழைத்து வரும்படி திருதராஷ்டிரன் விதுரனுக்கு ஆணையிட்டான்.

26

மூத்தவனின் தீர்மானம்

இந்திரப்ரஸ்தம். ஒரு மகா அற்புதமான நகரம்.

ஸ்ரீகிருஷ்ணன் நினைத்திராவிட்டால் அந்த நகரமே உருவாகி யிருக்காது.

திருதராஷ்டிரன் பாண்டவர்களை அஸ்தினாபுரத்திற்கு அழைத்து ஒப்படைத்த காண்டவப்பிரஸ்தம் ஒரு நகரமே அல்ல. அடர்ந்த காட்டின் நடுவில் பழைய வீடுகளின் தொகுப்பு.

தங்களுக்கான நாட்டைப் பார்ப்பதற்காகப் பாண்டவர்களும் திரௌபதியும் கிருஷ்ணனுடன் சேர்ந்து காண்டவப்பிரஸ்தத்திற்கு வந்தார்கள். அந்த நகரத்தைப் பார்த்து திரௌபதியின் முகம் சுருங்கியது. இதைவிடத் தனது தந்தையாரின் நகரத்திலேயே இருந்திருந்தால் நன்றாய் இருந்திருக்குமே என்று அவளுக்குத் தோன்றியது.

திரௌபதியின் மனது புரிந்தது கிருஷ்ணன் ஒருவனுக்குத்தான். தனது திருமணம் முடிந்த பிறகு தங்களைப் பார்க்க வந்த கிருஷ்ணன் துவாரகை திரும்பிப் போவதென்பதெங்கே... கணவன் அர்ஜுனனைத் தன்னுடன் எப்போது அளவளாவவிட்டான்? அர்ஜுனன் தன்னை விட்டு விலகியிருக்க நேரும்போது திரௌபதிக்குக் கிருஷ்ணன் மீது பொறாமை ஏற்பட்டது. ஆனால் கிருஷ்ணனின் கேண்மையில் இருந்தால் அவன் தன்னுடன் எவ்வளவு நேரம் இருந்தாலும் அவ்வளவு நேரமும் உல்லாசமாக இருக்கும்.

கிருஷ்ணன் அவளுக்கு ஒரு நீல முத்துமாலை கொடுத்தான். அதை நிரந்தரமாகக் கழுத்தில் அணிந்திருக்க வேண்டுமென்று சொன்னான்.

எப்போதும் ஏன் அணிந்துகொள்ள வேண்டுமென்று அவள் கேட்டாள்.

“அந்த மாலை இருக்கும் வரை நான் உன்னோடு இருந்த மாதிரிதானே...” என்று அவன் குறும்புச் சிரிப்பு சிரித்தான்.

நெஞ்சு நடுவில் தொட்டுத் தடவி நகர்ந்தாடிக் கொண்டிருக்கும் அந்த மாலையைக் குளிக்கும் சமயத்தில்கூடக் கழற்றி வைப்பதற்கு மனம் ஒப்புவதில்லை. “உனக்கும் எனக்கும் இடையே அந்த மாலை எதற்காக?” என்று அர்ஜுனன் ஒரு நாள் இரவு கேட்டான். அது கிருஷ்ணன் கொடுத்தது என்பதாகச் சொன்னாள். அர்ஜுனன் கொஞ்சம்கூட வியப்படையாமல் “அப்படியா... நமக்கு இடையே அவன் எப்போதும் இருக்க வேண்டியவன்தானே” என்று சிரித்தான்.

காண்டவப்ரஸ்தத்தைப் பார்த்து மனம் அலுத்துக்கொண்ட அவளைப் பார்த்து ஸ்ரீகிருஷ்ணன் “இதை அழகான நகரமாக மாற்றட்டுமா?” என்று கேட்டான்.

“அதைவிட ஒரு பாக்கியமா இருக்கிறது!” என்று திரௌபதி சொன்னாள்.

ஸ்ரீகிருஷ்ணன் இந்திரனை நினைத்துககொண்டது, அவன் விஸ்வகர்மாவை அனுப்பி வைத்தது எல்லாமே கணப்பொழுதில் நடந்து முடிந்தது. ஒரு மாதத்தில் அழகான நகரம் உருவாயிற்று. உயரமான சுற்றுச்சுவர்களுடன், பெரிய மாளிகைகளுடன், நகர நுழைவாயில்களுடன், அழகான நந்தவனங்களுடன் விஸ்வகர்மா நகரத்தைத் திருத்தி ஒழுங்குபடுத்திக் கொடுத்தான். அதற்கு இந்திரப்ரஸ்தம் என்று பெயரிட்டார்கள்.

இந்திரப்ரஸ்தம் தயாரான பிறகு ஒரு சுபமுகூர்த்தத்தில் தர்மன் தன் தம்பிமார்களுடன் பிரவேசித்து, பெரியோர்களின் ஆசிகளுடன், மங்கள கீதம் ஒலிக்க, வைதாளிகப் பாணர்களின் துதிப்பாடல்கள் ஒலிக்க சிம்மாசனம் ஏற்று தர்மபரிபாலனம் தொடங்கினான். ஸ்ரீகிருஷ்ணன் அதற்குப் பிறகு விடைபெற்றுப் போனான்.

தர்மன் பட்டாபிஷேகத்திற்குப் பிறகு பட்டத்து ராணியான திரௌபதி மீது அவனுடைய ஆதிக்கம் அதிகரித்தது. அவனுடைய அந்தப்புரத்திலேயே நிரந்தரமாக திரௌபதி இருக்க வேண்டிய சூழ்நிலை ஏற்பட்டது. பீமன், அர்ஜுனன், நகுலன், சகாதேவன்

மூத்தவனின் தீர்மானம்

ஆகியோர் அவளுக்காக அனுப்பிய செய்திகளும் உத்தரவுகளும் அந்தந்த நிலையிலேயே நின்றுபோயின. மகாராஜா என்ற நிலையில் தர்மனின் கட்டளைகளை திரௌபதி நிறைவேற்றுவதா... இல்லை, மற்ற கணவன்மார்களின் அழைப்புகளை மன்னிப்பதா...

ஸ்ரீகிருஷ்ணன் இந்தச் சூழ்நிலையை கவனித்துவிட்டான் போலிருக்கிறது. நாரத முனிவரைப் பாண்டவர்களிடம் அனுப்பி வைத்தான்.

மூவுலக சஞ்சாரியான நாரதரை தர்மன் தன் தம்பிமார்களுடனும், திரௌபதியுடனும் எதிர்சென்று வரவேற்று அழைத்து வந்தான். அவரை அவர்கள் பக்தியுடன் வணங்கினார்கள்.

"முனிபுங்கவரே. எங்கள் பாக்கியவசத்தால் தங்களுடைய தரிசனம் எதிர்பாராமல் கிடைத்திருக்கிறது. நாங்கள் நன்றிக்கடன் பட்டவர்களானோம்" என்றான் தர்மன்.

"அண்ணன் தம்பிகளுடன் தனிமையில் பேச வேண்டும்" என்றார் நாரதர், திரௌபதியைப் பார்த்தபடி. அதைப் புரிந்துகொண்ட திரௌபதி அங்கிருந்து வெளியேறினாள்.

"தர்மனே, அண்ணன் தம்பிகளான நீங்கள் அறநெறிகளை அறிந்தவர்கள். நீங்கள் இதுவரை அன்னியோன்னியமாக இருந்திருக்கிறீர்கள். உங்கள் ஐவருக்கும் திரௌபதி தர்மபத்தினி ஆகி யிருக்கிறாள். இந்த மாதிரியான அமைப்பு முன்னெப்போதும் நிகழ்ந்ததில்லை. அந்த அழகியின் காரணமாக உங்களுக்குள் உரசல் ஏற்பட்டுவிடாமல் பார்த்துக்கொள்ள வேண்டும். முன்பு ஸுந்தனும் உபஸுந்தனும் திலோத்தமைக்காகச் சண்டையிட்டு எமலோகம் சென்றடைந்த விவரம் உங்களுக்குத் தெரியாததல்ல. பாண்டு மைந்தர்களே... திரௌபதி உங்கள் அனைவருக்கும் மனைவி. உங்களில் ஒவ்வொருவரும் அவள் தனது அருகிலேயே இருக்க வேண்டுமென்று எண்ணுவது இயல்பு. அவளுடைய விஷயத்தில் உங்களிடையே பொறாமையோ பகைமையோ ஏற்பட்டுவிடாமல் ஓர் ஏற்பாட்டைச் செய்துகொள்வது நல்லது" என்று நாரதர் சொன்னார்.

தர்மன் நன்கு சிந்தித்த பின்பு "முனிபுங்கவரே, தாங்கள் சொன்னது உண்மைதான். நாங்கள் ஒவ்வொருவரும் ஒவ்வோர்

ஆண்டு அவளை அழைத்துக்கொள்கிறோம். ஒருவர் அவளுடன் இல்லறம் நடத்தும்போது மற்றொருவர் அவளிடம் போகாமல் இருப்பதாக நிபந்தனை விதித்துக்கொள்கிறோம். நிபந்தனையை யாராவது மீற நேர்ந்தால் அவன் பன்னிரண்டு மாதங்கள் தீர்த்த யாத்திரை செய்து பிரம்மச்சரியத்தைக் கடைப்பிடிக்க வேண்டும்" என்று சொன்னான்.

மூத்தவன் தீர்மானம் எடுத்துக்கொண்ட பிறகு முனிவரின் முன்னிலையில் பாண்டவர்கள் அதை மறுக்க முடியாதவர்களானார்கள். "நாங்கள் அதற்கு கட்டுப்படுகிறோம், முனிபுங்கவரே!" என்று அவர்கள் சொன்னார்கள்.

அவர்களுடைய தீர்மானத்தைக் கேட்ட நாரத முனிவர் மகிழ்ச்சியுடன் விடைபெற்றுச் சென்றார்.

27
அர்ஜுனனின் தீர்த்த யாத்திரை

தர்மனும் மற்ற பாண்டவர்களும் தன்னுடன் இல்லறம் நடத்துவதற்குச் செய்துகொண்ட ஏற்பாட்டைத் தோழிகள் மூலமாகத் தெரிந்துகொண்ட திரௌபதி யாரைக் கேட்டு இந்த ஏற்பாடு செய்தார்களென்று மனதுக்குள் நினைத்துக்கொண்டாள். ஓர் ஆண்டுக்குக் குறையாமல் காலக்கெடு இருக்காது. எதிர்வரும் இந்த இரண்டு ஆண்டுகள் தான் அர்ஜுனனுடன் சேராமல் தன்னால் இருக்க முடியுமா? இந்த ஆண்டில் தனக்கு கர்ப்பம் ஏற்பட்டால் மற்றொருவருடன் சங்கமம் சாத்தியமா?

ஓர் ஆண்டு என்பதைவிட ஆறு மாதங்கள் என்று வரையறுத்திருந்தால் நன்றாக இருக்குமென்று நினைத்தாள் அவள்.

ஆறு மாதங்கள் என்பதுகூட நீண்ட காலம்தான். ஒருமாத காலம் அல்லது இருவார காலம் அல்லது ஒருவார காலம் என்பது சரியாக இருக்காதா? தன்னைப் பொறுத்த வரை சரி... தன்னுடைய கணவன்மார்கள் தங்களுடைய ஓராண்டு கால விரகதாபத்தைத் தாங்கிக்கொள்வார்களா?

தன்னுடைய தந்தையின் நகரத்தில் இருந்தபோது செய்திருந்த ஏற்பாடுதான் தனக்குப் பிடித்திருந்தது. ஒவ்வொரு நாளும் ஒவ்வொருவருடன் சுகம் அனுபவிக்கும் ஏற்பாடு. அப்போதே ஒவ்வொருவரும் நான்கு நாள் இடைவெளியைப் பொறுத்துக் கொள்ள முடியாதிருந்தார்கள். இப்போது எப்படி ஓர் ஆண்டு வரை காலம் கடத்துவார்கள், காத்திருப்பார்கள்?

திரௌபதி பயப்பட்டதெல்லாம் நடந்தது. தர்மன் ஒரு நாள் நகர்வலத்திற்குப் போயிருந்தபோது பீமன் வந்தான். தீவிரமாக இறுக அணைத்துக்கொண்டான். "அண்ணன்தான் இல்லை அல்லவா... இப்போது என்ன பயம்?" என்று சொல்லிக்கொண்டே அழுத்தமாக

முத்தமிட்டான். திரௌபதி அவனிடமிருந்து விடுவித்துக்கொண்டு நயந்து பேசி வெளியே அனுப்பி வைத்தாள். இப்போது நிபந்தனையை மீறினால் ஆறு ஆண்டுகள் தன்னுடன் இணைய விடமாட்டேனென்று அவள் எச்சரித்ததால் அவன் உற்சாகமிழந்து வெளியேறிப் போனான்.

அன்றிரவு தர்மன் கேட்டான். “பீமன் வந்தானாமே...”

“ஆமாம். ஆனால் அதற்கல்ல” என்று சொல்லி திரௌபதி சிரித்தாள்.

“வேறெதற்கு?” என்று தர்மன் தனது ஆற்றாமையை வெளியே காட்டிக்கொள்ளாமல் கேட்டான்.

“உங்களிடம் ஏதோ பேச வேண்டுமென்று சொன்னார். நீங்கள் இல்லையென்று சொன்னதும் திரும்பிப் போய்விட்டார்” என்று சொன்னாள்.

ஆனால் அர்ஜுனன் இரண்டு ஆண்டுகள் வரை பொறுத்துக் கொள்ள முடியாதவன் ஆனான். எவருடனாவது இந்த இரண்டு ஆண்டுகள் சுகித்து வந்தால் நன்றாய் இருக்குமென்று நினைத்தான். ஆனால் அவனுடைய மனது எந்த தாசி மீதும் திரும்பவில்லை. திரௌபதியைப் பார்த்த பிறகு எந்த தாசியும் தன்னை வசீகரிக்க வில்லை.

ஒரு நாள் தர்மன் திரௌபதிக்கு ஆயுதசாலையைக் காண்பித் தான். ஒவ்வோர் ஆயுதத்தையும் திரௌபதி கண்களை அகலத் திறந்து பார்த்துக்கொண்டிருந்தாள். அர்ஜுனனுடைய அம்புகள், பீமனுடைய கதாயுதம் ஆகியவற்றைப் பார்த்ததும் அவளுக்கு அவர்களைப் பற்றிய நினைப்பு வந்தது. தர்மன் தன்னுடைய சூலாயுதத்தைக் காண்பித்து, அதை எப்படிப் பிரயோகிப்பதென்று விவரித்தான்.

தர்மன் சூலத்தை வேகமாகத் திருப்பியபோது அது தன்னைத் தாக்குமோவென்று திரெபதி பயந்து கொஞ்சம் நகர்ந்து நின்றாள். தர்மனுக்குச் சிரிப்பு வந்தது. சூலத்தைப் பக்கத்தில் வைத்துவிட்டு திரௌபதியை அருகில் இழுத்து அணைத்துக்கொண்டான். இருந்தாற்போலிருந்து அவனுக்கு அவள் மீது தாபம் கிளர்ந்தது. இப்போது இங்கே யார் வரப்போகிறார்களென்று நினைத்தான்.

"இப்படி வா" என்று திரௌபதியை அணைத்துப் பிடித்துக் கொண்டு ஒரு மூலைக்கு இட்டுச் சென்றான். அவள் மீது முத்த மழை பொழிந்தான். ஆயுதசாலையில் காதல் லீலையா என்று அவள் நினைத்துக்கொண்டாள். தர்மன் அவளுடைய முன்றானையை நீக்கித் தனது முகத்தை அவளுடைய மார்பகங்களில் அழுத்தமாகத் தேய்த்தான். திரௌபதி கண்களைத் திறந்தபடியே இருந்தாள்.

இருந்தாற்போலிருந்து அவளுடைய கண்களுக்கு அர்ஜுனன் தென்பட்டான். அவன் எங்கேயோ தொலைவிலிருந்து இந்தக் களியாட்டத்தைப் பார்த்துக்கொண்டிருந்தான். பின்னோக்கிச் செல்வதற்கு அவனுக்குக் கால்கள் வரவில்லை. அவனுடைய கண்கள் காமத்துச் செந்நிறத்தைத் தெளித்துக்கொண்டிருந்தன. திரௌபதி தர்மனைத் தடுத்து நிறுத்தி தூரமாக விலகி நகர்ந்தாள்.

"என்ன... என்ன நடந்தது?" என்று தர்மன் கேட்டான். திரௌபதி எதுவும் சொல்லவில்லையே தவிர அவளுடைய கண்கள் பார்த்த பக்கம் தர்மன் பார்த்தான். அங்கே அர்ஜுனன் நின்றிருந்தான்.

தர்மனின் முகத்தில் ஆத்திரம் தென்பட்டது. அவன் வாய் திறந்து பேச முற்படுவதற்கு முன்பே அர்ஜுனன் "அண்ணா, நான் வில்-அம்புகளுக்காக வந்தேன். நீங்கள் ஏகாந்தத்தில் இருக்கிறீர்களென்று தெரியாது. என்னை மன்னியுங்கள்" என்றான்.

"அம்புகளா... இப்போது அவை எதற்கு?"

"தன்னுடைய ஹோமத்திற்கான பசுக்களை சில திருடர்கள் அபகரித்துச் சென்று விட்டார்களென்று ஒரு பிராமணர் துக்கத் துடன் முறையிட்டார். நான் அந்தத் திருடர்களைத் தேடி தண்டிப்ப தற்காக வில்லம்புகளுக்காக வந்தேன்."

"சரி, எடுத்துக்கொண்டு போ" என்று தர்மன் சொன்னான்.

அம்புகளை எடுத்துக்கொண்டு போனபோது அர்ஜுனன் ஒரு முறை நின்றான். தர்மனையும் திரௌபதியையும் பார்த்துப் பெருமூச்சு விட்டபடி இப்படிச் சொன்னான்:

"அண்ணா, நான் தவறு செய்துவிட்டேன். உங்கள் ஏகாந்தத்திற்கு பங்கம் விளைவித்துவிட்டேன். திருடர்களை தண்டித்த பிறகு நான்

கொடுத்த வாக்குறுதியின்படித் தீர்த்தயாத்திரைக்குச் செல்கிறேன்" என்றான்.

"நீ புத்திபூர்வமாக எங்கள் ஏகாந்தத்திற்கு ஊறு விளைவிக்க வில்லை அல்லவா... நீ நற்செயல் புரியும் காரணமாக வந்திருக்கிறாய். ஆயுதசாலையை அந்தரங்க அறையாக்கியது எங்கள் தவறு."

"அண்ணா... தெரிந்து செய்தாலும், தெரியாமல் செய்தாலும் நியமத்தை மீறியது தவறுதான். ஆனாலும் தீர்த்த யாத்திரையை நான் வேறு யாருக்காகவும் மேற்கொள்ளவில்லை... அது எனக்காகத்தான்" என்று திரௌபதியைப் பார்த்தபடிச் சொல்லிவிட்டு அங்கிருந்து அகன்றான்.

28

சந்தானபதி

நினைத்ததெல்லாம் நடந்தது. ஓராண்டு இடைவேளையில் ஏதோ நடக்கக் கூடாதது நடக்குமென்று அவள் முன்னதாகவே ஊகித்திருந்தாள். அர்ஜுனன் தனது கண்பார்வைக்குக்கூடத் தென்படாத அளவுக்குத் தீர்த்தயாத்திரைக்குக் கிளம்பிப் போய்விட்டான். அந்த ஓராண்டு அவளுக்கு எவ்வளவோ நீண்டதாகக் கழிந்தது.

அர்ஜுனன் உண்மையாகவே பிரம்மச்சரியத்தைக் கடைப் பிடிப்பானென்ற நம்பிக்கை திரௌபதிக்குக் கொஞ்சம்கூடக் கிடையாது. தீர்த்தயாத்திரைகளுக்குச் சென்று பிரம்மச்சரியத்தைக் கடைப்பிடிக்க வேண்டும் என்பதுதானே நிபந்தனை?

தர்மனுடன் தன்னை அவ்வளவு நெருக்கமாகப் பார்த்த பிறகு தன் மீது அர்ஜுனனின் மனது முறிந்துவிட்டதென்றே தோன்றியது. அன்றைக்கு அர்ஜுனன் தன்னைப் பார்த்த பார்வை அவன் பிரிந்து சென்ற அந்த ஓராண்டு முழுவதும் தன்னை வேதனைப்படுத்தியது.

ஆனால் அவனுக்காகத் தான் அனுபவித்த விரக வேதனையை அவன் கொஞ்சம் கூட அனுபவிக்கவில்லை என்பது தெளிவாகத் தெரிகிறது. நிபந்தனையை மீறி ஓர் ஆண்டுக்குள் எத்தனை பேரை அனுபவித்தானோ… நாகலோகத்தில் நாககன்னி உலூச்சி, மணிபுரத்தில் சித்ராங்கதை ஆகியோரைத் திருமணம் செய்து கொண்டது போதாமல் துவாரகையை அடைந்து உச்ச கட்டமாய் ஸ்ரீகிருஷ்ணனின் சகோதரி சுபத்திரையையே திருமணம் செய்துகொண்டுவிட்டான். சந்நியாசி யதி வேடத்தில் சுபத்திரையுடன் பணிவிடைகள் செய்துகொண்டு தன்னையே மறந்து விட்டானாம். இப்போது ஒரேயடியாய் சுபத்திரையுடனேயே திரும்பி வந்து இந்திரப்ரஸ்தம் சேர்ந்திருக்கிறான். அர்ஜுனனுடன் தான் பேசாமல் இருக்க வேண்டுமென்று திரௌபதி தீர்மானித்தாள்.

ஓராண்டு காலமாக விருப்பம்போல் சுற்றித் திரிந்த தன்மீது திரௌபதிக்குக் கோபம் வருமென்று அர்ஜுனனுக்குத் தெரியும். அதனால்தான் அவளுடைய கண்ணெதிரில் தென்படுவதற்கு பயந்தான்.

"சுபத்ரா... உன்னைத் திருமணம் செய்துகொண்டேனென்று திரௌபதி நிச்சயம் எரிந்து விழுவாள். அவளுடைய கோபத்தைத் தணிக்கும் பொறுப்பு உன்னுடையதுதான். நீ போய் அவளுக்கு வணக்கம் செலுத்திவிட்டு வா" என்று சொல்லி அர்ஜுனன் சுபத்திரையை திரௌபதியிடம் அனுப்பி வைத்தான்.

சுபத்திரை யாதவப் பெண்களுடன் சேர்ந்து திரௌபதியிடம் சென்றாள். திரௌபதியின் பாதங்களில் விழுந்து வணங்கினாள்.

யாதவப் பெண்ணின் தோற்றத்தில் இருந்த நிலையில் திருமண முகக்களையுடன் அழகு பொங்க இருந்த சுபத்திரையைப் பார்த்து "யார் நீ?" என்று திரௌபதி கேட்டாள்.

"நான் ஸ்ரீகிருஷ்ணனின் தங்கை சுபத்திரை. இப்போது உங்களுக்கும் தங்கைதான். உங்களுக்குத் தெரியாமல் அர்ஜுனனைக் காதலித்துத் திருமணம் செய்துகொண்டிருக்கிறேன். அக்கா, என்னை மன்னித்துவிடுங்கள்."

திரௌபதி திகைத்தாள். தன்னுடைய கணவனே சுபத்திரையை அனுப்பி வைத்திருக்கிறான் என்பது அவளுக்குப் புரிந்துவிட்டது. ஸ்ரீகிருஷ்ணன் தனக்கு விருப்பமான தோழன். அவனுடைய சொந்த சகோதரியை அவள் எப்படி அவமதித்துப் புறக்கணிக்க முடியும்?

"உன் கணவன் விஜயனாகட்டும்" என்று திரௌபதி அவளை ஆசீர்வதித்தாள்.

"அவர் வெற்றியாளர்தான்" என்று சொல்லி சுபத்திரை சிரித்தாள். திரௌபதியும் சிரித்தாள்.

தன்னுடைய தங்கை சுபத்திரையை அர்ஜுனனுக்குத் திருமணம் செய்வித்தது ஸ்ரீகிருஷ்ணனுடைய சூழ்ச்சிதான் என்று திரௌபதிக்குத் தோன்றியது. அர்ஜுனனுடைய பார்வை தன்னைவிட்டுத் திரும்ப வேண்டும் என்பதற்காகச் செய்த முயற்சி இது.

அன்றைய இரவு திரௌபதி சுபத்திரையைத் தானே நேர்பட அலங்கரித்தாள். பன்னீரில் குளித்து முடித்த சுபத்திரைக்கு அர்ஜுனனுக்கு விருப்பமான முறையில் வெள்ளை நிற ஆடை உடுத்தினாள். சுபத்திரை-அர்ஜுனன் சோபனத்திற்கான ஏற்பாடு களை திரௌபதியே தானாக முன் வந்து செய்தாள்.

படுக்கையறைக்கு அனுப்புவதற்கு முன்பு திரௌபதி அவளுடன் மனம் திறந்து பேசினாள்.

"சுபத்ரா... ஒரு மனைவி மற்றொரு பெண்ணுக்கு எந்த விலையுயர்ந்த பொருளை வேண்டுமானாலும் கொடுப்பதற்கு ஆயத்தமாக இருப்பாளே தவிர தன்னுடைய கணவனை தாரை வார்க்க மாட்டாள். அர்ஜுனனை நான் உயிருக்கும் மேலாகக் காதலித்தேன். ஆனால் உன் அண்ணன் ஸ்ரீகிருஷ்ணன் எனக்கு ஆராதனை தெய்வம் அவருடைய தங்கை என்பதனால் உன்னை என் கைகளாலேயே அலங்கரிக்க ஆயத்தமானேன்" என்று சொன்னாள்.

படுக்கையறைக்குள் சுபத்திரையைத் தானே அனுப்பிவைத்து திரௌபதி கதவுகளை மூடிவிட்டுப் பெருமூச்சுடன் திரும்பி வந்தாள்.

சுபத்திரையும் அர்ஜுனனும் இந்திரப்ரஸ்தம் வந்து சேர்ந்த தாகத் தெரிந்ததும் பலராமனும் கிருஷ்ணனும் அளவில்லாத சீதனப் பொருட்கள் நிறைந்த வாகனங்களுடனும், தலைசிறந்த குதிரை களுடனும், பணியாட்களுடனும் வந்தார்கள். திரௌபதிக்கும் பெருமளவில் ஆபரணங்களையும் பணியாட்களையும் சமர்ப்பித்தார் கள். தன்னை மகிழ்விப்பதற்காகக் கிருஷ்ணன் முயலும் விஷயத்தை திரௌபதி கிரகிக்காமலில்லை.

திரௌபதியுடன் இல்லறம் நடத்துவதற்கு அர்ஜுனனுக்கு இன்னும் ஓரண்டு காலம் இருக்கிறது. இதற்குள்ளாக சுபத்திரைக்கு அர்ஜுனன் மூலமாக அபிமன்யு பிறந்தான். அதற்குப் பிறகான சிறிது காலத்தில் திரௌபதி தர்மன் மூலமாக ப்ரதிவிந்த்யனையும், அதற்குப் பிறகு ஓராண்டில் பீமன் மூலமாக ச்ருதசோமனையும் பெற்றெடுத்தாள்.

ஓராண்டு காலம் மிகவும் நீண்டதென்று திரௌபதிக்கு இது வரைக்கும் தோன்றியிருந்தாலும் இப்போது அர்ஜுனனுடைய கேண்மையில் அவளுக்குக் காலம் போனதே தெரியவில்லை. அந்த

ஓராண்டுக் காலத்தில் அவளுக்கு அர்ஜுனன் மூலமாக ச்ருதகீர்த்தி பிறந்தான். அதன் பிறகு ஓராண்டில் நகுலன் மூலமாக சதாநீகனும், அதற்கடுத்த ஆண்டில் சகாதேவன் மூலமாக ச்ருதசேனனும் பிறந்தார்கள்.

29
கிருஷ்ணனின் அன்புத் தோழி

மென்மையாகத் தன் மீது வீசிக்கொண்டிருந்த குளிர்ந்த காற்றினால் நடுங்கினாள் திரௌபதி. அந்தக் காற்று தன்னில் ஏற்கெனவே இருந்த மிதமான காய்ச்சலை அதிகப் படுத்தியது போல, தன் மீது தடவியிருந்த கஸ்தூரி ஈரத்தில் நனைந்து தொப்புளுக்குள் இறங்குவது போலத் தோன்றியது.

மேகங்களினூடே நகர்ந்துகொண்டிருந்த சந்திரன்கூடத் தன்னைப் போலவே சலிப்புடன் இருப்பதாகத் தென்பட்டான். நறுமணங்களைப் பரப்பிக்கொண்டிருந்த மலர்கள் பெருமூச்சுகளை விடுவது போலத் தோன்றின. இதழ் விரித்த பூக்களின் தித்திப்பான தேனைச் சுவைத்த ஆண் தேனீக்கள் சிறகடித்துத் திரிந்த ஓசைகள் அவளில் குழப்பத்தை உண்டாக்கின. இளம் மாமரச் சோலையில் புத்தம் புதிய தளிர்களைத் தின்று போதையேறிய குயில்கள் கூவிய குஹூ-குஹூ ஓசைகள் அவளுடைய இதயத்தில் மயக்கத்தைக் கிளறி விட்டன.

எப்படிப்பட்ட குளிர்ந்த இனிமையான நீரும் அவளுடைய இதயத்தைக் குளிரச் செய்யவில்லை. கண்ணாடியைப் பார்த்தாள் திரௌபதி. துள்ளிக் குதிக்கும் அலை போல அவளுடைய மார்பகங்கள் துள்ளிக் குதித்தன. கொண்டை முடிச்சை அவிழ்த்தாள். இருந்தாற்போலிருந்து கீழ்நோக்கி வீழும் அருவி போல அவளுடைய கூந்தல் அவிழ்ந்து புட்டத்துப் பகுதியில் படர்ந்து பரவியது. கண்மை தீட்டிய அந்தக் கண்கள் தம்மைப் பார்த்துத் தாங்களே சிரித்துக் கொண்டதுபோல் தோன்றியது. அல்லிப் பூ வடிவிலான மூக்குக்குக் கீழே சிவந்த உதடுகள் துடித்தன. சங்கு போன்றதான அவளுடைய கழுத்திலிருந்து வியர்வைத் துளிகள் நீரோட்டமாக மாறி மார்பக இடுக்கில் பிரவேசித்தன.

அர்ஜுனன் அங்கே குருக்ஷேத்திரத்துக் காண்டவக் காட்டை எரிப்பதில் முனைந்திருந்தான். இந்தக் காட்டை எரித்து அழிக்க வேண்டுமென்று கிருஷ்ணன் அர்ஜுனனை ஏன் கேட்டுக் கொண்டானோ தெரியவில்லை. இங்கே திரௌபதி விரக வேதனை யில் எரிந்து கொண்டிருந்தாள். 'அர்ஜுனனுடன் இனி எனக்கு ஒட்டுமில்லை, உறவுமில்லை' என்று நினைத்துக்கொண்டாள் திரௌபதி. அர்ஜுனன் தன்னுடன் எங்கே குடும்பம் நடத்தினான்... அவனுடைய காதலுக்காக, அவனுடனான பாலியல் உறவுக்காகத் தவித்துப்போனாள். ஆனால் கிருஷ்ணன் அவனைத் தன்னுடன் எங்கே இருக்கவிட்டான்? திருமணம் ஆனவுடனேயே தான் தர்மனின் மாளிகைக்குச் சென்று அர்ப்பணமானாள். அதற்குப் பிறகு பீமசேனன் தன்னைத் தனித்து மூச்சுவிட வாய்ப்பளிக்கவில்லை.

பன்னிரண்டு மாதங்கள் பிரமச்சரியம் கைக்கொள்ள வேண்டு மென்று தங்களுக்குத் தாங்களே விதித்துக்கொண்ட நிபந்தனையை மீறி அர்ஜுனன் புதிய சுகங்களுக்காக முழு முயற்சி எடுத்தான். அது போதாதென்று கிருஷ்ணன் தன் தங்கையைத் திருமணம் செய்து கொடுத்திருக்கிறான். இப்போது காண்டவ வனத்து தகனம் என்று கூடவே அழைத்துச் சென்றிருக்கிறான். அந்தக் காட்டை எரித்து அழிப்பது இப்போது தேவையா...

"சுபத்திரையைப் பார்த்த பிறகு என்னைப் பார்க்கத் தோன்ற வில்லையா?"

சலவைக்கல்லைவிட மினுமினுப்பாய் இருந்த அவளுடைய கன்னத்துடன் தனது கன்னத்தைத் தேய்த்தபடி அர்ஜுனன் சொன்னான்: "திரௌபதீ... கிருஷ்ணா... சுபத்திரையை உன்னுடன் ஒப்பிடாதே. உன்னுடைய அழகு, நுண்ணறிவு, இணக்கம், தைரிய நடவடிக்கை ஆகியவற்றில சுபத்திரை உனக்கு நிகராக முடியுமா... நீ என் ஆத்மா முழுக்க நிரம்பி இருக்கிறாய்... உலூபி, சித்ராங்கதை, சுபத்திரை இவர்களில் எவரும் என் மனதிலிருந்து உன்னை நீக்கிவிட முடியாது."

"உங்களுக்குக் கிருஷ்ணனென்றால் உயிர். அவனுடைய தங்கை இப்போது உங்கள் இதயராணி ஆகிவிட்டாள். இப்போது இந்த திரௌபதி இருந்தாலும் இல்லாவிட்டாலும் குறை என்ன வந்து விடப் போகிறது?"

“திரௌபதி... நீ இந்திரப்ரஸ்த மகாராணி. சுபத்திரை வெறும் அர்ஜுனனின் மனைவி மட்டுமே.”

“ஆனாலும் என்ன, உங்களுக்கு மிகவும் பிடித்தவமானவள் ஆயிற்றே.”

“திரௌபதி, அப்படிப் பேசாதே. எதிர்காலத்தில் நாம் எத்தனையோ அக்னிப் பரீட்சைகளை எதிர்கொள்ள வேண்டியிருக் கிறது. நம்மைவிடக் கௌரவர்கள் எண்ணிக்கையிலும் பலத்திலும் அதிகமாக இருக்கிறார்கள். நமக்கு யாதவர்களின் ஒத்துழைப்பு தேவை. அந்த பலராமன் கௌரவர் பக்கம் சார்ந்திருப்பவன். அதனால் யாதவர்கள் அந்தப் பக்கமாகச் சாய்ந்துவிடக் கூடாது என்பதற்காகக் கிருஷ்ணன் சுபத்திரையை எனக்குத் திருமணம் செய்து வைத்தான்.”

திரௌபதிக்குக் கோபம் வந்தது.

“அர்ஜுனரே, நமது வாழ்க்கையில் அரசியலை நுழைக்காதீர்கள். நீங்கள் ஐவரும் என்னைப் பொதுவாக்கித் திருமணம் செய்ததில் அரசியல் ஏதாவது இருக்கிறதா... என்னுடைய தந்தை துருபத மன்னரின் ஒத்துழைப்புக்காக என்னைத் திருமணம் செய்து கொண்டீர்களா? நான் மனப்பூர்வமாக உங்களைக் காதலித்தேன். ஆனால் நீங்கள் நான் நெருக்கம் வேண்டுகிறபோது விலகிப் போகிறீர்கள்...”

அர்ஜுனன் திரௌபதியை சமாதானப்படுத்த முடியாது போனான். ஆனால் ஸ்ரீகிருஷ்ணனை நினைத்து அவனுடைய பெயரை உச்சரித்தான்.

கோபத்தை உருவாக்கி வெளிப்படுத்திய திரௌபதியைப் பார்த்துக் கிருஷ்ணன் புன்சிரிப்புச் சிரித்தான்.

“திரௌபதி, என்ன மிகவும் கோபமாக இருக்கிறாய்?” கிருஷ்ணன் செல்லமாகக் கேட்டான்.

“உனக்குத் தெரியாதா... உன் நண்பர் உன்னிடம் சொல்ல வில்லையா?” திரௌபதி வேகத்துடிப்புடன் கேட்டாள்.

“நண்பனா... எனக்கு அவன் எதுவும் சொல்லத் தேவையில்லை... என்னால் புரிந்து கொள்ள முடியும். உன்னுடைய கோபமெல்லாம்

அவன் என் தங்கையைத் திருமணம் செய்துகொண்டதற்காகத்தானே அல்லவா...”

“எல்லாவற்றையும் தெரிந்துகொண்டுதானே கேட்கிறாய்... அரசியலுக்காகத் திருமணங்களை நடத்துபவன் நீ...”

“திரௌபதி! நீயும் கிருஷ்ணாதான்... உன்னை இந்தப் பெயரைச் சொல்லி யாராவது அழைத்தாலே எனக்கு மிகவும் மகிழ்ச்சியாக இருக்கிறது... எவரானாலும் தங்களைத் தாங்களே அழைத்துக் கொள்வது எவ்வளவு நன்றாய் இருக்கும், தெரியுமா...”

“பேச்சை மாற்றுவது எனக்குப் பழக்கமில்லை” என்றாள் திரௌபதி.

“திரௌபதி.. நண்பன் சொன்னது உண்மைதான். என் தங்கை சுபத்திரை அர்ஜுனனைக் காதலித்தாள். அவனைத் தவிர வேறு யாரையும் திருமணம் செய்து கொள்ள மாட்டேனென்று சொன்னாள். அந்தப் பக்கம் அர்ஜுனன் உன் மீதான விரக வேதனையில் திணறிக்கொண்டிருந்தபோது உன்னுடன் நெருக்கம் கொள்ள இயலாதிருந்தான். அதனால் இருபக்கமும் நல்லதென்று அவனிடம் என் தங்கையை அவனுக்கு மனைவியாக்கி அனுப்பி வைத்தது நான்தான். அதன் மூலம் பாண்டவர்களின் பக்கம் பலம் அதிகரித்திருக்கிறது. உன் கணவன்மார்கள் பலவீனமடைவது உனக்கு விருப்பமா?”

“விருப்பமில்லை. ஆனால் அவர்கள் என்னிடமிருந்து விலகிச் செல்வதும் எனக்கு விருப்பமில்லை. நீ எங்கள் இருவருக்கும் இடையேயான இடைவெளியை அதிகரிக்கச் செய்யவே சுபத்திரை யைத் திருமணம் செய்து கொடுத்திருக்கிறாய்.”

“உண்மையை சொல்லச் சொல்கிறாயா, கிருஷ்ணா?” ஸ்ரீகிருஷ்ணன் செல்லமாகக் கேட்டான்.

“சொல்.”

“உங்கள் இருவருக்கும் இடையே இடைவெளியை அதிகரிக்கச் செய்வதற்காக அல்ல. நம் இருவருக்கும் இடையே இப்போதிருக்கும் தொடர்பு தூரம் குறையாமல் இருப்பதற்கு சுபத்திரையை அர்ஜுனனுக்குத் திருமணம் செய்து கொடுத்தேன். சுபத்திரை இங்கே

கிருஷ்ணனின் அன்புத் தோழி

இருந்தால் என் நண்பனைப் பற்றி நீ அவ்வளவாக அக்கறைகொள்ள வேண்டியிருக்காது. குறைந்தது அப்போதாவது நீ என்னைப் பற்றி நினைக்க அக்கறை கொள்வாய் அல்லவா..."

திரௌபதியின் கோபம் கணப்பொழுதில் சுவடு தெரியாமல் மறைந்தது. அவள் கிருஷ்ணனின் பேச்சைக் கேட்டு உரக்கச் சிரித்தாள். அவளுடைய சிரிப்புக்கு வசந்தம் மகிழ்ந்தது. ஆயிரம் குயில்கள் கூவியதுபோல் இருந்தது.

கிருஷ்ணன் மகிழ்ச்சியில் பேச்சற்றுப்போனான். "திரௌபதி, உன்னுடைய அழகான சிரிப்புக்கு நான் எவ்வளவு திக்குமுக்காடி விட்டேன். என்னுடைய புல்லாங்குழல் இசைக்குக்கூட கோபியர் இவ்வளவு பரவசப்பட்டிருப்பார்களோ என்னவோ..."

"கிருஷ்ணா, நான் உன் மீது அக்கறைப்படவில்லையென்று ஏன் நினைக்கிறாய்? நீ என் கண்ணெதிரில் இருந்தாலும், இல்லா விட்டாலும் ஒன்றுதான். உன்னை ஆராதிப்பதே எனக்கு உணர் வூட்டம். எத்தனை அர்ஜுனர்களுடன் அனுபவப்பட்டாலும் இந்த உணர்வூட்டத்தை மறக்கடிக்க முடியாது. நம் இருவருடைய பெயர்களும் ஒன்றுதான். நீ எனக்குள்ளேயே இருக்கிறாய்."

மெல்லிய புன்னகையுடன் அழகு மிளிர இருந்த கிருஷ்ணனின் முகம் மேலும் பிரகாசமாயிற்று. அவனுடைய முகம் ஜகஜ்ஜோதியாக ஒளிக்கதிர்களைப் பரப்புவதுபோல் திரௌபதிக்குத் தோன்றியது. அப்போது கிருஷ்ணன் சொன்னான்:

"திரௌபதி, உன்னுடைய ஆராதனை என்னவென்று எனக்குத் தெரியும். அதைக் கொண்டு நீ என்னைக் கட்டிப்போட்டிருக்கிறாய். உன்னுடைய வசீகரம் அற்புதமானது. என் தங்கையை அர்ஜுனனுக்கு மணம் முடித்து வைத்ததுகூட இதற்காகத்தான்."

"அதென்ன... நீ சொல்வதற்கும், சுபத்திரையுடன் அர்ஜுனனின் திருமணம் நடத்தியதற்கும் என்ன சம்பந்தம்?"

"என் தங்கையைப் பார்க்க வரும் சாக்குப்போக்கிலாவது உன்னிடம் நான் அடிக்கடி வரலாம் அல்லவா?" என்று குறும்புத் தனமாகச் சொன்னான் கிருஷ்ணன்.

"அது என் அதிர்ஷ்டம்... ஆனாலும் என்னைப் பார்ப்பதற்கென்று வந்தாலும் இங்கே எவரும் எதுவும் நினைக்க மாட்டார்கள். நான் உன் பக்தை என்று இங்கே இருக்கும் எல்லாருக்கும் தெரியும்... ஆனாலும் உன் நண்பர் என் அருகாமையிலும்கூட உன்னையே தியானத்துக்கொண்டிருக்கிறார் அல்லவா..."

கிருஷ்ணன் எழிலார்ந்த மனோகரமாகச் சிரித்தான்.

"திரௌபதி, உனக்கொரு விஷயம் சொல்லட்டுமா? எனக்கும் அர்ஜுனனுக்கும் இருப்பது குரு-சிஷ்ய சம்பந்தம், என்னுடைய வழிகாட்டுதல் அவனுக்கு நிரந்தரமாகத் தேவை. அவன் என்னுடைய நிழல்... நான் இல்லாமல் அந்த நிழல் இல்லை."

"அப்படியானால் நம் இருவருடையது?"

"அது யோசித்தால் உனக்கே புரியும். நீ எனக்கு அன்புத் தோழி... நான் உன்னுடைய தோழன். நம் இருவர் மீது பரஸ்பரம் தாக்கம் இருக்கிறது. நாம் இருவரும் ஒருவரையொருவர் கவர்ந்திழுக்கும் துருவங்கள்."

திரௌபதி மகிழ்ச்சியில் பொங்கிப் பூரித்தாள். இந்த நீலமேக சியாமளன் தன்னை எல்லாவற்றையும் மறக்கும்படிச் செய்கிறான். நட்புப் பிணைப்பால் தன்னைக் கட்டிப் போட்டிருக்கிறான். விவரிப்புக்கு அப்பாற்பட்ட ஏதோ ஈர்ப்பு தன்னை இவனுடைய மாயையில் விழும்படிச் செய்கிறது.

"கிருஷ்ணா, நீ சொல்வது எழுத்துக்கு எழுத்து உண்மை. உன்னை நினைத்த மறுகணம் நீ என் அருகில் இருப்பதுபோல் தோன்றுகிறது. உன் விசாலமான கண்களின் ஒளிக்கதிர்கள் என்னைச் சுற்றிலும் ஒரு பாதுகாப்பு வளையத்தை விரித்ததுபோல் தோன்றுகிறது. கிருஷ்ணா, உன்னுடைய தோற்றம் என் இதயமென்னும் கோயிலில் பிரதிஷ்டை ஆனதுபோல் தோன்றுகிறது. சலிப்பு தோன்றும் போதெல்லாம் உன்னுடைய புன்னகையை நினைத்துக்கொண்டால் அளவிறந்த அமைதி மனமெல்லாம் பரவுகிறது. கிருஷ்ணா... உன் பெயரே ஓர் அற்புதம்."

திரௌபதி பேசிக்கொண்டே போனாள். இருந்தாற்போலிருந்து அவளுக்கு அந்த அறையில் எவரும் இல்லையென்பதுபோல் தோன்றியது. உண்மையிலேயே கிருஷ்ணன் அந்த அறையிலிருந்து

மாயமாகியிருந்தான். தான் பேசியது கிருஷ்ணனுடன்தானா... கிருஷ்ணன் தன்னுடன் உண்மையிலேயே பேசினானா... அறையில் எரிந்துகொண்டிருந்த தீபச்சுடர் கிருஷ்ணனின் முகத்தாமரையாகத் தோற்றம் பெற்றது.

30
ராஜசூய யாகம்

பெண்களுடன் அரட்டையடித்துக்கொண்டு, அவர்களுடைய காதலைக் கொள்ளையடித்துக்கொண்டு, புன்சிரிப்புகளை உதிர்த்துக் கொண்டு அவர்களிடையே நடமாடும் ஸ்ரீகிருஷ்ணன் மற்றவர்களை எப்படி அடிமைப்படுத்திக் கொள்கிறான் என்பது ராஜசூய யாகத் தின் மூலம் திரௌபதிக்கு விளங்கியது.

உண்மையில் தர்மன் இந்த ராஜசூய யாகத்தைத் தனது ஆதிக்கத்தை வெளிப்படுத்தத் தொடங்கியிருக்கிறானா அல்லது ஸ்ரீகிருஷ்ணனின் ஆதிக்கத்தை நிரூபிப்பதற்காக நடத்துகிறானா என்று திரௌபதி தன்னைத் தானே கேட்டுக்கொண்டாள்.

மன்னன் என்றிருப்பவனுக்கு நாடாளும் ஆசை இருக்கும். தர்மனின் நாட்டு விரிவாக்க ஆசையை ஸ்ரீகிருஷ்ணன் நன்றாகவே பயன்படுத்திக்கொள்கிறான் என்ற எண்ணம் அவளுடைய மனதில் இடம் பெற்றது. தர்மன் ராஜசூய யாகம் நடத்தினால் சொர்க்க லோகத்தில் இருக்கும் அவனுடைய தந்தை பாண்டு மன்னனுக்கு இந்திரலோகம் கிடைக்குமென்று நாரதர் கொடுத்த அறிவுரைக்குப் பின்புலமாய்க் கிருஷ்ணனின் கை இருக்கிறதோ என்று தோன்றியது.

தங்களுடைய ஆராதனை தெய்வமான ஸ்ரீகிருஷ்ணனுக்குக் கூடப் பகைவர் பயம் இருக்கிறதென்ற விஷயம் தர்மன் ராஜசூய யாகம் நடத்த முனைந்தபோது வரை பாண்டவ சகோதரர்களுக்குத் தெரியவில்லை. தர்மன் ராஜசூய யாகம் நடத்த வேண்டுமென்றால் தனது பகைவனான ஜராசந்தனைக் கொல்ல வேண்டுமென்று கிருஷ்ணன் சொன்னான்.

"உங்களுக்குக்கூடப் பகைவர்கள் இருக்கிறார்களா?" என்று பாண்டவர்கள் வியப்புடன் கேட்டார்கள்.

“ஆமாம். ஜராசந்தன் என்றால் எனக்கு பயம்தான். சண்டகௌசிகன் என்ற ஒரு பெரிய துறவி பிறக்கும்போதே தவவலிமையுடன் பிறந்தான். என் தாய்மாமன் கம்சனின் மனைவிமார்களின் ஆஸ்தி அவர்களுடைய பிள்ளைகள்தாம். கம்சனை வதைத்த பிறகு அவனுடைய மனைவிமார்கள் ஜராசந்தனிடம் சென்று முறையிட்டுப் புலம்பினார்கள். அவர்களுக்கு உதவுவதாக ஜராசந்தன் தொண்ணூற்று ஒன்பது தடவைகள் மதுரா நகரத்தைத் தாக்கிப் பல்வேறு கொடூரங்களை நிகழ்த்தினான். மூன்று ஆண்டுகள் தொடர்ந்து போரிட்டும் அவனை என்னால் வெல்ல முடியவில்லை. அவன் மீதான பயத்தினால்தான் மதுரா நகரத்திலிருந்து ஓடிப்போய் சமுத்திரத்தின் மத்தியிலிருந்த தீவில் ரைவதகாத்ரி மலையை ஆதாரமாக்கிக் குசஸ்தலீபுரத்தை உருவாக்கிக்கொண்டு அங்கே மகிழ்ச்சியுடன் இருக்கிறேன்.”

“நீயே வெல்ல முடியாத ஜராசந்தனை நாங்கள் எப்படி வதைக்க முடியும்?” தர்மன் பயந்த நிலையில் கேட்டான்.

அவனைக் கொல்ல முடியாவிட்டால் சாம்ராஜ்யத்தை நீ எப்படி விரிவுபடுத்தப் போகிறாய்? ராஜசூய யாகம் எப்படிச் செய்வாய்?” என்று கிருஷ்ணன் தூண்டிவிட்டுக் கிளறுவதுபோல் கேட்டான்.

“அப்படியானால் ராஜசூய யாகத்தை விலக்கிக்கொள்கிறேன்” என்று தர்மன் சொன்னான்.

“தர்மா, நீ இவ்வளவு கோழையென்று நான் நினைக்கவே இல்லை. பீமனுக்கும் அர்ஜுனனுக்கும்கூட அதே அபிப்பிராயம்தானா?” என்று கிருஷ்ணன் அவர்களையும் தூண்டிவிட்டான்.

பீமன் உண்மையிலேயே கிளர்ந்தெழுந்தான்.

“ஓர் அருஞ்செயலைத் தொடங்கி சாதிக்காத மன்னன் பாம்புப் புற்று மாதிரி நசிந்துபோவான்; காணாமல் போவான். பலம் குறைந்தவனானாலும் பிடிமானத்துடன் உபாயங்கள் பிரயோகித்து முனைந்தால் எதிரிகளை நாசம் செய்துவிட முடியும். கிருஷ்ணனின் ராஜதந்திரம், என்னுடைய பலபராக்கிரமம், அர்ஜுனனின் வில்லாளும் திறமை ஆக இந்த மூன்றையும் கொண்டு ஜராசந்தனை வெல்ல முடியும் என்பது என் நம்பிக்கை” என்றான் பீமன்.

அர்ஜுனனும் அதே மாதிரி சொன்னான்.

பீமனுடனும் அர்ஜுனனுடனும் கிரிப்ரஜபுரத்திற்குப் புறப்பட்ட கிருஷ்ணன் ஜராசந்தனின் வதையை வெற்றிகரமாக நிறைவேற்றாமல் இந்திரப்ரஸ்தத்திற்குத் திரும்பவில்லை.

ஜராசந்தனின் வதைக்குப் பிறகு அவனுடைய சிறையில் அடைபட்டிருந்த நூற்றியெட்டு மன்னர்கள் விடுவிக்கப்பெற்றார்கள். அவர்கள் எல்லாரும் தர்மனுக்கு ஆட்பட்டுவிட்டதாகச் சொன்னார்கள். பாண்டவர்களின் பலத்தைக் கூட்டுவித்தார்கள். இதற்குக் கிருஷ்ணனின் ராஜதந்திரமே காரணமென்று தெரிந்து கொண்டு அவர்கள் ராஜசூய யாகத்தின்போது கிருஷ்ணனை வழிபட்டார்கள். கிருஷ்ணன் எதிர்பார்த்தபடியே அப்படி அவர்கள் வழிபடுவதை ஜராசந்தனுடைய நண்பனான சிசுபாலன் எதிர்த்தான். அந்த சிசுபாலன் மணந்து கொள்வதாக இருந்த ருக்மிணியைக் கிருஷ்ணன் அபகரித்துக்கொண்டு போய்த் திருமணம் செய்துகொண்டு அவனுக்குப் பகைவனானான்.

தன்னைப் பலவகையிலும் இழித்துப் பேசிய சிசுபாலனைக் கடைசியில் ஸ்ரீகிருஷ்ணன் ராஜசூய யாகம் நடந்து கொண்டிருக்கும் போதே தனது சக்கராயுதத்தைப் பயன்படுத்திக் கழுத்தைச் சீவிக் கொன்றான்.

கிருஷ்ணனின் கோப ஆவேசம் என்னவென்று பாண்டவர் களுக்கும், திரௌபதிக்கும், சபையிலிருந்த மற்ற மன்னர்களுக்கும் புரிந்தது. அவர்கள் அனைவரும் கிருஷ்ணனுக்கு ஆட்பட்டார்கள். பாண்டவர்களின் வலிமை என்ன என்பதுவும் கௌரவர்களுக்குப் புரிந்தது. யாதவர்கள், துருபதன், ஜராசந்தனின் சிறையிலிருந்து விடுவிக்கப்பட்ட மன்னர்கள் ஆகிய அனைவரும் பாண்டவர்களுக்கு ஆதரவாக நின்றார்கள். ராஜசூய யாகம் என்ற பெயரில் பலவேறு நாடுகளுக்குச் சென்ற பாண்டவர்கள் கப்பங்களுடன் திரும்பி வந்தார்கள்.

சிசுபாலனின் ரத்தத்தால் நனைந்த ராஜசூய யாகம் இன்னொரு மரண ஹோமத்திற்குக் காரணமாகுமென்று வியாசர் தர்மனை எச்சரித்தார்.

31

மயன் சபை

ராஜசூய யாகத்தின்போதே பொறாமையிலிருந்த கௌரவர்களிடம் மேலும் பொறாமை கிளர்ந்தெழ நேர்ந்தது. பாண்டவர்களின் மேன்மையைப் பார்த்ததுடன், அவர்களுடைய சாம்ராஜ்ய செல்வச் செழிப்புகளை நோட்டமிட்ட துரியோதனன் மேலதிகப் பொறாமைக்கு ஆட்பட்டான்.

ராஜசூய யாகத்திற்கு வந்திருந்த துரியோதனன் இந்திரப் பிரஸ்தத்தில் மயாசுரன் உருவாக்கிய ஓர் அற்புதமான மண்டபம் இருக்கிறதென்று கேள்விப்பட்டு, அதைப் பார்க்கப் போனான். காண்டவ வன தகனத்தின்போது இந்த வனத்தில் வசித்துக் கொண்டிருந்த இந்த மயாசுரனை அர்ஜுனன் காப்பாற்றினான். அதற்கு நன்றியாக அவன் இந்த சபாமண்டபத்தை நிர்மாணித்தான். மயாசுரன் அசுர குலத்தின் விஸ்வகர்மா. பலவகை சிற்பக்கலைகளில் விற்பன்னன். அமர சிற்பி நிர்மாணித்த அந்த சபாமண்டபத்தின் வசீகரத்திற்குத் திகைத்தவனாகி ஓரிடத்தில் நீல ரத்தின மணிகள் பொதிந்த தூய மணிமண்டபத்தைப் பார்த்து அது சிறியதான நீர்த் தேக்கம் என்பதாக பிரமித்தான். தன்னுடைய ஆடைகளை மேலே தூக்கிப் பிடித்தபடி நடந்தான்.

மற்றோர் இடத்தில் மெய்யான நீர்த்தேக்கத்தைப் பார்த்து அதை ரத்தினம் பொதிந்த தளமென்று நினைத்துக்கொண்டு அதில் காலடி எடுத்து வைத்துக் கால் நழுவித் தடுமாறிவிழுந்தான். அவன் உடுத்தியிருந்த ஆடைகள் எல்லாமே நனைந்து போயின. அதைப் பார்த்த திரௌபதியும் பணிப்பெண்களும் சிரித்தார்கள். தர்மன் துரியோதனனுக்கு மாற்று உடைகளை வரவழைத்தான்.

இன்னுமோர் இடத்தில் மூடியிருந்த நுழைவாசல் கதவு திறந்திருப்பதுபோல் தெரிந்த பிரமையில் அந்தக் கதவில் போய்

முட்டிக்கொண்டான். அதன் பிறகு அடுத்திருந்த திறந்த கதவை மூடியிருப்பதாகக் கருதிக்கொண்டு தடவிக்கொண்டே அதைத் தாண்டினான். இன்னோர் இடத்தில் சமதளமாய் இருந்ததை மேடாக நினைத்து மேலே ஏற முயன்றபோது கீழே விழுந்தான்...

அதிசயமான, அலங்காரமான அந்த மயன் சபையில் நேர்ந்த அவமானங்கள் துரியோதனனின் பொறாமைக்கு மேலும் மேலும் நெய்வார்த்தன. பாண்டவர்களின் மேன்மை, செல்வச் செழிப்பு ஆகியவற்றைக் கண்ணாரப் பார்த்து அவன் பொறுக்க முடியாதவனானான். பாண்டவர்களுடைய பெருமை அவனுடைய தாங்க முடியாத வேதனைக்கு வழிவகுத்தது. அந்த வேதனை நெருப்பாக அவனை எரித்தது. மயன் சபையில் திரௌபதி சிரித்த சிரிப்பு அவனுடைய இதயத்தைச் சிதைத்து வதைத்தது.

இந்திரப்பிரஸ்தத்தில் எங்கு பார்த்தாலும் மின்னல் கீற்றாக திரௌபதி சுற்றித் திரிந்துகொண்டு ராஜசூய யாக ஏற்பாடுகள் எல்லாவற்றையும் மேற்பார்வையிடுவது, வந்திருக்கும் எல்லாருக்கும் விருந்துணவு கிடைக்கும்படிப் பார்த்துக் கொள்வது என்பன எல்லாமே துரியோதனனுக்குக் கண்ணைக் குத்தின. திரௌபதி சமேதனாக தர்மன் மற்ற சகோதரர்களுடன் சிம்மாசனத்தில் அமர்ந்திருக்க, மன்னர்கள் பட்டாபிஷேகம் நடத்தி வைத்தது துரியோதனனின் மனதைத் தத்தளிக்கச் செய்தது. அபூர்வ அழகியான திரௌபதியின் கையைப் பிடித்த பிறகுதான் பாண்டவர்களின் நிலைமையில் இப்படி மேன்மையான திருப்பம் ஏற்பட்டதாக நினைத்தான்.

தன்னைவிட பலசாலிகளான பாண்டவர்களை யுத்தத்தில் வென்று அவர்களுடைய சாம்ராஜ்யத்தைக் கைப்பற்ற முடியாதென்பதை துரியோதனன் உணர்ந்துகொண்டான். சூதாட்ட மென்றால் பிடிமானம் கொண்டிருந்த தர்மனை வஞ்சகத் திட்டத்தின் மூலம் தோற்கடிப்பதே சரியான வழியென்று தாய்மாமன் சகுனி புத்திமதி சொன்னான். சூதாட்டம் வேண்டாமென்று தந்தை திருதராஷ்டிரர், பீஷ்மர், விதுரன் ஆகியோர் எவ்வளவு சொல்லியும் துரியோதனன் கேட்டுக்கொள்ளவில்லை. கடைசியில் சூதாட்டத் திற்கு வரவேண்டுமென்று விதுரன் மூலமாக தர்மனுக்குச் செய்தி அனுப்பினார் திருதராஷ்டிரர்.

32
சகாதேவன் ஐயந்தெளிதல்

வரலாற்று ஏட்டின் பக்கங்களில் பல அனுபவங்கள் ஒளிந்திருக் கின்றன. எந்த அனுபவமும் ஒரு குறிப்பிட்ட காலப்பருவத்திற்குள் அடங்காது. உலகத்தின் பொருட்டு தான் இருப்பதாக ஒருவர் நினைத்தால், உலகத்தோடு ஒட்டி தான் பயணிப்பதாக இன்னொருவர் நினைக்கிறார். தனக்காகத்தான் இந்த உலகமென்று, தான்தான் உலகமென்று நினைப்பவர்களும் இருக்கிறார்கள். தர்மம் சார்ந்த போக்கும் அப்படித்தான். எத்தனையோ காலங்களாகத் தொடர்ந்து வரும் தர்மத்தை அனுசரித்துக்கொண்டு தான் மட்டுமே நீதிமான் என்று நினைப்பவர் ஒருவர் என்றால், காலத்திற்கேற்ற தர்மம் மாறு கிறது என்று நினைப்பவர்கள் வேறு சிலர். தான் சொல்வதுதான் தர்மம் என்று சொல்பவர்களும் பலர் இருக்கிறார்கள்.

சகாதேவன் ஒரு கவிஞன். அவனில் தாழ்வு மனப்பான்மைப் போக்கு அதிகம். திரௌபதி தன் மூலம் சரியாக சுகம் பெறுகிறாளா, இல்லையா என்ற சந்தேகம்கூட அவனில் அவ்வப்போது எழும்.

"திரௌபதி, படுக்கையறையில் கணவன் மனைவியரிடையே ரகசியங்களுக்கு இடமில்லையென்று சொல்வார்கள். உன்னை ஒரு கேள்வி கேட்கட்டுமா?" என்றான் சகாதேவன், வியர்வையால் நனைந் திருந்த அவளுடைய நெற்றிச் சுருள்முடியைச் சரிப்படுத்தியவாறு.

"கேளுங்கள்" என்றாள் திரௌபதி.

"நான் என்னுடைய மற்ற சகோதரர்களைப் போலவே உனக்கு சரீர சுகத்தைக் கொடுக்கிறேனா?" என்று கேட்டான்.

சிவந்த ரத்தத்தின் ஒளியுடன் மின்னிக்கொண்டிருந்த அவளுடைய கன்னங்களின் மீது நெற்றியிலிருந்து வழிந்த சாந்துப் பொட்டு மேலும் அழகானதாகத் தோற்றமளித்தது. திரௌபதி தன்

கன்னங்களைப்புடைவைத்தலைப்பால் துடைத்துக்கொள்ள முயன்று கொண்டே அந்தக் கேள்வியைக் கேட்டதுமே வெட்கப்பட்டாள். இதனால் அவளுடைய கன்னங்கள் மேலதிகமாகச் சிவந்தன.

திரௌபதியின் மௌனம் சகாதேவனுக்கு அவமானமாகத் தோன்றியது. அவளை இறுக்கமாகப் பிடித்துத் தனது பக்கமாகத் திருப்பிக் கொண்டு "சொல், திரௌபதி" என்றான்.

"எதற்காக இவ்வளவு அவசரப்படுகிறீர்கள்? நீங்கள் கேள்வி கேட்டீர்கள் அல்லவா, அதற்கான பதிலை நான் யோசிக்க வேண்டாமா?"

"இது என்ன, யோசித்துச் சொல்ல வேண்டிய பதிலா?"

திரௌபதி சிரித்தாள். "நீங்கள் கேட்பது பெண்ணின் அனுபவம் சம்பந்தமான கேள்வி. இந்த அனுபவம் சரீரத்தை மட்டும் சம்பந்தப் படுத்தும் விஷயம் அல்ல. அது மனது சம்பந்தப்பட்டது. காதலில், களிப்பில் நமது சரீரங்களின் பிணைப்பு இருக்கிறது. அதனால் உங்கள் கேள்விக்கு பதில் சொல்வது அவ்வளவு எளிதல்ல."

"ஆனால் என்னுடைய இதுவரையிலான அனுபவத்தின்படி, பெண்கள் சரீர சுகத்திற்கு அதிக முக்கியத்துவம் கொடுக்கிறார்க ளென்று தெரிகிறது... நான் மாஹிஷ்மதீபுரத்தின் மீது படை யெடுத்துச் சென்றபோது அங்கிருந்த பெண்கள் தெரு சார்ந்த வெட்டவெளிச் சூழலைக்கூடப் பொருட்படுத்தாமல் இயல்பாகத் தாங்கள் விரும்பியவர்களுடன் காமக்கலவிகளில் ஈடுபட்டு லயித்துக் கிடந்தார்கள். இதெல்லாம் என்னவென்று வினவியபோது, தங்களுக்கு அக்னிதேவன் இந்த மாதிரியான வரம் கொடுத்தானென்று அங்கிருந்தவர்கள் சொன்னார்கள். உங்கள் நாட்டில் ஆண்கள் தம் விருப்பமாக அலைந்து திரியும்போது எங்கள் நாட்டில் பெண்கள் தம் விருப்பம்போல் செயல்பட்டால் தவறென்னவென்று அவர்கள் கேட்டார்கள்... அங்கே காமபோதைத் தினவெடுத்த பெண்கள் தங்களுக்குப் பிடித்தமான ஆண்களை வீட்டிற்கு அழைத்து வந்து கணவனின் எதிரிலேயே தன்னிச்சையாகக் காமக்களியாட்டங்களில் ஈடுபடுகிறார்கள். சில இடங்களில் சொந்தபந்த முறைமைகள் கூடப் பார்க்கப்படுவதில்லை... தலையெழுத்து... பெண்களுக்குத் தன் போக்கான சுயாதிகாரம் கொடுத்தால் இங்கேகூட அதே சூழல் தலையெடுக்கும் என்றுதான் தோன்றுகிறது."

திரௌபதி வெடிப்புறச் சிரித்தாள்.

"நீங்கள் மாஹிஷ்மதீபுரத்தின் மீது தாக்குதல் நடத்திவந்த பின்னரும் பெண்களுக்கும் காம இச்சைகள் உண்டு என்ற விஷயம் உங்களுக்குத் தெரியவில்லையா... அவர்களுக்கும் உங்களைப் போல ரத்தமும் மாமிசமும் இருக்கின்றன அல்லவா... அழகான பெண்களைப் பார்த்து நீங்கள் நெகிழ்ச்சியுறுவதைப் போல மன்மதர்களான ஆண்களைப் பார்த்துப் பெண்களின் மனம் நெகிழ்வுறாதென்று நீங்கள் எப்படி நினைக்கிறீர்கள்?_ ஆனால் அங்கே அந்தச் சூழ்நிலைகள் ஏற்படுவதற்கு அக்னிதேவன் பிரதான காரணமாக இருந்திருக்கலாம். ஆண்பெண்களின் தன்போக்குகளைக் கூடச் சில சமூக மாற்றங்கள், காலச் சூழ்நிலைகள் நெறிப்படுத்து கின்றன என்பது என் அபிப்பிராயம்."

"நீ சொல்வது உண்மைதான் திரௌபதி. இந்தக் கட்டுப் பாடுகள், தர்ம-அதர்ம வரையறைகள் என்பவையெல்லாம் நாம் உருவாக்கிக்கொண்டவைதாம் அல்லவா... அவற்றை தர்மம் என்று சொல்லி மீறுவதில்தான் ஆனந்தம் இருக்கிறதோ என்னவோ... வம்சத்தைக் காப்பாற்ற வேண்டுமென்ற தர்மத்தால்தானே சத்யவதி தேவி வியாசருடன் தன்னுடைய மருமகள்களை சங்கமிக்கச் செய்து கௌரவ வம்சம் செயலிழந்துவிடாமல் காப்பாற்றினாள்... எங்கள் அன்னையர்கள் குந்திதேவியும் மாத்ரியும் தேவர்கள் மூலமாக எங்களுக்குப் பிறப்பு கொடுத்ததுகூட அசாதாரண விஷயம்தான் அல்லவா... நாங்கள் ஐவரும் உன்னைத் திருமணம் செய்து கொண்டதுகூட சாமான்யமான விஷயம் அல்ல."

"என்னுடைய நோக்கில் தர்மம் என்பது குறிப்பிட்ட, என்றைக்கும் மாறாத அம்சமல்ல, இனியவரே! நமது தேவைகளை முன்னிட்டு நாம் கடைப்பிடிப்பதற்கு தர்மம் எப்போதும் வாய்ப்பு தருகிறது. அந்தத் தேவைகளை இடம், பொருள், ஏவல் சார்ந்த வரையறைகளே கட்டுப்படுத்துகின்றன. தண்ணீர் வெளியே சிதறி விடாமல் பாத்திரம் காப்பாற்றுவது இல்லை... அது நம் கையில்தான் இருக்கிறது."

"திரௌபதி... நீ இதுவரை என் கேள்விக்கு பதில் சொல்ல வில்லை. எங்கள் ஐவருடன் சுகிக்கும் வாய்ப்பு உனக்கு ஏற்பட்டிருக் கிறது. உனக்கு யாருடனான சுகம் பிடித்திருக்கிறது?"

"இனியவரே... எல்லாம் தெரிந்தவர் நீங்கள்... இந்தக் கேள்வியைக் கேட்பது நியாயமா? வீண்பொழுது போக்காதீர்கள். உண்மையைச் சொல்ல வேண்டுமானால், நீங்கள் இப்போது எனக்கு மிகவும் பிடித்தமாகிவிட்டீர்கள்" என்று சொல்லி திரௌபதி அவனுடைய நெஞ்சில் தலைசாய்த்துக்கொண்டாள்.

திரௌபதியின் குறும்புகளால் புளகமுற்ற சகாதேவன் அந்த வெண்ணிலா இரவை திருப்தியுடன் வரவேற்றான்.

33

சூதாட்டம்

பக்கங்களைப் பின்னோக்கித் திருப்பினால் வரலாற்றுக்குள் அடியெடுத்து வைக்கலாம். ஆனால் விதி என்ன எழுதப் போகிறது என்ற விஷயம் அந்தப் பக்கங்களுக்குக்கூடத் தெரியாது...

சுயம்வரத்தில் தன்னை வென்றது ஒரு பிராமணனென்றால் ஐந்து பிராமணர்கள் தன்னைத் திருமணம் கொள்ள இருப்பது பற்றி அவர்களுடைய குடிசைக்குள் அடியெடுத்து வைத்த பிறகுகூட திரௌபதிக்குப் புரியவில்லை. இந்த ஐந்து பிராமணர்கள் அஸ்தினாபுரத்து அரசகுமாரர்கள் என்ற விஷயமும் அப்போது தெரியாது. திருமணத்திற்கு முன்பு அவள் விதியை எதுவும் கேள்வி கேட்கவில்லை.

பெண்கள் வரலாற்றை வழிநடத்துகிறார்களென்று கடந்த காலத்தில் இடம்பெற்ற நிகழ்ச்சிகள் நிரூபித்தாலும்... மகாபாரத வரலாற்றில் பிரதான பாத்திரம் தான்தான் என்ற விஷயம் அவளுக்குத் தெரியாது. காசிராஜனின் மகள்கள் அம்பா, அம்பிகா, அம்பாலிகா ஆகியோரை பீஷ்மர் சுயம்வர மண்டபத்திலிருந்து தூக்கிக்கொண்டு போனது மகாபாரதத்திற்கு முன்னுரையாயிற்று. கம்சனின் மனைவிமார்களுக்காக ஜராசந்தன் கிருஷ்ணன் மீது தாக்குதல் நடத்தினான். ருக்மிணிக்காக ஸ்ரீகிருஷ்ணனை சிசுபாலன் பகைகொண்டான். இந்தப் பகைமை ஜராசந்தன், சிசுபாலன் ஆகியோரின் வதை நிகழ்ந்த பின்னரும்கூடத் தீரவில்லை. ராஜசூய யாகத்தில் சிந்திய சிசுபாலனின் ரத்தம் நிலத்தில் காய்வதற்கு முன்பாகவே பாரதத்தை ரத்த வெள்ளத்தில் மூழ்கடிக்கும் கொடூர நிகழ்வு ஒன்று நடந்தது.

அபூர்வ அழகியான திரௌபதியின் சுயம்வரம் அவளை விரும்பிய ஒவ்வொருரின் இதயத்திற்குள்ளும் தீச்சுடர்களைக் கிளரச்

செய்துகொண்டே இருந்தது. திரௌபதியைக் கைப்பிடிக்கப் போய் அவமானப்பட்டவர்கள் எல்லாரும் துரியோதனனிடம் அடைக்கலம் புகுந்தார்கள். பாண்டவர்களின் வலிமைக்கு ஒரு பக்கம் கிருஷ்ணன் காரணமென்றால், மற்றொரு பக்கம் திரௌபதி காரணமென்று அவர்களுக்குத் தெரிந்துபோயிற்று. மயன்சபையில் திரௌபதி சிரித்த சிரிப்பு துரியோதனனின் இதயத்தைத் துளைத்துக்கொண்டே இருந்தது.

குடும்ப விவகாரங்களை சுபத்திரை நல்ல முறையில் நடத்திக் கொண்டிருக்க, வெளிவிவகாரங்களின் மீது பாண்டவர்கள் திரௌபதியின் அறிவுரைகளைக் கோரினார்கள். விருந்தினர்கள், பிராமணர்கள் உணவருந்தி முடிக்கும் வரை திரௌபதி சாப்பிட மாட்டாள். சுபத்திரையின் மகன் அபிமன்பு மற்றும் தனது ஐந்து மகன்களின் தளர்நடைகளும் பேச்சுகளும் அவளை மிகவும் மகிழ்ச்சியில் ஆழ்த்தும். சர்வ சுகங்களும் கிடைக்கச் செய்யும் ஐந்து கணவன்மார்கள், மகாராணி என்ற குடிமக்களின் மரியாதை, ஸ்ரீகிருஷ்ணனின் நட்பு ஆகிய இவை எல்லாம் பெற்று ஆனந்தக் கடலில் மிதந்து கொண்டிருந்த திரௌபதியின் கனவுகள் ஒரு நாள் சிதைந்தன.

அஸ்தினாபுரத்திலிருந்து விதுரன் வந்தான். திருதராஷ்டிரரும் தனது மகனுக்காக மயன்சபை போன்றதான அழகான மாளிகை யைக் கட்டியிருக்கிறாராம். அதனுடைய திறப்பு விழாவுக்கு வருமாறு விதுரன் அழைக்க வந்திருக்கிறான். இந்த மயன்சபையில் தர்மனுடன் சூதாட்டம் ஆட வேண்டுமென்று துரியோதனன் ஏங்கிக் கொண்டிருக்கிறானாம்.

திரௌபதியின் மனம் வரவிருந்த கெடுதலை சந்தேகித்தது. காண்டவ வனத்து மயன்சபையில் தனக்கு நேர்ந்த அவமானத்தை அதே மாதிரியான மண்டபத்திலேயே பழிதீர்த்துக்கொள்ள எண்ணு கிறானோ என்று நினைத்தாள். தன்னுடைய சந்தேகத்தை அவள் தர்மனிடம் வெளிப்படுத்தினாள்.

“தேவீ... சூதாட்டம், மதுபானம், பெண், வனவேட்டை ஆகியவை ஒரு மன்னனுக்குப் பகைவர்களைப் போன்றவை என்ற விஷயம் எனக்குத் தெரியும். ஆனால் எனக்கு அழைப்பு அனுப்பியது என் தந்தையாரின் சகோதரர். அவர்கள் எல்லாரும்

ராஜசூய யாகத்திற்கு வந்திருந்தார்கள். இப்போது அவர்களுடைய அழைப்பைப் புறக்கணிக்க முடியாது."

"ஆனால் சூதாட்டத்தை மட்டும் தவிருங்கள். அது அவ்வளவு நல்லதல்ல."

தர்மனுக்குப் பௌருஷம் பொங்கிக்கொண்டு வந்தது. "என்னுடைய சூதாட்டத் திறமையையே சந்தேகப்படுகிறாயா? திரௌபதி, தோல்விக்கு க்ஷத்திரியன் பயப்படக் கூடாது."

"நடக்கப்போவது யுத்தமல்ல, சூதாட்டம்."

"இருந்தாலென்ன, நடக்க வேண்டியது நடந்தே தீரும். விதி எழுதியிருப்பதை யாராலும் மாற்ற முடியாது. எங்கள் பெரியப்பாவிடமும், அவருடைய பிள்ளைகளான என் சகோதரர்களிடமும் போகாமலிருக்க மாட்டேன். இதிலுள்ள ராஜநீதி உனக்குப் புரியாது."

"எது ராஜநீதி?"

"துரியோதனாதிகளும் நம்மைவிட வலிமை குறைந்தவர்களல்ல. அவர்களுடன் பீஷ்மர், துரோணர், கர்ணன், க்ருபா முதலான மகாவீரர்கள் இருக்கிறார்கள். காந்தார அரசகுமாரன் சகுனி, என் தாய்மாமன் சல்யன் முதலானோரும் யுத்தத்தில் வல்லவர்கள்தாம். அப்படிப்பட்டவர்களுடன் உரசலைவிட இணக்கம் நல்லது அல்லவா... சூதாட்டத்தின் புண்ணியத்தால் எங்கள் இரு வர்க்கத்தாரிடையே நட்புறவுகள் வலுவடைந்தால் இந்தப் பிரபஞ்சம் முழுவதுமே எங்கள் பக்கம் ஏறெடுத்துப் பார்க்கும் அல்லவா?"

"நீங்கள் அப்பாவிகள். துரியோதனாதிகள் உங்கள் நட்பை வேண்டவில்லை. நமது வலிமையைப் பார்த்து அவர்கள்தாம் பயப்படுகிறார்கள். நேருக்கு நேர் எதிர்கொள்ள முடியாமல் உங்களைச் சூதாட்டத்தின் மூலம் தோற்கடிக்க வேண்டுமென்று நினைக்கிறார்கள் என்பது என்னுடைய சந்தேகம். இப்போது நீங்கள் சொன்னீர்கள் அல்லவா, யுத்தத்திற்கு க்ஷத்திரியர்கள் பயப்படக்கூடாது என்று. துரியோதனாதிகள் பிரகடனப்படுத்தியிருக்கும் யுத்தத்திற்கு நீங்கள் இப்போது பயப்படுகிறீர்கள். அதனால்தான் சூதாட்டத்திற்கு ஒப்புக் கொண்டிருக்கிறீர்கள்."

தர்மனின் தன்மானம் அடிவாங்கியது. "திரௌபதி, நான் யுத்தத்திற்கு அஞ்சமாட்டேன்; சூதாட்டத்திற்கும் அஞ்சமாட்டேன். நாளை அவர்கள் யுத்தத்திற்கு அழைத்தாலும் எதிர்கொள்வதற்கு நான் ஆயத்தம்தான்."

தர்மன் தன் பேச்சைக் கேட்டால் நன்றாய் இருக்குமென்று நினைத்துக் கொண்டாள் திரௌபதி. தர்மன், அவனது சகோதரர்கள், திரௌபதி, குந்திதேவி ஆகிய அனைவரும் தௌம்ய முனிவருடன் அஸ்தினாபுரத்திற்குப் புறப்பட்டார்கள். சுடர்விட்டுப் பிரகாசிக்கும் ஒளி இருள்மயம் ஆவதற்கு அதிக நேரம் பிடிக்காது...

கௌரவர் அரண்மனையில் துரியோதனாதியர் அவர்களுக்கு மகத்தான வரவேற்பு அளித்தார்கள். தர்மனையும் அவனது சகோதரர்களையும் இறுகத் தழுவி வரவேற்றார்கள்.

காந்தாரியின் அந்தப்புரத்தில் நுழைந்த துருபத ராஜகுமாரி திரௌபதியின் பொலிவையும் அழகையும் பார்த்து துரியோதனாதியினரின் ராணிமார்கள் வியப்பில் ஆழ்ந்தார்கள். பிரபஞ்சத்து அழகை யெல்லாம் ஓரிடத்தில் திரட்டி அந்த பிரம்மா இந்த இளமங்கையை உருவாக்கியிருக்கிலாம் என்று அவர்கள் எண்ணினார்கள். திரௌபதி யின் முகத்தாமரை மலர்ச்சியும், அவளுடைய உருவமைப்புச் செம்மை யும் அவர்களைக் கிறுகிறுப்பில் ஆழ்த்தின.

34

துகிலுரிதல்

அஸ்தினாபுரத்தில் மரியாதைக்குக் குறைவில்லை என்று நினைத்துக் கொண்டாள் திரௌபதி. காந்தாரியின் மருமகள்கள் திரௌபதியை மிகவும் விசாரித்தார்கள். துரியோதனனின் மனைவி பானுமதி தனது அந்தப்புரம் முழுவதையும் சுற்றிக் காண்பித்தாள். கர்ணனின் மனைவியை அவளுக்கு அறிமுகம் செய்து வைத்தாள்.

சூதாட்டம் நடக்கும் நாளில் தானும் அங்கே போக வேண்டுமென்று திரௌபதி நினைத்தாள். தர்மன் அவசரப்பட்டு ஏதாவது பந்தயம் கட்டிவிடுவானோ என்று அவள் பயப்பட்டாள். ஆனால் காந்தாரிதேவி தவிர ராணிமார்கள் எவரும் போகமாட்டார்கள் என்று தெரிந்து அந்த எண்ணத்தைக் கைவிட்டாள்.

அஸ்தினாபுரத்தில் அந்தப்புர மாளிகையில் திரௌபதியின் அவிழ்ந்த கூந்தலைப் பார்த்து அவளுடைய தோழி, "மகாராணி, இந்த நீளமான கூந்தலைப் பார்க்கும் எந்த அரசகுமாரனாக இருந்தாலும் அதனைக்கொண்டு தூக்கிலிட்டுக்கொள்ளவாவது தங்களுக்கு வாய்ப்பு கிடைத்தால் நன்றாயிருக்குமென்று நினைக்காமல் இருக்க முடியாது. பெண்ணான எனக்கே இதைப் பார்த்துப் பொறாமை ஏற்படுகிறது. இதை முடிபோட்டு விடட்டுமா?"

"ஏன், அப்படியே இருந்தாலென்ன?" என்று திரௌபதி சிரித்துக் கொண்டே கேட்டாள்.

அலைகளாக விரிந்து பரவி புட்டப்பகுதியைத் தாண்டி பாதங்களைத் தொடுவதற்காகக் குதியாட்டம் போட்டுக் கொண்டிருந்த கூந்தலைப் பார்த்து தோழி இப்படிச் சொன்னாள்: "இதை இதுவரை பார்த்திராத அரசகுமாரர்கள் மீது எனக்கு இரக்கம் ஏற்படுகிறது."

திரௌபதிக்கு எரிச்சல் உண்டாயிற்று.

"தோழீ... அதென்ன பேச்சு... இந்த அழகெல்லாம் என் கணவன்மார்களுக்குச் சொந்தம் அல்லவா... வேறு யாராவது

பார்க்க வேண்டுமென்று நான் ஏன் நினைக்கிறேன்? உன் மனதில் அப்படிப்பட்ட எண்ணங்களெல்லாம் ஏன் தோன்றுகின்றன?"

தோழி சும்மா இருக்கவில்லை.

"எந்த எண்ணமும் காரணமில்லாமல் தோன்றாது, மகாராணி! அஸ்தினாபுரத்தில் உங்களைக் கணநேரம் பார்த்தாலே அரச குமாரர்கள் எல்லாரும் இரவுகளில் தூங்கமாட்டார்கள். பைத்தியம் பிடித்ததுபோல் நடந்துகொள்வார்கள்... ஓர் அபூர்வமான அழகி தென்பட்டால் ஆண்கள் ஈர்க்கப்படுவது இயல்பு. அதுவும் அந்தப் பெண் எல்லாக் கலைகளிலும் கரைகண்டவள் என்பது தெரிந்தால் யாருடைய மனம்தான் திகைக்காது? உங்களை அழகுக்கு அடையாளமாகப் படைத்திருக்கிறான் பிரம்மா... ஆனால் ஆண்களின் கண்களில் அழகு தேடும் தாகத்தை நிரப்பியவனும் அதே பிரம்மாதானே... அவர்கள் எல்லாரும் உங்களைப் பார்க்க வேண்டுமென்று ஏங்குகிறார்கள்."

"யார் அவர்கள்?"

"ஒருவர் என்று எப்படிச் சொல்வது? துரியோதனன் உள்ளிட்ட நூறு சகோதரர்கள், கர்ணன், சல்யன், சகுனி ஆக இவர்கள் மட்டுமல்ல... பீஷ்மரும் துரோணரும்கூட உங்கள் அழகைப் பார்ப்பதற்கு ஏங்குகிறார்கள் என்பதில் அதிசயம் ஒன்றுமில்லை. திருதராஷ்டிரர்கூடத் தனக்குக் கண்ணில்லாமல் போனதற்கு வருந்துகிறாரோ என்னவோ."

"போதும், நிறுத்து என் தோழியே! உன் பேச்சு எனக்குப் பிடிக்கவில்லை. யாரோ என்னைப் பார்க்க வேண்டுமென்று நான் ஏன் நினைக்க வேண்டும்? சூதாட்டத்தில் என்ன நடந்ததென்று தெரிந்து வா."

இதற்குள் கதவுப்பக்கம் சந்தடி கேட்டது.

சூதாட்டத்தில் வெற்றிபெற்று தர்மன் வந்தாயிற்றோ...

"தோழி, யார் வந்திருக்கிறார்கள், போய்ப் பார்."

தோழி போய்ப் பார்த்துவிட்டுத் திரும்பி வந்தாள்.

"பணியாளன் வந்திருக்கிறான், மகாராணி, ராஜசபையிலிருந்து

ஏதோ செய்தி கொண்டு வந்திருக்கிறானாம்."

"சரி, வரச்சொல்" என்று சொல்லிவிட்டுத் திரை மறைவுக்குள் சென்றாள். தோழியும் அவளருகில் போய்ச் சேர்ந்தாள்.

பணியாள் வந்தான்.

"சொல் சேவகா... என்ன செய்தி?"

"துரியோதன மாமன்னர் உங்களை சபைக்கு அழைத்துவரச் சொன்னார்."

"நான் சொன்னேன் அல்லவா... சபையிலுள்ள எல்லாரும் உங்களைப் பார்ப்பதற்குத் தவிக்கிறார்களென்று..." தோழி திரௌபதி யின் காதில் முணுமுணுத்தாள்.

திரௌபதி கோபக்காரியானாள்.

"துரியோதனன் யார் என்னை வரச் சொல்வதற்கு? நான் ஒன்றும் அவருடைய வேலைக்காரி அல்ல. என் கணவர் தர்மரும் ஒரு சக்கரவர்த்தி என்ற விவரத்தை அவர் மறந்துவிட்டார் போலிருக் கிறது."

திரௌபதி இந்த வார்த்தைகளைத் தோழியிடம் சொன்னது அந்த சேவகனுக்குக் கேட்டது. அவன் உடனுக்குடன் பதிலளித் தான்.

"திரௌபதி தேவி, என்னை மன்னியுங்கள். நான் ஒரு பணியாள். துரியோதன மகாராஜா என்ன சொல்கிறாரோ அதன்படி நான் நடந்துகொள்ள வேண்டும். நீங்கள் சொன்னது போல் தர்மர் இப்போது சக்ரவர்த்தி அல்ல. சூதாட்டத்தில் அவர் எல்லாவற்றையும் பணயம் வைத்துத் தோற்றுவிட்டார். கடைசியில் உங்களைக்கூடப் பந்தயத்தில் பணயம் வைத்துத் தோற்றுவிட்டார். இப்போது நீங்களும் என்னைப் போலவே துரியாதன மகாராஜாவுக்குப் பணியாள்தான். அதனால்தான் உங்களைக் கூட்டிவரச் சொல்லியிருக்கிறார்."

திரௌபதிக்குக் கண்கள் சுழன்றன. அந்தப்புர மாளிகை கிர்ரென்று சுழல்வதுபோல், பிரளயம் ஏற்பட்டதுபோல் தோன்றியது. அதுவரையிலும் அவளுடன் வேடிக்கையாகப் பேசிக்கொண்டிருந்த தோழிகூடத் திகைப்புக்கு ஆளானாள்.

திரௌபதி மூர்ச்சித்து விழுந்துவிடாமல் அவள் பிடித்துக் கொண்டாள்.

கணங்கள் யுகங்களாகக் கழிந்துகொண்டிருந்தன. அந்தப்புரம் முழுவதும் நிசப்தம் நிலைத்து நின்றது. நடந்துகொண்டிருப்பது ஒரு கெட்ட கனவு அல்ல என்று புரிவதற்கு திரௌபதிக்குச் சற்று நேரம் பிடித்தது. தன்னை நிலைப்படுத்திக்கொண்டு பணியாளிடம் இப்படிச் சொன்னாள்:

"நீ சொன்னது எனக்குப் புரிந்துவிட்டது. ஆனால் எந்த யுகத்திலாவது மனைவியைப் பணயம் வைத்து சூதாடித் தோற்ற கணவன் இருக்கிறானா? இது எனக்கு எவ்வளவு வியப்பாக இருக்கிறது! உங்கள் அஸ்தினாபுரத்தில் பெண் என்பவள் ஆணுக்கு ஆஸ்தி என்ற அளவில் மட்டும்தானா? பணயம் வைத்து ஆடுவதற்கு தர்மரிடம் வேறு செல்வம் எதுவும் இல்லையா? இல்லை, அவர் சூதாடும் மயக்கத்தில் மதிமயங்கிப்போய் விட்டாரா?" என்று கேட்டாள்.

"இளவரசியே, சூதாட்டத்தில் பணயம் வைப்பதற்கு வேறு செல்வம் எதுவும் இல்லாததால்தான் அவர் முதலில் தனது சகோதரர்களையும், பின்னர் தன்னையும், கடைசியில் உங்களையும் பணயம் வைத்து விளையாடித் தோல்வியடைந்திருக்கிறார்..." என்று பணியாள் பதில் சொன்னான்.

திரௌபதி வியப்பிலாழ்ந்தாள். தன்னைப் பணயமாக வைப்பதற்கு தர்மனுக்கு என்ன உரிமை இருக்கிறது? ஒருவேளை அப்படி உரிமை இருப்பதாக அவன் நினைத்தால் தன்னைத் தானே பணயம் வைத்து தோற்ற பிறகு மனைவியை எப்படி அந்தப் பந்தயத்தில் பணயம் வைக்கலாமென்று அவள் தன்னைத் தானே கேட்டுக் கொண்டாள்.

"பணியாளனே, தர்மர் சூதாட்டத்தில் முன்னதாகவே தோற்று விட்டாரா, அல்லது என்னைப் பணயம் வைத்த பிறகு தோற்றாரா? இந்தக் கேள்விக்கு எனக்கு பதில் வேண்டும். அவரிடமிருந்து பதில் கிடைத்த பிறகுதான் நான் உன்னுடன் வருவதற்கு ஆயத்தமாவேன்" என்று திரௌபதி பதிலளித்தாள்.

"எனக்கு அந்த விவரம் தெரியாது, திரௌபதிதேவீ."

“அப்படியானால் இந்த விவரத்தை தர்மனிடம் கேட்டுத் தெரிந்து வா. அதற்குப் பிறகு உனக்கான கட்டளையை நீ நிறை வேற்று.”

பணியாளன் போய்விட்டான்.

உணர்விழந்த நிலையிலான திரௌபதியைச் சிந்தனைகள் சூழ்ந்துகொண்டன. தர்மன் என்ன வேலை செய்துவிட்டான்! தான் ஏற்கெனவே அவனை இந்தச் சூதாட்டத்தில் பங்கெடுக்க வேண்டாமென்று எச்சரித்திருந்தாள். ஆனால் அவன் கேட்க வில்லை. தன்னை அவர் பந்தயப் பொருளாக ஏன் பணயம் வைக்க நேர்ந்தது? தோழி சொன்னதைப் போலத் தன் மீது கண் வைத்திருந்த துரியோதனன் இந்த நிலைமை ஏற்பட அவனைக் கிளறிவிட்டிருப்பானோ? அப்படியே தூண்டிவிட்டிருந்தாலும் கூடத் தன்னைப் பணயம் வைப்பதற்கு தர்மனுக்கு என்ன உரிமை இருக்கிறது? தானென்ன ஜடப்பொருளா பந்தயத்தில் பணயம் வைக்கப்பட? தன்னை சுயம்வரத்தில் வென்றெடுத்த அர்ஜுனன், பீமன், நகுலன், சகாதேவன் ஆக எல்லாரும் அப்போது என்ன செய்துகொண்டிருந்தார்கள்? எப்போதும் போலவே அவர்கள் அண்ணனுக்கு அடிபணிந்து விட்டார்களா?

அவளுடைய சிந்தனைகளைச் சிதைப்பதாக மறுபடியும் பணியாள் வந்தான்.

“அம்மா... நீங்கள் கேட்ட கேள்வியைப் பற்றி நான் தர்மரிடம் சொன்னேன். ஆனால் அவர் அசையாமல் கற்சிலையாகத் திகைத் துப் போயிருக்கிறார். நீங்களே சபைக்கு வந்து தர்மம் பற்றிய சந்தேகத்தைக் கேட்டுத் தெரிந்துகொள்ளும்படி துரியோதன மகாராஜா சொன்னார். உங்களை சீக்கிரமே அழைத்து வரும்படி எனக்குக் கட்டளையிட்டிருக்கிறார். தேவி! நீங்கள் உங்கள் கேள்வியை எல்லாருடைய முன்னிலையிலும் தர்மரிடம் கேட்டுத் தெரிந்து கொள்ளலாம். தாமதப்படுத்தாமல் என்னுடன் வந்து விடுவது நல்லது.”

பணியாளனின் பதிலைச் செவியுற்ற திரௌபதிக்கு துரியோதனனின் ஆஸ்தானத்தில் சூழ்நிலை எவ்வளவு பாழ்பட்டிருக் கிறது என்பது புரிந்தது. தர்மனும் சகோதரர்களும் இப்போது

அடிமைகள். அவர்கள் எதுவும் பேசுவதற்கு வாய்ப்பில்லை. ஆனாலும் வேறொரு முயற்சி செய்ய வேண்டுமென்று அவளுக்குத் தோன்றியது.

"பணியாளனே, நடக்க இருப்பதை யாரும் நிறுத்த முடியாது. ஆனால் முடிந்த வரையிலும் நாம் தர்மத்தைக் காப்பாற்ற முயல வேண்டும். நான் எனக்கான தர்மத்தை மீற முடியாது. நான் இந்தச் சூழ்நிலையில் என்ன செய்ய வேண்டும் என்பதை சபையிலுள்ள பெரியவர்களான குரு வம்சத்தவர்களே நிர்ணயிக்க வேண்டும். நான் சபைக்கு வருவது தவிர்க்க முடியாது என்று சொன்னால் வந்துவிடுகிறேன். உங்கள் சபையில் தர்மாத்மாக்கள், நீதிமான்கள், மரியாதைக்குரியவர்கள் இருக்கிறார்களென்ற நம்பிக்கை எனக்கு இன்னும் இருக்கிறது."

பணியாளன் மீண்டும் திரும்பிப் போனான்.

சற்று நேரத்தில் தர்மனுக்கு மிகவும் நெருக்கமானவனான ஒரு தூதுவன் வந்தான். அவனைப் பார்த்ததுமே திரௌபதிக்குக் கொஞ்சம் நிம்மதி ஏற்பட்டது. அந்தத் தூதுவன் அவளுக்கும் நன்றாகத் தெரிந்தவன்தான்.

தர்மன் ஏதாவது செய்தி சொல்லியனுப்பினானா என்று திரௌபதி அவனைக் கேட்டாள்.

"ஆமாம் தேவீ! சூதாட்ட போதையில் சகோதரர்களையும் உங்களையும் பணயமாக வைத்து விளையாடியதற்கு அவர் மனத்தளவில் மிகவும் நொந்துபோயிருக்கிறார். இப்போது உங்களை சபைக்கு வரவழைத்து எந்த விதமாக அவமானப்படுத்துவார்களோ என்று வேதனைப்படுகிறார். ஒரு தடவை அடிமையாகிவிட்ட பிறகு தன்னால் உங்களை எந்த வகையிலும் காப்பாற்ற முடியாது என்பது அவருக்குத் தெரியும். நீங்கள் சபைக்கு வராமல் இருக்க முடியாது; அதைத் தவிர்க்க முடியாது. சபையில் அவர்கள் என்ன செய்வார்களென்றுகூடத் தெரியாது. இனி உங்களை நீங்கள் காப்பாற்றிக் கொள்வதற்கு எந்த விதமாக ஆலோசித்துக்கொள்ள வேண்டுமென்று உங்களிடம் சொல்லச் சொன்னார். நீங்கள் மாதவிலக்காக இருப்பதாக வருத்தத்துடன் சொன்னால் அவமானத்தி லிருந்து தப்பித்துக் கொள்ளலாமோ என்னவோ என்று அவர் நினைக்கிறார்."

தர்மன் எந்தச் சூழ்நிலையில் அந்தச் செய்தியைச் சொல்லி அனுப்பினானோ அந்த விவரத்தைக் கேட்ட திரௌபதிக்கு அர்த்தம் புரிந்தது. திரௌபதி தலைநிமிர்ந்தபோது அந்தச் செய்தியைச் சொன்ன தூதுவன் அங்கிருந்து மாயமாக மறைந்துவிட்டிருந்தான். ஆம், தர்மன் இப்போது அடிமை. அடிமைக்குத் தூதனாக இயங்கினானென்று தெரிந்தால் கௌரவர்கள் தன்னை மன்னிக்க மாட்டார்களென்று அவனுக்குத் தெரியும். கௌரவர் சபையில் அடிமைகளாகியிருக்கும் தர்மனோ, மற்ற பாண்டவர்களோ தன்னை எந்த வழியிலும் காப்பாற்ற முடியாதென்ற விவரம் திரௌபதிக்குத் தெளிவாயிற்று. இத்தனை பேர் எதிரிகளுக்கு நடுவில் ஒரு பெண் தன்னைத் தானே எப்படிக் காப்பாற்றிக்கொள்ள முடியும்? தான் தனிமைப்பட்டுவிட்டதான எண்ணம் திரௌபதிக்கு ஏற்பட்டது. தர்மன் தன்னை எந்த அளவுக்கு நிராதரவான நிலைமைக்குத் தள்ளிவிட்டான்...

இந்தத் தடவை பணியாளன் வந்தால் அவனுடன் கௌரவ சபைக்குப் போவதற்கு திரௌபதி மனத்தளவில் தன்னை ஆயத்தப் படுத்திக் கொண்டாள். ஆனால் தான் கேட்ட கேள்விக்குப் பணியாள் என்ன பதில் கொண்டு வருவான்? அவளுக்கு எதுவும் புரிபடவில்லை.

ஆனால் இந்தத் தடவை அந்தப் பணியாள் வரவில்லை. துச்சாதனன் நேராக திரௌபதியிடம் வந்தான். அவனைப் பார்த்ததுமே திரௌபதி அச்சத்திற்குள்ளானாள். பெண்களின் அந்தப்புரத்திற்கு ஆண்கள் வருவது நடைமுறையல்ல. ஆனாலும் அவன் வந்திருந்தான். வந்தவன் எவனோ அல்ல. தங்களுக்கு நெருக்கமான உறவினன்... தனக்கு மைத்துனன்.

திரௌபதியை இவ்வளவு அருகாமையில் பார்ப்பது துச்சாதன னுக்கு இதுதான் முதல் தடவை. விவரிப்புக்கு அப்பாற்பட்ட அவளது அழகைப் பார்த்து அவனுக்கு பிரமிப்பு ஏற்பட்டது. பிரபஞ்சத்தில் இவ்வளவு அற்புதமான அழகு இருக்கிறதா என்ற சந்தேகம் ஏற்பட்டது. இவள் தங்களுக்கு அடிமை என்ற எண்ணம் அவனில் மகிழ்ச்சியையும் தைரியத்தையும் ஏற்படுத்தியது.

"திரௌபதி, நீ இப்போது எங்கள் அடிமை. சூதாட்டத்தில் நாங்கள் உன்னை வென்றிருக்கிறோம். கௌரவர்களுக்குத் தொண்டு

புரிவது உன் கடமை. இப்போதே ராஜசபைக்கு வா. இப்போதே தாமதமாகிவிட்டது" என்றான் துச்சாதனன்.

துச்சாதனன் திரௌபதியை நெருங்கினான். அவனைப் பார்த்ததும் திரௌபதியின் தோழி அங்கிருந்து ஓட்டம்பிடித்தாள். பெரியவர்களுக்கிடையேயான பிரச்சினையில் தலையை நுழைத்தால் என்ன நடக்குமென்று அவளுக்குத் தெரியும்.

திரௌபதி பயத்தால் நடுங்கியபடி வேகமாக திருதராஷ்டிர மன்னரின் மனைவிமார் இருந்த அந்தப்புரம் நோக்கி ஓட்ட கதியில் புறப்பட்டாள். அவள் தலைசாய்ப்பதற்கான இடம் தேடுகிறாள் என்பதைப் புரிந்துகொண்ட துச்சாதனன் "நில். எங்கே போகிறாய், அடிமையே?" என்று அவளைப் பின்தொடர்ந்து ஓடிப்போய் அவளுடைய நீளமான கூந்தலைப் பற்றிப்பிடித்தான்.

"நட... உன்னை வரச்சொல்லி மரியாதையாக அழைப்பு அனுப்பினால் புறக்கணிக்கிறாயா? அங்கே உன் கணவன்மார்களின் கதி என்ன விதமாக இருக்கிறதென்று வந்து பார்" என்று துர்சாதனன் அவளை ஒரு பெரும்புயல் வாழைமரத்தைப் பிடுங்குதுபோல் இழுத்துக்கொண்டு சபைக்குள்ளே இட்டுச் சென்றான்.

கூந்தலைப் பற்றி இழுத்ததனால் ஏற்பட்டவலி தாளாமல் திரௌபதியின் சரீரம் வில்லாக வளைந்தது. "மூடனே... துச்சாதனா... நான் உன் அண்ணி... வயதுக்கு வந்தவள்... மாதவிலக்கில் இருக்கிறேன்... என்னை சபை நடுவே இட்டுச் செல்வது உசிதமல்ல" என்று அழுதாள்.

துச்சாதனன் அதைக் கேட்ட பிறகும் அவளுடைய கூந்தலை விட்டுவிடாமல் மேலும் அதிக இறுக்கமாகப் பற்றிக்கொண்டு வாய்க்கு வந்தபடிப் பேசினான்.

"திரௌபதி, நீ பூப்படைந்தவளாக, மாதவிலக்குக்காரியாக, கடைசியாக நிர்வாணமாக இருந்தாலும் சரி... நீ எங்கள் அடிமை. சூதாட்டத்தில் உன்னை நாங்கள் வென்றெடுத்திருக்கிறோம். எனவே நீ எங்கள் விருப்பப்படி அடிமைப் பெண்களுடன்தான் இருக்க வேண்டும்" என்று சொல்லி சபைக்குள் கொண்டு வந்த பின்பு கூந்தலைப் பற்றியிருந்த கையை விட்டான்.

திரௌபதியின் கூந்தல் தாறுமாறாகக் கலைந்தது. துச்சாதனன் இழுத்து வந்ததில் அவளுடைய ஆடைகளில் பாதி அவிழ்ந்து கீழே விழுந்துவிட்டது. நாணமுற்றுத் தனது உடம்பை மூடிக்கொள்வதற்கு முயன்று திரௌபதி நாலாபக்கமும் பார்த்தாள்.

அங்கே பாண்டவர்கள் சூதாட்ட மேடையில் கிரீடங் களைத் தரையில் இறக்கி வைத்துவிட்டுத் தலைகுனிந்தபடி உட்கார்ந்திருந்தார்கள். அவர்களில எவரும் அவளிருந்த பக்கம் பார்க்கவில்லை. பீமன் மட்டும் பற்களை நறநறவென்று கடித்தபடி நாலாபக்கமும் பார்த்தான்.

கௌரவர் சபையிலிருந்த நூற்றுக்கணக்கான கண்கள் திரௌபதியைப் பார்த்தன. அவர்களில் சிலருடைய கண்கள் இரக்கத்துடன் பார்த்தன. அதிகார வெறிபிடித்த கண்கள் அவளுடைய அபூர்வ அழகுக்கு ஆட்பட்டு அதை உரிமையாக்கிக் கொள்வதற்கு முயன்றன. அவை கண்களல்ல, அவளுடைய உடம்பில் ஓர் அணுவைக்கூட விடாமல் சிதைத்து வதைக்கக் காத்திருந்த கத்திகள்.

திரௌபதி அவர்களைப் பரிசீலித்தபடிப் பார்த்துவிட்டு திருதராஷ்டிரரின் பக்கத்தில் வீற்றிருந்த பீஷ்மரின், துரோணரின் எதிரில் போய் நின்றாள். தன் கணவன்மார்களின் நிலைமைக்கு, தனது பரிதாபகரமான நிலைமைக்கு அவள் குன்றிப்போனாள். அவளுடைய கன்னங்கள் வெதுவெதுப்பான கண்ணீரால் நனைந்து போயிருந்தன. பீஷ்மரும் துரோணரும் அவளுடைய சரீர வாளிப்பை கவனித்தார்களே அன்றி எதுவும் பேசாமல் இருந்தார்கள்.

சபையில் நிறைந்திருந்த நிசப்தத்தைக் கலைத்து துரியோதனன் இப்படிச் சொன்னான்: "துச்சாதனா, பாண்டவர்கள் இப்போது என் அடிமைகள். அவளும் என் அடிமைதான். அவளை என்னிடம் இழுத்து வா."

இதைத் தொடர்ந்து துச்சாதனன் திரௌபதியிடம் மேலதிக ஆணாதிக்க முரட்டுக் குரலில் பேசினான்.

"திரௌபதி, இனி நீ எங்கேயும் போக முடியாது. சூதாட்டத்தில் நாங்கள் உன்னை வென்றெடுத்திருக்கிறோம். துரியோதன சர்வேஸ்வரனே இனி உனக்கு எல்லாவற்றுக்குமான எஜமானன்.

மறு பேச்சு எதுவும் பேசாமல் சபை நடுவுக்கு வா."

ஈட்டிக்குத்தலான அந்தப் பேச்சைக் கேட்டு திரௌபதி பயந்து நடுங்கினாள். துச்சாதனன் அவளைப் பிடிப்பதற்காக என்பதுபோல் கையை நீட்டினான். அதனால் திரௌபதி காந்தாரி இருந்த பக்கம் சென்றாள். கண்களுக்குத் திரையிட்டுக் கட்டியிருந்த காந்தாரி வாய்ப்பேச்சு வெளிவராத நிலையில் இருந்துவிட்டாள். துச்சாதனன் அவளைப் பின்தொடர்வதை நிறுத்தவில்லை.

திரௌபதியின் கூந்தலை அவன் மீண்டும் பற்றிப் பிடிப்பதற்கு முயன்றபோது உயரத்தில் மேலெழும் கடலலை போல அந்தக் கூந்தல் கற்றைகள் சிலிப்புற்று துச்சாதனனின் முகத்தை மூடி மறைத்தன. அவன் திகைத்து, பின் சுதாரித்து அவளுடைய கூந்தலை எட்டியவரைப் பற்றிப்பிடித்து இழுத்துக்கொண்டே துரியோதனின் எதிரில் கொண்டு போய் நிறுத்தினான். சபையில் இருந்தவர்கள் எல்லாரும் அந்த துர்ச்சம்பவத்தால் திகைத்துக் கற்சிலைகளானார்கள்.

கட்டவிழ்ந்து சிதைந்து அலைக்கழிந்ததும், மென்மையும் நீளமானதுமான கூந்தலுடன், வெளிறிச் சிறுத்துப்போன முகத்துடன் வெட்கமும் கோபமும் இணைய அந்த துருபத மன்னனின் மகள் சூறாவளிக் காற்றில் அலைக்கழியும் கொடி போன்று தடுமாறித் தத்தளித்தாள். அவளை துரியோதனன், கர்ணன், சகுனி, சைந்தவன் முதலான கொடியவர்கள் ஒய்யாரமாக உற்று உற்று பார்த்தார்கள். துச்சாதனனின் கையிலிருந்து தன் கூந்தலை விடுவித்துக்கொண்டு அவள் பயங்கரப் புயலுக்கான இடியிடிக்கும் மேகம் போலச் சீறினாள்.

"இந்தப் பெரிய ராஜசபையில் வெவ்வேறு சாத்திரங்களில் விற்பன்னர்கள், பேரறிஞர்கள், குருமார்கள் இருக்கிறார்கள். இப்படிப் பட்ட சபையில் ஓர் அரசகுமாரியை இந்த முறையில் இழுத்து வருவது நியாயம்தானா? குரு வம்சத்து வீரப் பெருந்தகையோர் இத்தனை பேர் முன்னிலையில் இந்தப் பாபாத்மா என்னை இந்த மாதிரி பலாத்காரமாக இழுத்து வந்து அவமானப்படுத்துகையில் ஒருவர்கூட இந்த இழிசெயலை அருவருக்கத் தக்கதென்று குற்றம் சாட்டி நிந்திக்கவில்லை... நீங்கள் எல்லாருமே இது சரிதான் என்று அங்கீகரிக்கிறீர்கள் போலிருக்கிறது!... பரத

வம்சத்தாரின் தர்ம வழிமுறை இதுதானா? என் கேள்விக்கு பதில் சொல்லுங்கள். தர்மத்தின் வழிமுறைப்படி என்னை இவர்கள் வென்றெடுத்திருக்கிறார்களா, சொல்லுங்கள்."

திரௌபதி பெருஞ்சினத்துடன் சபை நடுவில் அமர்ந்தாள். தனது கணவன்மார்கள் பேசாதிருந்தது அவளுக்கு அவமானமாக இருந்தது. அவர்களுடைய மௌனத்தைப் பார்த்த துச்சாதனன் "எழுந்திரு அடிமையே... இன்னும் இங்கேயே உட்கார்ந்திருப்பதென்ன... எவரும் உன்னைக் காப்பாற்ற வரமாட்டார்கள்" என்று மீண்டும் கூந்தலை இறுக்கமாகப் பற்றியிழுத்தான்.

துச்சாதனனின் பேச்சைக் கேட்டு கர்ணன் வெடித்துச் சிரித்து "பலே, துச்சாதனா!" என்று புகழ்ந்து மகிழ்ந்தான். சகுனியும் சிரித்தபடி துச்சாதனனைப் புகழ்ந்து பேசினான். இந்த சமயத்தில் பீமன் எழுந்து நிற்பதைப் பார்த்து துச்சாதனன் சற்றே பின்வாங்கினான்.

"திரௌபதி, நீ பொருத்தமான கேள்வியைத்தான் கேட்டாய். அதற்கான பதில் எனக்குக்கூடத் தோன்றவில்லை. தர்ம சூட்சுமத்தைச் சொல்வது சற்று கடினம். இவருக்குப் பத்தினியான உன்னை தர்மன் சூதாட்டத்தில் பயணம் வைத்திருக்கக் கூடாது. ஆனாலும் பெண்கள் கணவன்மார்களின் ஆதிக்கத்தில் இருக்க வேண்டியவர்கள். அவர்களுக்கென்று தனியான சுதந்திரம் கிடையாது. தர்மனைப் போன்றவன் தர்மத்தினின்றும் விலகி நடப்பான் என்று நான் நினைக்கவில்லை. சகுனி சூதாட்டத்தில் நிபுணன். இவன்தான் தர்மனை உற்சாகப்படுத்திக் கிளறிவிட்டு உன்னைப் பணயம் வைக்க அவனைத் தூண்டிவிட்டிருக்கிறான். இது சகுனியின் கபடமென்று தர்மனுக்குத் தெரியாது. எனவே எது நல்லது, எது தீயது என்று என்னால் சொல்ல முடியாதம்மா!" என்று பீஷ்மர் தன் வேதனையை வெளிப்படையாகச் சொன்னார்.

பெண்களின் சுதந்திதிரத்தைப் பற்றி பீஷ்மரிடமிருந்து எப்படி நியாயத்தை எதிர்பார்க்க முடியுமென்று நினைத்துக்கொண்டாள் திரௌபதி. அம்பா, அம்பிகா, அம்பாலிகா ஆகிய மூவரையும் அவர்களுடைய விருப்பம் அறிந்து பீஷ்மர் சுயம்வரத்திலிருந்து தூக்கிக்கொண்டு வரவில்லை அல்லவா என்று தனக்குத் தானே பெருமூச்சு விட்டாள். ஆனாலும் அவளில் நம்பிக்கை அற்றுவிடவில்லை.

"சூதாட்ட நிபுணர்கள், கபடமான தீயவர்கள் தர்மனை சபைக்கு அழைத்து வந்து சூதாடியிருக்கிறார்கள். சூதாட்டத்தில் தர்மருக்குத் திறமை இருந்தாலும் வஞ்சகம் புரிவது அவருக்குக் கிடையாது என்பது எல்லாருக்கும் தெரியும். அப்படிப்பட்ட ஒருவருக்கு ஆசை காட்டி, அப்பாவித்தனத்தைப் பயன்படுத்தி என்னைப் பணயம் வைப்பதற்கு ஆசை வார்த்தை சொல்லித் தூண்டியிருக்கிறீர்கள். இப்படிப்பட்ட கபடச் சூதாட்டம் ஆடக்கூடாதென்று, மனைவிமார்களைப் பணயம் வைக்கக் கூடாதென்று பெரியவர்கள் என்ற நிலையிலும்கூட உங்களில் எவரும் சொல்லவில்லையா? உங்கள் பிள்ளைகளுக்கு நீங்கள் முறைப்படியான கல்வி, நீதிநியமங்கள் கற்றுத் தரவில்லையா? இந்த சபையிலிருக்கும் குரு வம்சத்துக்காரர்களுக்கு மகன்கள், மருமகள்கள் இருக்கிறார்கள். அவர்களுக்கு இதைத்தான் கற்றுக்கொடுப்பீர்களா?.. எங்கே முதியோர்கள் இல்லையோ அது சபை அல்ல... யார் தர்மத்தைப் பற்றிப் பேசமாட்டார்களோ அவர்கள் முதியோர்கள் அல்ல. எது சத்தியம் அல்லவோ, அது தர்மம் அல்ல என்று நமது முன்னோர்கள் சொல்லிவைக்கவில்லையா..." என்று திரௌபதி கேட்டாள்.

கூந்தல் கலைந்து, புடைவை கலைந்து அழுத நிலையிலும்கூட தர்மசாஸ்திரங்களைப் பேசும் திரௌபதியைப் பார்த்து சபையில் பலருடைய நெஞ்சங்கள் இளகின. பீமனின் மனது கிளர்ந்தது.

பீமன் அதற்கு மேலும் பொறுக்க முடியாமல் தர்மனைப் பார்த்து இப்படிக் கேட்டான்:

"அண்ணா... சூதாடிகளுக்கும் மனைவிமார்கள் இருக்கிறார்கள். ஆனால் அவர்களில் எந்தச் சூதாடியும் தன் மனைவியைப் பணயம் வைத்ததாக நான் இதுவரை பார்த்ததில்லை. மனைவி எப்படிப் பட்டவளாக இருந்தாலும் சூதாட்டத்தில் எவரும் பணயமாக வைக்க மாட்டார்கள். நீங்கள் நமது நாட்டைப் பணயமாக வைத்து ஆடும் அளவுக்கு அங்கீகரிக்கலாமே தவிர இந்தப் பாபாத்மாக்களுக்கு மனைவியை அடிமையாக மாற்றுவதற்குப் பணயமாக வைப்பது என்பது கொடுமை. திரௌபதி நம்மை நம்பி நமது வீட்டில் அடியெடுத்து வைத்திருக்கிறாள். இவள் நமது மனைவியாக ஆனதற்காக இப்படி அவமானங்களை ஏற்பது தகாது. சகுனியுடன்

சேர்ந்து தீய பழக்கங்களுக்கு ஆட்பட்டுச் சூதாடினீர்கள். நீசர்களும் கொடூரமானவர்களுமான இந்தக் கௌரவர்கள் உங்கள் அடாத செயல் காரணாக இவளை அவமானப்படுத்துகிறார்கள். திரௌபதிக்கு நேர்ந்த இந்த இழிநிலைக்கு நீங்களே காரணம். எனவே முதலில் உங்கள் மீதுதான் குற்றம் சாட்டி தண்டிக்கப் போகிறேன். அவளைப் பணயமாக வைத்த உங்கள் கைகளைத் தீக்கிரையாக்கப் போகிறேன். நீங்கள் பாபம் செய்தீர்களா, இல்லையா என்பது அப்போது விளங்கிவிடும்" என்று சொல்லி சகாதேவன் இருந்த பக்கம் பார்த்து "சகாதேவா, தீப்பந்தம் கொண்டு வா" என்றான்.

அர்ஜுனன் இந்த வார்த்தைகளைக் கேட்டு வெகுவாக வெகுண்டான்.

"பீமசேனா, திரௌபதியைப் பணயமாக வைத்தபோது நாம் எல்லாரும் மௌனமாக இருந்தோம். அப்படியானால் நமது அண்ணன் சூதாட்டத்தில் வென்றுவிடுவார் என்ற நம்பிக்கை நம்மில் மறையவில்லை என்றுதானே அர்த்தம்... இதெல்லாம் வஞ்சகச் சூதாட்டம் என்று நாம் புரிந்துகொள்ளாமல் இருந்துவிட்டோம். ராஜதர்மத்தின்படிதான் நமது அண்ணன் சூதாடினார். அந்தக் கெட்ட பழக்க போதையில் நேரடியாக அவர் மட்டுமல்ல, நாமும் மறைமுகமாக மூழ்கியிருந்ததனால்தான் அவரைத் தடுக்க முடியா திருந்தோம். இப்போது அவருடைய கைகளை எரிப்பதனால் யாருக்கு இழப்பு? நமது பகைவர்களை மகிழ்ச்சியில் ஆழ்த்த மட்டுமே அது உதவும்" என்றான்.

அத்துடன் பீமன் கோபத்தை அடக்கிக்கொண்டு உட்கார்ந்தான்.

அதை அடுத்து துரியோதனனுடைய தம்பிகளில் ஒருவனான விகர்ணன் எழுந்தான்.

"சபையோர்களே, நமது சபையில் நல்லதுகெட்டது தெரிந்த பெரியவர்களே இல்லையா? திரௌபதிதேவியை தர்மர் பந்தயத்தில் தோற்றது தவறா. இல்லையா என்பதை எவராலும் சொல்ல முடியாதா? குரு வம்சத்து முதியோரான பீஷ்மரும் திருதராஷ்டிரரும், குருமார்களான துரோணாச்சாரியாரும் கிருபாச்சாரியாரும், சபையி

லுள்ள பிற மன்னர்களும் எதற்காக பதிலளிக்க முடியாதவர்களாக இருக்கிறார்கள்? தக்கது தகாதது தெரிந்தும்கூட மௌனமாக அமர்ந்திருப்பவர்கள் நரகத்தை அனுபவிப்பார்கள்" என்றான்.

விகர்ணனுடைய பேச்சைக் கேட்டும்கூட எவரும் பதிலளிக்க முன்வரவில்லை. எல்லாரும் மௌனமாக இருந்தார்கள். துக்கத்தில் இருந்த நிலையிலும் அற்புத அழகியாகத் தென்பட்ட திரௌபதியின் மீதிருந்த தங்கள் கண்களை சபையிலிருந்த எவரும் திசைதிருப்பாமல் இருந்தார்கள். அவளுக்கு நியாயம் சொல்ல வேண்டுமே என்ற எண்ணத்தையே அவர்கள் மறந்துவிட்டார்கள்.

இதற்குள் விகர்ணனே மீண்டும் பேசினான்.

"நீங்கள் எல்லாரும் நியாயம் தெரியாமல் பேசாமல் இருக்கிறீர்கள் என்ற நான் சொல்ல மாட்டேன். கணவனே சூதாட்டத்தில் மனைவியைத் தோற்ற பின்பு அதைப் பற்றிச் சொல்வதற்கு நாங்கள் யாரென்று நீங்கள் நினைக்கிறீர்கள் போலிருக்கிறது. நீங்கள் சொல்லாவிட்டாலும், எனக்குத் தோன்றும் நியாயத்தை நான் சொல்கிறேன்... கேளுங்கள். பெண், வன வேட்டை, சூதாட்டம், மதுபானம்... இந்த நான்கு கெடுதலான விடாப்பழக்கங்களில் சிக்கிக்கொள்ளும் எந்த மன்னனும் தர்மத்தைப் புறக்கணிக்கிறான். அந்த சமயத்தில் அவன் செய்யும் காரியங்களை எவரும் தர்ம காரியங்களாகக் கருத மாட்டார்கள். தர்மர் சூதாட்ட விடாப்பழக்கத்தில் சிக்குண்டு எல்லாச் செல்வங்களையும் பணயமாக வைத்துத் தோற்றுவிட்டார். பின்னர் தனது தம்பிகளையும், தன்னையும், இறுதியாக மனைவியையும் பணயமாக வைத்துப் பந்தயத்தில் தோற்றுப்போனார். தானே தன்னைப் பணயம் வைத்துத் தோற்றுப்போன பிறகு மனைவியைப் பணயம் வைக்கும் உரிமை அவருக்கு எங்கே இருக்கிறது? அது மட்டுமல்லாமல் திரௌபதிதேவி தர்மர் என்ற ஒருவருக்கு மட்டும் மனைவி அல்ல. ஐவரின் மனைவி. எனவே அவள் மீது அவர் ஒருவருக்கு மட்டுமே தனித்த உரிமை கிடையாது. அது மட்டுமல்லாமல், நமது குடும்பத்துப் பெண்ணை சபைக்கு பலாத்காரமாக இட்டு வருவது அநியாயம். மேலும், அவள் மாதவிலக்கில் இருக்கிறாள்" என்றான்.

இந்தப் பேச்சைக் கேட்டு சபையில் கைதட்டி ஆரவாரம் செய்தார்கள். சபை திரௌபதியின் பக்கம் சாய்வதைப் பார்த்த

துரியோதனன் பார்வையை மாற்றிக் கர்ணன் இருந்த பக்கம் பார்த்தான்.

கர்ணன் சிவந்த கண்களுடன் திரௌபதியைப் பார்த்தபடியே இப்படிச் சொன்னான்: "விகர்ணா, நீ ஒரு குழந்தை. உனக்கு என்ன தெரியும்? அக்னியை உண்டாக்கும் அரணி மரத்துண்டிலிருந்து உருவாகும் அக்னி அந்த அரணியையே எரித்துச் சாம்பலாக்குவது போல ஒருசிலர் தாங்கள் உருவாகக் காரணமாயிருந்த குலத்திற்கே நாசம் விளைவிக்கிறார்கள். சரீரத்திலிருந்து பிறந்த நோய் அந்த சரீரத்தையே நாசப்படுத்தி அழிக்கிறது. மாடுகள் தாங்கள் மேய்ந்த வைக்கோலைத் தாங்களே காலடியில் போட்டு மிதிக்கின்றன. நீயும் அதுபோல் குருவம்சத்தில் பிறந்துவிட்டு அந்தக் கூட்டத்தாரையே கேள்வி கேட்கிறாய். சபையில் உள்ள தர்ம வல்லுநர்களைவிட நீ பெரியவன் அல்ல என்பதைத் தெரிந்துகொள். பீஷ்மர், துரோணர், அஸ்வத்தாமா, விதுரர், காந்தாரி, திருதராஷ்டிரர் ஆகியோர் உன்னைவிட அதிக புத்திசாலிகள்தாம். திரௌபதி மீண்டும் மீண்டும் கேட்டாலும் அவர்கள் ஏன் மௌனம் சாதிக்கிறார்கள், திரௌபதியை தர்ம நெறிப்படிதான் ஆட்படுத்திய தாக அவர்கள் ஏன் எண்ணுகிறார்கள்? ஏனெனில் தர்மன் சூதாட்டத்தில் தனது எல்லாவற்றையும் பணயமாக வைத்துத் தோற்றுவிட்டதால் திரௌபதியுடன் சேர்த்து பாண்டவர்கள் அனைவருமே அடிமைகளானது போலத்தான். தர்மத்தைப் பற்றிப் பேசினாலும்கூட... ஐந்து பேரை ஒரு பெண் திருமணம் செய்துகொள்வது தர்மமா? பெண்ணுக்கு ஒருவன்தான் கணவன்... ஆனால் இவளுக்கோ ஐந்துபேர் கணவன்மார்கள்... பலரைக் கணவன்மார்களாகக் கொண்ட பெண்ணை சமூகத்தில் தொடுப்பு என்கிறார்கள். அப்படிப்பட்டவளை மாதவிலக்குடன் மட்டுமல்ல, நிர்வாணமாகவே சபைக்கு இழுத்து வந்தாலும் அதர்மம் ஆகாது" என்று சொன்னான்.

துச்சாதனன் இருந்த பக்கம் திரும்பிப் பார்த்துக் கர்ணன் இப்படிச் சொன்னான்:

"துச்சாதனா, இந்த விகர்ணன் முழுமூடனாக இருந்துகொண்டு அறிவாளிபோல் பேசுகிறான். பாண்டவர்களுடன் சேர்த்து திரௌபதியும் கௌரவர்களுக்கு அடிமைதான். அவர்கள் எல்லாரு

டைய ஆடைகளையும் களைந்துவிட்டு இழுத்து வா."

கர்ணனின் வார்த்தைகளைக் கேட்டதும் தர்மன் தன் மீதிருந் ஆடைகளைக் களைந்து கீழே வைத்தான். அதைப் பார்த்து மற்ற சகோதரர்களும் தங்கள் ஆடைகளைக் களைந்து பக்கத்தில் வைத்தார்கள். அந்தக் காட்சியைப் பார்த்து திரௌபதி அயர்ந்து போனாள். தன் கணவன்மார்களின் நோக்கம்தான் என்ன... தானும் தன் ஆடைகளைக் களைந்தெறிய வேண்டும் என்பதுதானோ?

திரௌபதி திகைத்து அதிர்ந்தவளாகி நின்றபோது துச்சாதனன் அவளுடைய புடைவையின் முன்றானையைப் பிடித்து இழுத்தான். திரௌபதி அந்தப் புடைவைத் தலைப்பைப் பிடித்துக் கொண்டு சிறிது நேரம் போராடினாள். பாண்டவர்கள் அந்தப் பக்கம் பார்க்காமல் தலைகுனிந்தபடி உட்கார்ந்திருந்தார்கள். கௌரவர் சபை முழுவதும் திரௌபதி துகிலுரியப்படும் காட்சியைக் கண் கொட்டாமல் பார்ப்பதற்கு ஆயத்தமாயிற்று.

மேனி முழுவதும் வழிந்துகொண்டிருந்த வியர்வையில் நனைந்த திரௌபதி மழைத் தூறலின் நடுவே கருமேகமாகத் தென்பட்டாள். நனைந்திருந்த அவளுடைய ஆடைகள் உள்ளோட்டமான அழகை வெளித்தெரியச் செய்து கொண்டிருந்தன. முழங்கால் வரை பரவித் தொங்கிக்கொண்டிருந்த கூந்தல்... வெளியே நழுவிவிடாமல் ரவிக்கைக்குள்ளிருந்து வெளியே வருவதற்குத் திமிறிப் புரளும் அவளுடைய மார்பகங்கள்... இடுப்பிலிருந்து அவளுடைய புடைவை அவிழ்ந்ததனால் வெளித் தெரிந்த குழிவிழுந்த தொப்புள்... திரும்பி வளைந்த பள்ளத்தாக்கு போன்றதான அவளுடைய இடுப்பு... திரௌபதியின் நிர்வாண அழகைப் பார்ப்பதற்கு சபையில் ஆயத்தப் படாத கண்களே இல்லை... சபை முழுக்க நிசப்தம் பரவியது...

அழகு இயற்கை கொடுத்த வரம்.. அழகை ஆராதிப்பது, ரசிப்பது எல்லாருக்கும் சாத்தியமில்லை. திரௌபதியை அவமதிப்பது தவறு என்று சொன்னவர்கள்கூட அவளுடைய அழகை ரசிப்பதற்கு ஆயத்தப்பட்டார்கள். திருதராஷ்டிரர்கூட திரௌபதியின் அழகைப் பற்றிக் கேள்விப்பட்டிருக்கிறார். அவளைப் பார்க்க முடியாது போனதற்கு அவர் தனது கண்பார்வையற்ற குறைபாட்டை நிந்தித்துக் கொண்டார். திரௌபதி இப்போது தங்களுக்கு அடிமை என்ற

எண்ணம் அவருடைய மனதில் ஏதோ ஒரு மூலையில் மகிழ்ச்சியை ஏற்படுத்தாமலில்லை.

'அன்னையே... வேதவியாசர் உன்னை நெருங்கி வந்தபோது கண்களை ஏன் மூடிக்கொண்டாய்?... எனக்கு இந்தக் கண்பார்வை யற்ற தன்மையை ஏன் ஏற்படச் செய்தாய்?" என்று திருதராஷ்டிரர் தன்னைப் பெற்றெடுத்த தாயைத் தன் மனதுக்குள்ளேயே கேட்டுக் கொண்டார். அதைத் தொடர்ந்து, தனது சிந்தனைப் போக்கைத் தானே நிந்தித்துக் கொண்டார்.

திரௌபதிக்குத் தன்னுடைய தோழி சற்று நேரத்திற்கு முன்பு சொன்ன வார்த்தைகள் நினைவுக்கு வந்தன. அரச குடும்பத்தார் அனைவரும் தனது அழகைக் காண்பதற்குத் தவித்துக் கொண்டிருக்கிறார்கள்... அவள் சொன்ன அந்த வார்த்தைகள் எவ்வளவு உண்மையென்று இப்போது புரிகிறது. திரௌபதியை நிர்வாணமாக்கும் முயற்சியைத் தடுப்பதற்குப் பாண்டவர்கள்கூட முயற்சி எடுத்துக்கொள்ளவில்லை. சபையிலிருந்த எல்லாரும் அவளை நிர்வாணமாகப் பார்ப்பதற்கு ஆர்வத்துடன் இருந்தார்கள்.

சபையிலிருந்த பெரியோர்கள்... தன் கணவன்மார்கள்... சுற்றிலும் வேடிக்கை பார்த்துக்கொண்டிருந்த அரசகுமாரர்கள்... ஆக எல்லாரும் திரௌபதிக்கு அந்தக் கணத்தில் அற்பர்களாகத் தென்பட்டார்கள். இவர்களில் எவரும் தன்னைக் காப்பாற்ற மாட்டார்கள்... காப்பாற்றுவதற்கு இவர்கள் யார்? ...எவருடைய பாதுகாப்பும் தனக்குத் தேவையில்லை... தன்கைக் காப்பாற்றுவதற்கு அந்தக் கடவுள்தான் துணை...

அந்த எண்ணம் வந்ததுமே திரௌபதிக்கு எங்குமில்லாத தைரியம் வந்தது. தன்னை நிர்வாணமாகப் பார்த்து என்ன செய்யப் போகிறார்கள்... அவர்கள் என்ன செய்தாலும் அது தன் சரீரத்திற்குத்தானே தவிர ஆத்மாவுக்கு அல்ல. ஒவ்வொருவனும் ஒவ்வொருத்தியும் பிறக்கும்போது நிர்வாணமாகத்தான் பிறக் கிறார்கள். ஆனால் தன்னுடைய பிறப்பு இயல்பாக அமைந்ததோ இல்லையோ என்பதுகூடத் தனக்குத் தெரியாது... எது நிர்வாணம்?... தன் உடம்பிலிருந்து ஆடைகள் வேறுபடுவது நிர்வாணமா? தன்னைப் பார்த்துக் கொண்டிருக்கும் ஆயிரக்கணக்கானவர்களின் மனங்களிலிருந்து பண்பாடுகள் காணாமல் போவது நிர்வாணமா?

தன்னை அவர்கள் நிர்வாணமாகப் பார்ப்பதற்கு முன்பே தான் அவர்களின் உண்மையான சுயரூபத்தைப் பார்த்து விட்டாள்... துரியோதனன், துச்சாதனன், கர்ணன்... எல்லாரும் திகம்பரமாக-ஆடையில்லாதவர்களாக மாறித் தங்களது ஆதித் தோற்ற உருவமைப்புகளுடன் அருவருக்கத் தக்க அடாவடித் தனங்கள் செய்பவர்களாகத் தென்படுகிறார்கள். ஆயிரக்கணக்கான ஆண்டு களின் நாகரிகம் ஒரே தடவையில் மாயமாகிவிட்டதுபோல் அவளுக்குத் தோன்றியது. பெண்கள் விஷயத்தில் ஆண்கள் எப்போதும் அநாகரிகமானவர்களே... காலம் எவ்வளவு மாறினாலும் ஒவ்வொரு பெண்ணுக்கும் தான் ஒரு காட்டுமிராண்டி சமூகத்தில் வாழ்ந்து கொண்டிருப்பதான உணர்வு எப்போதும் இருக்க வேண்டும்.

இருந்தாற்போலிருந்து திரௌபதி எதிர்த்துப் போராடுவதை நிறுத்தினாள். போராட்டத்துடன் பற்றியிருந்த கைகள் முன்றானை யைப் பிடித்திருந்ததை விட்டன. கைகளைத் தளர்த்திக்கொண்டு அவள் கண்களை மூடிக்கொண்டாள். அவளுடைய உதடுகளிலிருந்து 'கிருஷ்ணா!' என்ற சொல் எந்த முனைப்பும் இன்றி வெளிப்பட்டது. அவளுடைய புடைவையைப் பற்றி இழுத்துக்கொண்டிருந்த துச்சாதனனும்கூட திரௌபதியின் சத்தியாகிரகத்தைப் பார்த்து மலைத்துவிட்டான்.

அவளுடைய மனதில் ஒரு நீலமேகம் சூழ்ந்து பரவியது. சுற்றிலும் இருந்த பிரபஞ்சம் நீலக்கடலாகிக் கொந்தளித்து மிதித்துச் சாடுவதாகத் தோன்றியது. அந்த நீலக்கடல் கௌரவர் சபை என்ற வனத்திற்குள் புகுந்தது. கௌரவர்கள் எல்லாரும் அந்த வெள்ளத்தில் அடித்துச் செல்லப்பட்டார்கள். தொலைவி லிருந்து சக்கரம் போன்று சுழலும் ஓர் ஒளி வளையத்திலிருந்து நீல நிற ஒளிக்கற்றைகள் அவள் மீது படர்ந்து போர்த்தின. அந்த ஒளிச்சுடர்கள் முடிவு காண முடியாத ஆடைகளாகக் காற்றில் அலையாடியபடி அவளுடைய சரீரத்தை அணுவணுவாகப் போர்த்தின. ஓர் இனிமையான புல்லாங்குழலோசை அவளுடைய காதுகளுக்கு விருந்தாக ஒலித்தது. அவளுடைய மேனி வியர்வை ஆறிப்போயிற்று. குளிர்ந்த காற்றடித்ததும் அவள் கண்களைத் திறந்தாள்.

அது கனவல்ல. ஆனாலும் அந்தக் கணநேரத்தில் தனக்கு என்ன நேர்ந்ததென்று அவளுக்கே தெரியவில்லை. சபையில் இருந்தவர்களுக்கும் தெரியவில்லை. புடைவையைப் பற்றி இழுக்க முயன்ற துச்சாதனன் தளர்ந்துபோய்க் கூனிக்குறுகிக் கீழே உட்கார்ந்து விட்டான். தான் என்ன செய்தான் என்றோ, தான் எதற்காக அவளுடைய புடைவையைப் பற்றியிழுக்கப் போனானென்றோ எதுவும் அவனுக்குப் புரியவில்லை. மறுகணம் அவளுடைய புடைவையைப் பிடித்து இழுத்ததான செயலைக்கூட அவன் மறந்துபோனான். அவன் செய்வதறியாது அங்கேயே நின்றிருந்தான்.

கௌரவர்களும் தெளிவுநிலைக்கு வந்தார்கள். நடந்து முடிந்தது என்னவென்று அவர்களுக்குத் தெரியவில்லை. திரௌபதியை சபை நடுவே பார்த்த பிறகுதான் அவளை சபைக்கு அழைத்து வந்தது தாங்கள்தான் என்பது நினைவுக்கு வந்தது.

அப்போது பீமசேனன் எழுந்து நின்று சிங்கம் கர்ஜிப்பது போல் பேசிய பேச்சைக் கேட்டுத் திகைத்தார்கள்.

“இந்த சபையில் இருக்கும் க்ஷத்திரியர்களே, கேளுங்கள். இதுதான் என் சபதம்... இந்த மாதிரியான சபதத்தை இதுவரை எவரும் செய்திருக்க மாட்டார்கள்... செய்யவும் முடியாது. கெடுமதி யாளனான இந்த துச்சாதனன் குருவம்சத்துக்கு ஒரு களங்கம். இவனை நான் யுத்தத்தில் தோற்கடித்து, இவனுடைய மார்பைக் கிழித்து ரத்தத்தை உறிஞ்சிக் குடிப்பேன்... நான் அப்படிச் செய்யாது போனால் எனக்கு என் மூதாதையரின் அருளாசி கிடைக்காது.”

சிலிர்க்கச் செய்வதான பீமசேனனின் இந்த பயங்கர சபதம் சபையிலிருந்த ஒவ்வொருவரின் மேனியையும் சிலிர்க்கச் செய்தது.

பீமனின் சபதத்தால் சபையின் சூழ்நிலையில் சூடேறியது. அதைத் தணியச் செய்வதற்காக என்பதுபோல் விதுரன் தன் இருக்கையினின்றும் கீழே இறங்கி சபை நடுவே வந்தான்.

“சபையோரே, ‘தர்மன் தன்னைத் தோற்று அதன் பின் என்னைத் தோற்றாரா அல்லது என்னைத் தோற்று அதன் பின் தன்னைத் தோற்றாரா?’ என்று திரௌபதி இந்த சபையைக் கேட்டாள். அதற்கு எவரும் பதிலளிக்கவில்லை. விகர்ணன் ஒருவன்

தான் அதற்கு பதிலளித்தான். அறிவுபூர்வமாக சத்தியத்தை வெளிப்படுத்தாதவர்களைப் பொய் பேசிய தோஷம் பற்றிக் கொள்ளும். சபையோரை, நீங்கள் விருப்புவெறுப்புகளை விடுத்து திரௌபதியின் தர்ம சந்தேகத்தை நிவர்த்தி செய்யுங்கள். அவளுக்கு நியாயத்தை அளியுங்கள்" என்று விதுரன் விடுத்த வேண்டுகோளுக்கு துரியோதனனுக்கு பயந்த நிலையில் சபையிலிருந்த ஒருவர்கூட பதிலளிக்கவில்லை. இதற்குள் கர்ணன் "துச்சாதனா, ஏன் இந்தத் தாமதம்? இந்த அடிமையை உள்ளே அழைத்துச் செல்" என்று சொன்னான்.

துச்சாதனனுக்குள் மீண்டும் மிருகப் போக்கு நுழைந்தது. திரௌபதியின் கருங்கூந்தல் கற்றைகள் அவளுடைய முக அழகை மூடி மறைத்துக்கொண்டிருந்த நளினக் காட்சியைப் பார்த்தபோது அவனுக்குள்ளிருந்த மிருகம் விழித்தெழுந்தது. அவளுடைய ஒவ்வோர் அணுவையும் தொட வேண்டுமென்று அவன் தவித்தான். அவளுடைய முந்தைய அவமானம் இன்னும் தீர்ந்தபாடில்லை. திரௌபதியின் கூந்தலைப் பற்றிப் பிடித்து அவளை இழுத்துக் கொண்டு போகலானான். திரௌபதி நடுக்கமுற்று, நாணமுற்றவள் மீண்டும் ஆக்ரோஷமடைந்தாள்.

"சபைப் பெரியோர்களே, என்னை மன்னியுங்கள். சபைக்குள் வந்ததும் நான் உங்களுக்கு வணக்கம் தெரிவிக்கவில்லை. இந்தக் கெடுமதியாளன் துச்சாதனன் இந்த சபைக்கு என்னை இப்படிப் பசுமாட்டைப்போல் இழுத்து வந்ததால் உங்களுக்கு வணக்கம் செலுத்த முடியாது போயிற்று. இந்த சபையில் இருக்கும் குருவம்சத்தார் அனைவருக்கும் இப்போது நான் வணக்கம் செலுத்திக்கொள்கிறேன். சபையோரே!... நான் சுயம்வரத்தில் அரசகுமாரர்கள் அனைவரையும் பார்த்ததிலிருந்து இப்போது வரைக்கும் எந்த சபையோர் முன்னும் வந்ததில்லை. பாண்டவர்களின் பாதுகாப்பில் நான் வெளித் தெரியாமல் இருந்துவருகிறேன். இன்றைக்கு இந்த துன்மார்க்கன் என்னை இப்படி அவமானப்படுத்திக் கொண்டிருக்க அவர்கள் தூக்குக் கயிற்றுக்கு வசப்படுவதுபோல் தலையைத் தாழ்த்தியபடி இருக்கிறார்கள். மகளுக்குச் சமமான இல்லறத்து மருமகளை இப்படி அவமானப்படுததினால் கௌரவர்கள் எல்லாரும் பார்த்துக்கொண்டு வாளா இருப்பார்களா, என்ன... காலம் எவ்வளவு விபரீதமாக மாறிவிட்டது... இந்த சபையில் கௌரவர்களின் ராஜதர்மமெல்லாம்

அடிமட்டத்திற்குப் போய்விட்டது. பாண்டவர்களின் தர்மபத்தினி... திருஷ்டத்யும்னனின் சகோதரி.. பாண்டுமன்னனின் மருமகள்... ஸ்ரீகிருஷ்ணனின் தோழி... இப்படியெல்லாம் முறை இருந்தும் இன்றைக்கு சபைக்கு இப்படி இழுத்துக்கொண்டு வந்திருக்கிறீர்கள்...

...குருவம்சத்து க்ஷத்திரியர்களே... உங்கள் புகழுக்குக் களங்கம் உண்டாக்கும் வேலையை இந்த துச்சாதனன் செய்கிறான். நான் நீண்ட நேரம் இதைப் பொறுத்துக் கொண்டிருக்க முடியாது. என் கேள்விக்கு பதில் சொல்லுங்கள். நான் அடிமைத்தனம் ஏற்க வேண்டியவள்தானா, இல்லையா என்பதைச் சொல்லுங்கள். உங்கள் தீர்மானத்தின்படியே நடந்துகொள்கிறேன்."

விதுரன் பீஷ்மரைப் பார்த்தான். பீஷ்மர் அதுவரை சொல்லிக் கொண்டிருந்த வார்த்தைகளைத்தான் சொன்னார்.

"அம்மணி... தர்மசூட்சுமம் தெரிந்துகொள்வதற்கு யாரானாலும் கஷ்டம்தானென்று நான் ஏற்கெனவே சொல்லியிருக்கிறேன். உன்னை அவமதித்த கெடுமதியாளர்கள் சீரழிந்து போவார்கள் என்பதை மட்டும் என்னால் சொல்ல முடியும். இவ்வளவு இடர்ப்பாட்டில் இருந்தும்கூட நீ தர்மத்தைப் பற்றிப் பேசுவது எனக்கு மகிழ்ச்சி யைத் தருகிறது. தர்மம் தெரிந்த துரோணர் முதலான குருமார்கள் கூட துக்கத்தால் தளர்ந்து போயிருக்கிறார்கள். சகல தர்ம வித்தகரான தர்மரே உன்னுடைய கேள்விக்கு பதில் சொல்லும் அருகதை உடையவர்" என்றார்.

தாங்க முடியாத துக்க நெருப்பில் எரிந்துகொண்டிருந்த திரௌபதியின் கேள்விக்கு தர்மனால் பதில் சொல்ல முடியவில்லை. தர்மனின் பக்கமாக மௌனமாகப் பார்த்துக்கொண்டிருந்த சபையோரும்கூட நிசப்தமாக இருந்துவிட்டார்கள். துரியோதனன் புன்சிரிப்பு சிரித்துக்கொண்டு திரௌபதியிடம் சொன்னான்.

"திரௌபதி, உன் கேள்விக்கு பதில் சொல்ல தர்மனுக்கு அருகதை இல்லை. அவர் தங்களுக்கு எஜமானர் இல்லையென்றும், உன்னையும் தங்களையும் பணயமாக வைத்துச் சூதாடித் தோற்றதற்கான உரிமை கிடையாது என்று பீமார்ஜுனர்களும் நகுல சகாதேவர்களும் வாய்திறந்து சொல்லிவிட்டால் உங்கள் அனைவருக்குமான அடிமைத்தனம் விலகும். உன்னைப் பணயம்

வைப்பதற்குத் தனக்கு உரிமை இல்லை என்று தர்மன் ஒரு வார்த்தை சொன்னாலே போதும். உன் கணவன்மார்களுக்கு நேர்ந்த துர்பாக்கிய நிலையைப் பார்த்து சபையோர் எல்லாரும் துக்கத்தில் இருக்கிறார்கள். பாண்டவர்கள் என் கேள்விக்கு என்ன பதில் சொல்வார்களோ என்று எதிர்பார்த்துக் காத்துக் கொண்டிருக் கிறார்கள்."

அதற்குள் பீமன் தர்மனின் கைகளைப் பற்றினான். "இவர் எங்கள் அண்ணன். எங்கள் புண்ணியங்களுக்கு, தவங்களுக்கு, உயிர்களுக்கு எஜமானர். எங்களுக்குத் தந்தைக்குச் சமமானவர்... குருதேவர். இந்த மேன்மைக்குரியவர் எங்களைப் பணயம் வைத்துத் தோற்றுப்போனதற்காகத்தான் நாங்கள் வாளா இருக்கிறோம். இல்லாவிட்டால் இந்தக் கெடுமதியாளர்களின் இழிச்செயல்களை இதுவரையிலும் பொறுத்துக்கொண்டு இருந்திருப்போமா? திரௌபதியின் கூந்தலைப் பற்றி இழுத்த துச்சாதனனை இந்த சபை நடுவிலேயே கொன்றிருக்க மாட்டேனா? இரும்பு கதாயுதம்போல் இருக்கும் என் தோள்களுக்கிடையே சிக்கினால் அந்த தேவேந்திரனே யானாலும் தப்பிப் பிழைப்பானா? தர்மனின் பாசம், அர்ஜுனனின் கட்டுப்பாடு ஆகியவற்றைக் கருத்தில் கொண்டு நான் எல்லை மீறாமல் இருக்கிறேன். அண்ணன் கட்டளையிட்டால் போதும், இந்த திருதராஷ்டிரக் கூட்டத்தைக் கீழே வீழ்த்திக் காலால் தேய்த்து அழித்திருப்பேன்" என்று கோப ஆவேசம் பொங்கிய கண்களுடன் பீமன் பேசினான்.

"தம்பி பீமசேனா! அமைதிகொள்" என்று பீஷ்மர், துரோணர், கிருபாச்சாரியார், விதுரன் ஆகியோர் பீமனுக்கு அறவுரை கூறி அமைதிப்படுத்தினார்கள்.

அதற்குள் கர்ணன் திரௌபதியைப் பார்த்துப் பேசினான்.

"திரௌபதியே... அடிமை, மகன், எப்போதும் அடுத்தவரைச் சார்ந்திருக்கும் பெண்... ஆக இந்த மூவரும் செல்வத்திற்கு உரிமை பெற்றவர்கள் அல்லர். செல்வத்தின் வறியவனான பணியாளின் மனைவி மீது அந்தப் பணியாளனின் எஜமானனுக்கும் உரிமை இருக்கிறது. எல்லா அடிமைகளையும் போலவே நீயும் துரியோதனனின் சொத்துதான். எனவே மங்கையே, இனிமேல் நீ பணியாளர்களுடன் சேர்ந்து உனக்கு ஏவப்படும் வேலைகளைச்

செய்துகொண்டே இருக்க வேண்டும். இன்று முதல் துரியோதனன் முதலானோரே உனக்கு எஜமானர்கள். உன் எஜமானர்கள் பாண்டவர்கள் அல்லர். சூதாட்டத்தில் தோல்வியுற்ற ஐந்து கணவன்மார்களைவிடத் தோல்வியடையாத ஒரு கணவனே மேல். அப்படிப்பட்ட வீரன் ஒருவனை விரைவில் கணவனாகத் தேர்ந்தெடுத்துக் கொள். அதனால் சூதாட்டத்தினால் மற்றவர்களுக்கு மீண்டும் அடிமையாகும் வாய்ப்பு உனக்கு ஏற்படாது. அப்போது உன் விருப்பத்திற்கு ஏற்ப சுதந்திரமாக இருக்கலாம். அடிமைப் போக்கில்தான் பெண்களின் சுதந்திரம் அமைந்திருக்கிறது. இந்த சபையில் துருபத ராஜகுமாரியான உன்னைப் பணயம் வைத்த தர்மனுக்குத் தன் வாழ்க்கையில் பராக்கிரமம், ஆண்மை என்பன வெல்லாம் இல்லை என்பதாக எண்ணுகிறானோ என்னவோ..." என்று சிரித்துக்கொண்டே சொன்னான்.

இந்தப் பேச்சைக் கேட்டு பீமன் மேலதிகமாகச் சீற்றமுற்றான். "தர்மா, எனக்குக் கர்ணன் மீது கோபம் வரவில்லை. நீங்கள் சூதாடியதனால்தான் நமக்கு இந்த அடிமைத்தனம் நேர்ந்திருக்கிறது... எதிரிகளின் பரிகாசங்களைப் பொறுத்துக்கொள்ள நேர்ந்திருக்கிறது" என்று தர்மனைப் பார்த்துச் சொன்னான்.

பீமசேனனின் பேச்சைக் கேட்டும்கூடச் சலனம் அற்றிருந்த தர்மனைப் பார்த்து துரியோதனனே நேரடியாக அவனுடன் பேசினான்.

"தர்மா, உன் தம்பிமார்கள் உன்னுடைய ஆணைக்குக் கட்டுப்பட்டு இருக்கிறார்கள். எனவே நீயே திரௌபதியின் கேள்விக்கு ஏதாவது பதில்சொல்... திரௌபதி தோற்றுப்போனாளா, இல்லையா?"

தர்மன் அப்போதும் மௌனம் சாதித்தான். இதனால் துரியோதனன் தனக்கு மறுப்பு எதுவும் இல்லையென்று தீர்மானித்துக் கொண்டான். மறுபக்கம் கர்ணன் துரியோதனனைத் தூண்டிவிட்டு "நண்பனே! ஏன் இன்னும் தாமதம்? உன் அடிமையை உன் வசம் வரவழைத்துக் கொள்" என்று உற்சாகப்படுத்தினான்.

துரியோதனன் திரௌபதியைப் பார்த்துக் கண்ணைச் சிமிட்டி "வா!" என்று தனது இடது கால் தொடை மீதிருந்த ஆடையை

விலக்கி, அதில் வந்து அவளை உட்காரச் சொல்லிச் சிரித்தபடி சைகை செய்தான். வாழைமரம் போன்று பருமனாக, யானையின் துதிக்கை போலவும் வைரம் போன்று கடினமாகவும் இருந்த அந்தத் தொடையை அவன் திரௌபதிக்குக் காண்பித்தான்.

அந்தச் செயலைப் பார்த்து பீமன் சினமுற்றான். அவனுடைய கண்கள் கோபத்தால் சிவந்தன. அவன் தனது தோள்களை அசைத்து துரியோதனனைப் பார்த்து சபதம் செய்தான்.

"திரௌபதியைத் தனது தொடைமீது உட்காரச் சொல்லி அழைத்த இந்த துரியோதனனை, இந்தத் திமிர்பிடித்தவனை யுத்தத்தில் என் கதாயுதத்தால் அவனுடைய தொடைகளைச் சிதைத்துக் கொல்லாவிட்டால் இந்த பீமனுக்கு முன்னோர்களின் புண்ணிய லோகங்கள் கிடைக்காமல் போவதாக!" என்று கர்ஜித்தான்.

கோப வசப்பட்டவனாகி பீமன் செய்த சபதத்தினால் சபை அதிர்ந்தது. அவனுடைய மயிர்க்கால்களிலிருந்து நெருப்புச் சுடர்கள் தெறிப்பதாகத் தோன்றியது. இதனால் சபையிலிருந்த பெரியோர்கள் எல்லாரும் கௌரவர்களுக்கும் பாண்டவர்களுக்கும் இடையே பயங்கரமான யுத்தம் நிகழ்வது தவறாது என்று முடிவு செய்தார்கள்.

யார் என்ன சபதம் செய்தாலும் அந்தப் பாண்டவர்கள் தற்போது ஆதரவற்றவர்களாக, வீரமற்றவர்களாக அடங்கிக் கிடந்தார்கள். கௌரவர் சபை முழுதும் சேர்ந்து செய்த சதிக்கு அவர்கள் பலியானார்கள். அவர்களுடைய மொத்த சாம்ராஜ்ஜியம், சேனைகள் இப்போது கௌரவர்களின் வசமாயின. அவை எல்லாவற்றையும் தர்மனே தன் கைப்பட தாரை வார்த்துக் கொடுத்துவிட்டான். அவர்களை முழுவதுமாக பலவீனப்படுத்திய பிறகுதான் கௌரவர்கள் தன்னை அவமானப்படுத்த முனைந்திருக் கிறார்கள். கௌரவர்களின் வலையில் அகப்பட்ட சிங்கமாக அலைக் கழிவதைத் தவிர அவர்களால் வேறெதுவும் செய்ய முடியாது. ஆயிரக் கணக்கான கௌரவர் சேனை வீரர்களில் எத்தனை பேரை இந்த ஐந்துபேர் கொல்ல முடியும்?... திரௌபதி பெருமூச்சுவிட்டாள். பாண்டவர்கள் விடுபட்டால்தான் தான் விடுபட முடியும் என்று அவளுக்குத் தோன்றியது.

திரௌபதியின் அவமான நிலைப்பாட்டுக்குத் திரையிட வேண்டுமென்று அந்தக் கணத்தில் விதுரன் தீர்மானித்தான். அடிமையின் மகனாக இருந்த விதுரனுக்கு அடிமைகளின் நிலைமை என்னவென்று தெரியும். தன்னுடைய தாயின் விருப்பு வெறுப்புகளைப் பொருட்படுத்தாமல் அவளை வேதவியாசரிடம் அனுப்பி வைத்தார்கள் இதே குருவம்சத்தினர்.

அடிமைப் பெண்களுக்குக் கணவர்கள் என்பதான உறவில் எவருடனும் தொடர்பில்லை. தன்னைத் தானே அர்ப்பணித்துக் கொள்வதுதானே தவிர ஓர் அடிமைப் பெண்ணுக்குத் தான் விரும்புவது என்பதாக எதுவும் கிடையாது. விதுரனின் தாய் வியாசரின் உருவத்தோற்றத்தைப் பார்த்து அருவருப்புடன் கண்களை மூடிக்கொள்ளவில்லை... அவளுடைய உடம்பு சிலிர்க்க வில்லை... தான் ஓர் அடிமை... எவரானாலும் அனுபவிப்பதற்குப் பிறப்பெடுத்தவள்... இந்த பிராமணர் தன்னை ராஜகுமாரி என்பதாக நினைத்துக்கொண்டு தன்னை அனுபவிப்பதற்காக வந்தார்... அந்தக் கணத்தில் அவளுக்கு வியாசமுனிவர் மீது இரக்கம் பிறந்தது. "அரசிளங்குமரியே, என் மீது கருணை காட்டு" என்று சொல்லி அவள் மீதிருந்த நகைகளையெல்லாம் கழற்றி வைத்து விட்டு அந்த உடம்பின் ஒவ்வோர் அணுவையும் தொட்டுத் தடவிக் கொண்டிருக்க, அவருக்குள் தான் இணைந்துகொண்டாள்.

விதுரனின் தாய் வியாசரை இறுகத் தழுவிக் காமக்களி யாட்டத்தில் திளைக்கச் செய்தாள். மனநிறைவுடன் முனிவருடைய ஒவ்வொரு செயலுக்கும் அடிமையாக இணங்கினாள். அவருக்கு முழுத் திருப்தியைக் கொடுத்தாள். விடிகாலை ஜாமத்தில் வேதவியாசர் அவளுடைய மார்பகங்களை வருடிக்கொண்டு சொன்னார்: "ராஜ குமாரி, நீ என்மீது அளவு கடந்த அன்பைச் சொரிந்தாய். நீ என்னைப் பார்த்து அருவருப்படைவாய் என்று நினைத்தேன். கௌரவர் வம்சம் வாரிசற்றுப் போய்விடாமல் காப்பாற்ற வேண்டுமென்று என் தாய் உன்னை வேண்டிக்கொண்டபோது, சூரிய வெளிச்சம்கூடப் படாதபடி மறைவில் வாழும் ராஜகுமாரியை அனுபவிக்கும் வாய்ப்பு வந்திருக்கிறதென்று உள்ளுக்குள் மகிழ்ந்தேன்... என் தாயும்கூடத் திருமணத்திற்கு முன்பு என் தந்தை பராசரனை இதே மாதிரிப் பரவசப்படுத்தியிருக்கிறாள். ஆனால் அவளுடைய சரீரம் காமக்களியாட்டங்களில் திளைத்திருந்த ஒரு மீனவக் கன்னி...

மச்சகந்தி... ஆனால் ராஜகுமாரியான நீ எனக்கு எல்லாவற்றையும் அர்ப்பணித்ததுதான் எனக்கு வியப்பாக இருக்கிறது..."

...விதுரனின் தாய் ஒரு கணம் யோசித்திருக்கிறாள். 'இந்த முனிவரிடம் உண்மையைச் சொல்லிவிடுவதே நல்லது' என்று நினைத்திருக்கிறாள். பின்னால் தெரிந்தால் எவ்வளவு கோபப் படுவாரோ...

"முனிபுங்கவரே, உண்மையைச் சொல்லச் சொல்கிறீர்களா?" என்று அவள் வியாசரின் மார்பைத் தன் மென்மையான கைகளால் வருடியபடிக் கேட்டாள்.

"சொல்" என்று வியாசர் அவளுடைய மோவாயை மேலே நிமிர்த்தி, கண்களுக்குள் ஊடுருவிப் பார்த்தபடிச் சொன்னார்.

"நான் ராஜகுமாரி அல்ல, அடிமை... இந்த அனுபவம் எனக்குப் புதிதல்ல. ராஜகுமாரி அம்பிகா உங்களிடம் வர முடியாமல் போனதனால் தனக்கு பதிலாக என்னை அனுப்பி வைத்தாள்... என்னை மன்னியுங்கள்..."

வியாசர் விக்கித்துப்போனார். எல்லாமே தனக்குத் தெரியும் என்றிருந்த தான் ஓர் அடிமைப்பெண்ணிடம் தோல்வியடைந் திருக்கிறார்... அவள் மீது அவருக்குக் கோபம் வரவில்லை. அதற்கு மாறாக அளவு கடந்த காதலுணர்வு ஏற்பட்டது. தன்னிடம் பயந்து கொண்டு மான்விழிகளால் பார்த்துக் கொண்டிருந்த அவளை அழுத்தமாக முத்தமிட்டு இறுக்கமாகத் தழுவிக்கொண்டார்.

"நீ அடிமைப் பணிப்பெண்ணல்ல... அப்சரஸ்களை மிஞ்சிய மீன்விழியாள்... பாலைவனத்தில் வறண்டு காய்ந்து விழுந்து கிடந்த மரக்கட்டையைப் போலிருந்த என்மீது உனது காதலுணர்வு பொங்கிய அமுதமழை பொழிந்திருக்கிறாய், பெண்ணே! ஆசைகளைக்கொன்று கொண்டு நடைப்பிணம்போல் வாழ்ந்துகொண்டிருந்த என் ஜீவ நாடிகளை மீட்டியிருக்கிறாய். உன்னுடைய ஒவ்வொரு செயலும் என் சரீரத்தின் ஒவ்வோர் அணுவையும் சிலிர்க்கச் செய்திருக்கிறது. ராஜாங்க காரியங்களில் நித்தமும் மூழ்கியிருப்பவர்களுக்கு சுகத்தின் மதிப்பு என்னவென்று எப்படித் தெரியும்... அது எல்லாவற்றையும் மற்றவர்களுக்கு தாரை வார்க்கும் உனக்கும், முற்றாகப் பரித்தியாகமாக எண்ணுகின்ற எனக்கும் மட்டுமே அதனுடைய மதிப்பு தெரியும்..."

வேதவியாசர் காட்டுக்குள் பயணப்படும் வரையிலும் விதுரனின் தாயுடன்தான் சுகம் அனுபவித்தார். தன்னுடைய மனதைத் திருப்திப்படுத்திய அந்த அடிமைப்பெண்ணுக்கு அரண்மனை அந்தப்புரத்தில் அளவு. கடந்த மரியாதைச் சூழலை ஏற்படுத்தினார் வியாசர். அவளுடைய அடிமைத்தனத்திற்கே விடுவிப்பு கிடைத்தது... அடிமையின் மகனான விதுரன் பின்னர் முறைப்படி திருதராஷ்டிரன், பாண்டு மைந்தர்கள் ஆகியோருக்குச் சமானமாக வளர்ந்தான்...

சபையில் திரௌபதியை அடிமையாகக் கருதி கௌரவர்கள் புரியும் அவமானத்தை விதுரனால் பொறுத்துக்கொள்ள முடிய வில்லை. திரௌபதி போன்ற அழகான அடிமை கௌரவர்களுக் கிடையே இருந்தால் அவளுடைய வாழ்க்கை நாய்கள் குதறிய சாப்பாட்டு இலையாகிவிடும் என்பதை அவனால் ஊகிக்க முடிந்தது.

'அம்மணி... என் தாய்க்கு வேதவியாசர் விடுவிப்பு நிலை அளித்தார்... அந்தக் கடனை இப்போது தீர்த்துக்கொள்கிறேன். உனக்கு அடிமைத்தனத்திலிருந்து விடுவிப்பு பெற்றுத் தருகிறேன்' என்பதாக விதுரன் மனதுக்குள் நினைத்துக்கொண்டான்.

விதுரன் சபையில் இரைந்து கர்ஜித்தான். "முன்னெப்போதும் நிகழ்ந்திராத அதர்மம் இன்று பரதகுலத்தில் நிகழ்ந்திருக்கிறது" என்று தெளிவான குரலில் பிரகடனமாகச் சொன்னான்.

"பீமன் மூலமாக துரியோதனனின் மரணத்தை விதி இன்று எழுதியிருக்கிறது. பீமனுடைய பயங்கர சபதம் நம் எல்லாரையும் தான் பயந்து நடுங்கச் செய்கிறது. நிச்சயமாக உணர்வுகளைத் தூண்டிவிட்ட காரணத்தால்தான் சபையோர் முன்னிலையில் பயங்கரமான நிகழ்வுகள் இன்று நடந்திருக்கின்றன. நியமங்கள், கட்டுப்பாடுகள் மீறப்பட்டு சூதாடுவது அநியாயம். திரளான சபையில் கூந்தலைப் பற்றிப்பிடித்து திரௌபதியை இழுத்துக் கொண்டு வந்து அவமானப்படுத்துவது எல்லாவற்றையும் மீறிய கொடூரம். இந்த நிகழ்வுகள் திருதராஷ்டிர மன்னரின் புதல்வனின் அழிவு காலத்திற்கு வழிகோலுகிறது. இது அதர்மம் என்று தெரிந்தும் பெரியோர்கள் அமைதியாயிருக்கிறார்கள். கெட்ட காலம் நெருங்கும்போது அதர்மமும் தர்மம்போல் தென்படும் என்பார்கள்... சூதாட்டத்தில் தர்மன் தோற்றுவிட்டதாகவே

வைத்துக்கொள்வோம். தோற்றவனின் பணயப்பொருளுக்கு மதிப்பு என்ன? நீங்கள் சகுனியின் பேச்சைக் கேட்டு தர்மத்தினின்றும் வழுவியவராகிறீர்கள். தோற்றாலும், தோற்காவிட்டாலும் திரௌபதியைப் பணயமாக வைக்கும் உரிமை தர்மனுக்கு எங்கே இருக்கிறது? திரௌபதி சர்வசுதந்திரமானவள். அவளுக்கு நம் எல்லாரையும்விட அதிக புத்திசாலித்தனம் இருக்கிறது."

விதுரனின் கர்ஜனைக்கு சபை நடுங்கியது. விதுரன் தன்னைத் தனது சகோதரனாக எண்ணி அன்பு செலுத்தும்போது... விதுரன் கோபப்பட்டால் அதை திருதராஷ்டிரர் பொறுக்க மாட்டார். விதுரனுக்கு கோபம் வந்தால்அது வேதவியாசருக்குக் கோபம் வந்தது போல என்ற விஷயம் அவருக்குத் தெரியும். விதுரன் வேதவியாசரின் மகனே அல்ல. சத்யவதியின் காதலைக் கொள்ளையடித்தவனின் பேரன். ஆண் அடிமைக்கும் பெண் அடிமைக்கும் பிறந்தவர்களின் பிரதிநிதி...

தனது சார்பாக பீஷ்மரும் துரோணரும்கூட வாய் திறவாத சூழ்நிலையில் ஓர் அடிமையின் மகனான விதுரன் பேசுவது திரௌபதிக்கு வியப்பை ஏற்படுத்தியது. அந்தக் கணத்தில விதுரன் அடிமையின் மகனாக அல்லாமல் தன்னுடைய விடுவிப்புக்கான வள்ளலாக திரௌபதிக்குத் தென்பட்டான். ஆயிரக்கணக்கான ஆண்டுகளாக வீட்டிலும் வெளியிலும் அவமானங்களுக்கு இலக்காகும் பெண்ணின் மனோபாவங்களைப் புரிந்து கொண்ட பெருந்தகையாக அவன் தென்பட்டான். கண்களில் நீர் மல்க அவள் விதுரன் இருந்த பக்கம் பார்த்துக் கைகளைக் குவித்தாள். விதுரன் நெகிழ்ந்த நிலையில் அவளுக்கு பதில் வணக்கம் செலுத்தினான். அவர்கள் ஒருவர்க்கொருவர் பேசிக் கொள்ளாமலே அவர்களது பார்வைகளுக்கிடையே ஒத்திசைவு தென்பட்டது.

விதுரனின் பேச்சால் துரியோதனன் சிலிர்த்துப்போனான். தனது தந்தைக்கு விதுரனென்றால் எவ்வளவு மரியாதையென்று துரியோதனன் தன் குழந்தைப் பருவத்திலிருந்தே பார்த்துக் கொண்டிருக்கிறான். விதுரன் வாய் திறந்த பிறகு காந்தாரி அவனை வழிநடத்தி திருதராஷ்டிரிடம் அழைத்துச் சென்றபோது துரியோதனன் பின்வாங்கினான்.

"திரௌபதி, உன்னைச் சூதாட்டத்தில் தோற்றவன் தர்மன். அதில் என்ன குற்றம் இருக்கிறது? தர்மன் தங்களுக்கு எஜமானன் அல்லன் என்று பீமார்ஜுனனும், நகுலசகாதேவர்களும் சொல்லிவிட்டால் உனக்கு அடிமைத்தனத்திலிருந்து விடுவிப்பு கிடைக்கும் என்று நான் சொல்லிக்கொண்டுதானே இருக்கிறேன்" என்றான் துரியோதனன்.

துரியோதனனின் வஞ்சகத்தை கவனித்தான் அர்ஜுனன். சரியோ, தவறோ... சூதாட்டத்தில் தங்களைப் பணயமாக வைத்துத் தோற்ற சகோதரனை விட்டுப் பிரிவதென்றால் அது சகோதரர்களுக்கிடையே தாங்களாகவே நெருப்பை வைத்துக்கொள்வது போன்றதுதான். ஆதரவற்றவனாக இருந்தாலும் தர்மனுக்கு அமைந்த கௌரவம் இந்த பரதகண்டத்தில் வேறு யாருக்கும் கிடையாது.

துரியோதனனின் பேச்சுக்கு அர்ஜுனன் இப்படி பதிலளித்தான்:

"தர்ம மகாராஜன் எங்களைப் பணயம் வைப்பதற்கு அவருக்கு உரிமை இருக்கிது. ஆனால் தோற்ற பிறகும் அவர் யாருக்கு எஜமானர் என்பதை கௌரவர்கள் யோசிக்க வேண்டுமல்லவா?"

இதற்குள் காந்தாரியும் விதுரனும் திருதராஷ்டிருடன் தனிப்பட நிகழ்த்திய ஆலோசனை முடிவடைந்திருந்தது.

திருதராஷ்டிரர் சபையில் முதன் முறையாகத் தனது தீர்ப்பைச் சொல்வதற்கு எழுந்து நின்றார். சபை முழுவதும் நிசப்தம் நிலவியது. திருதராஷ்டிரர் துரியோதனனை நிந்தித்துப் பேசத் தொடங்கினார்.

"கெடுமதிகொண்ட துரியோதனா... நீ வாழ்ந்திருந்தாலும் இறந்தவன்தான். மிகவும் உயர்வான வரலாறு படைத்த இந்தக் கௌரவர் சபையில் குலமகளை, பாண்டவர்களின் தர்மபத்தினியை இழுத்து வந்து பாவம் புரிந்திருக்கிறாய். விரும்பியபடியெல்லாம் அவளை இழிவாகப் பேசுகிறாய். உன்னால் இந்தக் கௌரவ வம்சம் முழுவதுமே அழிந்துவிடும் என்று தோன்றுகிறது." இதைச் சொல்லிவிட்டுப் பின்னர் திரௌபதியிடம் பேசினார்.

"அம்மா... திரௌபதி... நீ என் மருமகள்களைவிடச் சிறப்புக் குரியவள் என்பது எனக்குப் புரிந்தது. நீ விருப்பப்பட்ட வரங்களைக் கேள்... நடந்ததை யெல்லாம் இனியும் மனதில் வைத்துக்கொள்ளாதே" என்று ஆறுதல் கூறித் தேற்றினார்.

திரௌபதி அதிர்ச்சியிலிருந்து மீண்டாள். விதுரனின் புண்ணியத்தாலோ என்னவோ என்ற நிலையில் கண்பார்வை இல்லாத இந்த முதியவரின் மனக்கண்கள் திறந்து கொண்டன என்பதை அவள் கிரகித்துக்கொண்டாள். திருதராஷ்டிரரை அவள் வணங்கினாள்.

"மகாராஜா, தாங்கள் எனக்கு வரமளிக்க விரும்பினால் தர்மரை அடிமைத்தனத்திலிருந்து விடுவிக்கச் செய்யுங்கள். எங்கள் இருவருக்கும் பிறந்த மகன் பிரதிவிந்த்யுவை அடிமையின் மகன் என்று உலகத்தில் எவரும் அழைக்காதபடிச் செய்யுங்கள். அரச குமாரனாக இருந்து அடிமையின் மகனாக ஆனவர்கள் இந்த உலகத்தில் எவரும் இல்லை."

திருதராஷ்டிரர் வியப்பிலாழ்ந்தார். "இவ்வளவுதானா நீ வேண்டுவது? நற்குணம் நிறைந்தவளே, உனக்கு இரண்டாவது வரத்தையும் தருகிறேன். நீ கேட்பதையெல்லாம் தருவதற்கு என் மனம் ஆயத்தமாக இருக்கிறது. குறிப்பிட்ட ஒரு வரம் மட்டுமே கேட்டுப பெறுவதற்கான தகுதி பெற்றவள் அல்ல நீ."

"மகாராஜா... பீமன், அர்ஜுனன், நகுலன், சகாதேவன் ஆக எல்லாருமே அவரவர் வில்லம்பு ஆயுதங்களுடன் அடிமைத்தனம் இல்லாமல் சுதந்திரம் பெற்றவர்களாகச் செய்யுங்கள்" என்று திரௌபதி கோரினாள்.

"சௌபாககியவதி... நீ இந்தக் குலத்திற்கு ரத்தினமாக இருக்கிறாய். நீ கோரியபடியே நடக்கும். உன்னுடைய நற்குணங்களுடன் எங்கள் மருமகள்களில்கூட யாரும் இல்லை. நீ தர்மத்தை நிலைநாட்டுபவள். இரண்டு வரங்கள் உனக்குப் போதாது. உனக்கு இன்னொரு வரம் தருகிறேன்."

"மகாராஜா, பேராசை தர்மத்தை நசிக்கச் செய்துவிடும். எனக்கு மூன்றாம் வரம் கோரும் ஆர்வம் இல்லை. அதற்கான உரிமையும் இல்லை. வைசிய குலத்து மனைவி ஒரு வரம், க்ஷத்திரியனின் மனைவி இரண்டு வரங்கள், பிராமணனின் மனைவி நூறு வரங்கள் கோருவதற்கு உரிமை இருக்கிறது. என் கணவன்மார்கள் அடிமைத் தளையிலிருந்து விடுவிப்பு பெறுவதைவிட எனக்குத் தேவையானது வேறு எதுவும் இல்லை. இனிமேல் அவர்கள் புண்ணிய கர்மங்களைக் கடைப்பிடிப்பதன் மூலம் நல்ல நிலைமையை அடைவார்கள்."

திரௌபதி பேசிக்கொண்டிருக்கும் நேரம் வரை கர்ணன் அவளை இமைகொட்டாமல் பார்த்துக்கொண்டிருந்தான். சபைக்கு வந்ததிலிருந்து அவள் அழுத நிலையில் போராடிக்கொண்டிருந்தது அவனுக்கு இதமாக இருந்தது. திரௌபதி தர்மசாஸ்திரங்களிலுள்ள வாக்கியங்களை மேற்கோள் காட்டிப் பேசியதை கவனித்த கர்ணன் ஆச்சரியப்பட்டான். அவளை அவமானப்படுத்தியதற்குத் தன்னைத் தானே நொந்துகொண்டான். இந்தப் பாண்டவர்கள் திரௌபதியைக் கைப்பிடிப்பதற்குத் தகுதியற்றவர்கள் என்பதாகக் கர்ணனுக்குத் தோன்றியது. அவன் மந்திர உச்சரிப்பு நிகர்த்த கம்பீரக் குரலில் பேசினான்...

"சபைப் பெரியோர்களே, நான் பார்த்த மானிடப் பெண்களில் எவரும் இந்த மாதிரியான அற்புதச் சொல்லாடலைப் புரிந்ததில்லை. பாண்டவரும் திருதராஷ்டிரக் குலத்தவரும் பரஸ்பரம் பகைமை பாராட்டுபவர்களாகி சிந்தனையின்றி நடந்து கொள்கிறார்கள். ஆனால் இந்த திரௌபதி தன் கணவன்மார்களை விடுவிக்கச் செய்வதையே குறிக்கோளாகக் கொண்டிருக்கிறாள். அவள் பாண்டவர்களை இந்த இடர்ப்பாட்டிலிருந்து மீளச் செய்வதற்கு அமைந்த படகாக மாறிவிட்டாள். மிக ஆழமான கடலில் மூழ்கிக் கொண்டிருந்த பாண்டவர்களைத் தூக்கிவிட்ட பெருமைக்குரியவள் திரௌபதி... அவளுக்கு எனது பாராட்டுகள்."

சபையில் திரௌபதியைப் பாராட்டிக் கரவொலி கேட்டது. பீமன் இதையெல்லாம் அருவருப்புடன் பார்த்தான்.

"அண்ணா... கர்ணன் சொன்னது உண்மைதான். திரௌபதி தான் நம்மை மேன்மைப் படுத்தியிருக்கிறாள். இப்போது நாம் அடிமைத்தளையிலிருந்து விடுபட்டிருக்கிறோம். இனி நீங்கள் ஆணையிட்டால் இங்குள்ள பகைவர்கள் எல்லாரையும் வேரோடு அழித்துவிடுகிறேன். இனிமேல் விவாதத்திற்கு வாய்ப்பு இல்லை. இவர்கள் எல்லாரையும் எமலோகத்திற்கு அனுப்பிவிட்டு இந்த ஒட்டுமொத்த பூலோக ராஜ்யத்திற்கு மன்னனாக உங்களுக்கு அபிஷேகம் செய்விக்கிறேன்."

இதைச் சொல்லிக்கொண்டே பீமசேனன் கதாயுதத்தைத் தோளில் ஏற்றிக்கொண்டு ஒரு சிங்கம் மற்ற மிருகங்களைப் பார்ப்பது போல அவன் தனது பகைவர்கள் இருந்த பக்கம் பார்த்தான்.

பிரளய காலத்து எமனைப் போலத் தோன்றிய பீமனின் முகம் எதிராளிகளின் நெஞ்சங்களில் நடுக்கத்தை உண்டாக்குவதாக இருந்தது. அவனுடைய கண்கள் கோபத்தால் ரத்தச் சிவப்பேறி இருந்தன. தர்மனும் அர்ஜுனனும் கைகளைக் குவித்து அமைதியுறும் படி பீமனை வேண்டிக்கொண்டார்கள்.

திருதராஷ்டிரர் தர்மனை அழைத்து தம்பிமார்களை அமைதிப் படுத்தும்படி கேட்டுக்கொண்டார்.

“தர்மனே, மேன்மக்கள் பிறர் செய்த நற்செயல்களை ஏற்றுக் கொள்ள வேண்டுமே தவிர வெறுப்பை வளர்க்கக் கூடாது. கீழ்நிலை மக்கள் சாதாரண உரையாடல்களின் போதுகூடக் கடுமையாகப் பேசுவார்கள். மத்திய தரத்தவர் தாங்களாகக் கடுஞ் சொற்களைப் பேசாமல், மற்றவர்கள் கடுமையாகப் பேசும்போது கடுஞ்சொற்களால் பதில் சொல்வார்கள். தைரியசாலிகளான மேன் மக்கள் மற்றவர்கள் தங்களைக் கடுமையாகப் பேசினாலும், பேசா விட்டாலும் ஒருபோதும் கடினமாக, தீங்கிழைக்கும்படிப் பேச மாட்டார்கள். தர்மனே... கௌரவர், பாண்டவர் அனைவரிலும் நீ தலைசிறந்தவன். துரியோதனனின் கடுமையான நடவடிக்கைகளை மனதில் வைத்துக்கொள்ளாதே. உன்னுடைய தாய் காந்தாரியையும் முதியவனான, கண்பார்வையற்ற என்னையும் பார்... உன் வசம் தர்மமும், அர்ஜுனன் வசம் தைரியமும், பீமசேனன் வசம் உடல் வலிமையும், நகுலசகாதேவர்கள் வசம் உழைப்பும், பவித்திரமான குருசேவை உணர்வும் இருக்கின்றன. உனக்கு நல்லதே நடக்கும். நீ இழந்துவிட்ட சொத்தையெல்லாம் தருகிறேன்... நீ இந்திரப்பிரஸ்தத்திற்குச் சென்று முறைப்படி வாழ்வாயாக...”

திருதராஷ்டிரர் சாந்தப்படுத்திய பிறகு தர்மன் தம்பியரோடும் திரௌபதியோடும் சேர்ந்து இந்திரப்பிரஸ்தம் நகருக்குப் புறப்பட்டுச் சென்றான். தங்களுடைய சொத்தெல்லாம் தங்களுக்குத் திரும்பி வந்தபோதும், குழுமியிருந்த சபையில் நிகழ்ந்த அவமான நெருப்பில் அவர்கள் கனன்று கொண்டுதானிருந்தார்கள்.

35
மீண்டும் சூதாட்டம்

இந்திரப்பிரஸ்தத்திற்குத் திரும்பி வந்த பிறகு தர்மனைத் தவிர பிற பாண்டவர்கள் நிகழ்ந்த அவமானத்திற்குப் பழிக்குப் பழி வாங்குவதற்கு ஏற்பாடுகள் செய்தார்கள். தங்களுக்கு நண்பர்களான க்ஷத்திரிய மன்னர்களுக்குச் செய்திகள் அனுப்பினார்கள். எல்லா வகை சேனைகளுக்கும் பயிற்சி கொடுப்பதற்கான நடவடிக்கைகளைத் தொடங்கினார்கள்.

திரௌபதி தனது அந்தப்புரத்தில் இருந்தபடியே அங்கு நடந்து கொண்டிருக்கும் ஏற்பாடுகளை கவனித்துக்கொண்டிருந்தாள். அவமானத்தால் தகித்துக் கொண்டிருந்த திரௌபதி பாண்டவர்களின் எதிரில் வருவதற்கு முனையவில்லை. பாண்டவர்களில் எவரும் அவளுக்குத் தங்கள் முகங்களைக் காட்ட விரும்பவில்லை.

ஒரு நாள் தைரியத்தை வரவழைத்துக்கொண்டு பீமன் திரௌபதியிடம் வந்தான்.

திரௌபதி அவளை இயல்பாக வரவேற்கவில்லை. அவனுக்கு முகத்தைக் காட்டாமல் திருப்பிக்கொண்டாள். பீமன் அவளை நெருங்கி வந்தான். விலகியிருந்த அவளுடைய கூந்தலைச் சரிப்படுத்து வதற்கு அவன் கை வைத்தான்.

"என் கூந்தலைத் தொடாதீர்கள்" என்று திரௌபதி இரைந் தாள். அவளுடைய குரலின் கடுமைக்கு பீமன் வியந்தான்.

"என்ன ஆயிற்று உங்கள் சபதம்? என்னை அவமதித்த அந்த அற்பனைக் கொன்று முடிக்கும் வரை என் பக்கம் வராதீர்கள். அவனுடைய ரத்தத்தால் இந்தக் கூந்தலை நனைத்த அன்றுதான் அவனுக்கு விடுவிப்பு. எனக்கு இந்த நாடும் வேண்டாம், சொத்தும்

வேண்டாம். அந்த துரியோதனனும் துச்சாதனனும் கொல்லப்பட வேண்டும்."

பீமன் அந்த வார்த்தைகளைக் கேட்டு அணுவணுவாகச் சுட்டெரிந்தது போலானான்.

"ஆமாம், அந்தக் கண்ணிழந்தவரின் தயவுதாட்சண்யத்தால் கிடைத்த இந்த ராஜ்யம் நமக்கெதற்கு? தனது மகன்களைக் கொன்று விடுவோமென்று பயந்துதான் அவர் நமக்கு இந்த ராஜ்யத்தைக் கொடுத்திருக்கிறார். அவர்களைக் கொன்றழித்தாலொழிய நமக்கு மனச்சாந்தி கிடையாது" என்று முணுமுணுத்துக்கொண்டே பீமன் திரௌபதியின் அந்தப்புரத்திலிருந்து வெளியேறிச் சென்றான்.

பாண்டவர்கள் பலத்தைத் திரட்டுகிறார்கள் என்றறிந்து துரியோதனன் குமைந்து போனான். தன் தந்தை திருதராஷ்டிரரிடம் சென்றான்.

"பார்த்தீர்களா தந்தையே... நீங்கள் அவர்கள் மீது கருணை புரிந்து அவர்களுடைய ராஜ்யத்தை அவர்களுக்கே கொடுத்து விட்டீர்கள். ஆனால் அவர்கள் சேனைகளைத் திரட்டிக் கொண்டிருக்கிறார்களென்று தெரிகிறது. அவர்கள் எங்களை மன்னிக்கமாட்டார்கள். நாங்கள் திரௌபதிக்குச் செய்த அவமானத்தை அவர்களில் யார் பொறுத்துக்கொண்டு வாளா இருப்பார்கள்? திரௌபதியை அவமானப்படுத்தியதற்கு அவளை சுயம்வரத்தில் வென்றெடுத்த அர்ஜுனன் எங்களை விடமாட்டான். எல்லாரையும் விட எனக்கு அர்ஜுனன் என்றாலே பயம். பாசக் கயிற்றை வீசும் எமனைப் போல எனக்குக் கனவில் காண்டீவம் தாங்கிய அர்ஜுனன் தென்படுகிறான்."

"அப்படியானால் வேறு என்ன செய்யலாம்?" என்று திருதராஷ்டிரர் பயத்துடன் கேட்டார்.

"தந்தையே... நாங்கள் பாண்டவர்களின் சொத்துகளை அபகரித்துக் கொண்ட பிறகு திரௌபதியை வசப்படுத்திக் கொள்ளலாமென்ற ஆசையில் அவளை அவமானப்படுத்தினோம். அதனால் நம்மை நமது உறவினர்களே உள்ளுக்குள் வெறுக்கிறார்கள் என்பது தெரிந்தது. இந்தத் தடவை வனவாசத்தைப் பணயமாக வைத்துப் பாண்டவர்களுடன் மறுபடியும் சூதாட்டம் நடத்தலா

மென்று நினைக்கிறோம். சூதாட்டத்தில் யார் தோற்றாலும் அவர்கள் மான்தோல் தரித்து பன்னிரண்டு ஆண்டுகள் வனவாசம், பதின்மூன்றாவது ஆண்டு அஞ்ஞாதவாசம் செய்யவேண்டும். பதின்மூன்றாவது ஆண்டு ஒருவேளை அவர்களுடைய இருப்பிட மும் இருப்புநிலை அடையாளமும் தெரிந்துவிட்டால் மீண்டும் பன்னிரண்டு ஆண்டுகள் வனவாசம் செய்ய வேண்டும். தந்தையே... சகுனி மாமா சதித்திட்டம் தீட்டுவதில் கைதேர்ந்தவர் அல்லவா... கடைசியாக ஒரு தடவையாகச் சூதாடுவதற்கு எங்களை அனுமதி யுங்கள். இந்தத் தடவை நாங்கள் சபையில் தகாத காரியம் எதையும் செய்ய மாட்டோம்...

...எங்களுக்கு வெற்றி கிடைத்த பிறகு நாங்கள் பலரை நண்பர் களாகச் சேர்த்துக்கொண்டு, பல துறவிகளுக்கு விருந்தோம்பலும் பணிவிடைகளும் செய்து ராஜ்யத்தில் எல்லாருக்கும் பிடித்தமான வர்களாகி விடுவோம். பாண்டவர்கள் பதின்மூன்று ஆண்டுகள் தொடர்ந்து வனவாசம் செய்த நிலையில் அவர்கள் மீது படையெடுத்து யுத்தத்தில் எளிதில் வென்றுவிடுவோம். இப்போது சொல்லுங்கள்... பாண்டவர்களின் கைகளால் நாங்கள் இப்போது மரணம் எய்துவது உங்களுக்கு வேண்டுமா அல்லது பதின்மூன்று ஆண்டுகளுக்குப் பின் நாங்கள் அவர்களை வெல்வது நல்லதா?"

"அவர்களுடன் நட்புறவாக இருக்க முடியாதா?" என்று திருதராஷ்டிரர் கேட்டார்.

"அது எப்படி நடக்கும், தந்தையே? அவர்கள் ராஜசூய யாகத்திற்குப் பிறகு இந்தப் பூவுலகில் நிகரற்ற மன்னர்களாகிவிட்டார்கள். இப்போது திரௌபதியின் அவமானத்திற்குப் பிறகு அவர்கள் பகை உணர்வுடன் கனன்று கொண்டிருக்கிறார்கள். எதிரியுடன் நேரடியாக யுத்தம் செய்யாமலே யுத்த தந்திரம் மூலமாக எதிரியை அழித்து ஒழிக்க வேண்டுமென்று தேவகுரு பிருஹஸ்பதி இந்திரனுக்கு உபதேசித்தது உங்களுக்குத் தெரிந்ததுதானே அல்லவா! விஷம் கொண்ட நாகங்கள் தீண்டுவதற்கு ஆயத்தமாக இருக்கும்போது அவற்றைக் கழுத்தில் போட்டுக்கொள்வதற்கு யார் விரும்புவார்கள்?"

துரியோதனனின் வாதத்தை ஒப்புக்கொண்ட திருதராஷ்டிரர் மீண்டும் சூதாடுவதற்கு வரவேண்டுமென்று தர்மனுக்கு சேவகன் மூலமாகச் செய்தி அனுப்பினார். இந்தச் சூதாட்டம் வேண்டா

மென்று காந்தாரி, விதுரன், பீஷ்மர், துரோணர் ஆக எவர் சொல்லியும் திருதராஷ்டிரர் கேட்டுக்கொள்ளவில்லை.

திருதராஷ்டிரரின் செய்தியைக் கைவரப்பெற்று தர்மன் மீண்டும் சூதாடுவதற்கு ஆயத்தமானான்.

"எல்லா உயிரினங்களுக்கும் தெய்வம் முடிவெடுக்கும் முறைப்படிதான் நல்லதோ கெட்டதோ நிகழ்கிறது. எவரும் அதை விலக்கி ஒதுக்க முடியாது. எனக்கு மீண்டும் சூதாடும் தகுதி இருப்பதாகத் தோன்றுகிறது... முதியவரான திருதராஷ்டிரர் மீண்டும் அனுப்பியிருக்கும் இந்த அழைப்பு மீண்டும் நமது குல அழிவுக்கான காரணமாகத்தான் தோன்றுகிறது. ஆனாலும் நான் அவருடைய கட்டளையை மீற முடியாது. இந்த சொத்தெல்லாம் இதுவரை அவர்களிடம்தான் இருந்தது. இந்த சொத்துகள் எல்லாமே திரௌபதியினால்தான் நமக்குத் திரும்பக் கிடைத்தன. அப்படி வந்த இந்தச் சொத்தை வைத்துக்கொண்டு வாழ்வதைவிடக் காட்டில் வாழ்வதே மேல்."

பீமன், அர்ஜுனன், நகுலன், சகாதேவன், திரௌபதி ஆக எல்லாருமே எவ்வளவோ சொன்னார்கள். ஆனால் தர்மன் அவர்களுடைய பேச்சைக் கேட்கவில்லை.

"நாம் அவர்கள் மீது என்ன காரணம் சொல்லி யுத்தம் செய்வோம்? அவர்கள் நம்முடைய ராஜ்யத்தை நமக்குக் கொடுத்து விட்டார்கள். திரௌபதியை அவமானப்படுத்தியதற்கு நமது பெரியப்பா மன்னிப்பு கேட்டுக்கொண்டார். அவரே இப்போது நம்மை சூதாட்டத்திற்கு வரும்படி ஆணையிட்டிருக்கிறார். இந்தத் தடவை சூதாட்டத்தில் நாம் தீர்மானிக்க வேண்டியது ஒன்றுதான். அவர்களுடைய தயவு தாட்சண்யத்தால் கிடைத்த சொத்தை அனுபவிப்பதா அல்லது வனவாசம் செய்வதா?"

தர்மன் மீண்டும் சகோதரர்களுடன், திரௌபதியுடன் அஸ்தினாபுரம் சென்றான். இந்தத் தடவை தான் தோற்றுப்போவோம் என்று தெரிந்தே தர்மன் சூதாடுவதற்கு ஆயத்தமானான்.

தர்மனின் எதிரே உட்கார்ந்திருந்த சகுனி இந்தத் தடவைக்கான சூதாட்ட விதிமுறைகளைப் பிரகடனப்படுத்திக்கொண்டு, "தர்மா, எங்களிடம் எவ்வளவுதான் செல்வம் இருந்தாலும், இந்தத் தடவை

வனவாசம் ஒன்றைத்தான் நாங்கள் பணயப்பொருளாக வைக்க நினைக்கிறோம். நீங்களாக இருந்தாலும், நாங்களாக இருந்தாலும் தோற்றுப்போனால் பன்னிரண்டு ஆண்டுகள் காட்டில் போய் இருக்க வேண்டும். பதின்மூன்றாவது ஆண்டு எவரும் அடையாளம் கண்டுகொள்ள முடியாதபடி அஞ்ஞாதவாசம் புரிய வேண்டும். ஒருவேளை அஞ்ஞாதவாசம் முறிவுபட்டால் மீண்டும் பன்னிரண்டு ஆண்டு வனவாசம், மற்றோர் ஆண்டு அஞ்ஞாதவாசம் புரிய வேண்டும். இந்த நியமத்துடன் சூதாட்டம் ஆடுகிறோம். ஒரு தடவை மட்டுமே பகடைகளை உருட்டுவதில் சூதாட்டம் முடிந்துவிடும்" என்றான்.

தர்மன் அதற்கு ஒப்புக்கொண்டான். முதலில் சகுனி பகடைகளை உருட்டினான். பகடைகள் சகுனிக்கு அனுகூலமாக விழுந்ததால் தர்மன் தோல்வியை ஒப்புக்கொண்டான்.

வனவாச ஏற்பாட்டுக்கு ஆயத்தமான பாண்டவர்கள் மான் தோலை மேலாடைகளாக உடுத்திக்கொண்டு காட்டுக்குப் புறப்பட்டார்கள். அவர்களைப் பார்த்து துச்சாதனன் பேசினான்.

"இப்போது உங்களுக்கு எங்கேயும் நிற்கக்கூட நிழல் கிடையாது. எங்கள் சகோதரன் துரியோதனன் பூமண்டலம் முழுவதையும் ஒரே குடைக்கீழ் ஆளும் தகைமை பெற்றிருப்பதால் நீங்கள் காட்டில் அலைந்து திரிய வேண்டியிருக்கிறது. உங்களைவிட நாங்கள் எத்தனையோ விதங்களில் மேம்பட்டவர்கள். செல்வச் செழிப்பு மமதையால் ராஜசூய யாகத்தின்போது எங்களைப் பார்த்துப் பரிகசித்த நீங்கள் தோல்வியுற்றவர்களாகித் தாங்க முடியாத அவதிப்படப் போகிறீர்கள். சுகம் என்பது உங்கள் தலையெழுத்தில் இல்லை. உங்களுக்கு நிகரான ஆண்மக்கள் உலகத்தில் வேறு யாரும் இல்லையென்று நினைத்தீர்கள் அல்லவா, இப்போது நீங்கள் திறனற்றவர்களாக இருக்கிறீர்கள். மான்தோல் தரித்து காட்டுமிராண்டிகளாகத் தோற்றமளிக்கிறீர்கள். துருபத மன்னன் உங்களுக்கு திரௌபதியைக் கொடுத்து நல்லது எதுவும் செய்யவில்லை...

...திரௌபதி! உன் கணவன்மார்களான பாண்டவர்கள் முழுக்க முழுக்க ஆண்மையற்ற பேடிகள். செல்வமற்றுப்போன, ஆதாரம் எதுவும் இல்லாத இந்தப் பாண்டவர்களைச் சார்ந்து உனக்கு

என்ன மகிழ்ச்சி ஏற்படப்போகிறது? எனவே உனக்குப் பிடித்த மற்றொருவனைக் கணவனாக ஏற்றுக்கொள். கௌரவர்கள் எல்லாரும் பொறுமை, புலனடக்கம், நிறைவான செல்வச் செழிப்பு கொண்டவர்கள். இவர்களில் ஒருவரைக் கணவனாகத் தேர்ந் தெடுத்துக்கொள். அதன் மூலம் நீ தரித்திர நிலைமையிலிருந்து மீண்டு வர முடியும். பாண்டவர்களின் வாழ்க்கை அர்த்தமற்றுப் போய்விட்டது."

இந்த வார்த்தைகளைக் கொஞ்ச நேரம் மௌனமாகக் கேட்டுக் கொண்டிருந்த பீமன் கோபமாக துச்சாதனனின் பக்கம் போனான். "அற்ப துச்சாதனனே, நீ எங்களை வார்த்தைகளால் வதைக்கிறாய். யுத்தத்தில் உன்னுடைய இடுப்பை முறிக்கும்போது இந்த வார்த்தைக ளெல்லாம் உனக்கு நினைவுக்கு வரும்படிச் செய்கிறேன். உன்னை உனது உறவினர்களுடன் எமலோகத்திற்கு அனுப்பி வைக்கிறேன்" என்று எச்சரிக்கை விடுத்துப் பேசினான்.

துச்சாதனன் பீமனைப் பொருட்படுத்தவில்லை. "போடா மிருகமே!" என்று பரிகசித்தபடி நையாண்டி செய்தான். தர்மன் தடுத்து நிறுத்தியிராவிட்டால் துச்சாதனனுடன் பீமன் பொருதியிருப்பான்.

துச்சாதனனை விட்டு நகர்ந்து விலகிப்போகும் பாண்டவர்களை துரியோதனனும் அவமதித்தான். சிங்கம் போன்று சிலிர்த்த நிலையில் கடந்து போகும் பீமனைப் பரிகசித்தபடி அவனை ஒட்டி உராய்ந்தபடி நடந்தான். பீமன் அவனைப் பார்த்து "மடையா... துச்சாதனனின் ரத்தம் குடிப்பதுடன் என் கடமை முடிந்துவிடாது... உன்னையும் கொடூரமாகக் கொல்வேன்...

...சபையோரே, கேளுங்கள்... நான் துரியோதனனையும், அர்ஜுனன் கர்ணனையும், சகாதேவன் சகுனியையும் கொல்வோம். துரியோதனனை என் கதாயுதத்தால் தாக்கிக் கொன்று அவனுடைய தலையை எனது கால்களால் மிதிப்பேன்... துச்சாதனனின் ரத்தத்தை ஒரு சிங்கம் ரத்தம் குடிப்பதுபோல் குடிப்பேன்."

பயங்கர சபதங்கள் செய்யும் பீமனை அர்ஜுனன் அமைதிப் படுத்தினான். "அண்ணா, நாம் செய்யவிருக்கும் காரியத்தை வெளிப்படுத்த வேண்டாம். பதினான்கு ஆண்டுகளுக்குப் பிறகு நடக்கவிருக்கும் நிகழ்வுகளை மக்கள் நேரடியாகப் பார்க்கப் போகிறார்கள்."

பீமன் அதற்கு ஒப்புக்கொள்ளவில்லை. "அர்ஜுனா, இவர்களுடைய அடாத செயல்களின் விளைவை மக்கள் நேரடியாகப் பார்க்கப் போகிறார்கள். அவர்களை நாம் கொல்வோமென்று மக்கள் எதிரே பிரகடனப்படுத்துவதில் தவறென்ன? ஒரு வீரன் முன் கூட்டியே சொல்லிவிட்டுத்தான் பகையாளியைக் கொல்வான்."

அர்ஜுனன் பீமனின் வாதத்தை ஒப்புக்கொண்டான். அது வரையிலும் சாந்தமாக இருந்த அர்ஜுனனும் பயங்கர சபதம் செய்தான்.

"அண்ணா... நமது குறைபாடுகளையே எப்போதும் தேடிக் கண்டுபிடித்தபடி, நமது துக்கம் ஒன்றையே பார்த்து மகிழ்ந்தபடி, கௌரவர்களுக்கு துர்போதனை செய்தபடி, திரௌபதியை அவமானப்படுத்தும்படி அவர்களைத் தூண்டி விட்டுக் கொண்டிருக்கும் கர்ணனை, அவனுடைய கூட்டாளிகளை வதைப்பேன்... இமாலயம் நகர்ந்தாலும், சூரிய ஒளி நசித்துப் போனாலும், சந்திரன் குளிர்ந்து உறைந்தாலும் என் சபதத்தை நிறைவேற்றியே தீர்வேன். இன்றிலிருந்து பதினான்காம் ஆண்டில் துரியோதனன் நமது ராஜ்யத்தை நமக்கு உரிய முறையில் திருப்பித் தராவிட்டால் கர்ணன் வதை தவறாது."

அர்ஜுனனின் வார்த்தைகளால் உற்சாகமடைந்த சகாதேவன் தோளுயர்த்தி, கோபத்தால் ரத்தம் கண்களில் பொங்க சகுனியை நோக்கி சபதம் செய்தான்.

"க்ஷத்திரிய குலத்திற்குக் களங்கமாக வந்தவனே, சகுனியே... நீ சூதாட்டத்தின் பகடைகளென்று நினைத்துக்கொண்டிருப்பவை யுத்தத்தில் கூர் அம்புகளாகி உன்னைக் கிழித்துச் சூறையாடும். உன் பாதுகாப்புக்கு நீ எடுத்துக்கொள்ள வேண்டிய எச்சரிக்கைகளையெல்லாம் எடுத்துக்கொள். உனக்கும், உன் உறவினர்களுக்கும் என் கையால்தான் சாவு. அதிலிருந்து தப்ப முடியாது."

நகுலனும் வாளா இருக்கவில்லை.

"யுத்தத்தில் என் கையில் சிக்கும் திருதராஷ்டிரக் குலத்தவர் எல்லாரையும் கொன்றழிப்பேன். திரௌபதியின் அவமானத்திற்குத் தக்கதான பழிக்குப் பழி தீர்ப்பேன்... இது விரைவிலேயே நிகழ்ந்து தீரும்" என்று எச்சரிக்கை விடுத்தான்.

பாண்டவர்கள் சபதம் செய்து முடித்து வனவாசத்திற்குப் புறப்பட்டுக் கொண்டிருந்தபோது குந்தியும் அவர்களுடன் புறப் பட்டாள். விதுரன் அவளைத் தேற்றினான்.

“பாண்டு மைந்தர்களே! குந்திதேவி வயதானவர்கள். காட்டில் இருக்க முடியாது. நான் ஓர் அடிமையின் மகன் என்ற மறுப்பு இல்லையானால், அவர்களுக்கு விருப்பமிருந்தால் என் வீட்டில் நல்லிணக்கமாக இருத்தி வைத்துக்கொள்கிறேன்.”

பாண்டவர்கள் மகிழ்ந்தார்கள். தர்மன் விதுரனுக்கு வணக்கம் செலுத்தினான்.

“விதுரரே, நீங்கள் எங்களுக்குச் சிற்றப்பா. உங்கள் கட்டளையை நாங்கள் மரியாதையுடன் ஏற்றுக்கொள்கிறோம். நீங்கள் சொன்னபடி நாங்கள் நடந்துகொள்கிறோம்.”

விதுரன் அவர்களைப் பார்த்து இப்படிச் சொன்னான்:

“தர்மனே, அதர்ம வழிமுறை காரணமாகத் தோற்றவர்கள் எவரும் அந்தத் தோல்விக்காக வருந்த வேண்டியதில்லை. நீ தர்மம் அறிந்தவன். அர்ஜுனன் வெற்றிவீரன். பீமன் பகைவர்களைக் கொன்றழிப்பதில் வல்லவன். நகுலன் நிர்வாகம் தெரிந்தவன். சகாதேவன் உணர்வுகளைக் கட்டுப்படுத்தத் தெரிந்தவன். நித்தமும் உங்களுடன் இருக்கும் தௌம்யர் பிரம்மம் அறிந்தவர். எல்லா வற்றினும் மேலதிகமாக உங்கள் மனைவி அறநெறி பூண்டவள்; தர்மத்தைக் கடைப்பிடிப்பதில் வல்லவள். உங்களிடையே அன்னி யோன்னியம் அதிகம். பகைவர்கள் எவரும் உங்களிடையே பிரிவை உண்டாக்க முடியாது.”

திரௌபதி குந்தியிடம் சென்று விடைபெற்றுக்கொண்டாள். காட்டிற்குச் செல்வதற்கு திரௌபதி விடைபெற்றுக்கொண்டபோது அவளுடைய கண்களில் நீர் துளிர்த்தது. திரௌபதியைப் பார்த்த போது குந்தியால் துக்கத்தை அடக்க முடியவில்லை.

“திரௌபதி... இந்தப் பெரும் இடர்ப்பாட்டில் நீயே அழுது நின்றால் பாண்டவர்களை யார் தேற்றுவது? உனக்குப் பெண்ணின் கடமைகள் நன்றாகத் தெரியும். அவர்களிடம் எப்படி நடந்துகொள்ள வேண்டுமென்று நான் உனக்கு எதுவும் சொல்லத் தேவையில்லை. ஆனாலும் ஒரு வார்த்தை. சகாதேவன் எல்லாரிலும் இளையவன்.

அவனுடைய நல்லது கெட்டதுகளை கவனித்துக்கொள்ளம்மா... அவன் இடர்பாடுகளில் சிக்கிக்கொள்ளாமல் பார்த்துக்கொள்."

திரௌபதி அதற்குத் தலையசைத்து அவளை வணங்கி எழுந்தாள். அந்தப்புரத்திலிருந்த பெண்கள் எல்லாரையும் திரௌபதி கட்டித் தழுவியபடி விடைபெற்றுக்கொண்டாள். திருதராஷ்டிரரின் மருமகள்கள் எல்லாரும் திரௌபதியைப் பார்த்து அழுது புலம்பினார்கள்.

கண்ணீரைத் துடைத்துக்கொண்டு சென்று கொண்டிருந்த திரௌபதிக்குப் பின்னால் குந்திதேவியும் சிறிது தூரம் சென்றாள். மான்தோல் தரித்துப் போய்க்கொண்டிருக்கும் தனது மைந்தர்களைப் பார்த்து அவளுக்குள் துக்கம் பொங்கிக்கொண்டு வந்தது. ஒவ்வொருவரையும் இறுகக் கட்டிப் பிடித்துக்கொண்டு புலம்பி அழுதாள்.

விதுரன் குந்திதேவிக்கு தைரியம் சொல்லி அவளைத் தன் வீட்டிற்கு அழைத்துச் சென்றான்.

பாண்டவர்கள் திரௌபதியுடன் காட்டுக்குப் புறப்பட்டுச் சென்றபோது அஸ்தினாபுரத்து மக்கள் துக்கத்துடன் தங்கள் மாளிகைகள் மீதிருந்து, வீட்டுக் கூரைகளிலிருந்து, கோபுரங்களின் மேலிருந்து, மரங்களின் மீது ஏறிக்கொண்டு அவலம் பொங்கப் பார்த்தார்கள். சாதாரணமாகப் பிறர் கண்களில் படாத திரௌபதி இப்போது பொதுப்பாதை வழியாக ஒரு சாதாரண பெண்மணிபோல் நடந்து போவதைப் பார்த்துப் பெண்களின் கண்கள் ஈரமாயின. திரௌபதியின் மேனியிலிருந்து வெளிப்பட்ட நறுமணத்தை உணர்ந்தார்கள். அவளுடைய மேனியின் ரத்தச் சிவப்பான தோற்றத்தை அவர்கள் இமைகொட்டாமல் பார்த்துக் கொண்டிருந்தார்கள்.

பெரும் எண்ணிக்கையிலான மக்கள் பாண்டவர்களுக்கு விடைகொடுத்து அனுப்பினார்கள் என்பதை அறிந்த திருதராஷ்டிரர் கலக்கமடைந்தார். விதுரனை அழைத்து "என்ன நடந்து கொண்டிருக்கிறது... பாண்டவர்கள் எப்படிப் போய்க் கொண்டிருக்கிறார்கள்?" என்று கேட்டார். விதுரன் நடந்தது எல்லாவற்றையும் விவரித்தான்.

"மகாராஜா, லட்சக்கணக்கான மக்கள் அஸ்தினாபுரத்து வீதிகளில் பாண்டவர்களைப் பார்த்து துக்கத்துடன் விடை கொடுத்து அனுப்பினார்கள். தர்மன் எவர் பக்கமும் பார்க்காமல் ஆடையால் மூடிப் போர்த்துக்கொண்டு நடந்தான். பீமன் தனது தோள்களைப் பார்த்துக்கொண்டே போனான். அர்ஜுனன் மணலைத் தெளித்துக்கொண்டேபோனான். நகுல சகாதேவர்கள் உடம்பு முழுவதும் தூசியைப் பூசிக்கொணடார்கள். திரெளபதி தன் முகத்தை எவரும் பார்க்காதபடிக் கூந்தலால் முகத்தை மூடி மறைத்துக் கொண்டாள். தெளம்யமுனிவர் கையில் தர்ப்பையைப் பிடித்துக்கொண்டு ருத்ர தேவர்களுக்கு, எமதர்மனுக்கு சம்பந்தப்பட்ட சாமவேத மந்திரங்களை உச்சரித்துக்கொண்டு சென்றார்."

இந்த வார்த்தைகளைக் கேட்டு திருதராஷ்டிரர் குழப்பமுற்று "அவர்கள் ஏன் அப்படிப் போகிறார்கள்?" என்று கேட்டார்.

விதுரன் அவருக்கு பதில் சொன்னான். "மகாராஜா! உங்களுடைய மைந்தர்கள் கபட சூதாட்டத்தினால் பாண்டவர்களின் ராஜ்யத்தை, சொத்துகளைப் பறித்துக்கொண்டார்கள். அது தெரிந்தும் தர்மனின் மனது தர்மத்தினின்றும் பிறழவில்லை. தனது கோபத்தை அமைதிப்படுத்திக் கொள்வதற்கு அவன் தன் முகத்தின் மீது துணியைப் போர்த்துக்கொண்டு போனான். பீமன் பகைவர் மீதான பழிக்குப்பழியைத் தீர்த்துக் கொள்கிறேனென்று தன் தோள் வலிமையை சைகை காட்டிவிட்டுப் போகிறான். அர்ஜுனன் மணல் துகள்கள் சலசலவென்று உதிர்வதுபோல் பகைவர் மீது அம்புகளை அடுத்தடுத்துத் தொடர்ந்து பிரயோகிக்கப் போவதாகச் சுட்டிக் காட்டிவிட்டுப் போகிறான். தனது முகத்தை இந்த துர்தினத்தில் எவரும் அடையாளம் கண்டுகொள்ளக் கூடாதென்று சகாதேவன் முகத்தில் சேற்றை அள்ளிப் பூசிக்கொண்டான். உலக நடைமுறைப் போக்குக்கு மேலானதான உருவமைப்பு பெற்ற நகுலன் வழியில் பெண்களின் மனங்களை ஈர்த்துவிடக் கூடாதென்று தனது உடம் பெங்கும் தூசிதும்புகளைப் பூசிக்கொண்டான்...

...மகாராஜா... திரெளபதி கூந்தலை முகத்தின் மீது விரித்துப் போட்டுக்கொண்டு போவதற்குக் காரணம் இருக்கிறது. எவருடைய அநியாயத்தினால் தனக்கு இந்த இழிநிலை ஏற்பட்டதோ அவர் களுடைய பெண்களும்கூடத் தங்கள் கணவன்மார்கள், மைந்தர்கள்,

உறவினர்கள் எல்லாரும் வதைக்கு உள்ளாகி, அவர்களுடைய பிணங்களின் மீது கூந்தலை விரித்துப் போட்டுக்கொண்டு துக்கத்தை அனுபவிப்பார்களென்று திரௌபதி இதன்மூலம் செய்தியாகச் சொல்லியிருக்கிறாள்...

...திருதராஷ்டிர மன்னரே, புரோகிதரான தௌம்யர் தென் மேற்கு மூலைத்திக்கு நோக்கி எமனுக்கு சம்பந்தப்பட்ட சாமவேத மந்திரங்களை ஓதிக்கொண்டு பாண்டவர்களுக்கு முன்னால் நடந்து போகிறார். யுத்தத்தில் கௌரவர்கள் இறந்த பிறகு அவர்களுக்கான புரோகிதத்தின்போது இதே விதமான மந்திரங்களை ஓதுவார்க ளென்று அவர் குறிப்பாகச் சொல்கிறார்...

...மகாராஜா... பாண்டவர்களுக்கு மக்களின் ஆதரவு ஏராளமாக இருக்கிறது. அவர்கள் நினைத்தால் நமது ராஜ்யத்தில் கலகத்தைக் கிளப்பிவிடுவார்கள்... அறநெறி சார்ந்தவனான தர்மனும் அவனு டைய சகோதரர்களும் ஆள்நடமாட்டமற்ற வனங்களில் எப்படி இருப்பார்கள், சுகம் அனுபவிப்பதற்குத் தகுதியானவளான இளந்தளிர் திரௌபதி வனவாசத் துயரத்தை எப்படித் தாங்குவாளென்று மக்கள் புலம்புகிறார்கள். அஸ்தினாபுரத்தில் பிராமணர்களும் மற்றவர்களும் பெருத்த எண்ணிக்கையில் பாண்டவர்களைப் பின் தொடர்ந்து சென்றார்கள். தர்மன்தான் அவர்களை வணங்கித் திரும்பிப் போகும்படிச் செய்தான்...

...மகாராஜா... திரௌபதி சாதாரணப் பெண்ணல்ல, அவளை அவமதித்துக் கௌரவர்கள் அழிவைத் தேடிக்கொண்டிருக்கிறார்கள். அவள் சிறப்பு மிக்க திருச்செல்வி. தேவர்களின் கட்டளையினால்தான் அவள் பாண்டவர்களுக்குப் பணிவிடை புரிகிறாள். பாண்டவர்கள் திரௌபதிக்கு நேர்ந்த அவமானத்தைப் பொறுத்துக்கொண்டு மௌனமாக இருப்பதாக நினைக்காதீர்கள்."

கண்களைத் திறந்தபடி விதுரன் சொன்ன வார்த்தைகளைக் கேட்டுக் கொண்டிருந்த திருதராஷ்டிரர் நிகழ்ந்துகொண்டிருப்பதை நினைத்துப் பார்க்க முடியாமல் கண்களை மூடிக்கொண்டார். இருட்டுக்குப் பழக்கப்பட்டுப்போன அவருடைய கண்களின் எதிரே மேலதிகமான, தாங்க முடியாத இருள் சூழந்துகொண்டது.

36

பாண்டவ வனவாசம்

காம்ய வனம்...

ஏற்கெனவே மூன்று பகல்கள், மூன்று இரவுகள் தொடர்ந்து பயணம் செய்து களைத்துப்போன பாண்டவர்கள், திரௌபதி, அவர் களுடன் வந்த பிராமணர்கள் அங்கே வந்து சேர்ந்தார்கள்.

நகரங்களையும் கிராமங்களையும் தாண்டிய பின் விசாலமான விளைநிலங்கள், பள்ளத்தாக்குகள், பசுமையான மரங்கள் ஆகிய வற்றைப் பார்த்து, இலைகளின் சலசலப்பு ஒலி, பறவைகளின் கீச்சுக்கீச்சு ஒலி ஆகியவற்றைக் கேட்டு திரௌபதி மகிழ்ந்தாள். பாண்டவர்களுடன் அவள் அதுவரை ஒரு வார்த்தைகூடப் பேசவில்லை. ஆனால் அவள் களைத்துப்போய்க் கீழே உட்கார்ந்த போதெல்லாம் அவர்கள் நின்றார்கள். ஒரு நிலைக்குப் பிறகு அவளைக் கேட்காமலேயே பீமன் அவளைத் தூக்கிக்கொண்டு முன்னோக்கி நடந்தான்.

தங்களுக்குப் பின்னால் வந்துகொண்டிருந்த பிராமணர்களைப் பார்த்து, இவர்களெல்லாம் தங்களுடன் எதற்காகக் காட்டுக்கு வருகிறார்களென்று அவளுக்குத் தோன்றியது. அவர்கள் எல்லாரும் இந்திரப்பிரஸ்தத்தில் தர்மனைச் சார்ந்து வாழ்ந்தவர்கள். தங்களுக்குப் பின்னால் வரவேண்டாமென்று எவ்வளவு சொல்லியபோதும் அவர்கள் கேட்டுக்கொள்ளவில்லை. தங்களுக்குக் கஷ்டம் என்பது ஒரு பொருட்டல்ல என்றும், தங்களை ஆதரித்துப் பராமரித்தவர்களின் நல்வாழ்வு தவிரத் தங்களுக்கு வேறெதுவும் தேவையில்லை என்றும் சொன்னார்கள். கிராமங்களில் குடிசைகளில் குடியிருப்பது, கட்டாந் தரையில் தூங்குவது, விடிகாலையிலேயே தௌம்ய முனிவரின் சாமவேத ஓதுதலைக் கேட்டு விழித்தெழுவது என்பதெல்லாம் பாண்டவர்களுக்குப் புதிய அனுபவங்கள்.

தங்களைப் பார்த்துத் தலையாட்டி வரவேற்பது போலிருந்த அந்தக் காம்யக வனத்து மரங்களைப் பார்த்து திரௌபதி தனது களைப்பை மறந்துபோனாள். நீரோடைகளின் கலகல ஒலி, அழகான மான்களின் துள்ளலோட்டம் ஆகியவற்றைப் பார்த்து அவளுடைய மனம் பரவசப்பட்டது. அந்த ஆளரவமற்ற பூமியில் வெண்ணிலா இரவுகளில் தேவதைகள் நடமாடுகிறார்களோ என்று அவள் நினைத்துக்கொண்டாள். அந்தக் காடு அவளுக்குக் கனவு உலகமாகத் தென்பட்டது. வசந்தத்தின் ஆரம்ப நாட்களில் மலரும் ரத்தச் சிவப்பான புரச மர மலர்கள் அவளுடைய கண்களைக் கவர்ந்தன. மரங்களின் இலைகளே கூந்தலாகி அதில் இடம் பெற்றிருந்த பூக்கள் பாறைகளின் இடுக்குகளில், நீரோ டைக் கரைகளில் விரித்துப் பரப்பியது போலிருந்த பூக்கள்... மென்மையான, அழகான வனமலர்களின் நறுமணம் அவளுக்கு போதையூட்டுவதுபோல் இருந்தது. இயற்கையின் எழிலார்ந்த சூழலில் திரௌபதி கலந்துவிட்டாள். எத்தனை யுகங்களாக இந்தக் காடு, மலைப்பகுதிகள் இதே போக்கில் இருக்கின்றனவோ...

சற்று நேரத்திற்குப் பிறகு தெளிவுபெற்ற திரௌபதி தனக்குப் பின்னால் நடந்து வந்துகொண்டிருந்த தௌம்யரைப் பார்த்து "முனிவரே!" என்று அழைத்தாள்.

தௌம்யர் நின்றார். பாண்டவர்களும் நின்றார்கள். மூன்று நாட்களுக்குப் பிறகு திரௌபதியின் வாயிலிருநது வெளிவந்த முதல் வார்த்தை அதுதான்.

"இந்த வனம் நாம் தங்கியிருப்பதற்கு ஏற்றதுதானா, முனிவரே?"

தௌம்யரும் பாண்டவர்களும் அவள் வாய் திறந்து பேசியதைக் கேட்டு மிகவும் மகிழ்ச்சியடைந்தார்கள். தௌம்யர் பாண்டவர்களின் பக்கம் பார்த்தார்.

"இந்த வனம் துருபத மன்னரின் மகளுக்குப் பிடித்துவிட்டது போல் தெரிகிறது. நாம் இங்கே தங்குவதற்கு ஏற்பாடு செய்து கொள்வோம்" என்றார்.

தர்மன் யோசித்த பின் நிதானமாகச் சொன்னான்.

"இந்தக் காட்டில் கிம்மீரன் என்ற அரக்கன் வசித்துக் கொண்டிருப்பதாகக் கேள்விப்பட்டிருக்கிறேன். அவன் நமக்கு

என்ன தீங்கு விளைவிப்பானோ...”

திரௌபதி பெருமூச்சுவிட்டாள். ‘அரக்கர்களைவிட பயங்கர மான மனிதர்களினால் இந்தக் காட்டு வாழ்க்கை வாழ நேர்ந்திக் கிறது. ஆக, இங்கேகூட அரக்கர்களின் அல்லல் தீராதா?’ என்று நினைத்தாள்.

பீமன் திரௌபதியின் மனதைப் புரிந்துகொண்டான்.

“நாம் இந்தக் காட்டில் அவனுக்கு எந்தத் தீங்கும் செய்ய மாட்டோம் என்று சொல்வோம். மறுத்து எதிர்த்தால் அவனை நிர்மூலமாக்குவோம். கொடூர மிருகங்கள், அரக்கர்கள் இல்லாத வனப்பகுதிகள் இருக்கின்றனவா என்ன... திரௌபதிக்கு இந்தப் பகுதி பிடித்திருக்கிறது. அதனால் நாம் இங்கேயே தங்குவோம்.”

பீமன் சொன்னதற்கு எல்லாரும் ஒப்புக்கொண்டார்கள். நீரோடைக்குப் பக்கத்திலேயே பர்ணசாலை தயாராயிற்று. மாலைப் பொழுதுக்குள் அது குடியிருக்கும் இடமாக மாறியது. சாப்பிட்டு முடித்து அவர்கள் ஓய்வெடுக்கத் தொடங்கினார்கள்.

நன்றாகக் களைத்துப்போயிருந்தாலும் திரௌபதிக்கு உடனே தூக்கம் வரவில்லை.

தன்னுடைய வாழ்க்கை ஏன் இப்படித் திருப்பங்களை மேற்கொள்கிறது? தான் இந்த உலகத்தில் எதற்காகப் பிறப் பெடுத்தாள்? இப்படி அல்லல்படுவதற்காகவா? இடர்களை எதிர் கொள்வதற்குத் தான் ஒருபோதும்பின் வாங்கியதில்லை. தன்னை சுயம்வரத்தில் வென்றெடுத்தவன் ஒரு பிராமணன் என்று தெரிந்துதான் அவனுக்குப் பின்னால் தெருவில் இறங்கிப் பின்தொடர்ந்து நடப்பதற்கு, அவனுடன் வாழ்க்கையைப் பங்கிட்டுக்கொள்வதற்கு ஆயத்தமானாள். தன் ஒருத்தியின் வாழ்க்கையை ஐவருக்கும் பங்கிட்டுக் கொடுத்து, அவர்களுடைய விருப்புவெறுப்புகளுக்கு அனுசரணையாகத் தனது மனதை மாற்றிக்கொண்டாள். ஐவருடன் இணைந்துகொள்ளும் அடிநாதமாக மாறினாள்.

ஆனால் அவர்கள் என்ன செய்தார்கள்... கொடூரமான அவமானம் நேர்ந்தபோதும் மௌனமாகப் பார்த்துக் கொண்டிருந் தார்கள்... தன்னை ஒரு பொருளாகக் கருதி சூதாட்டத்தில் வைத்துத் தோற்றார்கள். கூடியிருந்த நிறைந்த சபையில் தனது கேள்விக்கு

பாண்டவ வனவாசம்

பதில் சொல்பவர்கள் யாரும் இல்லை. உண்மையில் தனக்கு இந்த உலகத்தில் யார் இருக்கிறார்கள்? கணவன்மார்கள் இருந்தும் இல்லாதவர்களுக்குச் சமமாக நிலைமை மாறிவிட்டது. தனது பிறப்பே விசித்திரமாகிவிட்டது. தனது தந்தையும் சகோதரனும் கூடத் தன்னவர்களோ இல்லையோ, தெரியவில்லை. ஐந்து பேருக்குத் திருமணம் செய்து கொடுக்க துருபதன் கொஞ்சம்கூடத் தயங்கவில்லை. தனக்குத் தந்தை, சகோதரன், கணவன்மார் எவரும் இல்லை. தான் தனியானவள்... திரௌபதிக்கு துக்கம் பீறிட்டுக் கொண்டு வந்தது.

அந்தக் காட்டின் சூழலைப் பார்த்தால் திரௌபதிக்குத் தனது வாழ்க்கையும் சீதா தேவியின் வாழ்க்கையைப்போல் ஆகிவிட்ட தாகத் தோன்றியது. சீதைக்கு ஒருவன்தான் கணவன். தனக்கு ஐந்து கணவன்மார்கள். அதுதான் வித்தியாசம். ராமன் தந்தையின் வார்த்தையை மீற முடியாமல் காடுகளுக்குச் சென்றான். தர்மன் விடாப்பழக்கத்திற்கு அடிமையாகிக் காட்டுக்கு வந்தாயிற்று. எந்த விதமாக இருந்தால்தான் என்ன, ஆண்களின் பலவீனத்திற்குப் பெண்கள் பலியாவது எந்த யுகத்தின்போதும் மாறவில்லை.

பெரிய பெரிய மரங்களின் கிளைகளும் இலைகளும் அடர்ந்து பெருகி அந்தக் காட்டில் இருள் படர்ந்த நிழல்கள் மேலும் அடர்ந்து பரவின. அருகிலுள்ள நீரோடையின் கலகல ஒலியினால் அந்தப் பெருங்காட்டின் நிசப்தம் சிதைந்துபோயிற்று.

சீதாதேவி இப்படிப்பட்ட காடுகளில் எப்படித்தான் வாழ்க்கை யைக் கழித்தாளோ என்று நினைத்துக்கொண்டாள் திரௌபதி. சீதையின் கஷ்டங்களின்போதுகூட அவளுடைய தந்தை ஜனகர் கொஞ்சமும் பங்கெடுத்துக்கொள்ளவில்லை. தனது தந்தை துருபதன் தனக்கேற்பட்ட அவமானத்தைப் பற்றிக் கேள்விப்பட்டும்கூட எதுவும் செய்ய முடியாத அனாதரவான நிலைமையில் இருந்தார். துரியோதனனின் கூட்டத்தாரை அவரால் எதிர்த்துப் போராட முடியாதா?

இருந்தாற்போலிருந்து திரௌபதிக்கு சந்தேகம் வந்தது. சீதையை ராவணன் தூக்கிக்கொண்டு போனது போலத் தன்னையும் யாராவது தூக்கிக்கொண்டு போய்விட்டால்... ராவணன் என்று சொல்வானேன்... வாய்ப்பு கிடைத்தால் தன்னைத் தூக்கிக்கொண்டு

போக எத்தனையோ ராஜாக்கள் ஆயத்தமாக இருக்கிறார்கள். ஐந்து கணவன்மார்களுடன் குடும்பம் நடத்தினாலும், ஐந்து பிள்ளைகளைப் பெற்றிருந்தாலும்... தன்னுடைய பருவ அழகு கொஞ்சம்கூடச் சிதையவில்லை. இதுவரையிலும் தன்னுடைய உடலழகைத் தனக்குக் கிடைத்த வரமாக எண்ணினாள். இப்போது அதுவே தன்னைப் பொறுத்தவரை சாபமாக மாறியிருக்கிறது. ஒருவேளை யாராவது தன்னைத் தூக்கிகொண்டு போனாலும் ராவணனைப் போலத் தீண்டாமல் பாதுகாப்பாகப் பார்த்துக் கொள்ளும் தன்மை படைத்தவர்கள் இப்போது யாரும் இல்லை. காலம் மாறிவிட்டது. சபை நடுவிலேயே தன்னை அவமதித்தாலும் தன் கணவன்மார்கள் எதுவும் செய்யவில்லை. இவர்களில் எவரும் ராமனைப்போல் ஏகபத்தினி விரதர்கள் இல்லை. தனக்கு ஏதாவது நேர்ந்தாலும் அவர்களுக்கு விளையும் நஷ்டம் எதுவும் இல்லை. அவர்களுக்கான மனைவிமார்கள் இருக்கிறார்கள். தேவையென்று நினைத்தால் வேறு சிலரையும் மணந்துகொள்வார்கள். பாண்டவர் களின் பிற மனைவிமார்கள் எல்லாரும் அவரவர் பிறந்த வீடு களுக்குப் போய்விட்டார்கள். ஐவரையும் திருமணம் செய்து கொண்ட காரணத்தால் தான் அந்த ஐந்து பேரையும் பின்பற்றி வரவேண்டியதாகிவிட்டது. மகாராணி என்ற பட்டமும் இருக்கிறதே...

திரௌபதிக்குச் சிரிப்பு வந்தது. சிந்தனைகளுக்கிடையே அவளுக்குத் தூக்கம் வந்தபோது பயங்கரமான ஓசைகள் கேட்டன. பயத்துடன் அவள் குடிசைக்குள்ளிருந்து வெளியே வந்தாள். பாண்டவர்கள் தங்கள் குடிசைகளைச் சுற்றிலும் அனல் வெப்பத் திற்காகக் கொளுத்திய தீக்குழிகளுக்கு நடுவே ஒரு பயங்கர உருவம் அவளுக்குத் தென்பட்டது. பார்ப்பதற்குக் காட்டுமிராண்டி போலத் தோற்றமளித்தாலும் அவன் அரக்கன் என்பதை அவள் தெரிந்துகொண்டாள். அவனுடைய உடம்பு முழுவதும் ரோமங்கள் முளைத்திருந்தன. சிவந்த உருட்டுக் கண்கள், நீட்டிச் சிலிர்க்கும் தலைமுடி, வாள் போன்று நீட்டிக் கொண்டிருந்த விரல் நகங்கள் என்று எல்லாவற்றையும் பார்த்ததும் திரௌபதி பயந்துவிட்டாள். அவன் நடந்தபோது அந்த நடையின் அதிர்வில் மரங்களும் செடி கொடிகளும் நடுங்கி அசைந்தன.

நினைத்ததெல்லாம் நடந்தது. தன்னை இவன் நிச்சயமாகத் தூக்கிக்கொண்டு போய்விடுவானென்று திரௌபதி கண்களை

மூடிக்கொண்டாள். ஆனால் அவளுடைய தோள் மீது அபயம் தருவதான கை இருந்தது. நிம்மதியாகக் கண்களைத் திறந்து பார்த்தாள். பீமசேனன் அவளுக்கு தைரியம் சொன்னான். "திரௌபதி, நான் இருக்கும் போது உன்னை யாரும் எதுவும் செய்துவிட முடியாது" என்று சொல்லி அந்த அரக்கனுடன் பொருதுவதற்குப் போனான்.

"யார் நீ?" என்று கேட்டான் பீமன். அதற்கு பதிலளிப்பதாக ஒரு பயங்கரமான குரல் கேட்டது.

"அந்தக் கேள்வியை நான்தான் கேட்க வேண்டும்... நான் கிம்மீரன். இந்தக் காம்யக வனம் என்னுடையது. என் அனுமதியில்லாமல் எவரும் இந்த வனத்தில் தங்கியிருக்கக் கூடாது."

"நாங்கள் பாண்டவர்கள். என் பெயர் பீமன். இவள் என் மனைவி திரௌபதி. நாங்கள் ராஜ்யத்தை இழந்து வனவாசம் புரிவதற்கு வந்திருக்கிறோம். இந்த வனம் எங்களுக்குப் பிடித்திருக் கிறது."

"பாண்டவர்களா... நீங்கள் எங்களுக்கு நண்பர்கள் அல்ல. நீதான் பீமனா... உன்னைக் கொல்ல வேண்டுமென்று எப்போதிருந்தோ எதிர்பார்த்துக்கொண்டிருக்கிறேன். நீ என்னுடைய சகோதரன் பகுடியை, என் நண்பன் இடும்பனைக் கொன்றிருக்கிறாய். உன்னுடைய ரத்தத்தால் அவர்களுக்கு தர்ப்பணம் செய்விக்கிறேன்" என்று சொல்லிக் கொண்டே அவன் பீமனை ஒரு குத்து குத்தினான்.

பீமன் அதிர்ந்துபோய் பின்னால் நகர்ந்தவன் எதிராளி மீது ஒரு மரக்கிளையை ஒடித்து வீசினான். கிம்மீரன் அதைப் பிடித்து ஒரு குச்சியை எறிவதுபோல் தூர எறிந்தான். பீமன் அவன் மீது கற்களை வீசினான். அவற்றினின்றும் ஒதுங்கித் தப்பித்துக்கொண்டு கிம்மீரன் பீமனுடன் பொருதினான். அவர்கள் இருவருக்குமிடையே பயங்கர யுத்தம் நடந்தது. கடைசியில் பீமன் அவனை கதாயுதத்தால் தாக்கிக் கொன்றான்.

செங்கொன்றைப் பூவைப் போல ரத்தத்தில் நனைந்தபடி வந்து கொண்டிருந்த பீமன் அதிர்ந்த நிலையிலிருந்த திரௌபதியிடம் இப்படிச் சொன்னான்:

"திரௌபதி, இது ஆரம்பம் மட்டும்தான். உன்னை அவமானப் படுத்த நினைக்கும் எவரையும் விடமாட்டேன். பதின்மூன்று ஆண்டுகளுக்குப் பிறகு துரியோதனன், துச்சாதனன் ஆகியோரையும், அவர்களுடைய சகோதரர்களையும் இவ்வாறே கொன்றழிப்பேன். நீ தனிமைப்பட்டுவிட்டதாக ஒருபோதும் நினைக்க வேண்டாம்" என்று நடைபோட்டபடி சொல்லிக் கொண்டே தன் உடம்பைக் கழுவி சுத்தப்படுத்திக் கொள்வதற்கு நீரோடை நோக்கிச் சென்றான்.

திரௌபதி சுற்றிலும் பார்த்தாள். தனக்குப் பாதுகாப்பாக ஈட்டி தாங்கிய தர்மன், காண்டீவம் ஏந்திய அர்ஜுனன், வாள்களுடன் நகுலசகாதேவர்கள் ஆக அனைவரும் எதிரிகள் நடுங்கும் பயங்கரத்துடன் தென்பட்டார்கள்.

"திரௌபதி, இதுவரையிலும் நீ எங்களுடைய பொறுமையைத் தான் பார்த்திருக்கிறாய். இனிமேல் எங்கள் பயங்கர சொரூபத்தைப் பார்ப்பாய்" என்று அர்ஜுனன் சொன்னான்.

திரௌபதி எதுவும் பேசவில்லை. மௌனமாகக் குடிசைக்குள் நடந்தாள்.

கிம்மீரனின் வதையுடன் அவர்களுடைய வனவாசம் தொடங்கியது. எத்தனையோ வதைகள் நடந்து, எவ்வளவோ ரத்தம் வழிந்து ஓடினாலொழியப் பாண்டவர்களுக்கு சுகங்கள் கிடைக்காது என்பதற்கு இது அறிகுறி. இளம் சூரியன் சிவந்த மேகங்களுக்குள்ளிருந்து வெளிவந்து தனது செங்கதிர்களால் பர்ணசாலைச் சூழலை மேலதிகமாக அழகுறச் செய்தான்.

37

கிருஷ்ணனின் அபயம்

நடந்ததைப் பற்றிக் குமைந்துகொண்டும், அவமானங்களை நினைத்து எரிச்சல்பட்டுக்கொண்டும், தனது ஆதரவற்ற நிலைமைக்குப் புலம்பிக்கொண்டும் தொடர்ந்து வாழ்வது மானிடர்க்கு சாத்தியமில்லை. அமைந்த சூழ்நிலையிலேயே திறனுக்கேற்றவாறு உருவமைத்துக்கொண்டு கிடைத்திருக்கும் வாழ்க்கையை மனத்திருப்தியுடன் ஏற்றுக்கொள்ளும் மனப்பக்குவம் மனிதனுக்கு இயல்பாக இருக்கிறது. சிறைச்சாலையில் இருப்பவன்கூட அந்த சிறைச்சாலையை உலகமாக உருவமைத்துக்கொண்டு வாழ்வதற்குப் பழக்கப்படுத்திக் கொள்கிறான்.

மக்கள் வனத்திலிருந்து வெளியேறி உண்மையான வனத்திற்குள் நுழைந்த பாண்டவர்களும் திரௌபதியும் அங்கேயே பதின்மூன்று ஆண்டுகள் கழிப்பதற்கு மானசிகமாக ஆயத்தமானார்கள். உரிய முனைப்புகளை ஏற்படுத்திக்கொண்டார்கள். கிம்மீரனை வதைத்த பிறகு காட்டிலிருந்த காட்டுமனிதர்கள் அவர்களுக்குப் பணியாளர்களானார்கள். அவர்களுடைய உதவியுடன் பாண்டவர்கள் காட்டுக்குள்ளேயே ஒரு கிராமத்தை உருவாக்கிக் கொண்டார்கள். நிரந்தர யாகங்களும் வேதமந்திர ஓதல்களும் அந்த கிராமத்தில் இடம்பிடித்தன. பாண்டவர்களுக்கு அந்தக் காட்டில் தாவர உணவுகளுக்கும், மாமிச உணவுகளுக்கும் குறைவில்லை.

திரௌபதிக்குப் பழையதை நினைத்துப் புலம்ப நேரம் இல்லாதபடி வேலைகளில் மூழ்கிப்போனாள். சீதாராமர்கள் திருமணத்திற்குப் பிறகு தங்கள் காதலுக்கு ஒரு மேடையாக வனவாசத்தை மாற்றிக்கொண்டார்கள். ஆனால் திரௌபதி காட்டில் இருந்தாலும் மகாராணி. தன் கணவர்களுக்காக மட்டுமல்லாமல் தங்களைச் சுற்றியிருந்த பிராமணர்கள், முனிவர்கள் ஆகியோரின் யோகக்ஷேமங்களை கவனித்துக்கொள்ளும் பொறுப்பு அவளுடையது

என்றானது. தர்மன் முனிவர்களின் உதவியுடன் நிறைவேற்றும் யாகங்களுக்குத் தேவையான சாமான்களைத் திரட்டித் தரும் பொறுப்புகூட அவளுடையதுதான். இனி காதல் புரிவதற்கெல்லாம் எங்கே நேரமிருக்கும்...

தன்னுடன் சேர்ந்து அல்லல்பட்டுக்கொண்டு கட்டாந்தரையி லும், புல்படுக்கையிலும் தூங்கும் கணவன்மார்களைப் பார்த்து அவளுடைய மனது வேதனைப்பட்டாலும், இது தங்களுக்குத் தாங்களே வரவழைத்துக்கொண்ட தண்டனையே அல்லாமல் வேறென்ன என்பதான அபிப்பிராயம் அவளுக்குள் ஏற்பட்டு உடனே அந்த வேதனை மாயமாய் மறைந்துவிடும். தர்மன் செய்தது மன்னிக்கத் தக்கதான காரியம் அல்ல என்ற எண்ணம் அவளுடைய மனதில் வேரூன்றிவிட்டது. அதற்கு ஏற்றாற்போல் அவளைப் பார்த்துப் பாண்டவர்கள் குற்ற உணர்வுடன் நடந்துகொள்வார்கள். தேவைப்படும்போது நிகழும் சுருக்கமான பேச்சுவார்த்தையே தவிர திரௌபதிக்கும் பாண்டவர்களுக்கும் இடையே பெரும்பாலும் மௌனம்தான் தாண்டவமாடும்.

அந்த மௌனத்தைக் கலைப்பதுபோல் ஒரு நாள் கிருஷ்ணன் வந்தான்.

கொளுத்தும் வெயிலில் இருப்பவர்களுக்கு இளம் காற்று வீசி, நீர் தெளித்த குடை பிடிப்பதுபோல் பாண்டவர்களுக்கும் திரௌபதிக்கும் கிருஷ்ணனைப் பார்த்ததும் உயிர் மீண்டெழுந்தது போலிருந்தது.

கிருஷ்ணனின் வருகையால் காம்யக வனத்தின் சூழலே மாறிவிட்டது. வாடிய பூக்கள் மலர்ந்ததுபோல், செடிகொடிகள் அன்பு பொங்க மரங்களை ஆரத் தழுவிக்கொண்டதுபோல், பறவை களின் கீச்சொலிகளில் அதுவரை இல்லாத இனிமை நுழைந்து விட்டது போல் தோன்றியது.

வறண்டிருந்த நிலத்தடியிலிருந்து ஊடுருவிக்கொண்டு வெளி வருவதற்கு முனையும் தண்ணீரைப் போலப் பாண்டவர்களின் நெஞ்சங்களிலிருந்து துக்கம் பீறிட்டுக்கொண்டு வந்தது. நிகழ்ந்த அவமானத்தாலும், திரௌபதியின் மௌனத்தாலும் தகித்துப் போயிருந்த அவர்கள் கிருஷ்ணனைப் பார்த்ததும் பாலைவனத்தில்

நீரோடை தென்பட்டதைப் போலப் பொங்கிப் பூரித்தார்கள். பாண்டவர்களிடம் தென்பட்ட அந்தக் கிளர்ச்சியும் பரபரப்பும் திரௌபதியைக்கூடச் சலனப்படுத்தின.

நிலையான புன்னகைப் பொலிவுடன் வெண்ணிலா ஒளியைத் தெளித்துக் கொண்டிருப்பதற்கு நிகரான கிருஷ்ணனே பாண்டவர்களைப் பார்த்து மருகினான். எப்படிப்பட்ட மகாவீரர்களுக்கு எப்படிப்பட்ட இழிநிலை ஏற்பட்டிருக்கிறதென்று நினைத்துக்கொண்டான். கூந்தலை விரித்துப் போட்டுக்கொண்டு பரிதாபமாகப் புலம்பி அழுதுகொண்டிருக்கும் திரௌபதியைப் பார்த்ததும் நடந்து முடிந்த நிகழ்வெல்லாம் கிருஷ்ணனுடைய மனத்திரையில் ஊடாடியது.

இருந்தாற்போலிருந்து கிருஷ்ணனின் முகத்தில் கோபக்குறி தென்பட்டது.

"சதியால் உங்களை வஞ்சித்த பாபாத்மாக்களான துரியோதனாதிகள், கர்ணன், சகுனி ஆகியோரின் ரத்த வெள்ளத்தை இந்த பூமி மீது பெருக்கெடுக்க விடுகிறேன். அந்தத் தீயவர்கள் எல்லாரையும் வதைத்து உங்களுக்கு மீண்டும் ராஜ்யம் கிடைக்கும்படிச் செய்கிறேன். துரியோதனன் எல்லா வகையிலும் வதைக்கப்படவேண்டியன்தான். இதுதான் முறைப்படியான தர்மம்..." என்று பிரளய கால ருத்ரனைப் போல ஆவேசம் கொண்டு சிலிர்த்தான்.

கிருஷ்ணனைத் தடுத்து நிறுத்தாவிட்டால் அவன் உடனுக்குடன் கௌரவர் மீது தாக்குதல் நடத்தக் கிளம்பிவிடுவதுபோல் தோன்றியது. கோபம் கொண்டிருந்த தோற்றத்தைப் பார்த்து அர்ஜுனன் கிருஷ்ணனை அமைதியடையும்படிக் கேட்டுக் கொண்டான். கிருஷ்ணன் அமைதியடைந்து நிதானத்திற்கு வந்தான்.

எல்லாருடனும் பேசிய பிறகு கிருஷ்ணன் திரௌபதியின் பக்கம் வந்தான். இவ்வளவு காலமும் தனக்குள்ளேயே ஒளித்து வைத்திருந்த அவமானத்துடன் தகித்துக் கொண்டிருந்த திரௌபதி இப்போது கிருஷ்ணன் தன் பக்கமாக வந்ததும் பெரிதாக ஓலமிட்டு அழுதாள். மலையுச்சியிலிருந்துபுரண்டு வரும் நீரோட்டம் போல அவளுடைய கண்களிலிருந்து கண்ணீர் பெருக்கெடுத்தது.

"கிருஷ்ணா, உன் வரவால் எனக்கு உயிர் எழுந்து நிற்பதுபோல் இருக்கிறது. என்னுள் உயிர்மை துளிர்விடுவதாக உணர்கிறேன். என் மனவேதனையைப் பகிர்ந்து கொள்வதற்கு எவரும் இல்லை. எனக்கு மிகுந்த பாதுகாப்பு தருவார்களென்று நினைத்திருந்த என் கணவன்மார்களைப் பார்த்தால் அன்னியர்களைப் போன்று தெரிகிறார்கள். எல்லாரும் பார்த்துக்கொண்டிருக்க, அந்த துச்சாதனன் என் கூந்தலைப் பற்றிப் பிடித்து கௌரவர்களின் சபாமண்டபத்திற்கு இழுத்துச் சென்றான். என்னுடைய அவல நிலையைப் பார்த்து துரியோதனாதியர் பரிகசித்தார்கள். என்னை அடிமைப் பெண்ணாக நடத்தினார்கள். என்னை எவ்வளவு அவமதித்தாலும் என் கணவன்மார்கள் தலையைக் குனிந்துகொண்டு உட்கார்ந்திருந்தார்கள். அவர்களே மௌனம் வகித்தால் பீஷ்மரும் துரோணரும் என்ன பேசுவார்கள்? பீமனின் தோள்வலிமை, அர்ஜுனனின் வில்வித்தைத் திறமை எதுவும் என்னைக் காப்பாற்றவில்லை. மனைவியின் பாதுகாப்பு கணவனின் கடமையென்று, சனாதன தர்மம் என்று சொல்வார்கள். ஆனால் ஆபத்து நேரத்தில் என் கணவன்மார்கள் ஒதுங்கிக்கொண்டார்கள். என் மைந்தர்கள் குழந்தைப் பருவத்தினர் என்பதால் அவர்கள் எதுவும் செய்வதான நிலைமையில் இல்லை. வீரர்களான பாண்டவர்களுக்குப் பத்தினியாகி, நற்குணங்கள் பொருந்தியவர் என்று கருதப்படும் பாண்டு மன்னருக்கு மருமகளாகி, சக்தி வாய்ந்த துருபத மன்னருக்கு மகள் என்றாகி, திருஷ்டத்யும்னனின் தங்கையுமான எனக்கு இப்படிப்பட்ட அவமானம் நேர்ந்தபோது யாரும் எதுவும் செய்ய இயலாது போனார்கள். கேசவா... எல்லாரும் இருந்தும் எவரும் இல்லை என்றவளானேன். எவ்வளவு வேண்டிக்கொண்டாலும், எவ்வளவு கண்ணீர் சிந்தினாலும் அந்த சபையில் எவரும் என் புலம்பலைப் பொருட்படுத்தவில்லை. என் துகிலுரிதலைத் தூண்டி விட்ட கர்ணனின் பரிகாசம், துரியோதனன் என்னைப் பார்த்துத் தன் தொடை மீது உட்காரச் சொல்லி சைகை செய்தது ஆகியன எல்லாம் என்னை இன்னமும் தகித்துக்கொண்டிருக்கின்றன. எல்லாம் தெரிந்தவனான, பாண்டவர்களுக்கு எல்லா வகையிலும் வழிகாட்டியாக இருப்பவனான நீ தர்மரை சூதாட்டப் பிடியிலிருந்து விடுவிப்பதற்கு ஏன் வரவில்லை? என்னை அவமானத்திலிருந்து ஏன் விடுவிக்கவில்லை?" என்று கண்ணீர் பெருக்கெடுக்கப் புலம்பி அழுதாள்.

கிருஷ்ணன் திரௌபதியின் தலையை நிமிர்த்தி அவளை அமைதிப்படுத்தினான்.

"திரௌபதி, நான் சால்வனுடன் பத்து மாதங்களாக யுத்தம் செய்துகொண்டிருந்தேன். இல்லாவிட்டால் நான் இந்திரப்பிரஸ்தத்தில் உன் அருகிலேயே இருந்திருப்பேன் அல்லவா! நான் இருந்திருந்தால் இந்தக் கொடூரச் செயல்கள் நடந்திருக்காது. நடந்து முடிந்ததைப் பற்றி இனி சிந்திக்காதே. உன் சுயம்வரம் நடந்த நாளன்றே சொல்லிவிட்டேன். பாண்டவர்கள் ஐவருடன் திருமணம் நடந்தது என்பதே பரதகண்டம் முழுவதும் தீயாகப் பரவிய செய்தியாகிவிட்டது. உன்னை மணக்க முடியாதவர்கள் எல்லாரும் ஒன்றுகூடிவிட்டார்கள். உன்னை அவமானப்படுத்தியதால் இப்போது உன்னுடைய கோபக்கனலுக்கு ஆளாகிவிட்டார்கள். தீயவர்களை வதைப்பதற்கான வேள்வியில் உனக்கு நேர்ந்த அவமானம் அதில் வார்க்கப்படும் நெய்யாக அமைந்துவிட்டது. அவர்களை எந்த வகையில் வதைத்தாலும் அதைத் தவறென்று சொல்பவர்கள் இப்போது இருக்க மாட்டார்கள். அந்த திருதராஷ்டிர வகையினர் அர்ஜுனனுடைய காண்டீவ வில்லிலிருந்து புறப்படும் பயங்கர அம்புகளுக்கு ஆஹுதிப் பொருளாக அமைவார்கள். விரைவிலேயே அவர்களுடைய மனைவிமார்கள் பரிதாபத்திற்குரியவர்களாக அழுது புலம்பும் நிலைமை ஏற்படும். பாண்டவர்களுக்கு மேன்மை துலங்கும். அவர்கள் மன்னாதி மன்னர்களாகவும், நீ பட்டத்தரசியாகவும் மீண்டும் பொலிவு பெறுவீர்கள். என் பேச்சை நம்பு. இது சத்தியம். இமயமலை துண்டுதுண்டானாலும், திசைகள் மாறிச் சிதைந்தாலும், சமுத்திரம் வறண்டாலும் என் பேச்சு பொய்க்காது."

அந்த வார்த்தைகளைக் கேட்டு அர்ஜுனனும் மகிழ்ந்தான்.

"திரௌபதி, நீ கிருஷ்ணனுக்கு என்னைவிடப் பிரியமானவள் என்பது எனக்குத் தெரியும். கிருஷ்ணன் பேச்சு தவறாது. கிருஷ்ணன் நம் எல்லாருக்கும் ஆபத்துப் பெரும் கடலைத் தாண்டுவதற்கு உதவும் தெப்பம் போன்றவன். கவலைப்படாதே" என்று சமாதானப்படுத்தினான்.

கிருஷ்ணன் காம்யக வனத்தில் இருந்தபோதே திருஷ்டத்யும்னன் வந்தான்.

சகோதரிக்கு நேர்ந்த அவமானத்தைத் தெரிந்துகொண்டு அவன் எங்கெங்கோ தேடி வேதனையுடன் அலைந்து திரிந்திருக்கிறான்.

"சகோதரி... துரியோதனனையும் துச்சாதனனையும் பீமனும், உன்னைப் பரிகசித்த கர்ணனை அர்ஜுனனும், உதாசீனப்படுத்திய துரோணரை நானும் தவறாமல் கொல்வோம். இதற்குத் தக்கதான ஏற்பாடுகள் தொடங்கிவிட்டன. நான் பலம் திரட்டுவதில் முனைந் திருக்கிறேன்" என்று தேற்றினான்.

கிருஷ்ணனின் அருகாமை, திருஷ்டத்யும்னனின் தேற்றுதல் ஆகியவற்றால் திரௌபதியின் மனோபலம் அதிகரித்தது. தன்னு டைய மனோபலம்தான் பாண்டவர்களின் தன்னம்பிக்கை என்பதை அவள் புரிந்துகொண்டாள். பாண்டவர்களுடன் அவள் முன்னைப் போலவே பழகத் தொடங்கினாள். திருஷ்டத்யும்னன் தன்னுடன் அழைத்து வந்த தாத்ரேயிகா என்ற பணிப்பெண்ணை திரௌபதியின் உதவிக்கென்று விட்டுவிட்டுச் சென்றான்.

யாருக்காக இந்தப் பெரும் போர்?

38

யாருக்காக இந்தப் போர்?

ஸ்ரீகிருஷ்ணன் இருந்த நாள் வரையிலும் போர் பற்றிய விவகாரங்களில் முனைப்பு காட்டிய தர்மன் அதற்குப் பிறகு மீண்டும் யாகம் முதலான செயற்பாடுகளில் முனைந்தான். காம்யக வனத்தில் பெரிதாக எதுவும் கஷ்டப்படாமலே உணவுப் பொருட்களைத் திரட்ட முடிந்தது. வனவாசிகள் மரியாதையுடன் பாண்டவர்களுக்குத் தேவையானவற்றையெல்லாம் சேகரித்துக் கொடுத்தார்கள்.

முனிவர்களின் மேற்பார்வையில் ஜபதபங்களை நிர்வகிப்ப தைப் பழக்கமாக்கிக் கொண்டுவிட்ட தர்மன் தானும் ஒரு துறவி யாகவே மாறிவிட்டான். உண்மையில் தான் ஒரு ராஜவம்சத்தைச் சேர்ந்தவன் என்ற விஷயம் அவனுக்கு மறந்தே போயிற்று. அண்ணனு டைய போக்கைப் பார்த்து மற்ற நால்வரும் கவலைப்படத் தொடங்கினார்கள். தர்மனின் நடவடிக்கையையும் கௌரவத்தையும் சார்ந்து கேள்வி கேட்க அவர்களுக்கு தைரியம் வரவில்லை.

ஒரு நாள் பாண்டவர்களும் திரௌபதியும் அளவளாவிக் கொண்டிருந்தபோது திரௌபதி தர்மனிடம் இப்படிச் சொன்னாள்:

“முதியவரான திருதராஷ்டிர மகாராஜா தீயவர்களான தன் மகன்களின் பேச்சைக் கேட்டுக்கொண்டு அநியாயமாக நம்மை ராஜ்யத்திலிருந்து வெளியேற்றிவிட்டார் அல்லவா... முற்ற முழுக்க ராஜபோகங்களை அனுபவித்த நீங்கள் இப்போது இப்படிக் காட்டில் பரிதாபமாகத் திரிந்து கொண்டிருப்பதை என்னால் பார்த்துக்கொண்டிருக்க முடியவில்லை. கொலுமண்டபத்தில் நவரத்தினங்கள் பதித்த சிம்மாசனத்தின் மீது இருக்கைகொண்டு, ஆளுகைக்குட்பட்ட மக்களால் சூழப்பெற்றிருந்த நீங்கள் இப்போது காட்டில் புல் பரப்பிய இருக்கையில் உட்கார்ந்திருப்பது, கட்டாந் தரையில் பாதுகாப்பற்ற நிலையில் கால்களால் நடப்பது என்று

எல்லாவற்றையும் பார்க்கும்போது என் மனது குன்றிப் போகிறது. தினமும் இனிப்புப் பண்டங்களைச் சாப்பிடும் பழக்கமுள்ள நீங்கள் இப்போது கிழங்கு வகைகளில் திருப்திப் பட்டுக் கொண்டு கோபத்தை விடுத்து நிம்மதி மனத்துடன் காலம் கழித்துக் கொண்டிருப்பது நல்லதல்ல. மன்னாதி மன்னனே, இது உங்களுக்குத் தகாது. பத்தாயிரம் யானைகளின் பலம் கொண்டு பீமசேனர் அடர்காட்டில் திரிந்துகொண்டு காய்கனிகளைத் தின்று கொண்டு இருப்பது, வில்வித்தையில் வல்லவரான அர்ஜுனர் வலுவிழந்து வனமிருகங்களுடன் சஞ்சரித்துக்கொண்டு இருப்பது, நளின மேனிகள் கொண்ட நகுலசகாதேவர்கள் சுகம் என்பதே காணாமல் காட்டில் வசிக்க நேர்ந்தது... இவற்றையெல்லாம் எப்படிப் பொறுத்துக் கொள்கிறீர்கள்? உங்கள் சகோதரர்கள் பகைவர்களைக் கொன்றழிக்கும் வல்லமை கொண்டிருந்தும்கூட உங்களுடைய ஆணைக்குக் கட்டுப்பட்டு இருக்கிறார்கள். இப்படி நடந்ததற்காக உங்களுக்குக் கோபம் வரவில்லையா? ஆத்திர உணர்வு கொள்ளாத க்ஷத்திரியன் உலகத்தில் கிடையாதென்று பெரியவர்கள் சொல்வார்கள். அரசன் என்றான பிறகு ஒருபோதும் பொறுமை தகாதென்று, அதனால் பணியாளன்கூட மதிக்கமாட்டானென்று, தலைவனாக இருப்பவன் தூங்கிவழிந்தால் சகல செல்வங்களையும் பறிகொடுப்பானென்று பிரகலாதன் தனது பேரன் பலி சக்கரவர்த்தியிடம் சொன்னது உங்களுக்குத் தெரிந்துதான் இருக்கும். ஒரு குற்றம் புரிந்தால் மன்னிக்கலாம். பல குற்றங்களைச் செய்யும் பாபாத்மாக்களை மன்னிப்பது எதற்காக? நீங்கள் சினம் கொண்டால் போதும், உங்கள் தம்பிமார்கள் வெகுண்டெழுந்து திருதராஷ்டிரக் கூட்டத்தாரை வதைத்துவிடுவார்கள்."

தர்மன் அந்தப் பேச்சைக் கேட்டு வருத்தமுற்றான். திரௌபதி தன்னை இப்படிக் கேள்வி கேட்பாள் என்று கொஞ்சம்கூட நினைக்கவில்லை. திரௌபதி பேசிய பேச்சு பீமார்ஜுனர்களுக்கு, நகுலசகாதேவர்களுக்கு மகிழ்ச்சியளித்தது. தாங்கள் கேட்க முடியாத கேள்விகளை திரௌபதி கேட்டதற்கு அவர்கள் உள்ளுக்குள் திரௌபதியைப் பாராட்டினார்கள். அண்ணன் தர்மன் என்ன சொல்லப்போகிறாரென்று சகோதரர்கள் எல்லாரும் கண்ணிமைக்காமல் பார்த்துக்கொண்டிருந்தார்கள். தர்மன் சற்று யோசித்து திரௌபதிக்கு பதில் சொன்னான்.

"திரௌபதி, கோபம் பாவத்திற்கு அடிகோலும். அந்தக் கோபத்தினால்தான் அறநெறிப் பிறழ்வு ஏற்படுகிறது. கோபப்படுபவன் குருவைக்கூட மதிக்க மாட்டான். நிரபராதிகளையெல்லாம் கொல்வான். பொறுமை காப்பவனே எப்போதும் வெல்வான். அவனுக்குத்தான் எல்லாக் காரியங்களிலும் வெற்றி. கோபம் மனிதர்களை அழிக்கிறது. துக்கங்கள் கோபத்தினால்தான் விளை கின்றன. வீரனுக்குத் தந்திரம், ஆத்திரம், தைரியம், சுறுசுறுப்பு ஆகிய நான்கும் தேவை. கோபம் கொண்டவன் இந்த நான்கினுக்கும் அப்பாற்பட்டவனாகிவிடுகிறான். கோபத்தை விட்டொழித்தவனுக்கு ஆற்றல் அதிகம். கோபக்காரனைவிட முற்றும் துறந்த பற்றற்றவன் மேலென்று பெரியவர்கள் சொல்லியிருக்கிறார்கள். வேதங்கள், யாகங்கள், சத்தியம், மலம் கழித்துத் தூய்மைப்படுத்திக் கொள்ளுதல், தர்மம், கல்வி ஆகிய இச்செயல்கள் அனைத்தும் பொறுமையை வேண்டுகின்றன. பொறுமை இல்லாத திருதராஷ்டிரர்களுக்குக் கெட்ட காலம் நெருங்கிக் கொண்டிருக்கிறது."

திரௌபதிக்குக் கோபம் வந்தது. ஆனாலும் அதை வெளியே காட்டிக்கொள்ளாமல் மீண்டும் பேசினாள்.

"தர்ம நாயகரே, உங்களுக்கு உயிரைவிட தர்மசிந்தனைதான் முக்கியம். தர்மத்தை முன்னிட்டு நீங்கள் நாடு மட்டுமல்ல, தேவைப் பட்டால் உங்கள் சகோதரர்களையும் என்னையும்கூட விட்டு விடுவீர்கள். ஆனால் தர்மம் என்பது அநியாயமாகக் காடுகளில் அலைந்து திரிந்து கடுந்துயர் கொள்வதுதானா... ஆரியர்களுக்குக் கஷ்டங்கள், ஆரியர்கள் அல்லாதவர்களுக்கு உன்னதம்... இதுதானா பிரம்மா விதித்த தர்மம்?" என்று அவள் குற்றம் சாட்டினாள்.

"திரௌபதி, நாத்திகனைப் போல தர்மத்தைப் பழித்து தெய்வ நிந்தனை செய்கிறாய். தர்மத்தை நிந்திக்கிறவர்களுக்குப் பிராயச்சித்தம் கிடையாது. தர்மம் தவறாமல் வாழ்கின்ற வியாசர், வசிஷ்டர், நாரதர், மைத்ரேயர், மார்க்கண்டேயர் முதலான பரம முனிவர்களும்கூட என்னை தர்மவான் என்கிறார்கள். நான் ஏன் தர்மம் தவற வேண்டும்? தவமியற்றல், பிரம்மச்சரியம், தானதர்மம், யாகம் செய்தல் முதலான புண்ணியச் செயல்கள் பலனளிக்காவிட்டால் மகரிஷிகள் அவற்றை ஏன் கடைப்பிடிக்கிறார்கள்? உன்னுடைய பிறப்பும், திருஷ்டத்யும்னனின் பிறப்பும் புண்ணியச் செயல்களின்

பலன் அல்லவா... பிரம்மாவின் கட்டளைப்படிப் பாவபுண்ணியங்கள் நிகழ்கின்றன. அந்த பிரம்மாவின் தெய்விக அனுக்கிரகத்தினால்தான் புண்ணியச் செயல்கள் பயன் விளைவித்து மரணம் எய்துபவர்களுக்கு அமரத்துவம் கிடைக்கிறது."

அப்போது திரௌபதி தர்மனுக்கு உரத்த குரலில் பதிலளித்தாள்.

"மன்னவரே, நீங்கள் சொல்வது உண்மைதான். ஆனால் நான் தர்மத்தைப் புறக்கணிக்கவில்லை. தர்மத்தையும் நிந்திக்கவில்லை. நீங்கள் பகைவர்களால் வெல்லப்பட முடியாதவர். ஆனால் பிறப்பெடுத்த ஒவ்வோர் உயிரினமும் கர்மங்களைச் செய்தே தீர வேண்டுமென்ற விஷயம் உங்களுக்குத் தெரியாததல்ல. முயற்சி இல்லாமல் மனிதர்களுக்கு எதுவும் கிடைக்காது. எள்ளிலிருந்து எண்ணெய், பசுக்களிடமிருந்து பால், விறகிலிருந்து நெருப்பு... இவற்றையெல்லாம் முயற்சி மூலமாகத்தான் பெறுகிறான் மனிதன். முயற்சி இல்லாமல் அவை கிடைக்காது அல்லவா? விவசாயி கஷ்டப் பட்டு நிலத்தை உழுது விதைக்கிறான். மழை பெய்தால் விளைச்சல் நன்றாக இருக்கிறது. மழை இல்லாமல் நிலம் விளையாவிட்டால் குற்றம் விவசாயியைச் சார்ந்ததா? பிரசவ வேதனையை அனுபவிக் காமல் எந்தத் தாயாவது பிள்ளையைப் பெறுகிறாளா? அதனால் நான் சொல்வதைக் கேளுங்கள். உங்கள் சகோதரர்கள் பராக்கிரம சாலிகள். அவர்களுடைய உதவியுடன் வலுவான முயற்சி எடுத்து உங்களுடைய உன்னதத்தை மீண்டும் அடையுங்கள். பிருஹஸ்பதி நீதிநூலிலும்கூட இதுதான் சொல்லப்பட்டிருக்கிறது."

திரௌபதி பேசிய பேச்சுக்கு தர்மன் அதிர்ந்துபோய் பதிலுக்காக யோசித்துக் கொண்டிருக்க, பீமன் தைரியமாக வாய் திறந்தான். திரௌபதியின் வார்த்தைகள் அவனுக்கு அண்ணனைக் கேள்விக்கு உட்படுத்தும் தைரியத்தைக் கொடுத்தன.

"அண்ணா! துரியோதனன் நம்முடைய ராஜ்யத்தை நீதிமுறை யாலோ, தர்மத்தின் வழியிலோ, பராக்கிரமம் மூலமாகவோ வசப் படுத்தவில்லை. வஞ்சனையால் அபகரித்திருக்கிறான். உங்கள் அமைதியான பேச்சுக்கு நாங்களெல்லாரும் கட்டுப்பட்டு பெரும் இடர்ப்பாடுகளை அனுபவிக்கிறோம். உங்கள் கட்டளைக்கு ஆட்பட்டவர்களாகி திருதராஷ்டிரக்காரர்களுக்கு விட்டுக் கொடுத்தோமே அல்லாது வேறில்லை. கோழைத்தனமாக

வசிக்கும் இந்த வனவாசம் கிருஷ்ணனுக்காகட்டும், அர்ஜுன நகுல சகாதேவர்களுக்காகட்டும் விருப்பமில்லை. நம்முடைய பொறுமையை பலவீனமாக, கோழைத்தனமாக எண்ணி அவர்கள் மேலதிகமாக வரம்பு மீறுகிறார்கள். அமைதி காப்பது என்பது பிராமணர்களுக்கு முக்கியமான தர்மம்... ஆனால் க்ஷத்திரியர்களுக்கு அல்ல. மக்களெல்லாரும் உங்கள் ஆட்சியை விரும்புகிறார்கள். எனவே எல்லா வகையான ஆயுதங்களுடன் தேரிலேறி அஸ்தினா புரத்திற்கு வெற்றி யாத்திரை செய்யுங்கள். பகைவர்கள் வலிமையான வர்களென்று கவலைப்பட வேண்டாம். நான், அர்ஜுனன், நகுலன், சகாதேவன் ஆக எல்லாரும் போர்க்களத்தில் நின்று கௌரவர்களைக் கிழித்து வீசி எறிய முடியும். நாட்டைக் கையகப்படுத்திய பிறகு நீங்கள் விரும்பியவாறு யாகங்கள், தானதர்மங்கள் நிறைவேற்றலாம்.”

பீமனின் குத்தல் பேச்சுக்கு தர்மன் வருத்தப்பட்டான்.

“பீமசேனா, நீ சொல்லம்புகளால் என்னை நிந்திக்கிறாய். அதற்காக நான் சிறிதும் வருத்தப்பட மாட்டேன்; கோபிக்கவும் மாட்டேன். உண்மையில் என்னுடைய கெடுமதியினால்தான் உங்கள் அனைவருக்கும் இந்த அல்லல்கள் எதிர்ப்பட்டிருக்கின்றன. சூதாடுவது என் தவறு. அந்த சகுனி வஞ்சகத்துடன் பந்தயத்தில் வெற்றி பெறுகிறான் என்பது தெரிந்தும்கூட ஆத்திர வெறியுடன் மீண்டும் சூதாடினேன். அந்த வெறி உணர்வுதான் என்னை இந்த நிலைமைக்குக் கொண்டு வந்திருக்கிறது. உன்னுடைய சொற்களைக் கேட்டும் எனக்கு அந்த ஆத்திர வெறி வரவில்லை. ஆனால் ஒன்றை கவனி, தம்பி... சூதாட்டத்தில் தோற்று வனவாசம், அஞ்ஞாதவாசம் செய்வோமென்று நான்கு பேர் முன்னிலையில் ஒப்புக்கொண்டு விட்டோம். இப்போது அந்தப் பேச்சை மீறி ராஜ்யத்தின் மீதான ஆசையுடன் காலத்தை எதிர்பார்ப்பது கொஞ்சம்கூட முறையாகாது. விவசாயி நாற்று நட்டு விளைச்சலுக்காக எதிர்பார்த்திருப்பதைப் போல நல்ல காலம் வர இருப்பதை எதிர்பார்த்துக் காத்திருப்போம். அந்த திருதராஷ்டிரர்களின் பாவம் முதிரட்டும். அப்போது அது தானாகவே சிதைவுறும். நான் சத்தியப் பிரதிக்ஞன். சொன்னதை மீறமுடியாது. துருபத ராஜகுமாரி திரௌபதி இப்படிக் காடுகளில் அல்லல்படுவது எனக்கும் மிகவும் துயரத்தை அளிக்கிறது. ஆனாலும் தவிர்க்க முடியாது. பீமசேனா... ராஜ்யம், புத்திரர்கள், புகழ், செல்வம் ஆகிய இவை எல்லாமே வாக்குத்தவறாமையின் நூற்றில் ஒரு

பங்குகூட நிகராகாது. புத்திசாலி காலத்தை எதிர்பார்த்துக் காத்துக் கொண்டிருப்பான்."

ஆனாலும் பீசேனன் அமைதிப்படவில்லை.

"அண்ணா... நாம் இந்தப் பதின்மூன்று ஆண்டுகள் நிறைவேறிய நிலையில் நமது ஆயுள் குறைந்துவிடுகிறது. கடைசியில் மரணம் நேர்கிறது. மரணம் நேர்வதற்கு முன்பாகவே நாம் ஆட்சி செய்தாக வேண்டும். வஞ்சகனான எதிரியைக் கொன்ற மன்னன் நரகம் சென்றாலும் அது சொர்க்கத்திற்கு நிகர்தான். ஆத்திர வெறியினால் எதிர்ப்படும் துக்கம் நெருப்புச் சுடரைவிட அதிகம் தாக்கத்தை ஏற்படுத்தக் கூடியது. அப்படிப்பட்ட அணைக்கப்பட முடியாத நெருப்பு போன்ற துக்கத்துடன் நான் இரவும் பகலும் வாழ்ந்து கொண்டிருக்கிறேன். வில்வித்தையில் தலைசிறந்தவனான அர்ஜுனன் கூண்டுக்குள் அடைபட்ட சிங்கம் போல இருக்கிறான். வாட்களைக்கொண்டு பகைவர் படைகளின் கழுத்துகளைச் சீவும் திறன்கொண்ட நகுலசகாதேவர்களும், அவமானத்தைத் தாங்க முடியாத அம்மா குந்திதேவியும் உங்களுடைய சொல்லுக்காகக் காத்திருக்கிறார்கள். நமது உறவினர்கள், நான், இந்த திரௌபதி ஆக எல்லாருமே இந்த துக்கத்தைவிட யுத்தம் நடப்பது மேலென்று விரும்புகிறோம். வானத்தில் ஜகஜ்ஜோதியாக ஒளிர வேண்டிய சூரியன் ஒளிந்துகொண்டு இருக்க முடியாது என்பதுபோல், நாம் எதிரிகளுக்கு பயங்கரமானவர்களாக இருந்தும்கூடக் காட்டில் வாழும் நிலைமையில் இருக்கிறோம். வரவிருக்கும் காலத்தில் பகைவன் நம்மை நிம்மதியாக இருக்க விடமாட்டான். இப்போதே பதின்மூன்று மாதங்கள் கடந்துவிட்டன. யாகங்களில் ஸோலதாக் கொடிக்கு பதிலாகப் புல்லை மேலானதாகக் கருதுகிறார்கள் அறிஞர்கள். நாமும் ஒரு மாதத்தை ஓர் ஆண்டாகக் கருதி யுத்தத் திற்கு ஆயத்தமாவோம்" என்றான்.

அப்போது தர்மன் தன் மனதிலுள்ளதைச் சொன்னான்.

"பீமசேனா, சாதாரணச் செயல்கள்கூடத் துணிச்சல் காரணமாக வலிமை பெறுகின்றன. அதே மாதிரி பெருஞ்செயல்கள் அதே துணிச்சல் காரணமாகச் சிதைந்துவிடுவதும் உண்டு. எனவே வலிமையானவர் என்ற கர்வம் கொண்டு நாம் அசட்டுத் துணிச்ச லுக்கு இடம் தரக் கூடாது. துரியோதனன் முதலானோர்

துன்மார்க்கர்கள் மட்டுமல்ல, ஆயுதங்களைக் கையாள்வதில் வல்லவர்களும்கூட சைந்தவன், கர்ணன், சகுனி, அஸ்வத்தாமன் ஆகியோர் வீரம் செறிந்தவர்கள். நாம் ராஜசூய யாகம் நடத்திய காலத்தில் நம்மிடம் தோல்வியுற்றவர்கள் எல்லாரும் இப்போது துரியோதனனுக்கு உதவியாக இருப்பார்கள். துரோணர், பீஷ்மர், கிருபா ஆகிய எல்லாரும் கௌரவர்களின் ஆதரவில் இருப்பதனால் அந்தப் பக்கம்தான் அவர்கள் இருப்பார்கள். சிதைக்க முடியாத கவசங்களுடனும், இயற்கையாக அமைந்த குண்டலங்களுடனும் விளங்கும் கர்ணன் ஒரு பெரிய வீரன். நான் யாகங்கள் செய்வது என்னுடைய மனநிறைவுக்காக மட்டுமல்ல; நமக்குள் வலிமை நாளுக்கு நாள் அதிகரிக்க வேண்டும் என்பதற்காகவும்தான். அர்ஜுனன் தெய்விக ஆயுதங்களை சம்பாதித்துக்கொள்ள வேண்டிய நேரம் இது. அதற்கு அர்ஜுனன் சிவ ஆராதனை செய்ய வேண்டும். அவன் ஜபிக்க வேண்டிய ப்ரதிஸ்ம்ருதி மந்திரத்தை எனக்கு வியாசர் ஏற்கெனவே யாகத்தின்போது நேர்பட போதித்திருக்கிறார். அந்த மந்திரத்தின் தாக்கத்தினால் பீஷ்மர் முதலான வீரர்களை வெல்வதற்குரிய தெய்விக ஆயுதங்கள் கிடைக்கும். யாகம் இன்னொரு பதின்மூன்று ஆண்டுகளுக்குப் பிறகு நடக்க இருக்கிறது. அது சாதாரண யாகம் அல்ல, ரத்த யாகம்."

தர்மனின் பேச்சில் ரௌத்ரத்தைப் பார்த்த பாண்டவர்களும் திரௌபதியும் அதிர்ந்துபோனார்கள். அவர்கள் மௌனம் சாதித்தார்கள்.

அர்ஜுனன் தர்மனை வணங்கினான். தர்மன் அவனுக்கு ப்ரதிஸ்ம்ருதி மந்திரத்தை உபதேசித்தான். வடக்கு நோக்கிப் பயணம் செய்து இமயமலை, கந்தமானபர்வதம் ஆகியவற்றைத் தாண்டி இந்திரலாத்ரி என்ற இடத்திற்குப் போகச் சொல்லி அர்ஜுனனுக்கு அவன் ஆணையிட்டான்.

அர்ஜுனன் அண்ணனின் ஆணையை சிரமேற்கொண்டு பயணத்திற்கு ஆயத்தமானான்.

கிளம்பிப் போவதற்கு முன்பு அவன் திரௌபதியின் குடிசைக்குள் நுழைந்தான்.

திரௌபதி புலம்பி அழுதுகொண்டிருந்தாள்.

"இப்படித்தானா எனக்கு நீ விடைகொடுத்து அனுப்புவது?" என்று அர்ஜுனன் வருத்தத்துடன் அவளைக் கேட்டான்.

திரௌபதி அர்ஜுனனை ஆரத் தழுவிக்கொணடாள்.

"நீங்கள் போகாமல் இருக்க முடியாதா?"

"தேவீ! நீதானே சொல்லியிருக்கிறாய், கௌரவர்களை வெல்வதற்கு ஆயத்தமாக இருக்க வேண்டுமென்று. அவர்களை சாதாரண ஆயுதங்களால் வெல்ல முடியுமா?"

"அது உண்மைதான். ஆனால் நீங்கள் என் அருகே இருக்க மாட்டீர்களென்று நினைக்கும்போது, யுத்தத்தைவிட நீங்கள் என்னருகே இருப்பதுதான் மேல் என்று தோன்றுகிறது. வீரன் என்பதைவிட பிராமணராக வாழ்வதே நல்லதென்று எண்ணத் தோன்றுகிறது. உங்களுடைய பிரிவை என்னால் தாங்க முடியாது. நீங்களென்றால் எனக்கு அளவு கடந்த காதல் என்று உங்களுக்குத் தெரியும். ஆனால் ஒவ்வொரு தடவையும் நீங்கள் விலகிப் போகிறீர்கள். போகட்டும், முடிந்த வரையில் சீக்கிரமாகத் திரும்பி வருவதற்காவது முயலுங்கள். அதுவரையிலும் உங்களுடைய உருவத்தையே மனதில் பதித்துக்கொண்டு, உங்களுடைய நலத்தையே வேண்டிக்கொண்டு காத்திருக்கிறேன்... உங்களுக்கு எல்லா சுகங்களும் கிடைக்கட்டும்..." என்று திரௌபதி மனதுக்குள் இஷ்ட தெய்வங்களை நினைத்துக் கொண்டே பேசினாள். அர்ஜுனன் கிளம்பிப் போகிறான் என்ற வேதனையில் அவள் மேலும் குமைந்துபோனாள்.

39
அர்ஜுனனின் பிரிவு

யுத்தம், யுத்தம் என்று தூக்கத்தில்கூடப் புலம்பிக் கொண்டிருந்த தற்குத் தனக்கு உரிய தண்டனைதான் கிடைத்திருக்கிறதென்று நினைத்தாள் திரௌபதி. தான் தூண்டி விட்டதன் விளைவாகத்தான் தனக்குப் பிரியமான அர்ஜுனனை தர்மன் தொலைதூரம் அனுப்பி வைத்தானோ என்னவோ என்று அவளுக்கு சந்தேகம் ஏற்பட்டது. அர்ஜுனன் போன பிறகு அவளுடைய மனவேதனை மேலும் அதிகரித்தது. அர்ஜுனனுடன் சேர்ந்து அலைந்து திரிந்த காட்டுப் பகுதிகளும், மற்ற இடங்களும் பார்த்து அவளால் நிம்மதியாக இருக்க முடியவில்லை. அர்ஜுனனைப் பற்றிய நினைவுகளை மறக்கடித்து அவளைத் திருப்திப்படுத்தி மகிழச் செய்வதற்கு தர்மன், பீமன், நகுலன், சகாதேவன் ஆகிய நால்வரும் எவ்வளவு முயன்றாலும் பலிக்கவில்லை. நாட்கள் யுகங்களாக உருண்டுகொண்டிருந்தன.

தர்மன் அவளுடைய மனதைப் புரிந்துகொண்டான்.

"திரௌபதி, அர்ஜுனன் இல்லாத இடத்தில் இருப்பதற்கு உனக்கு விருப்பமில்லை அல்லவா..." என்றான்.

திரௌபதி தன் மனதிலிருந்த எண்ணத்தை மறைக்க முடியாமல் ஆமென்பதாகத் தலையாட்டினாள்.

"திரௌபதி, எங்களுக்கும் அர்ஜுனன் போன பிறகு இந்த இடம் வெறுமையாகத்தான் தோன்றுகிறது. ஒரே இடத்தில் இருப்பதுவும் நமக்கு நல்லதல்ல. இப்போதே உளவாளிகளின் சந்தடி தென்படுகிறது... நாம் தீர்த்த யாத்திரை செல்வோமா?" என்று கேட்டான்.

திரௌபதி சம்மதிப்பதாகத் தலையாட்டினாள்.

தர்மன் தௌம்யரின் அறிவுரையைக் கேட்டான்.

தௌம்யர் பரதகண்டத்திலுள்ள பற்பல தீர்த்தயாத்திரைகளின் சிறப்புகளை விவரித்துக் கொண்டிருந்தபோது ரோமசு என்ற மகிரிஷி அங்கே வந்தார்.

ரோமசு மூலமாகத் தெரிந்த செய்தியைக் கேட்டு திரௌபதி பொங்கிப் பூரித்தாள்.

அர்ஜுனன் சிவனை மகிழ்வுறச் செய்து பாசுபதாஸ்திரத்தை கைவரப்பெற்றிருக்கிறானென்றும், இந்திரன் அவனைத் தன்னுடைய இந்திரலோகத்திற்கு வரவழைத்தானென்றும் ரோமசு சொன்னார். தான் சென்றபோது அர்ஜுனன் இந்திரனுடன் சிம்மாசனத்தில் சரிசமமாக அமர்ந்திருக்கக் கண்டதாகவும் அவர் சொன்னார்.

திரௌபதி மீது முழுமையாக மனம் லயித்திருந்த அர்ஜுனன் இந்திரலோகத்தில் அபூர்வ அழகியான ஊர்வசியின் காதலைக்கூட அவன் புறக்கணித்தான் என்பதையும் ரோமசு தெரிவித்தார். தான் தேவலோகத்தில் அர்ஜுனனைப் பார்த்ததாகச் சொன்னதுடன் அவன் பாசுபத அஸ்திரம், திக்பாலகர்கள் அருளுடன் வழங்கிய தெய்விக ஆயுதங்கள் ஆகியவற்றுடன் விரைவில் திரும்பி வர இருக்கிறான் என்ற நிம்மதி தரும் செய்தியை அவர் சொல்லக் கேட்டு திரௌபதியின் மனது உற்சாகத்துடன் குதியாட்டம் போட்டது. அர்ஜுனன் திரும்பி வருவதற்குள் தீர்த்தயாத்திரைகளை முடிக்கலாமென்று திரௌபதி சொன்னாள். ரோமசு அவர்களுடன் துணையிருக்க ஒப்புக்கொண்டார்.

காம்யக வனத்திலிருந்து பீமன், நகுலன், சகாதேவன், திரௌபதி, ரோமசு ஆகியோருடன் சேர்ந்து தர்மன் நைமிசாரண்ய வனத்திற்குச் சென்றான். அவர்கள் கோமதி நதிக்கரை புண்ணிய தீர்த்தங்கள் அனைத்தையும் தரிசித்தார்கள். பாகுதை, பிரயாகை ஆகியவற்றில் குளியல் முடித்தார்கள். கயையில் நான்கு மாதத்திய சாதுர்மாஸ்ய புனிதச் சடங்குகளைச் செய்தார்கள். கங்கை ஆற்றுப் பாசனப் பகுதிகளையும் பார்த்தார்கள். அங்கிருந்து ரோமசுவுடன் சேர்ந்து திவ்விய நதிகள், ஏரிகள், கடந்து செல்ல இடர்ப்பாடாக அமைந்த மலைக்காடுகள் ஆகியன நிறைந்த கைலாச மலைக்குப் புறப்பட்டார்கள்.

கொஞ்ச தூரம் போனதும் ஒரு புயற்காற்று வீசியது. எங்கும் தூசி சூழ்ந்து கண் தெரியாத இருள் சுற்றி வளைத்துக்கொண்டது.

அர்ஜுனனின் பிரிவு

அதற்குப் பிறகு பயங்கரமான முழக்கத்துடன் பலத்த காற்றுடன் மழை பெய்தது. மழை குறைந்ததும் கடக்க முடியாத கரடுமுரடான பாதையில் அவர்கள் நடந்தார்கள். இனி நடக்க முடியாது என்ற நிலையில் திரௌபதி களைத்துப்போய் மயக்கமுற்றாள். திரௌபதியின் நிலைமையைப் பார்த்து தர்மன் துக்கமுற்றான். பீமன் திரௌபதியின் காலில் தைத்திருந்த முட்களைப் பிடுங்கி எறிந்துவிட்டு அவளைத் தோளில் தூக்கிச் சுமந்துகொண்டு நடந்தான்.

ஏதோ ஒரு வகையாய் அவர்கள் பதரீவனம் போய்ச் சேர்ந்தார்கள். அவர்கள் கங்கையில் குளித்து முடித்து மைனாகசைலம், ஹிரண்யசிகரம், பிந்து சரோவரம் பார்த்து முடித்தார்கள். கடைசியில் அவர்கள் கந்தமான பர்வதம் சென்றடைந்தார்கள்.

40

பீமசேனனின் அரவணைப்பு

பீமன் தன்னைத் தோளில் தூக்கிக்கொண்டு நடக்கத் தொடங்கிய பிறகு திரௌபதிக்கு அவன் மீது மிகுந்த காதல் ஏற்பட்டது. பார்ப்பதற்கு வலிமையானவனாக, முரடனாகத் தென்படும் பீமனின் இருதயத்தில் மென்மை, தன் மீதான அளவு கடந்த அன்பு தென்பட்டு அவள் பூரித்துப்போனாள். தனக்கு நேர்ந்த அவமானத்திற்கு எல்லாரையும்விட அதிகமாகக் கிளர்ச்சி யுற்றவன் பீமன் என்பதை அவள் கிரகித்துக் கொண்டாள். துரியோதனனையும் துச்சாதனனையும் கொல்வேனென்று சபதம் செய்தவன், கிம்மீரனைக் கொன்றவன் பீமனே அல்லவா...

அபூர்வமான கந்தமாதன பர்வதத்தின் மீது பீமனுடன் திரௌபதி அலைந்து திரிந்தாள். அர்ஜுனன் இல்லாத குறையை பீமன் தீர்த்து அவளை உல்லாசச் சூழலில் வைத்திருக்க முயன்றான்.

ஒரு நாள் கந்தமாதன பர்வதத்தில் மலர்மணம் நிறைந்த குளிர்காற்று மனோகரமாக வீசியது. ஆயிரம் இதழ்களுடன் கூடிய ஒரு சிவந்த அல்லி மலர் அவர்களுக்கிடையே விழுந்தது. திரௌபதி அதை எடுத்தபோது அதனுடைய அற்புத மணத்திற்கு மனதைப் பறி கொடுத்தாள்.

"பீமசேனரே, இப்படிப்பட்ட பூக்களை நாமிருக்கும் காம்யக வனத்திற்குக் கொண்டு போக வேண்டுமென்பது என் ஆசை. உங்களுக்கு என் மீது உண்மையான அன்பு இருந்தால் இந்த மலரின் மேலும் சிலவற்றை எனக்காகக் கொண்டு வாருங்கள்" என்று கெஞ் சினாள்.

திரௌபதி வேண்டிக்கொள்வதை பீமசேனன் மறுத்துரைப் பானா? உடனே அவன் ஆயுதங்கள் தரித்து அந்த நறுமணம் வந்த திக்கு நோக்கிப் புறப்பட்டுச் சென்றான். கடக்க முடியாத அடர் காட்டுக்குள் நுழைந்தான்.

மலர்கள் வேண்டி பீமனை திரௌபதி அனுப்பிவிட்டாளே தவிர அவன் எப்போது திரும்பி வருவானோ என்று மிகவும் கலவரப்பட்டாள். தர்மனும் விவரம் அறிந்து கவலைப்பட்டான். பீமனுக்கு என்ன அபாயம் நேர்ந்துவிடுமோ என்ற பயத்துடன் தௌம்ய முனிவர் ரோமசு சாதுவுடன் ஈசான்ய திசையில் புறப்பட்டுச் சென்றார். அவர்கள் அந்தப் பூ இருந்த பூங்காவனம் சென்றடைந்தபோதுதான் பீமன் அந்த வனத்திற்குக் காவல் இருந்த அரக்கர்களை வென்று குபேரனின் மனதைக் குளிர்வித்து மலர்களைக் கொய்வதற்கு ஆயத்தமானான்.

பீமனின் சாகசச் செயலுக்கு எல்லாரும் வியப்படைந்தார்கள். அவன் கைநிறைய மலர்களைக் கொய்துகொண்டு வந்து திரௌபதியை மகிழ்வித்தான். "இவ்வளவு தாமதம் ஏன் ஆயிற்று?" என்று திரௌபதி காதல் கனிய அவனைக் கேட்டாள்.

தான் சௌந்திகாவனம் போய்க்கொண்டிருந்தபோது வழியில் அனுமான் சந்தித்தானென்றும், அவன் யாரென்று தன்னால் கிரகிக்க முடியாததால் பலப்பரீட்சை நடந்ததென்றும், அதில் அந்த எதிராளி தோற்றுப்போனானென்றும் பீமன் சொன்னான். கடைசியில் அவன்தான் வீரஅனுமான் என்று தெரிந்து வணக்கம் தெரிவித்ததாகவும், அவன் தனக்கு விஸ்வரூபம் தெரியச் செய்தானென்றும் விவரம் சொன்னான். அனுமான் தொட்டு ஆசீர்வதித்ததனால் தனக்குப் பயணச் சோர்வு நீங்கிப் புதிய தென்பு ஏற்பட்டதென்றும் பீமன் விவரித்தான்.

யுத்தத்தில் பீமன் துரியோதனனைத் தோற்கடிப்பானென்றும், தான் அர்ஜுனனின் ரதத்துக் கொடியில் ஏறி சிம்மநாதம் செய்து பாண்டவர்களுக்கு வலிமை விருத்தியும், பகைவர்களுக்கு மூர்ச்சையும் ஏற்படும்படிச் செய்வதாகவும் சொல்லி அனுமான் ஆசீர்வதித்தான் என்பதைத் தெரிந்துகொண்டு திரௌபதி மகிழ்ச்சியடைந்தாள். தான் பீமனை மலர்களைக் கொண்டு வருவதற்கு அனுப்பி வைத்தது நல்லதாகப் போயிற்று என்று அவள் நினைத்துக்கொண்டாள்.

பீமன் மீது திரௌபதியின் அன்பு மேலும் அதிகரிக்கும்படிச் செய்ய இன்னொரு நிகழ்ச்சி நடந்தது. கந்தமாதன பர்வதத்திற்கு அர்ஜுனன் திரும்பி வந்துகொண்டிருக்கிறானென்று தெரிந்து பாண்டவர்கள் எதிர்பார்த்துக் கொண்டிருந்தபோது ஜடாசுரன்

என்ற அரக்கன் திரௌபதியையும், தர்மனையும், நகுலனையும் தூக்கிக்கொண்டு ஓடிவிட்டான். சகாதேவன் அரக்கனுக்குப் பின்னால் ஓடினான்.

திடீரென்று நடந்த இந்த நிகழ்வினால் திரௌபதி நடுங்கினாள். "பீமசேனரே!" என்று அவலக்குரல் எழுப்பினாள். அந்த அவலக்குரல் சற்றுத் தொலைவிலிருந்த பீமனுக்குக் கேட்டது. பீமன் ஜடாசுரனின் குறுக்கே நின்று அவனை எதிர்த்தான்.

ஜடாசுரன் திரௌபதியையும், தர்மனையும், நகுலனையும் கீழே இறக்கிவிட்டு பீமனுடன் யுத்தத்தில் இறங்கினான். பீமன் அவனைக் கைகளாலேயே குத்தி எலும்புகளை முறித்துக் கொன்றான்.

மூர்ச்சையாகிவிட்ட திரௌபதியின் முகத்தில் தண்ணீர் தெளித்து பீமன் அவளை எழுப்பினான்.

திரௌபதி அதிர்ச்சியிலிருந்து மீண்டு தன் முகத்தை அக்கறையுடன் பார்த்துக்கொண்டிருந்த பீமனைப் பார்த்து எழுந்து நின்றாள்.

"சீதையை ராவணன் தூக்கிச் சென்றதைப் போல அவன் என்னைத் தூக்கிக் கொண்டு போனபோது எனக்கு எவ்வளவு பயமாக இருந்தது தெரியுமா?"

"இந்த பீமன் இருக்கும்போது உன் மீது கை வைத்தவன் அந்த ராவணனேயானாலும் உயிர்பிழைக்க விட்டுவிடுவேனா?" என்று பீமன் சொன்னான்.

திரௌபதி சிரித்தபடி பீமனின் அருகடைந்தாள்.

அங்கிருந்து மால்யவந்த்தம் என்ற வெண்ணிற மலைப்பகுதியை அவர்கள் சென்றடைந்தார்கள்.

நறுமண மலர்களுக்கு மிகுந்த பரவசம் அடைந்திருந்த திரௌபதிக்கு மால்யவந்த்தம் பகுதியில் மேலும் சில அற்புதமான மலர்கள் தென்பட்டன. அவை தங்க நிறத்தில் திவ்விய நறுமணத்தைப் பரப்பிக்கொண்டிருந்தன.

திரௌபதி பீமனைத் தேடிக்கொண்டு போனபோது அவன் தனிமையில் ஒரு சந்திரகாந்தக் கல் தளத்தின் மீது உட்கார்ந்து கொண்டு அப்படிப்பட்ட மலர் ஒன்றை முகர்ந்து கொண்டிருந்தான்.

திரௌபதியின் கைகளில் மலர்களைப் பார்த்த பீமன் "உனக்கு இப்படிப்பட்ட பூக்களையும் பறித்து வரவா?" என்று காதல் பொங்கக் கேட்டான்.

"பீமசேனரே, சௌகந்திகா தங்கத் தாமரைகளைவிட இந்த மலர்கள் மிகவும் அழகாக, திவ்விய மணம் பரப்புபவையாக இருக்கின்றன. இப்படிப்பட்ட மலர்கள் வேண்டுமென்று எந்தப் பெண்ணுக்குத்தான் ஆசை தோன்றாது?" என்றாள்.

அதைக் கேட்ட பீமன் மிக உயரமான மலைச்சிகரம் ஏறி யக்ஷராட்சச சேனைகளைக் கொன்று குவித்து அங்கிருந்த மலர் களைப் பறித்துக்கொண்டு வந்து திரௌபதியிடம் கொடுத்து மகிழ் வித்தான்.

தர்மன், பீமன், நகுலன், சகாதேவன், திரௌபதி, உடன் வந்த முனிவர்கள் எல்லாருமாகச் சேர்ந்து கடைசியில் மேரு மலை சார்ந்த மந்தர மலையைச் சென்றடைந்தார்கள். மகா அற்புதமாக விளங்கிய அந்த மலைப்பகுதியில் அவர்கள் மாதக்கணக்கில் காலம் கழித்தார்கள்.

ஒரு நாள் ஓர் அற்புதமான தேரில் அர்ஜுனன் அங்கே வந்து சேர்ந்தான். ரோமசு முனிவர், தௌம்ய முனிவர், தர்மன், பீமசேனன் ஆகியோரின் பாதங்களில் பக்தியுடன் வணக்கம் செலுத்தி, நகுலசகாதேவர்களை ஆலிங்கனம் செய்துகொண்டான். திரௌபதியின் இதய விழித் தாமரைகளில் ஆனந்தம் பொங்கச் செய்தான்.

அர்ஜுனன் முன்னைவிட அதிக அழகனாக, திவ்விய அலங்காரப் பொலிவுடன் காணப்பட்டான். அன்றிரவு அர்ஜுனன் திரௌபதியிடம் தனக்கு எதிர்ப்பட்ட நிகழ்வுகளை, தான் புரிந்த சாகசங்களை விவரித்துக்கொண்டே இருந்தான். தன்னுடைய தெய்விக ஆயுதங்களின் பெருமைகளை விவரித்தான்.

"திரௌபதி, இனி யுத்தத்தில் என்னை எவரும் தோற்கடிக்க முடியாது. அண்ணன் என்னை சிவனை நோக்கி தவம் செய்ய அனுப்பி நமக்கு ஈடு இணையற்ற நன்மை செய்திருக்கிறார். பீஷ்மர், துரோணர், கிருபாச்சாரியார், அஸ்வத்தாமன், கர்ணன் முதலான வீரர்கள் அனைவரும் யுத்தத்தில் என்னிடம் தோற்றுப்போவது

உறுதி" என்று அர்ஜுனன் சொன்னான்.

"திரௌபதி, இந்தத் தடவை நான் வேறொரு பெண்ணைக் கனவில்கூட நினைத்துப்பார்க்கவில்லை. நீதான் என்னுடைய மனம் முழுவதும் நிறைந்திருந்தாய்."

"ஆமாம்... இந்திரலோகத்தில் ஊர்வசியைக்கூட நீங்கள் புறக்கணித்து விட்டீர்களாமே... ரோமசு முனிவர் சொன்னார்" என்று சொல்லி திரௌபதி காதல் பொங்கப் பார்த்தாள்.

"நூறு ஊர்வசிகள் சேர்ந்தாலும் உன் அழகுக்கு இணையாக மாட்டார்கள், திரௌபதி... ஆனால் ஊர்வசியை நான் புறக்கணித்த தற்காக அவள் எனக்கு சாபம் கொடுத்துவிட்டாள்.

"என்னவென்று?" என்று திரௌபதி கலக்கத்துடன் கேட்டாள்.

"ஓர் ஆண்டு முழுவதும் நான் பெண்ணாகவும் இல்லாமல், ஆணாகவும் இல்லாமல் அலித்தன்மையுடன் இருக்க வேண்டுமாம்..."

"அலியாகவா?" திரௌபதி கலவரப்பட்டுக் கேட்டாள்.

"ஆமாம்."

"ஓர் ஆண்டு முழுவதும் உங்களைவிட்டுப் பிரிந்து இருந்து விடுவேனா?"

"தவிர்க்க முடியாது, திரௌபதி... ஆனால் அந்த சாபம் எனக்கு விருப்பம் ஏற்படும்போது உபயோகித்துக்கொள்ளும்படி இந்திரன் வரம் கொடுத்திருக்கிறான். நாம் எப்படியும் ஓர் ஆண்டு முழுவதும் அஞ்ஞாதவாசம் புரியவேண்டும் அல்லவா, அப்போது அந்த சாபத் தைப் பயன்படுத்திக்கொள்கிறேன்."

சிதைந்த மனதுடன் திரௌபதி அர்ஜுனனைத் தழுவிக் கொண்டாள்.

அன்றிரவு திரௌபதி-அர்ஜுனனுக்கான விடுதியில் ரதி-மன்மத உணர்வுடன் இருந்தார்கள்.

41
திரௌபதி அழகின் ரகசியம்
சத்யபாமாவுக்கு உபதேசம்

பாண்டவர்கள் எல்லாரும் காம்யகவனத்திற்குத் திரும்பி வந்த போது மழைக்காலம் முடிந்து மகிழ்ச்சிக்குரிய இலையுதிர் காலக் குளிர் பருவம் தொடங்கியது.

இந்தக் குளிர்காலத்தில் சௌகந்திகா மலர்களின் நறுமணங் களுக்கிடையே திரௌபதியின் அழகு இருமடங்கு ஆயிற்று.

அளவு கடந்த மகிழ்ச்சியுடன் உல்லாசமாகத் தென்பட்ட திரௌபதியைப் பாண்டவர்கள் சூழ்ந்துகொண்டு அவளை ஆனந்தப் பரவசத்தில் ஆழ்த்தும் முயற்சிகளில் ஈடுபட்டார்கள்.

கடந்து சென்றதையெல்லாம் மறந்த திரௌபதி கணவன்மார் களை வசப்படுத்தி அவர்களைத் தேன்வண்டுகளாகத் தன்னைச் சுற்றிச் சுற்றி வருமாறு செய்துகொணடாள்.

பாண்டவர்கள் காம்யக வனத்திற்கு வந்திருக்கிறார்களென்று தெரிந்து கிருஷ்ணன் சத்யபாமாவுடன் சேர்ந்து அங்கே வந்தான்.

தன்னுடைய மைந்தர்கள் எப்படி இருக்கிறார்களென்று திரௌபதி ஆர்வமாகக் கேட்டாள்.

"திரௌபதி, நீ உன்னுடைய மைந்தர்களை யாருடைய பாதுகாப்பில் விட்டு வந்திருக்கிறாய் என்று தெரியுமல்லவா... என் தங்கை சுபத்ராவின் பாதுகாப்பில்... அபிமன்யுவைவிட அவளுக்கு உன்னுடைய பிள்ளைகள் மீதுதான் அதிக அன்பு. அவள் நீ இல்லாத குறையை நன்றாகவே தீர்த்துவிட்டாள். அவர்கள் துவாரகையில் மிகவும் மகிழ்ச்சியுடன் இருக்கிறார்கள். ப்ரத்யும்னனின் மேற்பார்வையில் தெய்விக ஆயுதப் பயிற்சிகளைப் பெற்றிருக்கிறார்கள்.

கிருஷ்ணனின் பேச்சினால் திரௌபதி சமாதானமடைந்தாள்.

திரௌபதியின் அழகு முன்னிருந்ததைவிட இரட்டிப் பானதை சத்யபாமா கிரகித்தாள். பாண்டவர்கள் ஒரு கணம் கூட அவளைவிட்டுப் போக மனமில்லாதிருந்தார்கள். அதிலிருந்த ரகசியத்தைத் தெரிந்துகொள்ள வேண்டுமென்ற ஆர்வம் சத்யபாமா வுக்கு உண்டாயிற்று.

ஒரு நாள் திரௌபதியுடன் தனிமையில் அவளவளாவிக் கொண்டிருந்தபோது சத்யபாமா கேட்டாள்.

"திரௌபதி, உன் அழகின் ரகசியம்தான் என்ன?"

"மனம் ஆனந்தமாக இருந்தால் உருவ அழகு இரட்டிப்பாகுமாம். நான் இப்போது மிகவும் மகிழ்ச்சியுடன் இருக்கிறேன். என் கணவன்மார்கள் எல்லாரும் என் அருகிலேயே இருக்கிறார்கள். என்னை மிகவும் அன்புடன் கவனித்துக் கொள்கிறார்கள்."

"ஐந்து கணவன்மார்கள் உன் மீது அளவுக்கு மீறி அன்பு செலுத்தும் வகையில் அப்படி நீ என்ன செய்கிறாய், திரௌபதி? அவர்கள் எல்லா நேரமும் வசியமாகி, காதலாகி பூவைச் சுற்றிவரும் தேனீக்கள் போல வளைய வளைய வருகிறார்கள்... உன் மனம் நோகாதபடி நடந்துகொள்கிறார்கள். உலகத்தில் எத்தனையோ ஆண்கள் பலரை வரித்துக்கொண்டாலும் அவர்கள் தங்கள் மனைவிகள் மீது அக்கறை செலுத்தாமல் இருக்கிறார்கள். ஸ்ரீகிருஷ்ணனையே எடுத்துக்கொள்... அவர் ருக்மிணியை நாடி எப்போது போவாரோ, இல்லை, வேறோர் அழகியின் மனதைக் கவர்ந்திழுப்பாரோ என்று நான் கலங்குகிறேன். ஆனால் நீ ஒரே தடவையில் ஐந்து கணவன்மார்களை எப்படி வசப்படுத்தி வைத்திருக்கிறாய்? அவர்களுக்கு வேறு மனைவிகள் இருந்தாலும் ஒரு தடவைகூட அவர்கள் அதை நினைத்துப் பார்ப்பதாகத் தெரியவில்லையே! உன்னிடம் அப்படி என்னதான் கவர்ச்சி இருக்கிறது? ஏதாவது மந்திரதந்திரங்கள் கற்றுக்கொண்டிருக்கிறாயா? இல்லை, உன் கணவன்மார்களுக்கு மந்திரம்மாயம் ஏதாவது வைத்து விட்டாயா? ஜபங்களும் ஹோமங்களுமாக ஏதாவது செய்ததுண்டா? அந்த ரகசியம்தான் என்னவென்று சொல். அந்த முறையில் நானும் என் கணவரைக் கட்டுக்குள் கொண்டு வந்துவிடுகிறேன்" என்று

சொன்னாள்.

இந்த வார்த்தைகளைக் கேட்டதும் திரௌபதிக்குக் கோபம் வந்தது. ஆனால் இந்தக் கேள்வியைக் கேட்டது கிருஷ்ணனின் மனைவி சத்யபாமா என்றதால் கோபத்தை அடக்கிக்கொண்டு புன்சிரிப்பு சிரித்தாள்.

"சத்யபாமா, உலகமே தொழுது நிற்பவனான அந்தக் கிருஷ்ணனின் மனைவியான நீ அப்படிக் கேட்கலாமா? தவறு... யாராவது கேட்டால் சிரிப்பார்கள். புத்திசாலியான உனக்கு இப்படிப் பட்ட எண்ணம் வந்தது தவறு. வசிய மருந்தோ, மந்திரதந்திரங்களோ கொண்டு ஆண்களை வசப்படுத்துவதற்குப் பெண்கள் முயன்றால் அப்படிப்பட்ட பெண்கள் என்றாலே அவர்களுக்கு பயமும் வெறுப்பும் ஏற்படும். ஆண்கள் மருந்துகளுக்கும் மந்திர தந்திரங் களுக்கும் வசப்பட மாட்டார்கள். பாண்டு மைந்தர்கள் போன்ற வீரர்கள் அப்படி நடந்துகொள்வதற்கு வாய்ப்பே இல்லை."

"அப்படியானால் உன் கணவன்மார்கள் ஐவரும் உன் மீது இவ்வளவு அன்புடன் இருப்பதற்குக் காரணம் என்ன?"

"இங்கே பார் சத்யபாமா, கணவன் மனைவி உறவு என்பது பரஸ்பரம் நம்பிக்கையின்பாற்பட்டது. அந்த நம்பிக்கை இல்லாத போது அந்த உறவுக்கு மதிப்பில்லை. நான் அந்த நம்பிக்கையை ஒருபோதும் மீறவில்லை. அவர்களை நான் இல்லாத பொல்லாத கோரிக்கைகளுக்கு வேண்டமாட்டேன். நான் வேண்டிக்கொள்ளாமலே எனக்கு அளவு கடந்த சரீரசுகத்தைக் கொடுக்கிறார்கள் அவர்கள். அதே மாதிரி நானும் அவர்களுக்கு சுக ஆனந்தம் தர முயல்கிறேன். எனக்கும் என் கணவன்மார்களுக்கும் இடையே அளவுகடந்த சரீர ஈர்ப்பு இருக்கிறது. இந்த சரீர ஈர்ப்பு என்பது வேண்டிக்கொள்வதால் மட்டுமே உருவாவதில்லை. மனம் அதற்குத் துணை நிற்க வேண்டும். அதற்காக வேண்டி மனம் முன்னதாகவே எக்களிப்புடன் இருக்க வேண்டும். அதற்கான சூழலை உண்டாக்கிக் கொள்ள வேண்டும். எப்போதும் ஒருவரையொருவர் சந்தேகப்பட்டுக்கொண்டு, அவமானப்படுத்திக்கொண்டு இருந்தால் மனது எப்படி மகிழ்ச்சி யாக இருக்க முடியும்? இருவரும் பரஸ்பர மரியாதை உணர்வுடன், பரஸ்பரக் காதலுணர்வு கொண்டிருக்கும்போதுதான் குடும்ப வாழ்க்கை நிலைப்படும். இது முதல் ரகசியம்...

...பெண்கள் தங்கள் கணவன்மார்கள் பிற பெண்களைப் புகழ்ந்துரைத்தால், அவர்கள் பக்கம் ஈர்க்கப்பட்டால் எந்த அளவுக்குப் பொறுத்துக்கொள்ள மாட்டார்களோ அதே மாதிரி ஆண்களும் தங்கள் மனைவிமார்கள் பிறரால் ஈர்க்கப்படுகிறார்கள் என்பது தெரிந்தால் பொறுத்துக்கொள்ள மாட்டார்கள். வேற்று ஆண் எவ்வளவுதான் அழகாக இருந்தாலும், செல்வந்தனாக இருந்தாலும், தேவகந்தர்வனாகவே இருந்தாலும் நாம் பார்த்தும் பார்க்காதது போலவே இருந்துவிட வேண்டும். தன்னுடைய மனைவி தன்னைத் தவிர வேற்று ஆணைக் கனவில்கூட நினைக்க மாட்டாளென்ற அபிப்பிராயம் ஆண்களுக்கு இருக்கிறது. அதற்கு ஏற்றாற்போல் நாம் இருந்துவிட்டால் என்ன கெட்டுப்போகிறது? இதில் ஆத்ம வஞ்சனை இருப்பதாகத் தோன்றலாம். ஆனால் அந்த ஆத்மவஞ்சனையை ஆணும் பெண்ணும் இருவருமே செய்துகொள்கிறார்கள். அன்றாட வாழ்க்கையில் நிரந்தர சுகம் வேண்டி யாரானாலும் ஆத்மவஞ்சனை செய்துகொள்வதில் தவறென்ன இருக்கிறது?... இது இரண்டாவது ரகசியம்...

...சத்யபாமா, கணவன்மார்கள் வெளியே எத்தனை அடாவடித் தனங்கள் செய்தாலும், அவர்கள் வீட்டிற்குத் திரும்பி வருவதற்கான பிரத்தியேக ஈர்ப்பு மனைவிதான் அல்லவா... அந்த மனைவியே தன்னுடன் கர்புர்ரென்று முரண்பட்டுக் கொண்டிருந்தால், தன்னைச் சேர்ந்தவரை அவமதித்துக்கொண்டே இருந்தால் எந்தக் கணவன்தான் விரும்புவான்? கணவனின் விருப்புவெறுப்புகளை ஆசைகளை மனைவியைத் தவிர இன்னொருவர் கிரகித்து அதற்குத் தக்கவாறு நடந்துகொள்ள முடியுமா? இருவரும் ஒருவர்க்கொருவர் என்பதாக வாழும்போது பரஸ்பர விருப்பங்களுக்கு ஏற்ப நடந்துகொள்வதில் தவறென்ன? என் பொறுப்பு என்னவென்று எனக்குத் தெரியும். எதிர்பாரா விருந்தினரை வரவேற்பது, கணவன்மார்களுடைய செயற்பாடுகளை அனுசரித்து உதவியாக இருப்பது, ஆதாயத்திற்கு ஏற்றவாறு செலவுகளைக் கட்டுப்படுத்துவது ஆகியன எந்தக் கணவனுக்குத்தான் பிடிக்காது? அழகுக்கேற்றதான அலங்காரம் நளினமானது. நளினமும் மென்மையும் அழகை இருமடங்காக்கும். நாம் மென்மையானவர்களாக, நளினமானவர்களாக, வெளிப் படையானவர்களாக இருந்தால் கணவன்மார்கள் நம்மைக் காயப் படுத்த முயலமாட்டார்கள். நம்முடைய மென்மையான இயல்பே நமக்குப்

பிரதான கவர்ச்சி, சத்யா! நமக்குள் கோபம், வீணான தற்பெருமை, முரட்டுத்தனம் இருப்பதாகத் தெரிந்தால் கணவன்மார்கள் கொடுமையானவர்களாக நடந்துகொள்வார்கள். கவர்ச்சியை நிலைப் படுத்திக்கொண்டு, பொறுப்புகளைச் சுட்டிக்காட்டிக் கொண்டு, மென்மையாக நடந்துகொள்வது தேவை. சத்யா, இது மூன்றாவது ரகசியம்...

...சத்யா, கணவன் ஒரு கவிஞனாக இருந்தால் மனைவி அந்தக் கவித்துவத்திற்குத் தூண்டுதலாக இருக்க வேண்டும். கணவன் சங்கீதத்தில் நாட்டமுள்ளவனாக இருந்தால் மனைவி அவனுக்கு விருப்பமான ராகமாக அமைய வேண்டும். கணவன் ஓவியனாக இருந்தால் மனைவி அவனுக்கு விருப்பமான பார்வைப்பொருளாக இருக்க வேண்டும். கணவன் இயற்கையை ஆராதிப்பவனாக இருந்தால் மனைவி அவன் முகர்ந்து பார்ப்பதற்கு விரும்பும் மலரின் நறுமணமாக வேண்டும். நிலம் மழைத்தூறலுக்காகத் தவித்துக்கொண்டிருக்கிறது. மனைவி நிலத்தின் மீது நடனமாடும் மழைத்துளியாக மாற வேண்டும். அப்போதுதான் இயல்பான மண்வாசனை இடைவிடாமல் பரவும். சலசலவென்று பெருக் கெடுக்கும் ஆற்றுவெள்ளம் கரையைக் காதல் பொங்க உரசும்... எப்படிப்பட்ட அலையானாலும் கரையைத் தாவித் தொடுவதற்குத் தவியாய்த் தவிக்கும். இந்த இயல்பான அறிகுறிகளை நாம் கிரகித்துக் கொள்ள வேண்டும், சத்யா!"

திரௌபதியின் பேச்சைக் கேட்ட சத்யபாமாவுக்கு ஞானோதயம் ஏற்பட்டது.

"திரௌபதி, நீ ஏதோ விவரமில்லாமல் கணவர்கள் மீது ஏதோ வசீகரண சக்தியைப் பிரயோகிக்கிறாயென்று நினைத்துக் கொண்டிருந்தேன். என்னை மன்னித்துக்கொள். ஆனாலும் நீ எதுவும் நினைக்கவில்லையென்றால் உன்னை ஒரு கேள்வி கேட்கிறேன்."

"ஒன்றும் நினைக்க மாட்டேன்... கேள்."

"ஸ்ரீகிருஷ்ணன் நீ என்றால் தனிப்பட்ட அபிமானத்துடன் இருக்கிறார். ஒரு தடவை கனவில்கூட உன் பெயரை உச்சரித்தார். உன்னுடைய அணிமையில் நீண்ட நேரம் இருந்து அளவளாவுவதற்கு விரும்புகிறார். அதற்குக் காரணம் என்ன?"

திரௌபதி சிரித்தாள். "இந்தக் கேள்வியை அவரிடமே கேட்டிருக்கலாமே..."

"கேட்டேன்... திரௌபதியைக் கேள்" என்று சொல்லி இங்கே அழைத்து வந்துவிட்டார்.

"ஓகோ, நீ இப்போது இங்கே வந்திருக்கிற காரணம் இதுதானா! சொல்கிறேன், கேள். ஸ்ரீகிருஷ்ணன் முழுமையான காதல் உணர்வு மொத்த உருவமாக அமைந்த ஒரு நபர். நான் அவரை ஆராதிக்கிறேன். ஸ்ரீகிருஷ்ணன் உன்னுடையவர் என்று நினைக்கிறாய் நீ... நான் ஸ்ரீகிருஷ்ணனுடைய தோழி என்று என்னை நினைக்கிறேன்... அவரை நினைக்கும் போதெல்லாம் என் மனது அவருடைய ஆளுகைக்குட்பட்டுவிடுகிறது. கிருஷ்ணன் மீதான என் அன்பு காமத்தின்பாலானது அல்ல என்பது எங்கள் இருவருக்கும் தெரியும். ஆனாலும் எங்கள் இருவருக்கும் இடையே பரஸ்பர ஈர்ப்பு இருக்கிறது. நான் அவருக்கு பக்தையானவள் என்ற விவரம் என் கணவன்மார்களுக்குத் தெரியும். என் பக்தி உணர்வுக்குக் கிருஷ்ணன் வசப்படுவது தங்கள் அதிர்ஷ்டம் என்பதாக அவர்கள் கருதுகிறார்கள். ஆனால் அவர் என்னை ஒரு பக்தையாக மட்டும் பார்ப்பதில்லை. தோழி என்பதாகப் பார்க்கிறார். என்னையும் அதே மாதிரித் தன்னை நண்பனாகப் பார்க்கும்படிச் சொல்வார்."

அப்போது "சத்யா!" என்று குரல் கொடுத்து அழைத்துக் கொண்டே ஸ்ரீகிருஷ்ணன் அங்கே வந்தான்.

"உங்களுக்குள் ஏதோ தீவிரமாக விவாதித்துக் கொண்டிருக் கிறீர்கள் போலிருக்கிறது" என்று அவர்களைப் பார்த்துக் கேட்டான்.

"எல்லாம் உங்களைப் பற்றித்தான்" என்றாள் சத்யபாமா.

"என்னைப் பற்றியா? என்ன விவாதித்துக்கொண்டிருக்கிறீர்கள்?" என்று கேட்டான் கிருஷ்ணன்.

திரௌபதியும் சத்யபாமாவும் ஒருவர் முகத்தை ஒருவர் பார்த்தபடி வெட்கப்பட்டார்கள்.

'நான் சத்யபாமாவை இங்கே அழைத்து வந்ததன் நோக்கம் நிறைவேறிவிட்டது' என்று நினைத்துக்கொண்டான் ஸ்ரீகிருஷ்ணன்.

திரௌபதி அழகின் ரகசியம் – சத்யபாமாவுக்கு உபதேசம்

திரௌபதி என்றால் தனக்கு எவ்வளவு ஈடுபாடு என்பதைக் கிருஷ்ணன் அதன் பின்னர் சில நாட்களிலேயே நிரூபித்தான்.

காம்யகவனத்திலிருந்து த்வைதவனம் வந்தார்கள் பாண்டவர்கள். அங்கே திரௌபதியை அருகில் வைத்துக்கொண்டு ஸத்யஸ்கம் என்ற யாகத்தை நடத்தினான் தர்மன். ஓர் அழகிய ஏரிக்கரையில் நடந்தது அந்த யாகம்.

அதே சயத்தில் பாண்டவர்களுக்குத் தங்களது சொத்து சுகங்களை, அஷ்ட ஐஸ்வர்யங்களை, ஆதிக்கத்தைக் காண்பித்து அவர்களையும் திரௌபதியையும் மீண்டும் அவமானப்படுத்த வேண்டுமென்ற நோக்கத்துடன் துரியோதனன் தனது கூட்டாளி களுடனும் பரிவாரங்களுடனும் வந்து அந்த ஏரியின் மறுகரையில் தங்கினான். ஆனால் அவர்கள் மீது சித்ரசேனன் என்ற கந்தர்வன் தனது சைனியத்துடன் தாக்குதல் நடத்தி கோரமாகத் தோற்கடித்துக் கைதிகளாகப் பிடித்துக்கொண்டு போனான். கௌரவர் சேனையில் சிலர் தப்பத்து ஓடிப் போய் தர்மனை அணுகித் தங்களைக் காப்பாற்ற வேண்டுமென்று சொல்லிப் பிரார்த்தித்தார்கள். தர்மன் அதற்கு இணங்கி தம்பிமார்கள் நால்வரையும் கௌரவர்களைக் காப்பாற்றுவதற்கு அனுப்பி வைத்தான். அவர்களுடைய தாக்குதலை எதிர்கொள்ள முடியாமல் கந்தர்வர்கள் சரணடைந்தார்கள். துரியோதனன் முதலானோரை சித்ரசேனன் கொண்டு வந்து தர்மனின் எதிரில் நிறுத்தினான். அந்தப்புரப் பெண்களுடனும் பரிவாரத்துடனும் வந்த துரியோதனனை மன்னித்து விட்டுவிடுவது தான் நல்லதென்று திரௌபதி சொன்னாள். தர்மன் துரியோதனன் முதலானோரை விடுவித்தான்.

அவமான அக்னியில் வெந்துபோன துரியோதனன் பாண்டவர் களைச் சோதித்துப் பார்க்க துர்வாச முனிவரை சீடர்கள் புடைசூழ அனுப்பிவைத்தான். அதற்கு முன்னதாகவே துரியோதனனிடமிருந்து சகல மரியாதைகளையும் எற்கெனவே ஏற்றுக்கொண்டிருந்த நிலையில் துர்வாசர் அவனுடைய வேண்டுகோளை மறுக்க முடியாதவராகிப்போனார். துர்வாசருக்குத் தேவைப்படுவதைப் படைப்பதற்குப் பாண்டவர்களிடம் எதுவும் இருக்காதென்று, அதன் காரணமாக, துர்வாசரின் சாபத்திற்கு ஆளாவார்களென்று துரியோதனன் சதித்திட்டமிட்டான்.

நினைத்தது போலவே துர்வாசர் வந்த சமயத்தில் உபசரித்துப் படைப்பதற்குப் பாண்டவர்களிடம் எதுவும் மிஞ்சியிருக்கவில்லை. அப்போதுதான் பாண்டவர்களும், அவர்களைச் சார்ந்திருந்த முனிவர்களும் திரௌபதியும் சாப்பிட்டு முடித்திருந்தார்கள். தாங்கள் குளிப்பதற்காக ஆற்றங்கரைக்குச் சென்று வருவதாகவும், அதற்குள் உணவு தயாரித்து வைத்திருக்கும்படியும் சொல்லிவிட்டு துர்வாசர் தனது சீடர்களுடன் புறப்பட்டுச் சென்றார்.

அவர்கள் திரும்பி வருவதற்குள் சமைத்து, வார்த்து ஆயத்தம் செய்வது என்பது எந்த மானிடப் பிறவிக்கும் இயலாது. தங்களுக்கு சாபம் கிடைப்பது தவறாது என்ற பாண்டவர்கள் முடிவுகட்டி விட்டார்கள். "திரௌபதி, எல்லாம் உன் பொறுப்புதான்" என்று தர்மன் சுமையையெல்லாம் அவள் மீது சுமத்தினான்.

வீட்டில் என்ன இருக்கிறதென்று பாராமல் வீட்டுக்காரி மீது சுமையை ஏற்றினால் அவள் மட்டும் என்ன செய்துவிடமுடியும்? திரௌபதியால் எதையும் தீர்மானிக்க முடியவில்லை. எல்லா வற்றுக்கும் அந்தக் கிருஷ்ணன் இருக்கிறானென்று அவனை தியானித்தாள்.

தோழி தியானித்த பிறகு தோழன் வராமல் இருப்பானா...

ஸ்ரீகிருஷ்ணன் வந்து சேர்ந்துவிட்டான். வந்துகொண்டே, "தோழி! பசிக்கிறது... சோறு போடு" என்றான்.

திரௌபதி திகைத்தாள். தானே துர்வாச முனிவரின் சாபத்தி லிருந்து தப்பித்துக் கொள்வதற்குக் கிருஷ்ணனின் அருள் வேண்டி நிற்க, அவனென்ன தன்னை சோதிக்கிறானா என்று நினைத்தாள்.

"என்ன திரௌபதி, பசி வாட்டுகிறது என்றிருக்க உன்னுடைய இந்த மௌனம் என்ன? என்ன சமையல் செய்திருக்கிறாயென்று பார்க்கிறேன்" என்று சுற்றிலும் பார்த்தான். அங்கே வெற்றுப் பார்த்திரங்கள் தவிர வேறு எதுவும் தென்படவில்லை.

'இந்தப் பாத்திரத்தில் என்ன இருக்கிறது, பார்க்கலாம்' என்று கூர்ந்து பார்த்தான். அதில் ஒரு பருக்கை, அதைத் தொட்டுக்கொண்டு ஒரு கீரை இலை தவிர வேறெதுவும் இல்லை.

திரௌபதி அழகின் ரகசியம் - சத்யபாமாவுக்கு உபதேசம்

சாப்பிடுவதற்கு ஒரு பருக்கையாவது கிடைத்ததேயென்று சொல்லிக்கொண்டே அந்தப் பருக்கையையும் கீரை இலையையும் வாயில் போட்டுக்கொண்டான். திருப்தியாகச் சாப்பிட்டதுபோல் ஏப்பமிட்டான்.

"பசி தீர்ந்தது. திரௌபதி. நான் போய் வரட்டுமா?" என்று சொல்லிவிட்டு, கிருஷ்ணன் கிளம்பிப் போய்விட்டான். செய்வ தறியாது திகைத்து நின்ற திரௌபதி வெறித்துப் பார்த்தபடி அப்படியே நின்றுவிட்டாள்.

குளிப்பதற்காகப் போயிருந்த துரவாசரும், அவருடைய சீடர்களும் திரும்பி வரவே இல்லை. அவர்களுடைய பசியும் தீர்ந்துவிட்டிருக்கிறது. அவர்கள் தங்கள் வழியே போய்விட்டார் களென்ற செய்தி பின்னர் பாண்டவர்களுக்குக் கிடைத்தது.

கிருஷ்ணனுடைய பசி தீர்ந்தால் போதும், எல்லாருடைய பசியும் தீர்ந்துவிடுமென்று திரௌபதிக்குத் தெரிந்தது.

42

அஞ்ஞாதவாசம்

கிருஷ்ணன் எந்த அளவுக்குக் காப்பாற்றுகிறானென்று தெரிந்தாலும், பாண்டவர்கள் வலிமை வாய்ந்தவர்களென்று தெரிந்தாலும் திரௌபதியின் அழகினால் ஈர்க்கப்படாமல் துரியோதனனால் இருக்க முடியவில்லை. துரியோதனனைச் சேர்ந்தவர்களில் சைந்தவனும் அப்படிப்பட்டவர்களில் ஒருவன். அவனும் திரௌபதியைத் திருமணம் செய்துகொள்வதற்காக அவளுடைய சுயம்வரத்திற்கு வந்து தோல்வியுற்றவன்தான். பின்னர் துரியோதனனின் தங்கை துஸ்ஸலையைத் திருமணம் செய்து கொண்டான்.

காம்யகவனத்தில் த்ருணபிந்து என்ற முனிவரின் ஆசிரமத்து வளாகத்தில் திரௌபதி தனது பணிப்பெண்ணுடன் அவளவளாவிக் கொண்டிருந்தாள். பாண்டவர்கள் வேட்டைக்குப் போயிருந்தார்கள். தௌம்ய முனிவர் தவமுனைப்பில் இருந்தார்.

அப்போது "சுந்தரீ!" என்ற அழைப்புக் குரல் கேட்டது.

திரௌபதி தலைநிமிர்ந்து பார்த்தாள். அங்கே ஓர் அரசிளங் குமரன்...

"யார் நீங்கள்?" என்று திரௌபதி கேட்டாள்.

"சுந்தரீ... நான் யாதவ வம்சத்து ராஜகுமாரன். என்னுடைய பெயர் கோடிகாஸ்யு. இன்னும் சில ராஜகுமாரர்கள் சற்றுத் தொலைவில் தங்கள் ரதங்களில் இருக்கிறார்கள். அவர்களில் சிந்து நாட்டு வீரதீரத் தலைவனான சைந்தவனும் இருக்கிறான். இந்தக் காட்டில் பேரழகியான உன்னைப் பார்த்து வியந்து இங்கே நின்று விட்டோம். இப்போது நாங்கள் சாள்வ மன்னனின் மகளின் சுயம்வரத்திற்காகப் போய்க்கொண்டிருக்கிறோம். ஆனால் நாங்கள் அங்கே போகத் தேவையில்லையென்று உன்னைப் பார்த்ததும் தெரிந்தது. அடடா! யார் நீ!... நீ தேவகன்னியா, யக்ஷகன்னியா,

நாககன்னியா, சசீதேவியா... இவர்களில் நீ யாரென்று தெரிந்து வரும்படி சைந்தவன் என்னை அனுப்பிவைத்தான்."

அவனுடைய பேச்சு திரௌபதிக்கு விசித்திரமாக இருந்தது. அவனுடைய முகத்தை ஏறிட்டுப் பார்க்காமலே பதிலளித்தாள்.

"ராஜகுமாரா... ஒரு பெண்ணைப் பற்றித் தெரிந்துகொள்ளாமலே அவளுடன் இப்படிப் பேசுவது சரியல்ல. நான் திருமணம் ஆனவளா, இல்லையா என்பதைத் தெரிந்துகொள்ளும் முயற்சியைக்கூட நீங்கள் செய்யவில்லை. நான் பாஞ்சால மன்னன் துருபதனின் மகள். பாண்டு குலத்தவரான தர்மன், பீமன், அர்ஜுனன், நகுலன், சகாதேவன் ஆகியோர் என் கணவன்மார்கள். அவர்கள் வேட்டைக்குப் போயிருக்கிறார்கள். விரைவில் திரும்பிவிடுவார்கள். நீங்கள் கொஞ்ச நேரம் காத்திருந்தால் உங்களுக்கு விருந்தினருக்கான உபசாரம் அளிப்பார்கள்" என்று சொல்லிவிட்டுத் தனது குடிசைக்குள் போய் விட்டாள்.

கோடிகாஸ்யு திரும்பிப் போனான். அவன் சொன்னதைக் கேட்டு சைந்தவன் தடாலென்று ரதத்திலிருந்து இறங்கி ஆசிரமத் திற்குள் நுழைந்து குடிசைக்குள் சென்றான்.

"மோகனாங்கி, நான் சைந்தவன். என்னை அடையாளம் தெரிகிறதா? நீயும் பாண்டவர்களும் நலம்தானா?" என்று மரியாதை யுடன் கேட்டான்.

"நீங்கள் யாரென்று எனக்குத் தெரியும். நாங்கள் நலமாகவே இருக்கிறோம். நீங்கள் சற்றுநேரம் ஓய்வெடுத்துக்கொள்ளுங்கள். பாண்டவர்கள் வந்ததும் அவர்களுடைய விருந்தோம்பலை ஏற்றுக் கொண்ட பின்பு செல்லலாம்" என்று சொன்னாள்.

சைந்தவன் அந்த வார்த்தைகளைக் கேட்டுக் குரூரமாகச் சிரித்தான்.

"சுந்தரி, உன்னுடைய மென்மையான பேச்சே எங்களுக்கு விருந்தோம்பலாகக் கிடைத்துவிட்டது. உன்னை இவ்வளவு அருகில் பார்ப்பது இதுதான் முதல் தடவை. முன்பு நான் உன்னைத் திருமணம் செய்துகொள்ளலாமென்று முயன்று தோற்றுவிட்டேன். இப்போதும் எதுவும் மிஞ்சிப் போய்விடவில்லை. இப்போதுகூட நான் அதற்கு ஆயத்தம்தான். என் ரதத்தில் ஏறி என்னுடன்

வந்துவிடு. என்னுடைய மனைவியாகி உனக்கு விருப்பமான சுகபோகங்களை அனுபவி. நாடு கடத்தப்பட்ட பாண்டவர்களால் உனக்கு இந்த வனவாசம் தவிர சுகம் எங்கே கிடைக்கப்போகிறது? உன் அழகும் இளமையும் வீணாகவில்லையா? வறியவர்களான கணவன்மார்களைப் பெண்கள் மதிப்பார்களா? பாண்டவர்களை விடுத்து எனக்கு ராணியாகி சிந்து, சௌவீரம் ராஜ்யங்களின் சுகபோகங்களை விருப்பப்படி அனுபவி" என்றான்.

திரௌபதி சைந்தவனிடமிருந்து விலகி எட்டிப் போனாள். கூர்மையான பார்வையால் அவனைக் கோப எரிச்சலுடன் பார்த்தாள்.

"பாவி... இப்படிப்பட்ட வார்த்தைகளைப் பேசுவதற்கு உனக்குக் கொஞ்சம்கூட வெட்கமில்லையா? உயர் வம்சத்தில் பிறந்த உனக்கு இப்படிப்பட்ட புத்தி எப்படி வந்தது? பாண்டவர்களுக்கும் திருதராஷ்டிரக் குடும்பத்தார்க்கும் தங்கையான துஸ்ஸலையின் கணவன் நீ. எனக்கு சகோதரனுக்குச் சமமானவன். இப்படிப்பட்ட இழிந்த செயல் உனக்கு உகந்ததல்ல. போ இங்கிருந்து" என்று கடிந்து பேசினாள்.

சைந்தவன் பகபகவென்ற சிரித்தான். "வனச்செல்வியே, ராஜதர்மம் உனக்குத் தெரியாது போலிருக்கிறது. ராஜாக்களுக்குப் பெண்கள் விஷயத்தில உறவுமுறைக் கட்டுப்பாடு எதுவும் கிடையாது. பெண்கள் அவர்களுக்கு போகப்பொருட்கள். நீதி நியாயங்களை விலக்கி வைத்துவிட்டு என் பின்னால் வா, பெண்பிறவியே!" என்றான்.

திரௌபதிக்குக் கோபம் பீறிட்டு வந்தது. சைந்தவனுக்கு எச்சரிக்கை விடுப்பதைத் தவிர்க்க முடியாதென்பதை கிரகித்தாள்.

"சைந்தவா, நீ இப்படி அசிங்க வார்த்தைக் கூச்சல் போட்டது தெரிந்தால் என் கணவன்மார்கள் உன்னைக் கொன்றுவிடுவார்கள். உன் உயிரைக் காப்பாற்றிக்கொள்ள நினைத்தால் உடனே இங்கிருந்து போய்விடு. கோபத்தால் அவர்களுடைய கண்கள் சிவந்தாலே நீ சாம்பலாகிவிடுவாய். என்னை நீ வேண்டுவது நரி நாகலோகம் வேண்டுவது போன்றது. உனக்குப் போங்காலம் வந்திருப்பதனால் இந்தக் கெடுமதி ஏற்பட்டிருக்கிறது. உடனே போய்விடு" என்று அச்சுறுத்தினாள்.

அஞ்ஞாதவாசம்

காமத்தால் கண்மண் தெரியாதிருந்த சைந்தவனுக்கு அவளுடைய வார்த்தைகள் காதில் விழவில்லை. "மரியாதையாகக் கூப்பிட்டால் நீ வரமாட்டாய்" என்று அவளுடைய முன்றானையைப் பிடித்து இழுத்தான். திரௌபதி அவனிடமிருந்து விடுபட்டுக் கோப ஆவேசத்துடன் அவனைக் கீழே தள்ளினாள். கீழே விழுந்த சைந்தவன் உடனே எழுந்து நின்று திரௌபதியை திடீரென்று தூக்கித் தோளில் போட்டுக்கொண்டு ஆசிரமத்தை விட்டு வெளியேறி நடந்தான். திரௌபதியின் கூக்குரலைக் கேட்டு தவத்தில் வீற்றிருந்த தௌம்யர் எழுந்து அவனைப் பின்பற்றிச் சென்றார். தன்னைக் காப்பாற்றும்படி திரௌபதி முனிவரைக் கைகூப்பி வணங்கியபோது சைந்தவன் ரதம் சேர்ந்து அவளை ரதத்திற்குள் பலவந்தமாக ஏற்றிக் கொண்டு ரதத்தை வேகமாகச் செலுத்தினான்.

"சைந்தவா, அவளை விட்டுவிடு. பாண்டவர்கள் வந்தால் உன்னை மன்னிக்க மாட்டார்கள்" என்று தௌம்யர் இரைந்து கொண்டே அவனுடைய ரதத்தைப் பின்தொடர்ந்தார். ஆனால் சைந்தவனுடைய ரதமும், அவனுடைய படை ரதங்களும் புழுதி கிளப்பிக்கொண்டு கண்மறைவாகிப் போயின.

பாண்டவர்கள் சற்று நேரத்தில் ஆசிரமத்திற்குத் திரும்பி வந்தார்கள். அவர்கள் வந்தபோது பர்ணசாலை தாமரைகள் இல்லாத குளம் போலத்தென்பட்டது. திரௌபதியின் பணிப் பெண் தாத்ரேயிகை தரையில் புரண்டு அழுதுகொண்டிருந்தது தெரிந்தது. ஆசிரமம் முழுவதும் சிதறிக் கிடந்த நிலை தெளிவாகத் தெரிந்தது. திரௌபதி எவ்வளவு மறுத்துப் போராடினாலும் கேட்டுக் கொள்ளாமல் சைந்தவன் அவளை ரதத்தில் ஏற்றித் தூக்கிக் கொண்டு போனதைப் பணிப்பெண் சொன்னாள்.

தர்மன் கண நேரம்கூடத் தாமதிக்காமல் "அர்ஜுனா! உடனே சைந்தவனின் படையை முற்றுகையிட்டுத் தாக்கு" என்று கட்டளை யிட்டான்.

பாண்டவர்கள் ஐவரும் நாகப்பாம்புகளைப்போல் சீறிக் கொண்டு சைந்தவன் சென்ற பாதையில் அதிவேகமாகச் சென்றார்கள். ரதத்திற்குள்ளிருந்து குரலெடுத்து திரௌபதி கூக்குரலிடும் கூச்சல்கள் அவர்களுக்குக் கேட்கத் தொடங்கின. சைந்தவனின் சைனியத்தை எட்டிப் பிடிக்க அவர்களுக்கு அதிக நேரம் ஆகவில்லை.

"கெடுமதியாளனே, நீ இனி உயிருடன் இருக்க மாட்டாய்" என்று சொன்ன திரௌபதியின் பேச்சைப் பொருட்படுத்தாமல் சைந்தவன் பாண்டவர்களை எதிர்கொண்டான். பீமார்ஜுன, நகுல சகாதேவர்கள் பெருமளவில் அம்புகள் எய்து சைந்தவனின் சைனியத்தைச் சின்னாபின்னப்படுத்தினார்கள். பீமன் தனது கதாயுதத்தால் கோடிகாஸ்யனை, பல படைவீரர்களைக் கொன்று குவித்து சிம்மநாதம் செய்தான். தர்மன் தனது வில்லம்பு வீச்சுத் திறமையால் நூறு சௌவீரர்களைக் கொன்றான். நகுலன் தனது வில்லம்புகளால் தென்பட்டவர்களையெல்லாம் கொன்று குவித்தான். அர்ஜுனன் நூற்றுக் கணக்கான அம்புகளை ஒரே சமயத்தில் எய்து சைந்தவ வீரர்களின் தலைகளை மரங்களிலிருந்து பழங்கள் உதிர்வது போல உதிரச் செய்தான். பேராசை பிடித்த சுதன்மன் தர்மனின் குதிரைகளைத் தரைமட்டமாக்கியதால் தர்மன் சுதன்மனின் மார்பை நொறுக்கி எமலோகம் அனுப்பி வைத்தான். தர்மன் சகாதேவனின் ரதத்தில் ஏறிக்கொண்டான். சகோதரர்கள் இருவருமாகச் சேர்ந்து பகைவர் படையைத் தாக்கினார்கள். நகுலனின் ரதத்தை சுரதன் வீழ்த்தியதால், நகுலன் சுரதனைக் கொன்று விட்டு பீமனின் ரதத்தில் ஏறிக்கொண்டான். அர்ஜுனனின் மீது அங்காரகன், குஞ்சரன், ஸ்ருஞ்சயன், சத்ருஞ்சயன், சுப்தகன், சுப்ரபுத்தன், சுபங்கரன், ப்ரமங்கரன், சூரன், ரதன், குஹகன், பலாடன் ஆகிய பன்னிரண்டு சௌவீரர்கள் ஒரே குழுவாகத் தாக்கியபோது அர்ஜுனன் கோபமாக எகிறி பன்னிரண்டுபேரின் தலைகளையும் தனது அம்புகளால் கொய்து வீழ்த்தினான்.

அவ்வளவு பயங்கர யுத்தத்தை திரௌபதி ஒருபோதும் பார்த்ததில்லை. சுயம்வர நாளன்று பீமார்ஜுனர்களின் பிரதாபம், பீமனின் ராக்ஷச வதை ஆகியவற்றைப் பார்த்த பிறகு பாண்டவர் ஐவரின் வீரம் எப்படிப்பட்டது என்பதைப் பார்ப்பது அவளுக்கு இதுதான் முதல் தடவை. ஐவராக மட்டுமே இருந்துகொண்டு ஆயிரக்கணக்கானவரைக் கொன்று குவிப்பது, போர்க்களத்தைப் பிணமயமாக்கி ரத்த வெள்ளம் ஓடச் செய்வது ஆகியவற்றைப் பார்த்தாள். அவள் சுதாரித்துக்கொள்வதற்கு முன்பாகவே சைந்தவன் தனது ரதத்திலிருந்து அவளை இறக்கிவிட்டு வேகத்தை அதிகரித்து ரதத்தை முடுக்கித் தப்பித்துத் தலைமறைவாவதற்கு முனைந்தான்.

"அண்ணா, நீங்கள் நகுலசகதேவர்களையும் திரௌபதியையும் அழைத்துக் கொண்டு ஆசிரமத்திற்குச் செல்லுங்கள். நானும் அர்ஜுனனும் போய் அந்த சைந்தவனைக் கொன்றுவிட்டு வருகிறோம்" என்று பீமன் தர்மனிடம் சொன்னான்.

"அந்தக் கெடுமதியாளனைக் கொல்ல வேண்டாம். அவன் நமது தங்கையின் கணவன். தங்கையின் முகத்திற்காகவாவது அவனுடைய இந்த முதல் தவற்றை நாம் மன்னிக்க வேண்டும். அம்மா காந்தாரிக்கு துக்கம் ஏற்படும்படிச் செய்வது தர்மம் ஆகாது" என்று தர்மன் சொன்னான்.

அதுவரையிலும் தனக்காக வேண்டி தர்மன் யுத்தம் செய்த முறையை கவனித்துப் பூரித்துப்போயிருந்த திரௌபதிக்கு அவன் பேசிய பேச்சு எரிச்சலை உண்டாக்கியது.

"என்னை இவ்வளவு அவமானப்படுத்திய சைந்தவனை மன்னிப்பதா... அந்தப் பாவி மீது இரக்கம் காட்ட வேண்டாம். கட்டாயம் நீங்கள் அவனைக் கொன்று எனக்கு உங்கள் மீதான அன்பை அதிகப்படுத்துங்கள். அப்படிப்பட்ட துரோகிகள் எப்போதும் கொலைகாரர்களே..." என்று பீமார்ஜுனர்களுக்குச் சொல்லிவிட்டு தர்மனுடன் ஆசிரமத்திற்குப் புறப்பட்டாள்.

பீமார்ஜுனர்களுக்கு சைந்தவனைப் பற்றிப் பிடிப்பதற்கு அதிக நேரம் ஆகவில்லை. அர்ஜுனன் சைந்தவனின் ரதக்குதிரைகளை மண்கவ்வச் செய்தான். சைந்தவன் அச்சத்துடன் ரதத்திலிருந்து இறங்கித் தப்பியோடினான். பீமார்ஜுனர்கள் அவனைப் பின் தொடர்ந்தார்கள். ஒரு புதரில் ஒளிந்திருந்த சைந்தவனை பீமன் குடுமியைப் பற்றிப்பிடித்து, இழுத்துக் கீழே தள்ளிக் கழுத்தில் கால் வைத்து மிதித்தான்; முட்டியால் குத்தினான். அவனுடைய உடம்பை நசுக்கிப் பிசைந்து அவனைக் கிறுகிறுவென்று சுழற்றிக் கீழே விழச் செய்தான். முகத்திலும் தலையிலும் கைமுட்டியால் ஓங்கிக் குத்தினான். சைந்தவன் வசமிழந்து அலறியதால் அவனைக் கொல்ல வேண்டாமென்று அர்ஜுனன் பீமனைத் தடுத்தான்.

"அர்ஜுனா! எப்போதும் கருணை, தயாதாட்சண்யம் என்றெல்லாம் பேசிக் கொண்டிருக்கும் அண்ணனின் பேச்சுக்கு நீ தாளம்போட்டுக் கொண்டிருக்கிறாய். இந்தக் கொடியவன்

செய்த வேலைக்கு இவனை விட்டு வைக்கலாமா?" என்று வாளை எடுத்து சைந்தவனின் தலையை ஐந்து பகுதிகளாகக் கீறி விகார உருவமாக்கினான். "டேய் ராஜ அதமா... நீ உயிர்வாழ நினைத்தால் பாண்டவர் அடிமையென்று சொல்லிப் பிழைத்துப் போ..." என்றான்.

"நான் உங்கள் அடிமைதான். தயவுசெய்து என்னைக் கொன்று விடாதே" என்று சைந்தவன் பணிந்து வேண்டிக்கொண்டான். பீமார்ஜுனர்கள் அவனைப் பின்புறமாகக் கைகளைக் கட்டி ரதத்தில் ஏற்றி ஆசிரமத்திற்கு இட்டுச் சென்றார்கள்.

இவன் பாண்டவர்களின் அடிமையாகப் பிழைக்கிறேனென்று சொல்வதாக திரௌபதியிடம் காட்டினார்கள். திரௌபதி சைந்தவனைப் பார்த்து பகபகவென்று சிரித்தபடி "இந்தப் பாவி உங்களுக்கு அடிமையாகிவிட்டான் என்பதனால் விடுவித்துவிடுங்கள்" என்று அவனை விடுதலை பெற்றவனாகச் செய்தாள். சைந்தவன் பாண்டவர்களுக்கு, திரௌபதிக்கு, முனிவர்களுக்குப் பணிவுடன் வணக்கம் செலுத்தினான்.

"சைந்தவா, எவ்வளவு இழிந்தவனாக இருந்தாலும் இப்படிப் பட்ட வேலை செய்ய மாட்டான். நீ காமாந்தகாரத்தால் அற்பனாக நடந்து பாவத்திற்கு அடிகோலிவிட்டாய். இனிமேலாவது புத்தியுடன் வாழ்வாயாக" என்று சொல்லி தர்மன் அவனை அனுப்பி வைத்தான்.

சைந்தவனிடமிருந்து தன்னைக் காப்பாற்றிய பாண்டவர்கள் தன் மீது ஈகூட மொய்க்க விடமாட்டார்களென்று திரௌபதிக்குப் புரிந்தது. ஆனால் விரைவிலேயே மற்றோர் அவமானம் நேருமென்று அவள் கனவில்கூட நினைத்துப் பார்க்கவில்லை.

"நாம் நகர்ப்புறத்தில் குடியிருந்தால் புதிதாக வந்திருப்பவர்களென்று எவரும் கண்டுபிடித்துவிடும் வாய்ப்பு இருக்கிறது. ராஜசபையில் ஏதாவது ஒரு பணியில் சேர்ந்தால் நமக்குப் பாதுகாப்பு இருக்கும். மற்றவர்கள் நம்மை அடையாளம் கண்டுகொள்ளும் வாய்ப்பும் இருக்காது" என்றான் தர்மன்.

"விராட மன்னனுக்குச் சூதாடும் பழக்கம் இருக்கிறது. நான் அவருக்குப் பயிற்சியாளனாக இருந்துகொண்டு சூதாட்டம் ஆடுகிறேன். ஆனால் எதிரிப் படைகளைச் சின்னாபின்னமாக்கும் ஆற்றல்கொண்ட நீங்களும், அழகியான திரௌபதியும் எப்படி ராஜ

சபையில் இடம்பெற்று வாழ்வீர்கள்?" என்று தர்மன் சிந்தித்தபடிக் கேட்டான்.

தான் சமையல்காரனாகச் சமையலறையில் சேர்வதாக பீமனும், தான் ஊர்வசி கொடுத்த சாபத்தைப் பயன்படுத்தி பிருஹன்னளை என்ற பெயருடன் ராஜகுமாரிக்கு ஆட்டபாட்டங்கள் கற்றுக் கொடுக்கிறேனென்று அர்ஜுனனும், க்ரந்த்திகுடி என்ற பெயருடன் குதிரை லாயத்தில் சேர்ந்துவிடுகிறேனென்று நகுலனும், தந்த்ரீபாலன் என்ற பெயருடன் மாட்டுத் தொழுவத்தில் சேர்ந்துவிடுகிறேனென்று சகாதேவனும் சொன்னார்கள். தர்மன் திரௌபதி இருந்த பக்கம் பார்த்தான்.

"நான் மகாராணியின் பணிப்பெண்ணாகச் சேர்ந்துவிடுகிறேன்."

"பணிப்பெண்ணாகவா!" என்று எல்லாரும் திகைப்புற்றுப் பார்த்தார்கள்.

"ஆமாம். நெருங்கிய தோழியாக எனக்கு தாத்ரேயிகா இருந்தாள் அல்லவா... அவளிடமிருந்து கூந்தல் முடிப்பது, வண்ண வண்ணப் பூமாலைகள் தொடுப்பது என்று எல்லாவற்றையும் கற்றுக் கொண்டிருக்கிறேன். சைரந்திரி என்ற பொதுப்பெயரால் அழைக்கப்படும் இப்படிப்பட்ட பெண்களை நெருங்கிய தோழிகளாக உயர்குடிப் பெண்கள் வைத்துக்கொள்வார்கள் அல்லவா! மாலினி என்ற பெயருடன் அந்தப்புரத்திற்குள் நுழைகிறேன்" என்று திரௌபதி சொன்னாள்.

இதைவிட மேலாக எதுவும் செய்ய முடியாத நிலையில் எல்லாரும் திரௌபதியின் ஏற்பாட்டை அங்கீகரித்தார்கள்.

"ஆனால் யாராவது உன்னைக் காதலித்து பலாத்காரம் செய்ய முயன்றால்..." என்று தர்மன் சந்தேகத்தை வெளிப்படையாகத் தெரிவித்தான்.

"நீங்கள் எல்லாரும் பக்கத்தில்தானே இருப்பீர்கள் அல்லவா... மாறுவேடத்தில் வந்து என்னைக் காப்பாற்றிவிட மாட்டீர்களா? ஆனாலும் என் கணவன்மார்கள் கந்தர்வர்கள் என்றும், அவர்கள் என்னை எப்போதும் கண்காணித்துக் கொண்டிருக்கிறார்களென்றும் சொல்லிக்கொண்டிருப்பேன்" என்று திரௌபதி சொன்னாள்.

“இந்த சமையற்கார வலலு உண்மையில் கந்தர்வன்தான்” என்று பீமன் தனது தசைகளைச் சுட்டிக் காண்பித்துச் சொன்னான்.

எல்லாரும் சிரித்தார்கள்.

பாண்டவர்கள் ஒவ்வொருவரும் தனித்தனியே விராட நகருக்குள் நுழைந்து திட்டமிட்டபடியே வெவ்வேறு வேலைகளைத் தேடிக்கொண்டார்கள். அதன் பிறகு திரௌபதி நகரத்திற்குள் நுழைந்தாள்.

43

சைரந்திரி – அந்தப்புர பணிப்பெண்

வலது தோளில் கூந்தலைப் பரப்பிப் போட்டுக்கொண்டு, பழைய அழுக்கடைந்த புடைவையைக் கட்டிக்கொண்டு திரௌபதி நகரத்திற்குள் நுழைந்தபோது அங்கிருந்த எல்லாருடைய வேலைகளும் ஸ்தம்பித்துப்போயின. திரௌபதியின் காலடிகளில் செந்தாமரையின் ஒளிர்வுடன் பேரிடர்களின் அபசகுனம் தரைத் தளத்தில் பிரகாசித்தது. அவளுடைய சரீர ஒளியினால் மாளிகைகள் ஒளிர்ந்தன. அந்தப் பரிசுத்தத் தங்கக் கண்விழிகளின் மிளிர்வைக் காண்பதற்குக் கருமேகங்கள் விராட நகர் மீது சூழ்ந்தன.

அவளுடைய சங்கு போன்ற கழுத்தையும், வலது மார்பகத்தை மூடி இடுப்பின் மீது புரண்டுகொண்டு வலது தொடையைத் தாண்டி, வட்டமான முழங்கால் மீது கூந்தல் நடனமாடியது. மாறுவேடத்துடன் ஒரு தேவகன்னிகை நகரத்தில் நுழைந்திருக்கிறாளென்று சலசலப்பு பரவியது.

அவளுடைய உடம்பிலிருந்து வெளிப்படும் இயல்பான நறுமணம் பார்வையாளர்களை மதிமயங்கச் செய்தது. ஆண்கள் மட்டுமல்ல, பெண்களும்கூட அவள் மீதிருந்த பார்வையைத் திருப்ப முடியாதிருந்தார்கள்.

ஓர் அபூர்வ அழகி நகரத்திற்குள் நுழைந்திருக்கிறாளென்று காதோடு காதாகச் சொல்லக் கேட்டு மகாராணி சுதேஷ்ணா தனது அந்தப்புரச் சாளரத்தலிருந்து ஆர்வத்துடன் பார்த்தாள். மின்னல் கீற்றாக வந்து தனது மாளிகை முன்பு நின்ற திரௌபதியைப் பார்த்து அவள் தனது பணிப்பெண்களை அனுப்பி மேலே அழைத்துக்கொண்டாள்.

"அழகியே, யார் நீ? உன் அழகைப் பார்த்து என் கண்களே சிலிர்த்துப் போகின்றன. எந்த ராஜ வம்சத்துப் பெண் நீ? ஏதாவது இடர்ப்பாடுகளுக்கு ஆட்பட்டுவிட்டாயா?" என்று சுதேஷ்ணா கேட்டாள்.

"மகாராணி, நான் ஒரு சாதாரண பணிப்பெண். என் பெயர் மாலினி... வேலைக்காரியாக உங்களிடம் பணிபுரிய வந்திருக்கிறேன்."

சுதேஷ்ணா வியப்பிலாழ்ந்தாள். திரௌபதியை உச்சியிலிருந்து உள்ளங்கால் வரை ஆராய்ந்து பார்த்தாள்.

"நீ பணிப்பெண்ணாகத் தொழில் புரிபவள் என்பதை நான் நம்ப மாட்டேன். நீ நிச்சயம் உயர்குலத்தைச் சேர்ந்தவள்தான். உயர்குலத்துப் பெண்களுக்கான லட்சணங்கள் எல்லாமே உன்னிடத்தில் இருக்கின்றன. உன்னுடைய கணுக்கால்கள் உயரமாக இருக்கின்றன. உன்னுடைய குரல் இனிமையாக, கம்பீரமாக இருக்கிறது. உன்னுடைய தொப்புள் ஆழமாக அமைந்திருக்கிறது. உன் அகன்ற நெற்றி உன்னுடைய அறிவுக்கூர்மையைப் புலப்படுத்துகிறது. பெரியவர்கள் லட்சுமிப்பெருக்கம் என்று சொல்வார்களே அந்த அளவுக்கு உருவ நளினம் உன்னிடம் இருக்கிறது. உன்னுடைய முகம், உன்னுடைய கண்விழிகளின் நடுவிலான சரிவு, உன்னுடைய மூக்கும் காதுகளும், உன்னுடைய நகங்கள், புட்டங்கள், ஜோடி மார்பகங்கள் என்று எல்லாவற்றையும் பார்த்தால் நீ உயர்குலத்து அழகி என்பதாகத் திட்டவட்டமாகச் சொல்வேன். நீ என்னைப் போலவே ஒரு மகாராணி. சந்தேகமே இல்லை... உண்மையைச் சொல்."

"சுதேஷ்ணாதேவி, நீங்கள் சொன்னது உண்மைதான். நான் சாதாரணப் பெண்மணி அல்ல. என் கணவர்கள் ஐவர் கந்தர்வர்கள். இந்த நளின அழகெல்லாம் அவர்களுடைய அனுக்கிரகத்தினால் கிடைத்ததுதான். அவர்கள் சில ஆண்டுகளாக சாபத்திற்குள்ளாகிப் புலப்படாத உருவங்களில் உலவிக்கொண்டிருக்கிறார்கள். நான் ஸ்ரீகிருஷ்ணனின் மனைவி சத்யபாமாவிடம் பணிப்பெண்ணாக இருந்திருக்கிறேன். எனக்கு வண்ணவண்ணப் பூமாலைகள் கட்டத் தெரியும். சங்கீதம் தெரியும். நீங்கள் என்னுடைய வேண்டுகோளை ஏற்று உங்கள் அந்தப்புரத்தில் பணிப்பெண்ணாக என்னை

நியமிக்கும்படிக் கேட்டுக் கொள்கிறேன்."

"அவ்வளவு உயர்ந்தோரிடத்திலெல்லாம் வேலை செய்த உன்னைப் போன்ற அழகியை எனக்கு நெருங்கிய தோழியாக வைத்துக்கொள்வது எனக்குப் பெருமை தரும் விஷயம்தான். ஆனால் என் கணவர் விராட மன்னர் உன்னைப் பார்த்து மோகத்தில் ஆழ்ந்து விட்டால்... இந்த முதிய வயதில் எனக்கு அநியாயம் விளைந்தால் பொறுத்துக் கொள்ள முடியுமா?"

திரௌபதி சிரித்தாள்.

"அப்படியெல்லாம் ஒன்றும் நிகழாது, மகாராணி. தெய்வத்திற்கு நிகரான எனது கணவன்மார்கள் கந்தர்வர்களாக இருந்து என்னை நித்தமும் காப்பாற்றுவார்கள். விராட மன்னருக்கு அப்படிப்பட்ட எண்ணங்கள் வராமல் பார்த்துக்கொள்வார்கள்" என்று சொன்னாள்.

"சரி... இன்றிலிருந்து நீ என்னுடைய நெருங்கிய தோழி..."

"அருள்பெற்றவளானேன், தேவீ! ஆனால் ஒரு விண்ணப்பம்."

"சொல், மாலினி!"

"நான் எச்சில் சாப்பிட மாட்டேன்... பாதபூஜை செய்ய மாட்டேன்... தகாத காரியங்களுக்கு என்னைப் பயன்படுத்தக் கூடாது."

"அப்படியே ஆகட்டும். உன்னைப் போன்ற உயர்குலப் பெண்ணை அப்படிப்பட்ட வேலைகளைச் செய்யும்படி நான் எப்படிச் சொல்வேன்... உனக்கு அப்படிப்பட்ட சந்தேகம் எதுவும் வேண்டாம்" என்று சுதேஷ்ணா சொன்னாள்.

விராட மன்னரின் ராஜசபையில் பாண்டவர்களுக்கு எல்லாமே முறைப்படி நடந்தேறின. அவர்கள் சமயம் பார்த்து ரகசியமாக திரௌபதியைச் சந்தித்து அவளுடைய வசதி ஏற்பாடுகளைத் தெரிந்துகொண்டார்கள்.

விராடனுடன் தினமும் சூதாடிக்கொண்டு தர்மன் மன்னனுக்கு உற்ற தோழனானான். மன்னனுடன் சேர்ந்து சாப்பிடும் நிலைமைகூட ஏற்பட்டது. அர்ஜுனன் பிருஹன்னளையாக ராஜகுமாரி

உத்தரைக்கு சங்கீதமும் நடனமும் கற்றுக்கொடுத்துக்கொண்டு, ராணியின் குழுவினருக்கு நெருக்கமானான். பீமன் இரவும் பகலும் கஷ்டப்பட்டு நாளுக்கொரு விதமான சமையல் செய்து கொடுத்து அரச குடும்பத்தினரின் மெச்சுதலுக்கு ஆளானான்.

தனது கணவன்மார்களின் அன்றாட அவஸ்தைகளைப் பார்த்து திரௌபதியும், திரௌபதியின் நிலைமையைப் பார்த்துப் பாண்டவர்களும் உள்ளுக்குள் குமைந்தார்கள். அர்ஜுனனின் முரண்பட்ட உருவத்தையும் நடவடிக்கைகளையும் பார்த்து சேவகர்கள் பரிகாசம் செய்வதைப் பார்த்து திரௌபதி எரிச்சலடைந்தாள். மனைவியாகத் தான் அன்புடன் சமைத்துப் பரிமாற வேண்டிய பீமன் மற்றவர்களுக்குச் சமைப்பது, சேவகர்களுடன் சேர்ந்து சாப்பிடுவது என்பதைப் பார்த்து அவளால் பொறுத்துக்கொள்ள முடியவில்லை. பீமன் சாப்பிடும் காட்சியைப் பார்த்து உடனிருப்பவர்கள் பரிகசிப்பார்கள். 'பாவம், ராஜகுடும்பத்துச் சாப்பாட்டை வலலு ஒருபோதும் சாப்பிட்டதில்லையோ' என்று பேசிக்கொள்வார்கள். அந்தப்புரத்திலிருந்து வெளியே வந்தபோதெல்லாம் தன்னைப் பார்த்து சேவகர்கள் தகாதவாறு பேசுவது, தங்களுடன் வரும்படி சைகை செய்வது ஆகியவற்றை கவனித்தாலும் திரௌபதி அவற்றை யெல்லாம் பொருட்படுத்துவது இல்லை.

மகாராணியின் நெருங்கிய தோழி என்பதைத் தெரிந்து கொண்டவர்கள் அதற்கு மேல் வரம்பு மீறிப் போக முடியவில்லை. வேலைக்காரிகளின் வாழ்க்கை இவ்வளவு சிறுமைப்பட்டு இருக்கிற தென்று திரௌபதிக்கு அனுபவத்தின் மூலம் தெரிந்தது.

ஏதோ ஒரு விதமாகப் பாண்டவர்கள் விராடபுரத்தில் பதினொரு மாதங்களை நிறைவு செய்தார்கள். பன்னிரண்டாவது மாதம் தொடங்கிற்று. இனி விரைவில் தங்களது அஞ்ஞாதவாசம் முடிந்துவிடுமென்று அவர்கள் மனநிறைவுபெறத் தொடங்கினார்கள்.

மாதத்தின் இரண்டாவது பக்ஷத்தில் பௌர்ணமி நெருங்கிக் கொண்டிருந்தபோது நினைத்துப் பார்க்காத நிகழ்வு ஒன்று நடந்தது. விராட மன்னனின் சேனாதிபதியும், சுதேஷ்ணாதேவியின் சகோதரனுமான கீசகன் தன் சகோதரியின் அந்தப்புரத்திற்குள் நுழைந்தபோது திரௌபதியைப் பார்க்க நேர்ந்தது.

திரௌபதியைப் பார்த்த மறுகணமே அழகுத் தாகம் கொண்டவனான கீசகனின் மனது சலனப்பட்டது.

அந்த நேரத்தில் மிக நீளமான திரௌபதியின் கூந்தல் காஷ்மீரக் குதிரை போன்றதான அவளுடைய புட்டங்களின் மீது நடனமாடிக்கொண்டிருந்தது. அவள் மலர்க்கொடியாகச் செழிப்பான பொலிவுடன் இருந்தாள். அல்லிப் பூவிதழ் போன்ற அவளுடைய இரு கண்கள், இறுக்கமான பந்து போன்ற மார்பகங்களின் பாரத்துடன் மெலிந்த தோற்றத்துடனான அவளுடைய இடை, அவளுடைய உடம்பிலிருந்து வெளிப்பட்டு கொண்டிருந்த குங்குமப்பூ நறுமணம் ஆகியன கீசகனை ஸதம்பிக்கச் செய்தன.

உடனே தன் சகோதரி சுதேஷ்ணாவிடம் சென்று "யார் இந்தப் புதுப் பணிப்பெண்? எனக்கு அறிமுகப்படுத்துகிறாயா?" என்று வேண்டிக்கொண்டான்.

சுதேஷ்ணா அவன் சொன்னதைக் கேட்டும் கேட்காததுபோல் மற்ற விஷயங்களைப் பற்றிப் பேசலானாள்.

கீசகன் அதற்கு மேலும் தாமதிக்க முடியாமல் தானே நேரடியாக திரௌபதியிடம் சென்றான்.

"அழகியே, நான் சுதேஷ்ணாதேவியின் சகோதரன். என் பெயர் கீசகன். இந்த விராட நாட்டுக்குப் பாதுகாவலன் நானே... எத்தனையோ அழகிகள் என்னுடைய நட்புறவுக்காகத் தவித்துக் கொண்டிருக்கிறார்கள். ஆனால் இப்போது உன்னுடைய அழகைப் பார்த்து என் மனது குதியாட்டம் போடுகிறது. நீ பணிப்பெண்ணாக எனக்குத் தென்படவில்லை. இந்திரலோகத்து அழகெல்லாம் பூலோகத்திற்கு இறங்கி வந்து ஒரே உருவத்தில் அடைக்கலமானதுபோல் தோன்றுகிறது. நீ பணிப்பெண்ணாக இருக்கத் தக்கவள் அல்ல. என் அந்தப்புரத்திற்கு வந்து என்னைப் பரவசப்படுத்து."

முன்னறிவிப்பு இல்லாமல் வந்த இந்தப் புயலுக்கு திரௌபதி அதிர்ந்தாள். ஆனாலும் சமாளித்துக்கொண்டு பேசினாள்.

"நீங்கள் வீரப்பிறப்புகள்... நான் ஒரு வேலைக்காரி... அடிமை... நைந்துபோன ஆடைகளுடன் நடமாடுபவள். என்னைப் போன்றவர்களை நாடுவது உங்களுக்கு அழகல்ல. கற்பக வனத்தில் சஞ்சரிக்க வேண்டிய தேனீ காட்டுப்பூக்களை முகரக் கூடாது. என்னை மன்னியுங்கள்."

"உன் அழகைப் பற்றி உனக்குத் தெரியவில்லை. சைரந்திரிப் பெண்ணே, நீ கார்முகிலில் ஒளிந்துகொண்டிருக்கும் பிறைநிலாவாக இருக்கிறாய். வெண்பனிச் சாரலில் பொலிவுறும் தாமரைபோல் இருக்கிறாய். புதரில் மறைந்திருக்கும் மலர்க்கொடிபோல இருக்கிறாய். பரமசிவனின் கோபத்தை எதிர்கொள்ள முடியாமல் மன்மதனின் சரீரத்திலிருந்து வெளியேறி அனலில் ஒளிரும் ரதிதேவி போலவே என் மனதை ஈர்க்கின்றாய். நீ என் அந்தப்புரத்திற்கு வா. என் தங்கைமார்கள் எல்லாரையும் உன் விளையாட்டுத் தோழிகளாக்குகிறேன்."

"நான் திருமணமானவள். என் கணவன்மார்கள் ஐவரும் கந்தர்வர்கள். அவர்கள் கண்ணுக்குப் புலப்படாத உருவத்தில் இருக்கிறார்கள். நான் மற்றவர்களுடன் பழகினால் பொறுத்துக் கொள்ள மாட்டார்கள்."

"அதுவா உன் பயம்... இந்தக் கீசகனின் வலிமை பற்றி உனக்குத் தெரியாது. இந்த பரதகண்டம் முழுவதிலும் என்னை நிகர்த்த வீரர்கள் கிடையாது. எனக்கு நூறு வீரம் செறிந்த சகோதரர்கள் இருக்கிறார்கள். என்னால்தான் இந்த விராட நகரத்தின்மீது பகைவர் எவரும் ஏறெடுத்துப் பார்ப்பதில்லை. கந்தர்வர்கள் மட்டுமல்ல, அந்த இந்திரனே கீழே இறங்கி வந்தாலும் எதிர்கொள்ளும் சக்தி எனக்கு இருக்கிறது. எனக்கு சிங்கபலவான் என்ற பெயர் இருப்பது உனக்குத் தெரியுமா? பேரழகியே, என் மீது கருணை காட்டு. உன் விழி இமைகளை மேலே உயர்த்திப் பார்த்து என் இதயவீணையை மீட்டு. உன் புன்னகை அலைகளால் என் மனதை நடம்புரியச் செய். உன் தோளுயர்த்தி என்னோடு சரசம் செய்... என்னுடன் வா..."

"என்னால் வர முடியாது... மன்னியுங்கள். நான் சுதேஷ்ணா தேவிக்குப் பணிப்பெண்ணே தவிர உங்களுக்குப் பணிப்பெண் அல்ல. எனக்கு மகாராணி இட்டிருக்கும் வேலைகள் நிறைய இருக்கின்றன"

என்று திரௌபதி கடுமையாகப் பேசிவிட்டு அங்கிருந்து அகன்றாள்.

“ஓகோ... சுதேஷ்ணாதேவி சொன்னாலொழிய வரமாட்டாயோ...” என்று சொல்லிவிட்டு மறுபடியும் சுதேஷ்ணாதேவியிடம் சென்றான்.

“சகோதரீ... அந்த அழகி உனக்குத்தான் பணிப்பெண்ணே தவிர எனக்குப் பணிப்பெண்ணல்ல என்று சொல்கிறாள். அவள் என் மனதைப் பரவசப்படுத்திவிட்டாள். அந்தப் பெண்ணின் குரல் வீணையின் நாதத்திற்கே இனிமை சேர்க்கக் கூடியது. அவள் இல்லாமல் என்னால் வாழ முடியாது... என்னுடன் அனுப்பு” என்று வேண்டினான்.

சுதேஷ்ணா அவனுடைய மனதைத் திருப்ப மிகவும் முயன்றாள். ஆனால் கீசகன் கேட்டுக்கொள்ளவில்லை. சைரந்திரியைத் தன்னிடம் அனுப்பி வைக்கவில்லையென்றால் தனது ஒத்துழைப்புடன் பிழைப்பு நடத்தும் விராட மன்னனை அரியாசனத்திலிருந்து இறக்கி விடுவதாக எச்சரித்தான்.

சூழ்நிலை சீர்கெடுவதை கிரகித்துக்கொண்ட சுதேஷ்ணா சைரந்திரியை அவனுடைய அந்தப்புரத்திற்கு அனுப்பி வைப்பதாக வாக்கு கொடுத்தாள். கீசகன் தலையை ஆட்டிக்கொண்டு அங்கிருந்து போனான்.

சுதேஷ்ணா சைரந்திரியை அழைத்தாள்.

“மாலினீ... எனக்கு தாகமாக இருக்கிறது. என் அண்ணனிடம் அற்புதமான மதுபானம் இருப்பதாகச் சொன்னான். போய் வாங்கி வா.”

திரௌபதி அதிர்ச்சியடைந்தாள்.

“தேவி, உங்கள் சகோதரர் என் மீது இச்சை கொண்டிருக்கிறார். அவரிடம் நீங்கள் என்னை அனுப்பி வைப்பதன் நோக்கம் என்ன? தகாத செயல்களுக்கு என்னைப் பயன்படுத்த மாட்டீர்களென்று நீங்கள் எனக்கு வாக்கு கொடுத்திருக்கிறீர்கள்.”

சுதேஷ்ணா கோபம் வந்ததாக நடித்தாள்.

"உன்னை எவரும் எதுவும் செய்துவிட முடியாது என்று சொன்னாய் அல்லவா... என் அண்ணன் என்ன செய்துவிடுவான்... அவன் என் அண்ணன், இந்த நாட்டுக்குப் பாதுகாவலன். அவ்வளவு முக்கியமானவனிடம் உன்னை அனுப்பி வைப்பதில் தகாதது என்ன இருக்கிறது, எப்படித் தவறாகும்? எனக்கு தாகம் எடுக்கிறது... எதுவும் நினைக்காமல் உடனே போய் வா" என்று கட்டளையிட்டாள்.

திரௌபதி வேறெதுவும் செய்ய முடியாத நிலையில் கீசகனின் அந்தப்புரத்திற்குச் சென்றாள்.

44

கீசக வதம்

சுதேஷ்ணாவின் அந்தப்புரத்திலிருந்து வந்ததிலிருந்து கீசகன் விரகவேதனையில் வெந்துகொண்டிருந்தான். மதுவை எவ்வளவு குடித்தாலும் அவனில் தாபம் தணியவில்லை. மாலினியின் அழகு உருவம் அவனை வெந்துருகச் செய்துகொண்டிருந்தது.

மாலினியை எந்த விதமாகக் காமக் களிப்பில் மிதக்கச் செய்யலாம் என்ற நினைப்பில் அவன் மூழ்கியிருந்தான். சிருங்கார சாம்ராஜ்யத்தில் தன்னுடைய தீவிரத்தைப் பார்த்த பிறகு மாலினி தன்னிடமிருந்து விலகியிருக்கும் வண்ணமே ஏற்படாது என்று அவன் நினைத்துக்கொண்டான்.

அழகைத் தன்வசப்படுத்திக்கொண்டு அனுபவிப்பதில் தனக்கு நிகர் இல்லையென்று நினைக்கும் கீசகனில் மாலினி முன்னெப்போதும் இருந்திராத மன்மத தாப நெருப்பு கனன்று எரியச் செய்தாள். அவளுடைய உருவத்தை நினைத்துக்கொண்டு அவன் பல்வேறு வித ஊகங்களில் ஆழ்ந்தான்.

'என்ன உருவமைப்பு அவளுக்கு! அப்போதுதான் மலர்ந்த தாமரை இதழ்கள் எல்லாவற்றையும் ஒரே இடத்தில் திரட்டிச் சேர்த்து வைத்தது போன்ற பொலிவு... சக்கரவாகப் பறவைகளின் நளினத்துடன் உருவமைந்த அந்தக் கட்டமைப்பு என் மதியைத் தடுமாறச் செய்கிறது. பொன்வண்டு நிகர்த்த அவளுடைய முன்நெற்றிச் சுருள்மயிர்க் கற்றையில் என் மனம் சிக்குண்டு வெளியில் வர மறுக்கிறது. பௌர்ணமி நிலாவையே பரிகசிக்கும் அவளுடைய முகபிம்பத்தைச் சாய்த்து ஓய்வெடுக்கச் செய்வதற்கு என் அகன்ற மார்பு குதியாட்டம் போடுகிறது. தாமரை இதழ் போன்று மென்மையான அந்தக் கொடி நிகர்த்த மெல்லியலாளின் கைகளைக் கொண்டு எவ்வளவு நேரம் தழுவிக் கொண்டாலும் விடமாட்டேனென்று சொல்வதற்கு என் மனது ஏங்குகிறதே... அந்தத்

துளிர்த்த உதடுகளை முத்தமிட்டு நறுந்தேனைப் பருகுவதற்குத் தவியாய்த் தவிக்கும் என் உதடுகள் துடிக்கின்றன...'

திரௌபதியின் ஒவ்வோர் அவயவத்தின் வாளிப்பையும் நினைத்துக்கொண்டு தவித்த கீசகனின் கண்கள் சிதறுவதுபோல் திரௌபதி எதிரே வந்து நின்றாள்.

"மகாராணி மதுபானம் வாங்கிவரச் சொன்னார்கள்" என்றாள் திரௌபதி, அவனை நேருக்கு நேராகப் பார்த்துக் கொண்டே.

அவள் பேசிய வார்த்தைகளைக் கேட்காமலே திரௌபதியின் பக்கம் கைகளை நீட்டிக்கொண்டு முன்னுக்கு வந்தான் கீசகன்.

"மாலினீ... வந்துவிட்டாயா... என்னை ஆட்கொள்வதற்காகவே அவதரித்த தேவ கன்னியாக இருக்கிறாய்... ஹம்ஸத்வனி ராகம் போன்ற உன் குரல் கேட்டு நான் அருள் பெற்றவனானேன். வா, மெய்யான காதல் சுகம் என்னவென்று உணர்த்தி உன்னை ருசிக்கச் செய்கிறேன். இந்த அடிமையைக் கடைக்கண் பார். உனக்கு நகைகள், ஆபரணங்கள், சீனத்துப் பொன் இழை பின்னிய பட்டுப் புடைவைகள்... அடிமை வேலைக்காரி என்று மக்கள் கூறுவதைத் தவிர்க்க இந்த நாட்டையே தாரை வார்க்கச் சொன்னாலும் அதன்படியே செய்கிறேன். ஒரு தடவை உன்னை இறுகத் தழுவிக் கொள்ள அனுமதி கொடு" என்று பேசிக் கொண்டே அவளிடம் மிகவும் நெருங்கிப் போனான்.

கீசகன் அளவு மீறிக் குடிவெறி ஏறியவனாக இருப்பதை உணர்ந்துகொண்ட திரௌபதி அச்சத்துடன் அவனை வலுவுடன் உதறித் தள்ளிவிட்டு வெளியே ஓடினாள். பெருமளவு மது அருந்தி யிருந்த கீசகன் அந்தத தள்ளலை எதிர்கொள்ள முடியாமல் கீழே விழுந்தான். உடனுக்குடன் எழுந்து திரௌபதியைப் பின் தொடர்ந்தான்.

அந்தப்புரத்தில் எவரும் தன்னைக் காப்பாற்ற மாட்டார் களென்பதைத் தெரிந்துகொண்ட திரௌபதி விராட மன்னனின் ஆஸ்தானத்திற்குள் நுழைந்தாள். அங்கே வலலன் உருவில் இருந்த பீமன் தன் மல்யுத்த சாமர்த்தியத்தை வெளிப்படுத்தினான். கங்கு பட்டுவாக மாறியிருந்த தர்மன் அங்கேதான் இருந்தான்.

மன்னனின் அரசவையிலேயே கீசகன் திரௌபதியின் கூந்தலைப் பற்றிப்பிடித்து இழுத்தாள். அவனிடமிருந்து தப்பித்துக்கொள்ளும் முயற்சியில் திரௌபதி கீழே விழுந்தாள்.

“நான் வரச் சொன்னால் அவ்வளவு அகங்காரமா? எப்படி வராமல் போகிறாய் என்ற நானும் பார்க்கிறேன்” என்று கீசகன் கோபத்துடன் திரௌபதியைக் காலால் எட்டி உதைத்தான். அவளைத் தூக்கிக்கொண்டு வெளியேறுவதற்கு முயன்றான்.

“இந்த ஆஸ்தானத்தில் மாமன்னருக்கு மதிப்பு கிடையாதா? ஒரு பெண்ணை அவமானப்படுத்தினால் காப்பாற்றுபவர்கள் யாரும் இல்லையா?” என்று திரௌபதி அழுது புலம்பினாள்.

விராட மன்னன் திரௌபதியின் பக்கம் இரக்கத்துடன் பார்த்தான். “கீசகா, இது ராஜசபை... குறைந்தது இங்கேயாவது என் மரியாதையைக் காப்பாற்று” என்று வேண்டினான்.

“சரி... இப்போதைக்கு இவளை விட்டுச் செல்கிறேன்... மாலினீ, புரிந்ததா... உன்னைக் காப்பாற்றுபவர்கள் இந்த சாம்ராஜ்யத்தில் எவரும் இல்லை என்பது புரிந்ததா? யாரோ கந்தர்வர்கள் இருக்கிறார் களென்று சொல்லி என்னை பயமுறுத்தப் பார்க்கிறாய். எங்கே அவர்கள்? மனதை மாற்றிக்கொண்டு சாயங்காலம் ஆயத்தமாக இரு. புறக்கணிக்க முயன்றால் பலாத்காரம் தவறாது” என்று சொல்லிவிட்டு ஆவேசத்துடன் காலடிகள் வைத்து அங்கிருந்து போனான்.

இந்தக் காட்சியைப் பார்த்த பீமனின் உடம்பில் ரத்தம் கொதித்தது. கீசகனை அந்தக் கணமே கொன்று தீர்க்க வேண்டு மென்று முடிவுசெய்துகொண்டு அடக்க முடியாத கோபத்துடன் ஆஸ்தான மண்டபத்தின் சுற்றுப்புறத்தில் இருந்த ஒரு மரத்தை வேரோடு பிடுங்குவதற்கு முயன்றான்.

நடந்த நிகழ்ச்சிக்கு தர்மன்கூட திகைத்து அதிர்ந்தான். அவனில்கூடக் கோபம் பீறிட்டது. ஆனால் அஞ்ஞாதவாச காலம் முடிவடையும் தறுவாயில் இருந்ததால் தங்கள் இருப்புநிலைவெளியில் தெரிவது நல்லதல்ல என்று நினைத்தான். பீமனையும் சமாதானப் படுத்தினான். “சமையல்காரா! சமையலறை விறகுக்காகக் காட்டில் மரங்கள் எத்தனையோ இருக்க, நாடி வருபவர்களுக்கு நிழல் தரும்

தோட்டங்களில் இருக்கும் பழமரத்தைத் தரைசாய்ப்பது சரியல்ல" என்று சமாதானப்படுத்தினான். சமையல்காரனான பீமன் அந்தப் பேச்சிலிருந்த அர்த்தத்தை கிரகித்து வேறு வழியின்றி திரௌபதி இருந்த பக்கம் பார்த்துக்கொண்டு உட்கார்ந்துவிட்டான்.

கீசகன் தனக்குச் செய்த அவமானத்தைத் தனது கணவன்மார்கள் மௌனமாகப் பார்த்துக்கொண்டிருந்ததை திரௌபதியால் பொறுத்துக்கொள்ள முடியவில்லை. "மகாராஜா, உங்கள் ராஜ்யத்தில் பெண்களின் கதி இவ்வளவுதானா? நிரம்பியிருக்கும் சபையில் பெண்ணை அவமானப்படுத்தினாலும் காப்பாற்றுபவர்கள் யாரு மில்லை. என் கணவர்களான கந்தர்வர்கள் என்னை எப்போதும் காப்பாற்றுவதாக வாக்கு கொடுத்திருக்கிறார்கள். ஆனால் உங்கள் ராஜ்யத்திற்குள் வந்ததுமே அவர்கள் வீரம் இழந்து விட்டார்கள் போலிருக்கிறது. சூதாடிகள் விடாப்பழக்கத்திற்கு ஆட்பட்டு விட்டார்கள். கையாலாகாத கணவன்மார்களைக் கொண்ட பெண்ணுக்கு அடுத்தடுத்து அவமானம் நேர்வது நிற்காதா? மனைவிமார்களைக் காப்பாற்ற இயலாத கணவன்மார்கள் குறைந்தது தற்கொலை செய்துகொள்ளவாவது தங்கள் மனைவிமார்களை அனுமதிக்க வேண்டும்" என்று சீறினாள்.

அந்த வார்த்தைகள் தன்னைக் குறித்தே சொல்லப்பட்டதாக தர்மன் புரிந்து கொண்டான்.

"மாலினீ... நிறைந்த சபையில் ஓர் உத்தமக் குலப்பெண் தன் கணவன்மார்களை இகழ்வது சரியல்ல. ராஜசபையில் இப்படிப்பட்ட விஷயங்களை விவாதிக்க முடியாது. உன் கணவன்மார்கள் கந்தர்வர்கள் என்பதாகச் சொல்கிறாய். அவர்கள் இதையெல்லாம் பார்த்துக்கொண்டுதான் இருப்பார்கள். பழிதீர்ப்பதற்கு இது உரிய சமயமல்ல என்று அமைதியாக இருக்கலாம். அவர்களால்தான் உன்னைக் காப்பாற்ற முடியும். இங்கிருந்து நீ இப்போது போய் விடுவதே நல்லது. வலலா... போ, சமையலுக்கு வேண்டிய ஏற்பாடு களைச் செய்" என்று தர்மன் அறிவுறுத்தினான்.

திரௌபதி கோபத்துடன் அங்கிருந்து வெளியேறினாள். ஆனால் தர்மனின் பேச்சிலிருந்த சைகை அவளுக்கு முறைப்படி புரிந்தது. அன்றைய மதியம் திரௌபதி சமையல்கூடத்திற்குப் போனாள்.

சமையலை முடித்து மூக்குமுட்டச் சாப்பிட்டுவிட்டு பீமன் ஆழ்ந்த தூக்கத்தில் இருந்தான். அவனுடைய உள்மூச்சும் வெளி மூச்சுமாக அந்த சமையல்கூடம் அதிர்ந்துகொண்டிருந்தது.

திரௌபதிக்குக் கோபம் முட்டிக்கொண்டு வந்தது. தனக்கு நேர்ந்த அவமானத்தைப் பார்த்தும்கூடக் கவலையில்லாமல் தூங்கிக்கொண்டிருக்கும் பீமனை அவள் வலுவாகத் தட்டி எழுப்பினாள். பீமன் தூக்கத்திலிருந்து எழுந்து அவளைப் பார்த்து ஆச்சரியப்பட்டான்.

"பீமசேனரே, உங்களுக்கு எப்படித் தூக்கம் பிடிக்கிறது? நிறைந்த சபையில் அந்தக் கீசகன் என்னை எட்டி உதைத்ததைப் பார்த்த பின்னரும்கூட நீங்கள் கவலையில்லாமல் தூங்குகிறீர்கள். அவனைக் கொல்லாமல் விட்டுவிடலாம் என்று நினைக்கிறீர்களா?" என்று கேட்டாள்.

மரத்தைச் சுற்றிப் படரும் மலர்க்கொடி போல, ஆண் சிங்கத்தைப் பெண்சிங்கம் ஒட்டிக்கொள்வதுபோல, ஆண் யானை யைப் பெண் யானை உராய்வது போல திரௌபதி பீமனைக் கட்டிக் கொண்டு துக்கமுற்றாள்.

"மனைவியைக் காப்பாற்ற முடியாத உங்கள் ஆண்மை ஓர் ஆண்மைதானா? கீசகனிடம் என்னை ஒப்படைத்துவிட்டு நீங்கள் அஞ்ஞாதவாசம் முடித்துக்கொள்ளலாமென்று நினைக்கிறீர்களா? பகாசுரனை, இடும்பனை, கிம்மீரனை, ஜராசந்தனை வதைத்த உங்கள் வலிமை தளர்ந்துவிட்டதா? வில்வித்தையில் கரைகண்டவரான அர்ஜுனர் உங்கள் எல்லாரையும் பிருஹன்னளையாக மாற்றி விட்டாரா?" என்று அடுக்கடுக்காகக் கேட்டாள்.

திரௌபதியின் கேள்வித் தொடருக்கு பீமன் சிரித்தான்.

"திரௌபதி, உன்னைக் கீசகனின் பிடியிலிருந்து காப்பாற்று வதற்கு அண்ணன் அனுமதி கொடுத்திருக்கிறார். அந்தத் திட்டம் என்னவென்று முடிவு செய்த பின்புதான் நான் கவலையில்லாமல் தூங்கிக்கொண்டிருக்கிறேன். உனக்கு நேர்ந்த அவமானத்திற்கு நாங்கள் எல்லாரும் வெந்துகொண்டிருக்கிறோம். கொஞ்சம் தாமத மாகும். அவ்வளவுதான். சீதாதேவி, லோபாமுத்திரை போன்ற பெண்கள் காடுகளுக்குப் போக நேர்ந்தாலும் பின்னர் சுகப்பட

வில்லையா நமக்கும் அஞ்ஞாதவாசம் முடியும் தறுவாயிலிருக்கிறது. கீசக வதத்துடன் நாம் கௌரவர்கள் மீது போர் முழக்கம் செய்ய இருக்கிறோம். அந்தக் கெடுமதியாளன் கீசகனை நாளை இரவு நடனசாலைக்கு வருமாறு செய். பகல் பொழுதெல்லாம் நடனங்களால் சந்தடியாக இருக்கும் நடனசாலை இரவு நேரத்தில் அமைதியாக இருக்கும். அந்த நடனசாலைதான் அவனுக்கான கொலைக்கூடம்."

திரௌபதியின் மனம் கூத்தாடியது. "உங்களுடைய மேன்மை எனக்குத் தெரியாததல்ல. மாமன்னராகத் திகழ வேண்டிய தர்மர் இன்றைக்கு வேறொரு மன்னனின் ஆஸ்தானத்தில் அநாமதேயமாக விழுந்து கிடக்கிறார். வலிமை பொருந்திய நீங்கள் சமையல் செய்து கொண்டு பிழைப்பு நடத்துகிறீர்கள். இந்திரனின் சிம்மாசனத்தைக் கைப்பற்றி வீற்றிருந்த அர்ஜுனர் பெண்களுடன் நடனங்கள் ஆடிக்கொண்டும் பாடிக்கொண்டும் நினைத்துப் பார்க்க முடியாத வாழ்க்கை நடத்திக்கொண்டிருக்கிறார். நகுலசகாதேவர்கள் குதிரை லாயத்திலும், மாட்டுத் தொழுவத்திலும் கால்நடைகளுடன் காலம் கழிக்கிறார்கள். சிறுவனான சகாதேவரைப் பாதுகாப்பாகப் பார்த்துக் கொள்ளும்படி காட்டுக்குப் புறப்படும் முன் குந்திதேவி வெளிப்படையாக வாய்திறந்தே சொல்லி விட்டார்கள். ஆனால் இந்தச் சூழ்நிலையில் சகாதேவரை நான் எந்த விதமாகப் பராமரிப்பாகப் பார்த்துக்கொள்ள முடியும்?"

"திரௌபதி, நம்மை நாமே இரக்கப்பட்டுக்கொள்ளக் கூடாது. நம்மை இந்த நிலைமைக்குக் கொண்டு வந்த எதிரியை வதைப்பதற்கு நாம் அமைத்துக்கொள்ள வேண்டிய சூழ்நிலைதான் முக்கியம். நீ போய் கீசகனை வரவழைக்கும் வழியைப் பார்" என்றான் பீமன்.

திரௌபதி தெளிவு பெற்ற மனதுடன் திரும்பிச் சென்றாள்.

திரௌபதியைப் பார்த்து சுதேஷ்ணா தனக்கு எதுவும் தெரியாதது மாதிரி கேட்டாள்.

"மாலினி, உனக்கு நேர்ந்த அவமானத்தைக் கேள்விப்பட்டு என் மனம் வேதனைப்பட்டது. என் அண்ணனை தண்டிக்கும்படி நான் மன்னரிடம் சொல்கிறேன்."

"மகாராணி, நீங்கள் அந்த விஷயத்தை மறந்துவிடுங்கள். உங்கள் அண்ணன் விவகாரத்தை கந்தர்வர்களான என் கணவன்மார்கள் பார்த்துக்கொள்வார்கள்" என்று திரௌபதி சொன்னாள். அவளுடைய குரலில் தளும்பிய தன்னம்பிக்கையைப் பார்த்து சுதேஷ்ணா பயப்பட்டாள்.

அன்றைக்கு சாயங்காலம் நந்தவனத்தில் மலர்ச் செடிகளுக் கிடையே உலவிக் கொண்டிருந்த சைரந்திரியிடம் கீசகன் மறுபடியும் வந்தான்.

"மாலினீ, போதை தலைக்கேறி உன்னை சபை நடுவே அவமானப்படுத்திவிட்டேன். என்னை மன்னித்துவிடு. நீ என்னைப் புறக்கணிப்பாய் என்று நினைக்கவில்லை. அதனால் என் அகங்காரம் அடி வாங்கியது. பெண்களிடம் நளினமாக நடந்துகொள்ள வேண்டுமென்று எனக்குத் தெரியும். உன் அழகில் மெய்ம் மறந்து போன எனக்கு இரவு எது, பகல் என்றுகூடத் தெரிய வில்லை. உன்னை அடையப்பெறாத என் வாழ்க்கை வீண். உன்னை எல்லா வகையான சுகங்களோடும் மகிழச் செய்கிறேன். தயவுசெய்து என்னிடம் கருணை காட்டு" என்று வேண்டிக் கொண்டான்.

திரௌபதி புன்சிரிப்பு சிரித்தாள்.

"கீசகரே... உங்கள் நிலைமையைப் பார்த்து எனக்கு இரக்கம் ஏற்படுகிறது. உங்களைப் போன்ற வீராதிவீரர் என் எதிரில் இப்படி வேண்டிக்கொண்டு நிற்பது சரியல்ல. நீங்கள் என் அழகைப் பாராட்டும்போது என் மனது பொங்கிப் பூரிக்கிறது... ஆனால் நான் திருமணமானவள். நான் எதைச் செய்தாலும் என் கணவன்மார்கள் பார்த்துவிடுவார்கள் என்ற பயம்... நான் உங்களுடன் வந்தால் வேசி என்று உலகம் நினைக்காமல் இருக்காது. உங்களைப் போன்ற அழகு விரும்பிகள் பொறுமையுடன் நடந்துகொள்ளவேண்டும். உங்கள் மூலமாக ஏதாவது இடையூறு வருமா என்ற விஷயத்தை நீங்கள் காதலிக்கும் நபர் ஆலோசிக்க வேண்டியிருக்கிறது. நான் உங்களிடம் வந்தாலும் அது யாருக்கும் தெரியக் கூடாது."

கீசகன் வியப்பில் ஆழ்ந்தான். தான் கேட்டுக்கொண்டிருப்பது உண்மைதானா, அல்லது இது கனவா என்று தீர்மானிக்க முடியாதவன் ஆனான்.

"மாலினீ... தவறு என்னுடையதுதான். உன்னைப் பத்துப்பேருக்கு முன்னால் அவமானப்படுத்தாமல் தனிமையில் உன்னைக் கேட்டிருந்தால் நீ சம்மதித்திருப்பாய். உன்னுடைய பிரச்சினைகள் என்னவென்று புரிந்துகொள்ளாமல் போய்விட்டேன். என்னை மன்னித்து விடு. என் மீது நீ கருணை காட்டாவிட்டால் நான் பைத்தியக்காரனாகி இறந்துவிடுவேன் என்று தோன்றுகிறது. சொல், இந்த அடிமை மீது எப்போது கருணை காட்டுவாய்?... நீ சொல்லும் இடத்திற்கு நான் வருகிறேன்... இல்லையென்றால் அப்படிப்பட்ட ஒரு தனியிடத்தை நான் ஏற்பாடு செய்கிறேன்" என்றான்.

"கீசகரே, நாளை சாயங்காலம் நாம் நடனசாலையில் சந்திக் கிறோம். அங்கே இரவுப்பொழுதில் யாரும் இருக்க மாட்டார்கள். அது எங்கள் அந்தப்புரத்திற்கு அருகிலேயே இருப்பதனால் நான் வருவதற்கும் எளிதாக இருக்கும். நீங்கள் தனியாளாக அங்கே வாருங்கள்."

எந்த விதமான சிந்தனையோ, தயக்கமோ இல்லாமல் கீசகன் அதற்கு ஒப்புக் கொண்டான். அடுத்த ஒரு நாள் பொழுதுக்குள் இந்த அழகுப்பெட்டகத்தை அவளுடைய விருப்படிப்படி அனுபவிக்கப் போகிறேனென்ற சிந்தனையில் அவன் வேறு எதையும் நினைத்துப் பார்க்கவில்லை.

"தனியாக..." என்று காதல் கனிவுடன் சிரித்தபடி திரௌபதி அவன் மீது ஒரு மலரை வீசி எறிந்தாள். பின்னால் திரும்பி ஓரக்கண்ணால் பார்த்துக்கொண்டே அங்கிருந்து வெளியேறிப் போனாள்.

அப்படிப் பூவை வீசியதை திரௌபதி தன் மீதான பற்றுதல் உணர்வை வெளிப்படுத்தியதாகக் கீசகன் புரிந்துகொண்டான். உடம்பெல்லாம் பரவிய எக்களிப்பினால் அந்தப் பூவை முகர்ந்து கொண்டு, உதடுகளில் தடவிக்கொண்டு மேகங்களினூடே தவழ்வது போன்ற உணர்வுடன் அங்கிருந்து வெளியேறினான்.

தங்களுக்கிடையே நடந்த உரையாடலை திரௌபதி அதன் பிறகு பீமனுக்கு விவரித்தாள். கீசகனின் நடவடிக்கை குறித்து அவர்கள் இருவரும் சிரித்துக்கொண்டார்கள். நடனசாலைக்கு முன்னதாகவே வந்து தன்னைப் பெண்ணாக அலங்கரிக்கும்படி

பீமன் திரௌபதியை வேண்டிக்கொண்டான்.

மறுநாள் திரௌபதியும் பீமனும் நடனசாலைக்கு சாயங்காலமே போய்ச் சேர்ந்தார்கள். பீமனை நன்றாகவே அலங்கரித்தாள் திரௌபதி.

"நன்றாகவே இருக்கிறீர்கள்" என்று சிரித்துக்கொண்டே அவனுக்கு முத்தங்கள் கொடுத்தாள்.

"நீ இப்படியெல்லாம் செய்தால் கீசகன் வரும்போது அவனுடன் போராடுவதைத் தவிர்த்துவிட்டு மன்மத லீலையில் ஆழ்ந்துவிடுவேன்" என்று அவளிடம் சொன்னான். திரௌபதி நாணினாள்.

திரௌபதியை ஒரு தூண் மறைவில் ஒளிந்துகொள்ளும்படிச் சொல்லிவிட்டு பீமன் பெண் வேடத்தில் முக்காடிட்டுக்கொண்டு நடனசாலையில் ஒரு படுக்கை மீது உட்கார்ந்தான். திரௌபதி நடனசாலை விளக்குகளையெல்லாம் அணைத்துவிட்டாள்.

இருள் கவிந்ததும் கீசகன் நடனசாலைக்குள் நுழைந்தான். "மாலினீ" என்று குரல் கொடுத்துக்கொண்டே அவளைத் தேடத் தொடங்கினான். அங்கே ஒரு படுக்கை மீது பெண்ணுருவம் தென்பட்டது.

"மாலினீ... எவ்வளவு அருமையான இடம் தேர்ந்தெடுத்திருக்கிறாய்... இனி தினமும் நடனசாலை நமது காதல் களியாட்டத்துக்கான கூடம் ஆகிவிடும். ஒரு விளக்காவது ஏற்றி வைக்கக் கூடாதா? உன் அபூர்வ அழகைப் பார்த்துக்கொள்வேன் அல்லவா!" என்று கீசகன் பீமன் மீது கை போட்டு அருகில் வரச்செய்ய இழுத்தான்.

"அபூர்வ அழகா... பாருங்கள்" என்று பீமன் தனது முரடான மார்பால் கீசகனின் மார்போடு மோதினான். முரட்டுக் கைகளால் அவனை இறுகத் தழுவித் திணறச் செய்தான்.

கீசகன் திகைத்துப்போனான். மாலினியைக் காப்பாற்றுவதற்கு கந்தர்வன் வந்திருப்பதாக நினைத்துக்கொண்டான்.

"ஓகோ கந்தர்வனா... உன் மனைவியுடன் நான் சுகிப்பதைப் பார்ப்பதற்காக வந்திருக்கிறாயா... பார், உன்னை எமலோகத்திற்கு அனுப்பிவிட்டு நான் மன்மதபுரிக்குச் செல்கிறேன்" என்று பீமனின்

பிடியிலிருந்து திமிறி அவனைத் தரையில் வீழ்த்தினான்.

கீசகனின் வலிமை சாமானியமானது அல்ல என்பதைப் புரிந்துகொண்ட பீமன் கிளர்ந்தெழுந்த பௌருஷத்துடன் தனது வலிமையையெல்லாம் ஒன்றுதிரட்டி இரண்டு கைகளையும் இறுக்கி இணைத்து கதாயுதமாக மாற்றி அவனுக்கு பலத்த அடி கொடுத்தான். கந்தர்வனின் வலிமையும் அதிகம்தான் என்பதைக் கீசகன் புரிந்து கொண்டான். அவர்கள் இருவருக்கும் இடையே பயங்கரமான சண்டை நடந்தது. தங்களிடையே சண்டை நடக்கும் விஷயம் வெளியே தெரியாமல் இருப்பதற்கு இருவருமே எச்சரிக்கையுடன் இருந்தார்கள். தனக்குச் சமமாக ஒரு கந்தர்வன் யுத்தம் செய்கிறானென்று தெரிந்தால் மரியாதை போய்விடுமென்று கீசகனும், அஞ்ஞாதவாச ரகசியம் அம்பலமாகிவிடுமென்று பீமனும் சத்தம் வெளியே கேட்காதபடி ஒருவரையொருவர் கைமுட்டிகளால் குத்திக்கொண்டார்கள். பீமன் முனைப்பு காட்டியதன் விளைவாக கீசகனின் வலிமை குறையத் தொடங்கியது. நீண்ட காலம் கைகளுக்கு வேலை கொடுக்காதிருந்த பீமன் கைகளை இரும்புத் தூண்களாக மாற்றிக் கீசகனின் ஒவ்வோர் உறுப்பையும் சின்னா பின்னப்படுத்தினான். கடைசியில் அவனுடைய கைகளை அவனுடைய கால்களுடன் கட்டி, தலையைக் கால்களுக்கிடையே செருகி அந்த முழு உடலையும் தரையில் அடித்துச் சிதைத்து ஒரு மாமிச உருண்டையாக மாற்றிக் கொன்றான்.

கீசக வதம் முடிந்த பிறகு பீமன் ஒரு விளக்கை ஏற்றி, திரௌபதியை அழைத்து அவனுடைய பிணத்தைக் காண்பித்தான். "திரௌபதி, இந்த விஷயத்தை நான் இங்கிருந்து போன பிறகு வெளியே தெரியப்படுத்து" என்று சொல்லிவிட்டுச் சமையலறைக்குப் போய்விட்டான். அங்கே சுகமாகப் படுத்துத் தூங்கினான்.

திரௌபதி நடனசாலையிலிருந்து வெளியே வந்து கொண்டே பணியாட்களைக் கூப்பிட்டாள்.

"பார்த்தீர்களா... என்னை அவமானப்படுத்திய கீசகனை என் கணவன்மார்கள் எப்படிக் கொன்று விட்டார்கள், பார்த்தீர்களா..."

பார்த்துக்கொண்டிருக்கும்போதே கீசகனின் பிணத்தைச் சுற்றிலும் அந்தப்புர ஆட்கள் சூழ்ந்துவிட்டார்கள். அவனை

அவ்வளவு பயங்கரமாக வதைத்த கந்தர்வனுடைய பராக்கிரமத்தைப் பற்றித் தங்களுக்குத் தாங்களே ஊகித்துக்கொண்டார்கள். திரௌபதியைப் பார்த்த எவரும் அவளருகில் வருவதற்கு பயந்தார்கள். அவளுடைய சௌந்தர்ய அக்னியில் தாங்களும் யாக விறகாகிவிடுவோமென்று பயந்தார்கள்.

கீசகன் வதைக்கப்பட்ட செய்தி காட்டுத் தீபோல் பரவியதைத் தொடர்ந்து அவனுடைய நூறு சகோதரர்கள் நடனசாலைக்கு வந்தார்கள். மாமிச உருண்டையாக இருந்த சகோதரனைப் பார்த்தும் அவர்களுக்கு துக்கம் பீறிட்டுக்கொண்டு வந்தது. இதற்குக் காரணமான திரௌபதி மீது எரிந்து விழுந்தார்கள். "வாருங்கள்... அந்த வேலைக்காரிக்குப் பாடம் கற்பிப்போம்" என்று அவர்கள் திரௌபதி மீது தாக்குதல் நடத்தி அவளைக் கட்டிப் போட்டார்கள். கீசகனின் பிணத்துடன் அவளையும் மயானத்திற்கு ஊர்வலமாகத் தூக்கிச் சென்றார்கள்.

"எங்கள் சகோதரனுடன் சேர்த்து அவளை உயிரோடு தகனம் செய்கிறோம். யார் குறுக்கே வருகிறார்களென்று பார்ப்போம்" என்று அவர்கள் இரைந்தார்கள்.

நகர வீதிகள் வழியே தன்னை ஊர்வலமாகத் தூக்கிச் சென்ற போது திரௌபதி கண்ணீரும் கம்பலையுமாகப் புலம்பி அழுதாள். அவளுடைய புலம்பல்கள் நகர வீதிகளில் எதிரொலித்தன.

திரௌபதியைக் கட்டித் தூக்கிச் சென்றுகொண்டிருந்த விவரம் சமையல்கூடத்திலிருந்த பீமனுக்குத் தெரிந்தது. அவன் முன்னதாகவே மயானத்தைச் சென்றடைந்திருந்தான். மயானத்திற்கு வந்த கீசகனின் சகோதரர்களைத் தாக்கினான். அவன் ஒவ்வொரு மரமாகப் பிடுங்கி அவர்கள் மீது வீசினான். மரக்கிளைகளிடையே சிக்குண்ட அவர்களை கதாயுதத்தால் தாக்கி எமலோகத்திற்கு அனுப்பினான். தப்பித்து ஓடிப்போய்கொண்டிருந்தவர்களைப் பின்தொடர்ந்து ஓடி ஒருவனைக்கூட விட்டுவிடாமல் கொன்றழித்தான். திரௌபதியைக் கட்டவிழ்த்துவிட்டு அந்தப்புரத்திற்கு அனுப்பிவைத்தான்.

விராடபுரத்தில் களேபரம் வெடித்துக் கிளம்பியது. ஓர் இரவுக்குள்ளேயே கந்தர்வர்கள் கீசகனையும், அவனுடைய நூறு சகோதரர்களையும் கொன்றுவிட்டார்களென்ற செய்தியால் நகர

வாசிகள், விராட மகாராஜா, சுதேஷ்ணாதேவி ஆகிய அனைவரும் அதிர்ந்து திகைத்தார்கள். நகர் முழுவதும் மயானமாக மாறியது. கீசகனின் மனைவி, கீசகனின் சகோதரர்களின் மனைவிமார்கள் ஆகியோரின் அழுகையினால் விராடபுரம் அதிர்ந்து கலங்கியது.

சுதேஷ்ணாதேவிக்குக்கூட திரௌபதியைப் பார்த்தால் பயம் உண்டாயிற்று. தனது அந்தப்புரத்தில் திரௌபதி ஒரு மரண தேவதையாக நடமாடிக்கொண்டிருப்பதாக அவளுக்குத் தோன்றியது.

திரௌபதியை அழைத்தாள்... கைகளைக் குவித்தாள்.

"மாலினீ... உன்னைப் பார்த்தால் பயமாக இருக்கிறது. உன்னுடைய அழகினால் உனக்கு ஆபத்து வருமோ என்னவோ என்று நான் முன்பே பயப்பட்டேன். ஆனால் எங்களுக்கே ஆபத்து வருமென்று அப்போது ஊகிக்கவில்லை. எங்கள் நகரத்திற்குப் பாதுகாப்பாக இருந்த என் சகோதரர்கள் எல்லாரும் ஒரே இரவில் கொல்லப்பட்டு விட்டார்கள். நகரத்தில் மரணதேவதை தாண்டவ நடனம் ஆடுவது போலிருக்கிறது. தயவு செய்து நீ இங்கிருந்து போய்விடு... உன்னால் இன்னும் என்னென்ன பயங்கரங்கள் நிகழுமோ என்று பயமாக இருக்கிறது."

திரௌபதி சிரித்தாள்.

"மகாராணி... உங்கள் சகோதரர்களின் வதைக்கு நான் காரணம் அல்ல... அவர்களேதான் காரணம். நான் எவ்வளவு எச்சரித்தும் அவர்கள் கேட்கவில்லை. என் மூலமாக அத்தகையவர்களின் கொடுமை விலகியது என்று நீங்கள் மகிழ்ச்சியடைய வேண்டுமே அல்லாது வேதனைப்படுவது எதற்காக? எனக்குப் பாதுகாப்பு அளித்த என் கணவர்களான கந்தர்வர்கள் இந்த நாட்டைக் காப்பாற்ற மாட்டார்களா? எனக்கு இன்னும் பதின்மூன்று நாட்கள் இங்கே இருப்பதற்கு அனுமதி கொடுங்கள். அதன் பிறகு என் கணவன்மார்கள் உங்கள் எதிரில் வந்து நிற்பார்கள். நாங்கள் இங்கிருந்து போய்விடுகிறோம். நாங்கள் இங்கில்லாவிட்டாலும் உங்கள் ராஜ்யத்திற்கு எப்படிப்பட்ட இடையூறும் நேராது" என்றாள்.

சுதேஷ்ணா அந்த வார்த்தைகளைக் கேட்டுக் குதித்தாடினாள். அந்த விவரத்தை விராட மன்னரிடமும் சொல்லி அவரை அமைதிப்

படுத்தினாள்.

விராட நகரத்தில் கீசகனின் வதை நிகழ்ந்ததென்ற விஷயம் தெரிய வந்ததால் அங்கே பாண்டவர்கள் இருக்கிறார்களோ என்னவோ என்று கௌரவர்கள் சந்தேகப்பட்டார்கள். பாண்டவர்கள் அங்கே இல்லாது போனாலும், கீசகனின் மரணத்திற்குப் பிறகு பலவீனப் பட்டுவிட்ட விராட நகரத்தைக் கைப்பற்றுவதற்கு இதுதான் சரியான நேரமென்று அவர்கள் நினைத்தார்கள். நகரத்தின் எல்லாப் பக்கமும் அவர்கள் முற்றுகையிட்டார்கள்.

ஆனால் அப்படி விராடபுரத்திற்கு வந்து சேர்ந்தபோது பாண்டவர்களின் அஞ்ஞாதவாச காலம் முடிவடைந்துவிட்டது. விராட மன்னனுடன் சேர்ந்து தர்மன், பீமன், நகுலன், சகாதேவன் ஆகியோர் ஒரு பக்கத்து எதிரிகளை எதிர்கொள்ளச் சென்றார்கள். மற்றொரு பக்கம் தாக்குதல் நடந்தபோது நகரத்தில் விராடபுர இளவரசன் உத்தரன் மட்டுமே இருந்தான். தேர்ப்பாகன்கூட இல்லாது போனதால் அவன் பிருஹன்னளையைத் தேரோட்டியாக அமர்த்திக்கொண்டு சென்றான். பிருஹன்னளையாக இருந்தது அர்ஜுனன்தான் என்பது உத்தரனுக்கு நடுவழியில்தான் தெரிந்தது. பாண்டவர்களின் உதவியுடன் விராட மன்னன் கௌரவ சேனையை வென்றான். தங்கள் வலிமையை நிரூபித்துக்கொள்வதற்கும், தெய்விக ஆயுதங்களைப் பரீட்சித்துக்கொள்வதற்கும் பாண்டவர்களுக்கு இந்த யுத்தம் பயன்பட்டது.

தங்களிடம் பணியாற்றியது பாண்டவர்கள் என்று, சைரந்திரியே திரௌபதி என்று தெரிந்த பிறகு விராட மன்னனும் சுதேஷ்ணாவும் ஆனந்தம் பொங்கியவர்களானார்கள். பாண்டவர்களில் நடுவுள்ள வனான அர்ஜுனனின் மகன் அபிமன்யுவைத் தனது மருமகனாக ஆக்கிக்கொள்ளும் எண்ணத்தை மன்னன் வெளிப்படுத்தினான்.

இளவரசி உத்தரையின் மனதை அபிமன்யுவின் பக்கம் திருப்புவதற்கு சைரந்திரி என்ற நிலையில் திரௌபதி எடுத்துக் கொண்ட முயற்சி பலித்தது. பாண்டவர்களுக்கு மற்றொரு வலுவான துணையாக விராட மன்னன் அரவணைப்பு தந்தான்.

உத்தரை-அபிமன்யு திருமணம் பாண்டவர்களின் பலத்தை உறுதிப் படுத்தும் தளமாக அமைந்தது. விராடனின் அழைப்புக்கு துருபதன்,

திருஷ்டத்யும்னன் ஆகியோருடன் மன்னர்கள் பலர் வந்திருந்தனர். ஸ்ரீகிருஷ்ணனும் பலராமனும் தங்கள் மனைவிமார்களுடன், திரௌபதியின் பிள்ளைகளையும் உடனழைத்துக் கொண்டு வந்தார்கள்.

திருமணத்தை அடுத்து அமைந்த சூழல் அவலமானதொரு யுத்தத்திற்கு முன்னோட்டமான சர்ச்சைகள் தோன்றுவதற்கான மேடையாக அமைந்தது. ஏற்கெனவே வாக்களித்தபடி, இந்திரப்பிரஸ்தம் பாண்டவர்களுக்குத் திரும்பக் கொடுக்கப்பட வில்லையானால் யுத்தத்திற்கு ஆயத்தமாவதைத் தவிர்க்க முடியா தென்பது விவாதத்தில் தெளிவாயிற்று. யுத்தத்தை தவிர்க்க அமைதிக்காக வேண்டுகோள்களை ஏற்றுக்கொண்டு விட்டால் ரத்த ஆறு பாயாமல் தடுத்துவிடலாமென்று பலர் சுட்டிக் காட்டினார்கள்.

துருபதன் முன்னதாகத் தனது புரோகிதரைக் கௌரவர்களிடம் அனுப்பி வைத்தான். பாண்டவர்களுக்கு இந்திரப்பிரஸ்தத்தைக் கொடுப்பதாக இல்லையென்று அவர்கள் சொன்னார்கள். மேலும் திருதராஷ்டிரரின் அமைச்சனான சஞ்சயன் வந்து பாண்டவர்கள் இந்திரப்பிரஸ்தத்தைக் கேட்க வேண்டாமென்றும், இத்தனை நாட்களும் ஏதோ ஒரு வகையில் பிழைத்திருந்தார்கள் அல்லவா, அதே மாதிரி அமைதியாக எங்கேயோ ஓர் இடத்தில் வாழ்ந்து கொள்ளட்டுமென்று பாண்டவர்களுக்கு அறிவுரை கூறச் செய்தான்.

இந்த நிகழ்வுகளின் தொடர்ச்சியாக, கடைசி முயற்சியாக, தானே சமாதானப் பேச்சுக்குச் செல்வதற்குக் கிருஷ்ணன் திட்ட மிட்டான்.

45

ஸ்ரீகிருஷ்ணன் தூது

நினைத்தபடி வனவாசமும் அஞ்ஞாதவாசமும் முடிந்த பிறகும்கூடக் கௌரவர்கள் தங்கள் ராஜ்யத்தைத் தங்களுக்குத் திருப்பித் தராத நிலையில் பாண்டவர்கள் சமாதானம் குறித்து யோசித்துக் கொண்டிருந்தது திரௌபதிக்குக் கோபத்தை ஏற்படுத் தியது.

அஸ்தினாபுரத்திற்குப் போகும் முன்பு பாண்டவர்களையும் திரௌபதியையும் ஸ்ரீகிருஷ்ணன் சந்தித்தான்.

"கிருஷ்ணா, நீ தூதுவனாகத்தான் போகிறாய் என்பதை மறந்து விடாதே. கௌரவர்களைக் கிளறிவிடுவதைப் போல எதுவும் பேசி விடாதே. இணக்கமாக அவர்களுக்கு அறிவுரை கூறு. யுத்தம் குறித்து எதுவும் பேச்சு எடுக்காதே. என்னதான் ஆனாலும் அவர்கள் எங்கள் சகோதரர்கள். எங்கள் ராஜ்யத்தை எங்களுக்குக் கொடுத்து விட்டால் அவர்களுடன் யுத்தம் என்பது எதற்காக?" என்றான் தர்மன்.

பீமன் கூட ஆச்சரியகரமாக தர்மனைச் சார்ந்து பேசினான்.

"கிருஷ்ணா, யுத்தம் வந்தால் ரத்தப்பெருக்கு ஏற்படும். ஆயிரக்கணக்கில் மரணம் நேரும். அது இப்போது தேவையா? நீ யுத்தம் குறித்துப் பேசி அவர்களை பயமுறுத்த வேண்டாம். முக்கியமாக துரியோதனனுடன் பதவிசாகப் பேசு. அர்ஜுனனின் அபிப்பிராயமும் இதுதான்."

கிருஷ்ணன் சூழ்நிலையின் போக்கை உணர்ந்தான்.

"பீமசேனா, நீதானா இப்படிப் பேசுவது? துரியோதனனின் தொடைகளை முறிக்கிறேனென்று, துச்சாதனனின் மார்பைக் கிழித்து ரத்தம் குடிப்பேனென்று நீ கௌரவர் சபையில் செய்த

சபதங்களெல்லாம் வெறும் தற்பெருமைதானா? உங்கள் மனைவியை உங்கள் கண்ணெதிரிலேயே நிர்வாணப்படுத்த முயன்ற விஷயம் மறந்துவிட்டாயா? உனக்குள் இவ்வளவு கோழை ரத்தம் ஓடுகிறதென்று நான் நினைத்துப் பார்க்கவில்லை. யுத்தம் நெருங்குகிறது என்றதும் உன் நெஞ்சு திடுக்கிடுகிறதா?"

கிருஷ்ணனின் பேச்சை சகாதேவன் எதிர்கொண்டு சமாளித்தான்.

"கிருஷ்ணா, நீ தூது செல்வதாக நினைக்க வேண்டாம். ஒரு வேளை அவர்களாகத் தூது பற்றிப் பேச்செடுத்தாலும் நாம் யுத்தம் செய்தே ஆகவேண்டும். திரௌபதிக்கு அவர்கள் விளைவித்த அவமானம் என்னை எரித்துப் பொசுக்குகிறது."

இந்த விவாதத்தை அதுவரை கேட்டுக்கொண்டிருந்த திரௌபதி அதற்கு மேல் தாமதிக்க முடியாமல் கிருஷ்ணனின் எதிரில் வந்தாள்.

"கிருஷ்ணா, இவர்கள் கடைசி வரைக்கும் வந்து ஆயுத நிராகரிப்பு செய்வார்களென்று எனக்குத் தெரியும். இவர்களுக்கு ஆண்மை கிடையாது. இருந்திருந்தால் அன்றைக்கே எனக்கு நேர்ந்த அவமானத்திற்குப் பழிக்குப்பழி தீர்த்துக்கொண்டிருப்பார்கள். துரியோதனனையும் துச்சாதனனையும் இவர்கள் மன்னித்தார் காளானால், அர்ஜுனர் வில்லேந்துவது எதற்காக? பீமசேனரிடம் கதாயுதம் எதற்காக? அந்த ஆயுதங்களை உதறிவிட்டு விராட மன்னரின் பராமரிப்பிலேயே முன்னிருந்த மாதிரியே இருந்துவிடலாம் அல்லவா? கிருஷ்ணா, இவர்கள் மறந்துவிட்டிருந்தாலும், உன் வாயிலிருந்து தூது பற்றிய பேச்சு வெளிப்படும்போது என்னுடைய இந்தக் கூந்தலைப் பற்றிச் சிந்தித்து முடிவு எடு. துச்சாதனன் கூந்தலைப் பற்றிப்பிடித்து இழுத்த விஷயம் உனக்கு அந்த சபைக்குள் நுழையும்போதே நினைவுக்கு வரவேண்டும். யுத்தத்தில் அறுந்து சிதைந்த நிலையிலான அவனுடைய தோள்களைப் பார்க்கும் வரையிலும் எனக்கு மன அமைதி கிடைக்காது" என்று சொல்லிக் கொண்டே திரௌபதி அழுதாள்.

திரௌபதியின் வார்த்தைகள் பாண்டவர்களின் மனதில் கனலைக் கிளறச் செய்தன. அவளுடைய மனதில் எவ்வளவு

பகையுணர்வு ஒளிந்துகொண்டிருக்கிறதென்று அவர்களுக்குப் புரிந்தது. கிருஷ்ணனுடன் அதன் பிறகு தூது பற்றிப் பேசுவதற்கு அவர்கள் பயந்தார்கள். அந்தச் சூழலில் தாங்க முடியாத நிசப்தம் நிலவியது. திரௌபதி மெலிதாக அழுத சத்தம் அவர்களுடைய நெஞ்சங்களை ரம்பம்போல் அறுத்தது.

கிருஷ்ணன் கடைசியில் நிசப்தத்தைக் கலைத்தான்.

"திரௌபதி, நான் தூதுவனாகப் போகிறேன். நடக்கப்போவது யுத்தம்தான் என்ற விஷயம் எனக்குத் தெரியும். ஒரு பெரிய பயங்கர யுத்தம் நடக்க இருக்கிறது. ரத்தம் ஆறுகளாகப் பெருக்கெடுக்க இருக்கிறது. அந்த துன்மார்க்கர்கள் தாங்களாகவே தங்களுடைய சாவை வரவேற்கும்படிச் செய்வதற்காகவே இப்போது நான் போகிறேன். இதுதான் என்னுடைய சபதம். உனக்கு மனநிம்மதி ஏற்படுத்துவதென்றால் அது இந்த பூமாதேவியின் பெரும்பாரத்தைக் குறைப்பதற்கு நிகரானது. நீ கொஞ்ச நாட்கள் பொறுத்துக்கொள்" என்று திரௌபதியைத் தேற்றினான்.

கிருஷ்ணனின் தேற்றலினால் ஆவேசம் குறைந்த நிலையில் திரௌபதி கண்ணீரைத் துடைத்துக்கொண்டாள். சிவந்துவிட்ட அவளுடைய கண்களிலிருந்த ரத்தக் கீற்றுகள் அந்த மாலை வேளையில் கீழிறங்கிக்கொண்டிருந்த சூரிய பிம்பத்தையே கலங் கடித்தன.

46
குருக்ஷேத்ரம்

கிருஷ்ணன் ஊகித்தது போலவே கௌரவர்கள் தூது முயற்சியை அவமதித்துப் புறக்கணித்தார்கள். ஐந்து ஊர்களையாவது கொடுக்கும்படிக் கிருஷ்ணன் கேட்டான். ஆனால் ஊசிமுனை அளவு நிலம்கூடத் தர முடியாதென்று துரியோதனன் சொன்னான். தூதுக்காக வந்த கிருஷ்ணனைக் கட்டிப்போடுவதற்குக் கௌரவர்கள் சூழ்ச்சி செய்தார்கள். ஸ்ரீகிருஷ்ணன் கௌரவர்களுக்கு விஸ்வரூபத்தைக் காட்டினானென்று அறிந்து திரௌபதி திகைத்துப்போனாள். "கிருஷ்ணா, நான் உனது தோழி... நெருங்கிய சிநேகிதி. நீ எத்தனையோ முறை அவமானத்திற்கு உள்ளாகாமல் என்னைக் காப்பாற்றியிருக்கிறாய்... ஆனாலும் எனக்கு நீ உன்னுடைய விஸ்வரூபத்தைக் காண்பிக்கவே இல்லையே..."

கிருஷ்ணன் மோகனமாகச் சிரித்தான். 'திரௌபதி, இந்தத் தோற்றத்தில் என்னை நீ ஆராதிக்கிறாய் அல்லவா... உனக்கு என் உருவம் முக்கியமா, என்ன... இத்தனை நாளும் நீ என்னை என்ன உருவத்தில் நினைத்துக்கொண்டாய்? உண்மையைச் சொல்ல வேண்டுமானால் உன்னுடைய பெயரை நினைத்தாலே என் மன மெல்லாம் ஆராதனை உணர்வினாலும் பக்தி உணர்வினாலும் நிறைந்து விடுகிறது. ஓர் அகன்ற நீல வானம் என் இருதயமெல்லாம் நிறைந்து பரவுவதுபோல் தோன்றுகிறது. நானே உன்னுள் கரைந்து விடுவது போல் தோன்றுகிறது. உண்மையில் நான் நானல்ல... நானே நீயாகி உன்னை நினைத்துக்கொண்டிருப்பதாகத் தோன்றுகிறது. வார்த்தைக்குப் புலப்படாத ஓர் உணர்வு, ஓர் அற்புதமான அனுபவம் அது. அந்த உள்ளுணர்வை என்னால் விவரிக்க முடிய வில்லை.' திரௌபதி தனக்குள் தானே கிருஷ்ணனாகி இப்படிப் பேசிக்கொள்ள, கிருஷ்ணன் அவளைத் தொட்டு உணர்த்தினான்... கனவிலிருந்து விழித்துக்கொண்டதுபோல் அவள் அதிர்ந்தாள்.

"திரௌபதி, உன் உள்ளுணர்வை மிஞ்சி அற்புதமானது அல்ல என்னுடைய விஸ்வரூபம்... நீ என்னுடைய விஸ்வரூபத்தைத் தாண்டி என்னைச் சேரும் நிலைமைக்கு உயர்ந்திருக்கிறாய். கௌரவர்கள் என் விஸ்வரூபத்தைப் பார்த்தாலும் கணநேரத்தில் அவர்கள் அதை மறந்துவிட்டார்கள். நீ நினைத்தாலே சுயரூபம் இல்லாத பரபிரும்மத்தைப் பார்க்க வல்லவள். நீ பெற்ற உள்ளுணர்வு பல ஆண்டுகள் தவம் செய்தவர்களுக்குக்கூடக் கிடைக்கவில்லை; கிடைக்கக் கூடியதுமல்ல... திரௌபதி! கௌரவர்கள் யுத்தத்தை விரும்புகிறார்கள்... நீயும் யுத்தத்தைத்தான் விரும்புகிறாய். ஆனால் இரண்டுக்கும் வித்தியாசம் இருக்கிறது. அவர்கள் சாம்ராஜ்யப் பேராசையில் யுத்தத்தை விரும்புகிறார்கள். உன்னுடைய யுத்த ஈடுபாட்டுக்கு எந்த விருப்பும் கிடையாது. ஒரு யுகத்தின் முடிவை நீ விரும்புகிறாய்... நான் விரும்புவதும் அதைத்தான்... ரத்த ஆறு பெருக்கெடுக்காமல் இந்த யுகம் முடிவடையாது."

கிருஷ்ணன் சொன்னவாறே பதினெட்டு நாட்கள் பயங்கர யுத்தம் நடந்தது. யுத்தமென்ற நெருப்பை மூட்டி மரணயாகம் நிகழ்த்துவதற்குக் கிருஷ்ணனும் திரௌபதியும் காரணமானார்கள். தன்னல ஈர்ப்புக்குள் அகப்பட்டுக்கொள்ளாமல் அறுவடை செய்வதற்குக் கிருஷ்ணன் காரணமானான். வாட்களின் ஓசை, அட்டகாச முழக்கங்கள், போர் முரசொலிகள் எல்லாமே திரௌபதிக்கு உற்சாக ராகங்களாகக் கேட்டன.

ஒருநாள் உள்ளங்கை நிறைய வெதுவெதுப்பான ரத்தத் துடன் போர்க்களத்துக் கூடாரத்திற்குள் நுழைந்தான் பீமன். அவனுடைய கண்களில் பேயின் ஆனந்தம் தென்பட்டது. அவனு டைய உதடுகளிலிருந்து ரத்தம் வழிந்தது. "துச்சாதனனைக் கொன்று விட்டேன். அவனுடைய மார்பைக் கிழித்து ரத்தம் கொண்டு வந்திருக்கிறேன். அவனுடைய தோள்களை வெட்டிச் சிதைத்துவிட்டேன். என்னுடைய சபதம் நிறைவேறிவிட்டது" என்று சொல்லிக்கொண்டே அந்த ரத்தத்தை திரௌபதியின் தலை மீது கொட்டினான்.

சிவந்த, வெதுவெதுப்பான இளரத்தம் திரௌபதியின் தலையி லிருந்து வழிந்து முகத்தையும் கூந்தலையும் நனைத்தது. அவள்

கூந்தலின் ஒவ்வொரு மயிரிழையையும் பிரித்து ரத்தத்தைத் தடவி ஈரப்படுத்தினாள். ரத்தத்தின் மணத்தை முகர்ந்தவாறு திரௌபதி கண்களை மூடிக்கொண்டாள். அன்றிரவு பீமசேனனுடன் சென்று அவள் துச்சாதனனின் அறுபட்ட தோள்களைப் பார்த்தாள். 'இந்தத் தோள்கள்தாமா தன் கூந்தலைப் பற்றிப் பிடித்து நிறைவான சபைக்குள் இழுத்துச் சென்றவை? இந்தத் தோள்கள்தாமா தனது புடைவையைப் பற்றி இழுத்து நிர்வாணப்படுத்துவதற்கு முயன்றன?" பதின்மூன்று ஆண்டுகளுக்கு முந்தையக் காட்சி அவளுடைய மனத் திரையில் நிழலாடியது... அதற்கு முன்னதாகவே, வதைக்கு ஆளான கர்ணனின் பிணத்தையும் அவள் இமை கொட்டாத நிலைத்த பார்வையுடன் பார்த்தாள்.

மனிதனுக்குள்ளிருந்த மிருகத்தை திரௌபதி தனது வாழ்க்கையின் ஒவ்வொரு நிலையிலும் பார்த்துக்கொண்டே வந்திருக்கிறாள். துரியோதனன், துச்சாதனன், சைந்தவன், சகுனி, கர்ணன், கீசகன் என்பதாக அவளை அவமானப்படுத்திய ஒவ்வொருவரும் வேட்டையாடப்பட்ட மிருகங்களைப் போல மண்ணில் உதிர்ந்துபோய்விட்டார்கள்.

அபிமன்யுவின் ரத்த வாசனைக்கும், துச்சாதனனின் ரத்த வாசனைக்கும் வித்தியாசம் இல்லை. ஆனால் அபிமன்யுவின் ரத்தம் தன்னை நெடுகிலும் தகிக்கச் செய்திருக்கிறது. தனது தாயுள்ளத்தை ரம்பமாக அறுத்திருக்கிறது. ஆனால் துச்சாதனின் ரத்தம் தன்னுள் இருந்த நெருப்பை அணைத்தது போன்றிருக்கிறது. ரத்த நிற மலர்களால் பீமன் தனக்கு அபிஷேகம் செய்வது போலிருக்கிறது. ஆனால் துச்சாதனன் இறந்த சில நாட்களுக்குள்ளேயே தூங்கிக் கொண்டிருந்த திரௌபதியின் மகன்களை கோரமாக வெட்டிக் கொன்றான் அஸ்வத்தாமன்.

"கிருஷ்ணா! அபிமன்யு என்ன பாவம் செய்தான்? எனது பிள்ளைகள் ப்ரதிவிந்த்யு, ச்ருதசோமு, ச்ருதகீர்த்தி, சதாநீகன், ச்ருதகர்மன் ஆகிய இவர்கள் எல்லாரும் என்ன பாவம் செய்தார்கள்? மரணமடைந்த நிலையிலும் அவர்களுடைய உதடுகளில் குழந்தைத்தனமான புன்சிரிப்புகள் மறையவே இல்லை. அவர்களுடைய ஆட்டபாட்டங்களின் ஆனந்தத்தை

நான் என்றைக்கும் அனுபவித்ததில்லை. அவர்கள் தங்களுடைய தாய்க்கு நேர்ந்த அவமானத்திற்குப் பழிவாங்கும் செயற்பாட்டில் வெந்துபோயிருக்கிறார்கள். கடைசியில் அவர்களும் துச்சாதனனைப் போல யுத்தத்தில் கோடூரமாக இறந்திருக்கிறார்கள். பீமசேனரின் மகன் கடோத்கசன், என் தந்தை துருபதர், தம்பி திருஷ்டத்யும்னன், அவனுடைய குடும்பத்துப் பிள்ளைகள், எங்களுக்குப் புகலிடம் கொடுத்த விராட மன்னர் ஆக எவரும் இப்போது இல்லை... நான் வேண்டிக்கொண்ட அமைதி இதுதானா?"

"தோழியே, இது யுத்தம் சார்ந்த பயங்கர முடிவுகளில் ஒன்று. யுத்தம் தொடங்குவதற்கு முன்பே அதற்கெல்லாம் ஆயத்தமாகத்தான் இருக்க வேண்டும். தியாகங்கள் இல்லாமல் யுத்தத்தில் அமைதி உண்டாகாது. அமர வீரர்களின் பலிதானத்தால் இந்த மண் புனிதமடைகிறது. துன்மார்க்கர்களின் ரத்தத்தால் வறண்டுபோயிருந்த நிலம் இந்த வீரர்களின் தியாகங்களால் பரிமளிக்கிறது. அபிமன்யுவையும், உன் மற்ற பிள்ளைகளையும் வளர்த்துப் பராமரித்தது நான். துவாரகையில் அவர்களுக்குத் தந்தையாக, தாயாக, ஆசிரியனாக, நண்பனாகப் பழகி ஆயுத வித்தை நிபுணத்துவத்தில் அவர்களை வீரர்களாகப் பொலிவுறச் செய்தது நான்... எனக்கு மிகவும் பிரியமானவன் அர்ஜுனனின் மகன் அபிமன்யு. பிறப்பும் மரணமும் ஒரு சங்கிலி வளையம் போன்றவை. தெய்வத்தன்மையும் அமரத்துவமும் கொண்டது ஆத்மா மட்டுமே. ஆத்மா தெய்வத்தன்மை பெறும்போது சரீரம் இறந்ததான சோகம் எதற்கு? திரௌபதி, வலி வேதனையை அப்புறப் படுத்துகிறது; காயத்தை ஆற்றுகிறது. கண்ணீர் இதயத்தைக் கழுவுகிறது; மனதைக் கழுவி சுத்தப்படுத்துகிறது. நினைவுகள் அபூர்வமானவை. அவற்றை இதயத்தில் ஒளித்து வைத்துக்கொள்ள வேண்டும். அவற்றை அடிக்கடி ஈரப்படுத்திக் கடந்துபோன வெண்ணிலாவைத் தொட வேண்டுமென்று முயற்சி செய்யாதே... நாளை சூரியோதயத்தின்போது துளிர்க்க இருக்கும் பூவைப் பற்றி அல்லாமல் கடந்துபோன வசந்தங்களை நினைத்துக் கொள்வதில் பயன் என்ன? நீ இந்த பூமி. நீ முளைக்க இருக்கும் துளிர்களைப் பற்றி, பெருக்கெடுக்கும் வெள்ளங்களைப் பற்றி யோசிக்க வேண்டுமே அல்லாது நிலத்தில் உதிர்ந்த பழுத்த இலைகளைப்

பற்றி, பழங்களைப் பற்றித் துயரப்படக் கூடாது."

யுத்தம் முழுவதுமாக முடிந்த இரவில் உத்தரைக்கு இடுப்பு வலி வந்திருப்பதான செய்தி போர்க்களக் கூடாரத்திற்கு வந்தது. மரணம் பிறப்பை வரவேற்கிறது... திரௌபதி போர்க்களக் கூடாரத்திலிருந்து மறுபடியும் இடர்ப்பாடுகள் நோக்கிப் புறப்பட்டாள்.

47

வெற்றிப் பயணம்

மயானத்தில் நெருப்புச் சுடர்கள் ஆறித் தணிந்த பிறகு அஸ்தினாபுரத்தில் யாகச் சுடர்கள் ஒளிர்ந்தன. ஆரவாரங்கள், அவலக்குரல்கள் அடங்கிப்போன பிறகு வேதமந்திரங்களின் ஓதுதல், மங்கள வாத்தியங்களின் ஓசைகள் அஸ்தினாபுரத்தை மகிழ்ச்சியுறச் செய்தன. ரத்தத்தின் வாசனை காற்றில் முறைப்படிக் கலந்துவிட்ட பிறகு யாக நெருப்பை ஒளிரச் செய்யும் நெய், பசுமையான பந்தல்கள், தோரணங்கள், பெண்களின் தலைகளை அலங்கரிக்கும் மல்லிகை மலர்கள் ஆகியன வெளிப்படுத்தும் நறுமண வகைகள் பாண்டவர்களின் மனங்களை மகிழச் செய்தன.

இந்திரப்பிரஸ்தம் மட்டுமல்லாமல் அஸ்தினாபுரமும் பாண்டவர்களின் வசமாயிற்று. ராஜசூய யாகத்தில் வசமான மன்னர்கள் எல்லாரும் மீண்டும் தர்மனுக்கு ஆட்பட்டவர்களானார்கள். மேலும் ராஜ்யத்தை விரிவுபடுத்துவதற்கு அவன் அஸ்வமேத யாகம் செய்தான். மீண்டும் அர்ஜுனன் வெற்றிப் பயணம் மேற்கொண்டு புறப்பட்டான்.

அர்ஜுனன் புறப்பட்டுப் போன பக்கம் பார்த்துக்கொண்டே அந்தப்புர அரண்மனையில் நின்றிருந்த திரௌபதியை பீமசேனன் பின்புறமாக வந்து தழுவிக்கொண்டான். திரௌபதியைத் தன் பக்கமாகத் திருப்பிக்கொண்டான். அவளுடைய கண்ணீரைத் துடைத்து இறுக்கமாக முத்தமிட்டான்.

"புறப்பட்டுப் போன அர்ஜுனனைப் பற்றி அல்லாது இங்கிருக்கும் பீமசேனனைப் பற்றி உனக்குச் சிந்தனையே இல்லையா?"

"நீங்களென்றால் எனக்கு அளவு கடந்த காதல், பீமசேனரே... என் வாழ்க்கையில் எனக்கு நேர்ந்த அவமானங்கள் அனைத்திற்கும் பழிதீர்த்துக் கொண்டவர் நீங்கள். என்னுடைய வேண்டுகோள்கள்

எல்லாவற்றையும் நிறைவேற்றியவர் நீங்கள். ஆனால் அர்ஜுனர் என்றால் எனக்கு அளவு கடந்த விருப்பம். நீங்கள் என் பக்கத்தில் இருந்தால் என் மனது சொல்லுக்கடங்காத ஆனந்தம் கொள்கிறது. நீங்கள் இல்லாவிட்டாலும் என்னால் தாங்கிக் கொள்ள முடியாது."

"எனக்குப் புரிகிறது, திரௌபதி... பெண்களின் மனதை எப்படி வசப்படுத்துவது என்பது அர்ஜுனனுக்குத் தெரியும். ஸ்ரீகிருஷ்ணனின் சீடனல்லவா அவன்! எனக்கு அப்படிப்பட்ட கலை எதுவும் தெரியாது. உண்மையில் உன் மீதான காதலை எப்படி வெளிப்படுத்துவது என்பதுகூட எனக்குத் தெரியாது. நீ வேண்டிக்கொண்டால்தான் உன் வேண்டுகோளை நிறைவேற்றுவதற்கு முயல்வேனே தவிர உன் மனதறிந்து நடந்துகொள்ள மாட்டேன். நீ அர்ஜுனனை மேலதிகமாக விரும்புவதில் எனக்கு எந்தப் பொறாமையும் கிடையாது. நீ மகிழ்ச்சியுடன் இருந்தால்தான் என் மனது நிம்மதியாக இருக்கும்."

திரௌபதி காதல் பொங்க பீமனின் அகன்ற மார்பைத் தன் கைகளால் வருடினாள்.

"உங்களிடம் தவிர வேறு யாரிடம் என் விருப்பத்தைத் தெரிவிக்க முடியும், சொல்லுங்கள். நான் எதை வேண்டினாலும் நீங்கள் உங்களைப் பற்றி நினைத்துப் பார்க்காமல் நிறைவேற்றுவீர்களென்று எனக்குத் தெரியும். ஆனால் என் வாழ்க்கையில் நான் விருப்பப்படுவது எதுவும் எனக்கு நிலைப்பது இல்லை. நான் அர்ஜுனரைச் சேரும் சமயம் வரும்போதெல்லாம் அவர் வேறு காரியம் நிமித்தமாக என்னை விட்டுவிட்டுச் செல்வது நிகழ்ந்து விடுகிறது. உங்கள் அண்ணனுக்கு அர்ஜுனர் என் இணைப்பில் இருப்பதில் விருப்பம் இல்லையோ என்று எண்ணத் தோன்றுகிறது."

"எனக்குத் தெரியும், திரௌபதி... தர்மவான், தர்மவான் என்று சொல்கிறார்களே தவிர, மேலோட்டமாகத் தென்படுகிற அளவுக்கு அவர் உள்ளுக்குள் நிர்மலமானவர் இல்லையோ என்பதாக ஒரொரு சமயம் தோன்றும். வேறொரு சமயம் அவருக்குத் தெரிந்த அளவுக்கு தர்மஞானம் வேறு எவருக்கும் கிடையாது என்றும் தோன்றுகிறது. தாங்கள் சொல்கிறபடியெல்லாம் கேட்கிறாரென்று முனிவர்களுக்குக்கூட தர்மர் என்றாலே தனித்த விருப்பம்தான்."

பீமனின் அப்பாவித்தனமான பேச்சைக் கேட்டு திரௌபதி சிரித்தாள்.

"தர்மரின் விஷயம் என்னவானாலும், உங்களைப் போன்ற கள்ளங்கபடமற்ற நபர் வேறு யாரும் கிடையாது" என்று திரௌபதி அவனைக் கட்டித் தழுவிக்கொண்டாள்.

வெற்றிப்பயணத்திற்குச் சென்றிருந்த அர்ஜுனன் தனியாளாகத் திரும்பி வரவில்லை. கடந்த காலத்தில் தான் திருமணம் செய்து கொண்ட உலூச்சி, சித்திராங்கதை ஆகியோருடன் அவர்களுடைய பிள்ளைகளையும் கூடவே அழைத்து வந்திருந்தான். சுபத்திரை, உலூச்சி, சித்திராங்கதை ஆகிய மூவரும் அர்ஜுனனைவிட்டுக் கணநேரம்கூடப் பிரிந்திருக்கவில்லை.

'இந்த அர்ஜுனனுடன் வாழ்க்கை முழுவதும் தான் ஒருத்தி மட்டும் சுகத்துடன் கழிப்பது தனக்கு இந்தப் பிறவியில் கிடையாதோ என்னவோ...' என்று திரௌபதி பெருமூச்சுவிட்டாள்.

48

அரசியாரின் புறப்பாடு

அஸ்தினாபுரம் பாண்டவர்களின் கைவசப்பட்ட பின்பு பதினைந்து ஆண்டுகள் கழிந்துவிட்டன. இந்தப் பதினைந்து ஆண்டுகள் பதினைந்து வசந்தங்களாகக் கழிந்தன. திருதராஷ்டிரர், காந்தாரி, குந்தி ஆகியோயிருக்குக் கடந்த காலம் மறந்துபோய்விட்டது என்ற சொல்லும் அளவுக்கு திரௌபதி அவர்களுக்குப் பணிவிடை செய்தாள். பரீக்ஷித்துவின் முத்து முத்தான மழலைப் பேச்சுகளால், ஆட்டபாட்டங்களால் அந்தப்புரம் மகிழ்ச்சியில் திளைத்தது.

காந்தாரியையும் திருதராஷ்டிரரையும் தர்மன் தாய்தந்தையரை விட மேலதிகமாகப் பார்த்துக்கொண்டாலும், பீமனுக்கு மட்டும் அவர்களைப் பார்க்கும்போதெல்லாம் கடந்த காலம் நினைவுக்கு வந்துவிடும். வேறு யாரும் இல்லாதபோது திருதராஷ்டிரரைக் குத்தல் பேச்சுகளால் குத்திக் கிளறுவான்... பதினைந்து ஆண்டுகளுக்குப் பிறகு தனக்கு வானப்ரஸ்தாஸ்ரமம் ஏற்க வேண்டியதான காலம் நெருங்கிவிட்டதென்று திருதராஷ்டிரர் உணர்ந்துகொண்டார்.

தர்மன் எவ்வளவு சொல்லியும் கேட்காமல் திருதராஷ்டிரரும் காந்தாரியும் காட்டுப் பகுதிக்குச் செல்வதற்கு ஆயத்தப்பட்டார்கள். அவர்களுடன் தானும் போகப்போவதாகக் குந்தி சொன்னாள். சஞ் சயனும் விதுரனும்கூட வானப்ரஸ்தம் ஏற்பதற்கு ஆயத்தமானார்கள். போவதற்கு முன்பு குந்தி தர்மனிடம் சொன்னாள்: “என்னைப் போன்ற துரதிர்ஷ்டசாலி கிடையாது, தர்மா... பெற்றெடுத்த மூத்த மகனைத் தண்ணீரில் மிதக்க விட்டுவிட்டு, அவனுக்குத் தாய்ப்பாசம் கிடைக்காமல் அநியாயம் செய்துவிட்டேன். அதே மாதிரி, உங்களுடைய பராமரிப்பையும் கவனிக்க முடியாமல் போய்விட்டது. வாழ்க்கையில் பாதிப்பகுதி ஏழைமையை, புத்திரர் களைப் பிரிந்திருக்கும் துக்கத்தை, வேதனையை அனுபவித்தேன்.

இப்போது கிழவயது அரசியாக இருக்கும் நிலையிலும்கூட எனக்குக் கொஞ்சம்கூடத் திருப்தியில்லை. நான் செய்த தவறுகளால்தான் ஒரு பெரும்போர் நடந்ததோ என்ற மனவேதனை என்னைத் துன்புறுத்துகிறது. எனக்கு இரண்டே இரண்டு ஆசைகள்தான், தர்மா! என்னுடைய மூத்த மகனை உங்களில் ஒருவனாக எண்ணி அவனுக்கு ஒவ்வோர் ஆண்டும் சிரார்த்தச் சடங்குகள் செய்வதற்குத் தவறாதே... திரௌபதி மாதிரியான அழகி, நற்குணவதி மனைவியாக வாய்த்தது உன் அதிருஷ்டம்... தன்னிடம் அன்பு செலுத்துபவர்களிடம் அவள் ஆயிரம் மடங்கு அன்பு செலுத்துவாள். அவளுக்கு எந்தக் குறைவும் வராதபடிப் பார்த்துக்கொள்..."

திரௌபதிக்கும் அவள் நிறைய அறிவுரைகள் கூறினாள். "திரௌபதி, வாழ்க்கையின் இறுதிக் காலத்தில் மனிதன் தன் தவறுகளை விமர்சித்துக்கொள்ள வேண்டும் என்பார்கள். இப்போது எனக்கு எந்த எதிர்ப்பார்ப்புக் கோரிக்கையும் இல்லை. நான் வாழ்க்கையில் எத்தனையோ தவறுகள் செய்திருக்கிறேன். அவற்றையெல்லாம் உன்னிடம் சொல்லி என்னுடைய இருதயத்தைக் கழுவிக்கொள்ள வேண்டுமென்று நினைக்கிறேன். பெண்களுக்கு இயல்பானதான பொறாமைக்குணம் என்னைத் தவறுகளுக்கு உடந்தையாக இருக்கச் செய்திருக்கிறது. என்னுடைய சக்களத்தி மாத்ரி என்னைவிட அழகி என்பதற்காக நான் மிகவும் பொறாமைப்பட்டேன். நான் மூன்று பிள்ளைகளைப் பெற்றெடுத்த பின்புதான் மாத்ரிக்கு வானுலக தேவர்களை வரவழைக்கும் மந்திரோபதேசம் செய்தேன். கெட்டிக்காரியான மாத்ரி ஒரே சமயத்தில் இரண்டு தேவர்களை வரச்செய்து இரட்டைக் குழந்தைகளைப் பெற்றெடுத்தாள். என்னை விட அதிகக் குழந்தைகளைப் பெற வேண்டுமென்று நினைக்கிறாள் போலிருக்கிறது என்று நினைத்து அவளுடன் விரைவிலேயே முரண்படத் தொடங்கினேன். ஆனால் அவள் தன்னுடைய பிள்ளைகளை என்னிடம் ஒப்படைத்துவிட்டு உடன்கட்டை ஏறிய பிறகுதான் நான் எவ்வளவு பெரிய தவறு செய்துவிட்டேனென்பது புரிந்தது. நானே உடன்கட்டை ஏறியிருந்தால் இத்தனை அல்லல்கள் பட்டிருக்க மாட்டேன்...

...திரௌபதி, நீ ஐந்து கணவன்மார்களை ஏற்க வேண்டியதற்கான காரணம்கூட நான்தான். உன் அழகு என் புத்திரர்களிடையே போட்டி ஏற்பட வழிவகுத்துவிடக் கூடாது என்பதற்காகத்தான்

அந்தக் காரியம் செய்தேன். ஐந்து பேரை சுகித்த அனுபவம் என்னளவில் இருந்தபோது அது சாஸ்வதமானதாக இல்லை. உனக்கு சாஸ்வதம் ஆனது எனக்கு மிகவும் மகிழ்ச்சியாக இருக்கிறது. நீங்கள் வனவாசம் போவதற்கு முன்பே நான் சொல்லியிருக்கிறேன்... இப்போது நான் வனவாசம் போய்க்கொண்டிருக்கும்போது சொல்கிறேன்... சகாதேவன் எல்லாரையும்விடச் சின்னவன். அவனை நல்ல விதமாகப் பார்த்துக் கொள்ளம்மா!"

இதைச் சொல்லிக்கொண்டிருந்தபோது குந்தி ஓலமிட்டு துக்கத்தை வெளிப்படுத்தி திரௌபதியைக் கட்டியணைத்துக் கொண்டாள். திரௌபதி குந்தியைத் தாயாக நினைத்துத் தேற்றினாள். "அத்தை! நீங்கள் ஒருபோதும் என்னை மருமகளாகப் பார்க்கவில்லை. உங்கள் சிநேகிதியாகவே கருதிப் பழகினீர்கள். உங்கள் வழிகாட்டுதல் இல்லாவிட்டால் நான் ஐவருடன் இல்லறம் நடத்தியிருக்க முடியுமா? என்னுடைய குடும்ப வாழ்க்கைக்கு அறநெறி சார்ந்த அடித்தளம் அமைத்துக் கொடுத்தவர்கள் நீங்கள். திருமணத்திற்குப் பிறகு நீங்கள் என்னை ஆதரித்த முறையை நான் வாழ்க்கையின் கடைசிவரை மறக்க மாட்டேன்" என்று சொல்லிக் குந்தியின் கண்ணீரைத் துடைத்தாள்.

முதியவர்கள் வனவாசம் புறப்பட்டார்கள். முந்தின நாள்வரைத் தென்பட்ட விசாலமான ஒரு மரம் இருந்தாற்போலிருந்து காணாமல் போய்விட்ட மாதிரி அஸ்தினாபுரத்தில் பாண்டவர்களின் மனதில் வெறுமை ஆட்கொண்டது. ஒரு குறிப்பிட்ட நாள் காட்டில் காட்டுத் தீ உருவாகிப் பரவி முதியோர்கள் எல்லாரும் அக்னிதேவனுக்கு ஆஹுதியானார்களென்று அறிந்து பாண்டவர்கள் விரக்தியடைந்தார்கள்.

ஒரு தலைமுறை கடந்து போய்விட்டது. அடுத்த தலைமுறை பரிணாம நிலையில் இருக்கிறது. வேறொரு தலைமுறை தவறான அடியெடுத்து வைக்கிறது. அடுத்து வந்த இருபதாண்டுகள் அயர்ந்த நிலையில் கடந்து போயின.

49

இறுதி யாத்திரை

காய்ந்த சருகு இலை மீது காலம் தனது காலடி ஓசைகளை நிதானமாக வெளிப்படுத்திக் கொண்டிருந்தது. பாண்டவர்களில் முதுமைப் பருவத்துக் கருநிழல்கள் நுழைந்தன. புதிய சமூகத்தின் இளவெயில் அஸ்தினாபுரத்தின் மீது படர்ந்துகொண்டிருந்தது. தடுமாற்ற நடை போட்டுக்கொண்டிருந்த தலைமுறை உறுதிப் பாடான காலடிகள் வைத்துத் தங்களுக்கான வாழ்க்கையை வேண்டிக்கொண்டிருந்தது.

சமூகத்திற்குத் தங்களுடைய தேவை முடிந்துவிட்டதோ என்று திரௌபதிக்குத் தோன்றியது. எந்த ராஜ்யத்தை அனுபவிப்பதற்குப் பாண்டவர்கள் யுத்தம் செய்தார்களோ அந்த அனுபவம் இனி போதுமென்று தோன்றியது. வனவாசத்தில் காம்யக வனத்தில் அனுபவித்த சுகங்களின் முன்பு இப்போதைய இந்த சுகங்கள் வெறுப்பை ஏற்படுத்துகின்றன. தர்மன் அப்போது சொன்னதுதான் உண்மையோ? தர்மனில் அப்போதிருந்த மனநிலை இப்போது தனக்கு ஏற்பட்டிருப்பதாகத் தோன்றியது திரௌபதிக்கு.

'நமது வாழ்க்கையே நமக்குச் சரித்திரமாகத் தோன்றும்போது அந்த வாழ்க்கை நெருப்பிலிருந்து வெளியேறுவதே நல்லதென்று திரௌபதிக்குத் தோன்றியது. ஆக, கிருஷ்ணன் என்ன சொல்கிறான்?... தனது மரண வாழ்க்கை கிருஷ்ணனின் அண்மையில் கழிந்தால் எவ்வளவு நன்றாக இருக்கும்!' என்று நினைத்துக்கொண்டாள் திரௌபதி.

ஸ்ரீகிருஷ்ண தியானத்தில் மூழ்கினாள் திரௌபதி. இருந்தாற் போலிருந்து இந்தப் பிரபஞ்சத்தில் ஸ்ரீகிருஷ்ணன் இல்லையோ என்னவோ என்று அவளுக்குத் தோன்றியது. ஸ்ரீகிருஷ்ணனின் பெயர் கொண்ட அற்புத தெய்விக உருவம் அவளுடைய மனதில்

எதிர்ப்படவில்லை. நினைத்துக்கொண்ட அந்த நேரத்திலேயே தனது அருகே இருப்பதான அந்த உருவம் தன்னிடம் வரவில்லை. கிருஷ்ண உணர்வுடன் நினைத்த மாத்திரத்தில் தென்படும் அந்த உருவம் இனி இல்லையென்று திரௌபதி முடிவுகட்டினாள்.

திரௌபதி நினைத்தபடியே நடந்தது. ஸ்ரீகிருஷ்ணன் மரணம் எய்திவிட்டான். யாதவர்கள் ஒருவர்க்கொருவர் கொன்று கொண்டார்கள். ருக்மிணியும் ஹைமாவதியும் ஜாம்பவதியும் அக்னிப்பிரவேசம் செய்தார்கள். சத்யபாமா காட்டில் வாழ்வதான வானப்பிரஸ்தா சிரமம் ஏற்று கிருஷ்ண தியானத்தில் மூழ்கினாள்.

கிருஷ்ணனின் பேச்சு தனக்கு இனி கேட்காது. அந்தக் காதல் மயமான வார்த்தைகள் இனி ஒலிக்காது. உலகியலுக்கு அப்பாற்பட்ட, தெய்விகமான அந்த மனோகர அழகை இனி தான் காண முடியாது... அந்த ஒளியுமிழும் நிலவின் ஒளிக்கீற்று அதன் பிறகு தான் நினைத்தபோது எதிர்ப்படவில்லை.

கிருஷ்ணனின் மனைவிமார்களையும், துவாரகையிலிருந்து பெண்களையும் அழைத்துக்கொண்டு வருவதற்காகப் போன அர்ஜுனன் வழியில் எதிர்ப்பட்ட திருடர்களைக்கூடத் தோற்கடிக்க முடியாதவனானான். தன் கண்ணெதிரிலேயே பெண்கள் மீது வன்கொடுமை நிகழ்ந்தபோது ஏதும் செய்ய இயலாதவனாக அயர்ந்துவிட்டான். அவனுடைய தெய்விக ஆயுதங்களில் ஒன்று கூடச் செயற்படவில்லை.

கிருஷ்ணன்தான் அர்ஜுனனுடைய சக்தி என்பது திரௌபதிக்குப் புரிந்தது. அர்ஜுனனைத் தான் எதற்காக அந்த அளவுக்குக் காதலித்தாள் என்பதை அவள் புரிந்துகொண்டாள். அர்ஜுனன் கிருஷ்ணனின் சொரூபம் கொண்டவன். கிருஷ்ணனின் அத்தகைய உருவத்துடன் சேர்ந்து அர்ஜுனனின் சக்தியும்கூட மாயமாய் மறைந்துவிட்டது... வரலாற்றுத் தளத்தில் துவாரகையும் ஜலசமாதி ஆயிற்று...

கடந்து போய்கொண்டிருந்த வரலாற்றின் கடைசி அத்தியாயம் தாங்கள்தான் என்பதைப் பாண்டவர்கள் புரிந்துகொண்டார்கள். தாங்கள் உலவிக்கொண்டிருந்த வரலாற்று ஏட்டின் பக்கங்களைத் தாங்களே புரட்டுவதற்கு ஆயத்தமானார்கள்.

"திரௌபதி, மீண்டும் தீர்த்த யாத்திரை போவோமா?" என்று தர்மன் கேட்டான்.

"எது வரையிலும்?" என்று திரௌபதி கேட்டாள்.

"சொர்க்கத்தின் வாசல் வரை" என்றான் தர்மன்.

"அதுவரையிலும் போக முடியுமா..."

"எது வரைக்கும் யார் யார் போக முடியுமோ, அது வரைக்கும்..."

பாண்டவ வம்சத்தில் பரீக்ஷித்தும், யாதவ வம்சத்தில் வஜ்ஜிரனும் எஞ்சினார்கள். ஒருவனை அஸ்தினாபுரத்திற்கும், மற்றவனை இந்திரப்ரஸ்தத்திற்கும் மன்னர்களாக்கினார்கள்.

இறுதி யாத்திரை தொடங்கியது... வரலாற்றின் கடைசிப் பக்கங்கள் படபடத்துக் கொண்டிருந்தன.

50

வேணுகானத்தில் கரைதல்

உணவு, தூக்கம், அச்சம், மயக்கம், உறவு என்பன மனிதர்களுக்கும் மிருகங்களுக்கும் ஒரே தன்மையாகவே இருக்கின்றன. பசு தன் கன்றுக்கு நக்கிக் கொண்டே பால் கொடுக்கிறது. இவற்றுக்கு மேலான ஏதாவதொரு வாழ்க்கையை நான் அனுபவித்திருக்கிறேனா...

முதுமையில் முயக்கத்தின் மீதான நாட்டம் குறைந்து போயிருக்கிறதே தவிர... பாண்டவர்களுக்கும் எனக்கும் உணவு, தூக்கம், அச்சம், உறவுகள் ஆகியன குறைந்துவிட்டனவா...

அவை எல்லாவற்றிற்கும் அப்பாற்பட்டு இருப்பதற்குப் பாண்டவர்கள் முயன்று கொண்டிருந்தார்கள். முன் நோக்கிய பார்வை இருந்ததே தவிர அவர்களுக்குப் பின் நோக்குவதான எண்ணம் இல்லை. பீமசேனன் ஒருவனைத் தவிர மற்றவர்கள் எவரும் நான் பின்தொடர்ந்து வருகிறேனா இல்லையா என்பதைப் பொருட்படுத்தவில்லை. பீமசேனன் அப்போதைக்கப்போது நான் அவர்களைப் பின்தொடர்கிறேனா இல்லையா என்று கவனிக்கிறான்...

தர்மனின் பட்டத்து ராணி தான்தான். அவனுடைய கஷ்ட சுகங்களில் தானே முன்னின்று பங்கெடுத்துக் கொண்டிருக்கிறாள். மகாராணியாக அவனுக்கு அரச காரியங்களில் துணையாக இருந்திருக்கிறாள். அவனுடன் சேர்ந்து யாகயக்ஞங்களில் பங்கெடுத்திருக்கிறாள். அவன் குன்றிக் குமைந்துபோன நேரங்களில் தேற்றியிருக்கிறாள். அவன் அசதியினால் சோர்ந்துபோன நேரங்களில் ஆண்மையைத் தூண்டிவிட்டுச் செயற்பட வைத்திருக்கிறாள்... அர்ஜுனன் மீதான காதல் உணர்வை வெளிப்படுத்தினால் அவன் எந்த அளவுக்கு வேதனைப்படுவானோ என்று நினைத்து அந்தக்

காதல் உணர்வு வெளித்தெரியாமல் தர்மனைக் காமக் களிப்பின் வெள்ளத்தில் நீந்தச் செய்து மகிழ்வித்திருக்கிறாள். காமக்களிப்பில் தர்மன் தனது வரையறையைத் தான் புரிந்துகொள்ள முடியாதவாறு அவனுடைய தன்னம்பிக்கை நைந்து தளந்துவிடாமல் காப்பாற்றி யிருக்கிறாள்.

தன்னைப் பற்றிக் கேள்விப்பட்டவுடனேயே தன் மீது மோகம் கொண்டுவிட்டதாகச் சொன்னான் தர்மன். அது மோகம்தான் என்பதை அவனே அங்கீகரித்தான். சுயம்வரத்தில் தம்பி அர்ஜுனன் தன்னை வென்றிருக்கிறானென்று தெரிந்தும் தன்னை மணந்து கொள்ள முன்வந்திருக்கிறான். தன் பேச்சைத் தனது தம்பிமார்கள் மீற மாட்டார்களென்று தர்மனுக்குத் தெரியும். அவர்களுடைய பலவீனம்தான் தர்மனுக்கு பலம். தம்பிகள் முன்னதாகத் திருமணம் செய்துகொள்ளும் நடைமுறை இப்போது பரதகண்டத்தில் இல்லை. அண்ணனின் மனைவி மீது தம்பிகளுக்கு உரிமை இருக்கிறதே தவிர, தம்பியின் மனைவி மீது அண்ணனுக்குக் கிடையாது. அந்த நீதிநெறியை, வரைமுறையை அனுசரித்துத் தன்னை முன்னதாக தர்மன் திருமணம் செய்துகொள்ளக் கூடாதென்ற நடைமுறையை பீமன் விஷயத்தில் ஏன் தர்மன் கடைப்பிடிக்கவில்லை? இடும்பை அரக்கர் இனத்தவள் என்பதனாலா? பாண்டவர்களை ஒற்றுமை யுடன் இருக்கச் செய்வதற்காக தர்மனுடன் தான் மனப்பூர்வமாக என்றில்லாவிட்டாலும் குடும்ப முறைமைக்காக ஏற்றுக் கொண்டாள். ஆனால் தர்மனுக்குத் தன்மீது கொஞ்சமாவது காதல் இருப்பதாகத் தெரியவில்லையே... ஒரு முறைகூடத் தன்பக்கம் அந்த உணர்வுடன் இருக்கச் செய்வதற்காக தர்மனுடன் தான் மனப்பூர்வமாக என்றில்லாவிட்டாலும் குடும்ப முறைமைக்காக ஏற்றுக் கொண்டாள். ஆனால் தர்மனுக்குத் தன்மீது கொஞ்சமாவது காதல் இருப்பதாகத் தெரியவில்லையே... ஒரு முறைகூடத் தன்பக்கம் அந்த உணர்வுடன் பார்த்ததில்லை...

தர்மன் எப்போது தன்னைப் பொருட்படுத்தினானென்று உணர முடியவில்லை... தனது விருப்புவெறுப்புகளை என்றைக்குமே பொருட்படுத்தியதில்லையென்றுதான் தோன்றுகிறது... முதலில் தான்தான் மற்ற சகோதரர்களைவிட மனைவிக்கு அதிக சுகம் கொடுத்தானென்ற பிரமையில் இருந்தான். ஆனால் பின்னர் பீமார்ஜுனர்கள் மீதான எனது காதலைப் புரிந்துகொண்டான்.

தர்மன் மீது எவ்வளவுதான் நாட்டமின்மை இருந்தாலும் அதை வெளியே காட்டிக்கொள்ளாமல் இருப்பதற்குத் தான் மிகவும் முயன்றாள்... பெண்களின் வாயில் ரகசியம் தங்கியிருக்கக் கூடா தென்று அந்தத் தருணத்தில்தான் சாபம் கொடுத்தான். ஆனால் தனக்கு அவன் மீது அவ்வளவாக விருப்பம் இல்லையென்ற ரகசியத்தையே தான் ஒளித்து வைத்திருந்தது உண்டு அல்லவா... படுக்கையறையில் அவன் சொன்ன தற்பெருமை வார்த்தைகளை எவரிடமாவது சொன்னேனா?

குழுமியிருந்த சபையில் எனக்கு நேர்ந்த அவமானத்தைப் பொறுத்துக்கொண்டு வாளா இருந்ததுண்டு அல்லவா! தர்மனால் தானே என்னை துரியோதனாதியர்கள், கீசகன், சைந்தவன் ஆக எல்லாரும் அவமானப்படுத்தினார்கள்... பீமன் இல்லாதிருந்தால் தன்னுடைய கதி என்னவாகியிருக்கும்?

திரௌபதி பீமனின் பக்கம் பார்த்தாள். பீமனும் அதே சமயத்தில் திரௌபதியின் பக்கம் பார்த்தான். அவர்களுடைய கண்கள் சந்தித்துக்கொண்டன. பீமனின் கண்களில் தன் மீதான அளவு கடந்த காதலை கவனித்தாள் திரௌபதி. முன்னோக்கிப் போக வேண்டுமென்ற நோக்கம் இல்லாதிருந்தால் தன்னுடன் இந்தக் காடுகளில் அலைந்து திரிவானோ என்னவோ... தான் வேண்டிக்கொண்டதைக் கொண்டு வராமல் பீமன் ஒருநாளும் இருந்ததில்லை. காமக்களிப்பில் முனைப்பு காட்டினால்கூடத் தன்னுடைய உடம்பு எங்கே சிவந்து கன்றிவிடுமோ என்ற பயத்துடன் மென்மையாகக் கையாள்வதற்கு முயல்வான் அவன். அவனுடைய மென்மையே தனக்கு முரட்டுத்தனமாகத் தெரியும். அவன் தன்னுடைய எல்லாவற்றையும் தனக்குச் சமர்ப்பிப்பதற்கு ஆயத்தமாக இருக்கிறான் என்பதை கிரகித்து அவனுடைய வலுவான தழுவலில் மெழுகு உருண்டையாக இளகிவிடுவாள். கந்தமாதன மலையின் மீது அவன் தன்னை எவ்வளவு மகிழ்வுறச் செய்தானென்று நினைவுகள் படர்ந்தன... அந்த நாட்கள் மீண்டும் வராதா...

அர்ஜுனன்கூடத் தன் பக்கம் பார்க்கவில்லை. உண்மையில் அர்ஜுனன் இப்போது மனிதன் அல்ல... சாரம் இல்லாத உருவம் மட்டுமே. கிருஷ்ணனின் மரணத்திற்குப் பிறகு அர்ஜுனனிடம்

தேஜஸ் குறைந்துவிட்டது. பார உணர்வுடன்தான் காலடிகள் வைக்கிறான். தன் பக்கம் மட்டுமல்ல, எந்தப் பக்கமும் பார்ப்பதில்லை. உண்மையில் அர்ஜுனனைப் பார்த்தால் ஒரு காலத்தில் கிருஷ்ணனைப் பார்த்தது போலவே இருக்கும். அர்ஜுனனின் தோரணைகள், பேச்சுகள் எல்லாமே கிருஷ்ணனைப் பிரதி எடுத்தது போலவே இருக்கும். தன்னுடன் காமக்களியாட்டத்தில் மிதந்திருக்கும்போதுகூட அர்ஜுனன் கிருஷ்ணனின் அன்பு நண்பன் என்ற விஷயத்தைத் தான் மறந்ததில்லை. என்னவானால்தான் என்ன, அர்ஜுனனுடனான ஒவ்வொரு முயக்கமும் தனக்கு ஓர் இனிய அனுபவத்தைக் கொடுக்கும். அர்ஜுனனுடைய கைகளில் தான் ஒரு வில்லாக வளைந்துவிடுவாள். அவன் வில்லில் நாண் ஒலி மீட்டுவதுபோல் தனது உடம்பையும் மீட்டினான். அர்ஜுனன் தன்னுடன் முயங்கிய நாட்கள் குறைவுதான். ஆனாலும் அந்த நாட்களில் அமைந்த உள்ளுணர்வு அதிகம். உண்மையில் ஒவ்வொரு தடவையும் மற்ற பாண்டவர்களின் அணைப்பில் சுகம் பெறும்போது கண்களை மூடிக்கொள்வாள். அர்ஜுனன் தன்னை அனுபவிக்கும்போது மட்டுமே தான் உள்ளுணர்வு பெறுவாள்.

கிருஷ்ணனுடன் அர்ஜுனனும் கூடவே இறந்துவிட்டது போலவே இருந்தான். இப்போது நடமாடுவது அவனுடைய உடம்பு மட்டும்தான். அவன் தன்னுடைய காண்டீவவில்லைக்கூட அக்னிக்கு ஆஹுதிப் பொருளாக்கி எரித்துவிட்டான். ஆயுதம் தரிக்காத அர்ஜுனன் முற்றும் துறந்த முனிவனாகத் தென்பட்டான்.

அர்ஜுனன் பார்க்காதது மட்டுமல்ல... நகுலசகாதேவர்கள்கூடத் தன் பக்கமாகப் பார்க்கவில்லை. அவர்களை உண்மையில் தான் கணவர்களாகவே பார்க்கவில்லை. அவர்களும் தன்மீது காதல் உணர்வைவிட நட்புணர்வைத்தான் அதிகமாக வெளிப் படுத்தினார்கள். மனைவியாக இல்லாவிட்டாலும் அண்ணன்மார் களின் மனைவியாகத் தனக்கு மரியாதை செலுத்த வேண்டும் அல்லவா... மேலும், தான் ஒரு மகாராணி. அவர்கள் கஷ்டத்தில் இருந்தபோது தன்னிடம் வந்தார்கள். தான் அவர்களைச் சீராட்டி, பாராட்டி, தைரியப்படுத்தி அனுப்பிவைப்பாள். நகுலன் தன் மடியில் தவிப்பையும் களைப்பையும் தீர்த்துக்கொள்ள முயற்சி செய்வான். உண்மையில் எல்லாரையும்விட அழகானவன் நகுலன். அஞ்ஞாத வாசத்தின்போது நகுலனுக்குப் பெண்வேடம் புனைந்திருந்தால்

அர்ஜுனனைவிட அதிகப் பொருத்தமாகப் பரிமளித்திருப்பானோ என்னவோ... தன்னுடைய அழகைப் பார்த்தால் அவனுக்குப் பொறாமை அதிகம்.

சகாதேவன் அழகு ரசிகன்... கவிஞன்... தன்னைப் பார்த்தவுடனேயே அவனில் காமக்களியாட்ட உணர்வைவிடக் கவித்துவம்தான் அதிகமாகப் பொங்கியெழும். தன் உடம்பின் ஒவ்வொரு பகுதியையும் வர்ணித்துக் கவிதை எழுதுவான் சகாதேவன். தான் அவனுடைய கவித்துவத்தைக் காதலித்தாள். தான் எழுதிய கவிதையைக் கேட்டுப் பாராட்டிவிட்டால் போதும் அவன் காமக்களியாட்டத்தைக்கூட மறந்துவிடுவான். ஒரு தடவை மனைவியாகிய தன்னுடைய கவிதைகளை அவனிடம் காட்டச் சொன்னான் சகாதேவன். காட்டிய கவிதைகளைப் பார்த்ததும் சகாதேவனுடைய முகம் வெளிறியது. அந்தக் கவிதையாக்கம் சகாதேவனின் கவிதையாக்கத்தை மிஞ்சிவிட்டிருந்தது. தன்னுடையது பூடகக் கவிதை என்றான் அவன். தான் சிரித்துக்கொண்டாள். தன்னுடைய கவிதை கிருஷ்ணனுக்குப் பிடித்ததாய் இருந்தால் போதும் என்று நினைத்துக்கொண்டாள்.

இமயமலையைச் சென்றடைந்தார்கள் பாண்டவர்கள். இங்கேதான் குந்தி, திருதராஷ்டிரர், விதுரன் ஆகியோர் தங்களது அந்திம வாழ்க்கையை வாழ்ந்தார்கள். இமயத்தைப் பார்த்தபோது, தான் இங்கேதான் பிறந்ததா என்று திரௌபதி நினைத்துக்கொண்டாள். இமயம் தனது பிறந்த வீடு. ஆனால் துருபதனின் மகளாக அவதரித்த பிறகு தனக்கு முன்ஜன்மம் நினைவுக்கு வரவில்லை. வியாசர்தான் தனக்கு ஒரு தடவை முன்ஜன்ம நினைவை உருவாக்கினார். ஆனால் அது கடந்த ஜன்மமா அல்லது இதே ஜன்மத்தின் ஒரு பகுதியா என்ற சந்தேகம் தன்னை எப்போதும் பற்றித்தொடர்ந்து வருத்துகிறது. தன்னை ஐந்து உருவத் தோற்றங்களில் அனுபவித்த மௌத்கல்யர் இந்த ஜன்மத்திலும் அறிமுகம் என்பதாகத் தோன்றியது. கடந்த ஜன்மம் என்றாலும், தற்போதைய ஜன்மம் என்றாலும்... ஐவருடன் தான் சுகிப்பது ஓர் அற்புதம்தான்... அழகானவர்கள் எல்லாருக்குமே காம உணர்வு அதிகமாக இருக்குமோ... தனக்குள் காம உணர்வு அதிகமாக இருப்பதால்தான் ஐவருடனான இல்லறத்தை மௌனமாக அங்கீகரித்து ஏற்றுக்கொள்ள முடிந்ததா...

வனத்தில் இருப்பதான இந்தக் காலகட்டத்தில் இதெல்லாம் என்ன சிந்தனைகள் என்று தலையைச் சிலுப்பிக்கொண்டாள் திரௌபதி. இமயமலையைத் தாண்டிய பிறகு எடுத்து வைக்கும் ஒவ்வொரு காலடியும் பாரமாக இருந்தது. ஒரு காலத்தில் எவ்வளவு தூரமானாலும் அனாயாசமாக நடந்த தனது கால்கள் இப்போது இடறுகின்றன. கால்களுக்குக் கீழே பனிக்கட்டி உருகுகிறது. சரிந்து இடறும் கால்களில் வலுவை வரவழைத்துக்கொண்டு ஒவ்வொரு காலடியாக முன்னோக்கி நடந்தாள்.

தானிருந்த பக்கம் எவரும் பார்க்கவில்லை. பாண்டவர்கள் கண்பார்வையிலிருந்து மறைகிறார்கள். இவர்கள்தானா என் கணவன்மார்கள்... தன்னைக் கடைசிவரைக் காப்பாற்ற வேண்டிய வர்கள் இப்படி மாயமாகிறார்களே, என்ன... கண்களில் இருள் சூழ்கிறது... சரிந்து கீழே விழுந்தாள்... மீண்டும் முழங்கால் பிடித்து உட்கார்ந்து, பின் எழுந்து நின்றாள். மலையுச்சியில் மேகங்கள் உதவிக்கரம் நீட்டுமோ என்ற எண்ணத்தில் திரௌபதி கைகளை நீட்டினாள்.

கருமேகங்கள் அவளைப் பார்த்துச் சிரித்தன. கிழிசல்களான அவளுடைய ஆடைகள் காற்றில் படபடத்தன. அவிழ்ந்த ஆடை களைக் கையால் பிடித்துக்கொள்ளும் சத்துகூட இல்லை திரௌபதிக்கு. தன் சரீரம் மீதான பிடிப்பு தளர்ந்துகொண்டிருப்பதாக அவளுக்குத் தோன்றியது. மேகங்களினூடே இருந்து ஸ்ரீகிருஷ்ணன் பிரத்தியட்சமாகித் தனக்கு ஆடைகளை வழங்குவானென்ற நம்பிக்கை இல்லை.

முன்னுக்கு ஒரு காலடி எட்டு வைத்தாள். அடுத்த காலடி முன்னுக்கு எழவில்லை. சுற்றிலும் பிரபஞ்சம் கிர்ரென்று சுழல்வது போலிருந்தது. சரீரத்திலிருந்து மனதும் ஆத்மாவும் வெவ்வேறானது போல் தெரிந்தது. கண்கள் சொருகி திரௌபதி கீழே விழுந்தாள்... முடிந்தது... தன் மரணத்தைத் தானே உணர்ந்து அனுபவிக்கும் நிலைமைக்கு வந்துவிட்டதாகச் சொல்லிக்கொண்டாள்.

தெளிவில்லாமல் ஏதேதோ பேச்சுகள் காதில் விழுந்தன... அம்மாடி... கீழே விழுந்தாள்... "இறந்துகொண்டிருக்கிறாள்..." அது பீமனின் குரல்.

"இறக்கட்டும்... அவளுக்கு அர்ஜுனன் மீது காதல் அதிகம்... எல்லாக் கணவர்களையும் அவள் சமமாக பார்க்கவில்லை... அதனால் தான் முன்னதாகவே சாகிறாள்."

இவை தர்மனின் வார்த்தைகளோ, தனக்குள் எதிரொலித்த அவனுடைய அந்தரங்கமோ... அவளுக்குப் புரியவில்லை. மரணத்தை அவள் தழுவிக்கொள்ளும் வேளையில் தன்னை யாரோ தொடுவது போல் உணர்ந்த திரௌபதி பலவந்தமாகக் கண்களைத் திறந்தாள். அது பீமசேனனின் ஸ்பரிசம். அவன் அவளைத் தன் மடியில் கிடத்திக்கொண்டான். அவளுடைய வாயில் தண்ணீர் ஊற்றினான். வாழ்வுக்கும் மரணத்திற்கும் இடையேயான கடைசிக் கணத்தில் திரௌபதி அவனைக் காதல் பொங்கத் தழுவிக்கொண்டாள். பீமசேனனின் உதடுகள் தண்மையாக மாறிக்கொண்டிருந்த தனது உதடுகளை ஸ்பரிசித்த வரையிலும்தான் அவளுக்கு நினைவு...

தொடு உணர்வு முடிவடையும் நேரம் அவளுடைய காதுகளில் வேணுகானம் கேட்டது. அந்த இசை நெடுகிலும் பரவியது. இயற்கை முழுவதும் தன்மயமாவதான நிலையில் அமிழ்வது போலிருந்தது. அற்புதமான அந்த வேணுகானம் தன் சரீரத்து அனைத்து நாடி நரம்புகளுக்குள்ளும் நுழைவது போலிருந்தது. எல்லையற்ற வாயுவுக்குள் கரைவதான அந்த வேணுகானத்தில் திரௌபதியின் உயிர் இரண்டறக் கலந்தது.

நின்றுபோய்க் கொண்டிருக்கும் அவளுடைய நெஞ்சத்தின் கடைசி லயத்தில் ஒலித்தது ஒரு வார்த்தைதான்...

கிருஷ்ணா...!!!